ഇന്ത്യൻ കമ്യൂണിസ്റ്റ് പ്രസ്ഥാനചരിത്രത്തിന്റെ ഒരു രൂപരേഖ

Indian Communist Prasthanacharitrathinte Oru Ruparekha

Harkishansing Surjit

CHINTHA PUBLISHERS
Thiruvananthapuram

First Edition
February 1994

Second Edition
September 2011

Third Edition
October 2021

Typesetting
Minerva Graphotechs, Attukal

Published
Chintha Publishers, Thiruvananthapuram

Cover Design
Sudheer P Y

ISBN : 978-81-26207-49-7

CR - 2996 / 5572

Email: chinthapublishers@gmail.com
Website: www.chinthapublishers.com

Distribution
DESHABHIMANI BOOKHOUSE
H O Thiruvananthapuram 695035

Branch
Head Office Kunnukuzhi • Statue Thiruvananthapuram
KSRTC Bus Station Alappuzha • KSRTC Bus Station Ernakulam
Machingal Lane Thrissur • IG Road Kozhikode
Mavoor Road Kozhikode • NGO Union Building Kannur
Central Bus Terminal Complex Thavakkara Kannur

ഇന്ത്യൻ കമ്മ്യൂണിസ്റ്റ് പ്രസ്ഥാനചരിത്രത്തിന്റെ ഒരു രൂപരേഖ

ഹർകിഷൻസിങ് സുർജീത്

ചിന്ത പബ്ലിഷേഴ്സ്
തിരുവനന്തപുരം-695 001

ഹർകിഷൻസിങ് സുർജീത് (1916–2008)

ഉള്ളടക്കം

ഗ്രന്ഥകർത്താവിനെപ്പറ്റി

സ്വാതന്ത്ര്യസമരം കൊടുമ്പിരികൊള്ളുന്ന കാലം. രാജ്യത്തിന്റെ ഇതരഭാഗങ്ങളെന്നപോലെ പഞ്ചാബും ഇളകിമറിയുകയായിരുന്നു. ഭഗത്സിങ്ങിനെയും രാജഗുരുവിനെയും സുഖദേവിനെയും പോലുള്ള ഉശിരൻ ദേശീയ വിപ്ലവകാരികളുടെ രക്തസാക്ഷിത്വം രാജ്യമെമ്പാടുമുള്ള യുവഹൃദയങ്ങളിൽ ആവേശത്തിന്റെയും പ്രതികാരത്തിന്റെയും അഗ്നി ജ്വലിപ്പിച്ചു. കൊച്ചുകുട്ടികളിൽപോലും ദേശാഭിമാനബോധം കത്തിപ്പടർന്നു. അക്കാലത്ത് ഹോഷിയാർപ്പൂരിലെ ഡപ്യൂട്ടി കമ്മീഷണറാപ്പീസിൽ ഒരു വീരസാഹസിക കൃത്യം നടന്നു. ഓഫീസ് കെട്ടിടത്തിന് മുകളിലേക്ക് പതിനഞ്ചുകാരനായ ഒരു ബാലൻ വലിഞ്ഞുകയറി. എന്താണ് സംഭവിക്കുകയെന്ന് നോക്കിനിൽക്കുകയായിരുന്നു താഴെ ഒരുസംഘം പൊലീസുകാർ. ബാലൻ ഓഫീസിന് മുകളിൽ ഉയർത്തിയിരുന്ന യൂണിയൻ ജാക്ക് വലിച്ചുതാഴ്ത്തി പകരം അവിടെയൊരു ത്രിവർണ പതാകയുയർത്തി. ഇത് പൊലീസുകാർക്ക് സഹിക്കാവുന്നതിലും അപ്പുറമായിരുന്നു. അവർ ബാലനെ ലാക്കാക്കി വെടിയുണ്ടയുതിർത്തു. ഭാഗ്യത്തിന് ഒന്നും ദേഹത്തുകൊണ്ടില്ല. രണ്ട് വെടിയുണ്ടകൾ തൊട്ടുതൊട്ടില്ല എന്ന മട്ടിൽ കടന്നുപോയി. അവസാനം അവർ ആ ധീരനായ ചുണക്കുട്ടനെ പിടികൂടി കോടതിയിൽ ഹാജരാക്കി. കോടതി ഒരുവർഷത്തെ ശിക്ഷ വിധിക്കുമ്പോൾ നിരാശയോടെ ജഡ്ജിയെ നോക്കി ബാലൻ ചോദിച്ചു. “ഒരുവർഷം മാത്രമേയുള്ളോ? എനിക്ക് മുഴുവൻ ശിക്ഷയും വേണം.” പ്രായപൂർത്തിയെത്താത്തത് നിമിത്തം നാലുവർഷത്തെ ശിക്ഷ ഒരുവർഷമായി ചുരുക്കുകയായിരുന്നു. ജയിലിൽ ബാലന്റെ പെരുമാറ്റംകൊണ്ട് അധികൃതർ പൊറുതിമുട്ടി. അവനെ അവർ ലാഹോറിലെ ദുർഗുണപരിഹാര പാഠശാലയിലേക്കയച്ചു. ഇന്ത്യയിൽനിന്ന് ബ്രിട്ടീഷ് സാമ്രാ

ജ്യത്വത്തെ കെട്ടുകെട്ടിക്കുക മാത്രമല്ല, തൊഴിലാളി വർഗനേതൃത്വത്തിലുള്ള ഒരു ഗവൺമെന്റിനെ അതിന് പകരംവെക്കുകകൂടി ചെയ്യാൻ ദൃഢപ്രതിജ്ഞയെടുത്ത യുവ കമ്യൂണിസ്റ്റായിട്ടാണ് ആ ബാലൻ പുറത്തുവന്നത്. ആ യുവകമ്യൂണിസ്റ്റ് മറ്റാരുമല്ല— സി പി ഐ (എം) പതിനാലാം കോൺഗ്രസ് പാർട്ടിജനറൽ സെക്രട്ടറിയായി തെരഞ്ഞെടുത്ത ഹർകിഷൻസിങ് സുർജീത്.

ജലന്തർ ജില്ലയിലെ ഒരു കൊച്ചുഗ്രാമമാണ് റൂപോവാൽ. നമ്മുടെ കല്യാശേരിയെയും അന്തിക്കാടിനെയും പോലെ രാഷ്ട്രീയ പ്രബുദ്ധമായ ഒരു ഗ്രാമം. കോൺഗ്രസ് നേതാക്കളും അകാലി നേതാക്കളും സദാ വന്നുംപോയുംകൊണ്ടിരിക്കുന്ന ഒരു ഗ്രാമം. സ്വാതന്ത്ര്യസമരത്തിന്റെ അലകൾ അടിച്ചുകയറിയിരുന്ന ലക്ഷണമൊത്ത ഒരു നാട്ടിൻപുറം. അവിടെ ഒരു ഇടത്തരം ജാട്ട് കർഷകകുടുംബത്തിൽ 1916 മാർച്ച് 26 ന് ഹർകിഷൻസിങ് ജനിച്ചു. ആ ജാട്ട് കൃഷീവലപുത്രന്റെ ശരിയായ പേര് അതാണെങ്കിലും സുർജീത് എന്ന നാമം പിൽക്കാലത്ത് അതിനോടൊപ്പം പതിഞ്ഞു പോയി. താൻ കവിതയെഴുതിയിരുന്ന കാലത്ത് അദ്ദേഹം ഉപയോഗിച്ച തൂലികാനാമമായിരുന്നു അത്. ഇപ്പോൾ ശരിയായ പേരിനേക്കാളും അദ്ദേഹം അറിയുന്നത് ആ ചുരുക്കപ്പേരിലാണ്. എങ്കിലും അത് തൂലികാനാമമാണെന്നോ അദ്ദേഹം കവിതയെഴുതിയിരുന്നുവെന്നോ അധികമാർക്കും അറിഞ്ഞുകൂടാ. പഞ്ചാബിലും ഉറുദുവിലും അദ്ദേഹമെഴുതിയിരുന്ന കവിതകൾ വൃത്തനിബദ്ധമോ അല്ലെങ്കിൽ സാഹിത്യത്തമ്പുരാക്കന്മാരുടെ അംഗീകാരം പിടിച്ചുപറ്റിയതോ ആയിരുന്നില്ല. നേരെമറിച്ച്, സാക്ഷാൽ പടപ്പാട്ടുകളായിരുന്നു. സ്വാതന്ത്ര്യസമരത്തിലേക്ക് എടുത്തുചാടാൻ ജനങ്ങൾക്ക് ആവേശം പകർന്ന പാട്ടുകൾ. അവയിൽ ചിലതെങ്കിലും പാടിപ്പതിഞ്ഞവയത്രെ.

സ്വന്തം ഗ്രാമം എന്നപോലെ തന്നെ സ്വന്തം വീടും രാഷ്ട്രീയ പ്രബുദ്ധമായിരുന്നു. അച്ഛൻ ഹർണാംസിങ് ബാസി ജാലിയൻവാലാ കൂട്ടക്കൊലയ്ക്കുശേഷം പട്ടാളത്തിൽനിന്ന് പിരിഞ്ഞ് സ്വാതന്ത്ര്യപ്രസ്ഥാനത്തിൽ ആണ്ടിറങ്ങിയ ആളായിരുന്നു. കോൺഗ്രസിലും അകാലദളിലും പ്രവർത്തിച്ചശേഷം കമ്യൂണിസ്റ്റാശയ സ്വാധീനത്തിൽപ്പെട്ട അദ്ദേഹം പഞ്ചാബിലെ ആദ്യകാല കമ്യൂണിസ്റ്റുകാരിൽ ഒരാളായിരുന്നു. കോൺഗ്രസ് നേതാക്കളും അകാലി നേതാക്കളും വീട്ടിലെ നിത്യസന്ദർശകരായിരുന്നു. ഈ അന്തരീക്ഷത്തിൽ വളർന്ന ഹർകിഷൻസിങ്ങിന് നന്നേ കുട്ടിക്കാലം മുതൽ രാഷ്ട്രീയത്തിൽ താൽപ്പര്യം ജനിച്ചതിൽ അത്ഭുതമില്ല. വിവിധ രാഷ്ട്രീയകക്ഷി നേതാക്കളുമായി അടുത്ത് പരിചയപ്പെടാനും അവസരം ലഭിച്ചു. പിൽക്കാലത്ത് അത് വലിയൊരു മുതൽക്കൂട്ടായിത്തീർന്നു. ആശയപരമായ അഭിപ്രായവ്യത്യാസങ്ങൾക്കുപരിയായി ഈടുറ്റ വ്യക്തിബന്ധം നിലനിർത്താൻ ഇത് കുറച്ചൊന്നുമല്ല അദ്ദേഹത്തെ സഹായിച്ചത്. അദ്ദേഹം തന്നെ ചൂണ്ടിക്കാണിച്ചതുപോലെ "പല കോൺഗ്രസ് നേതാക്കളും ഞാൻ ആ പാർട്ടിയിലായിരുന്നപ്പോൾ എന്റെ ജൂനിയർമാരായി

രുന്നു. അവർക്ക് ഇന്ന് എന്റെ നിലപാടെന്തെന്നറിയാം. അതുകൊണ്ടാണ് അവരുമായി എനിക്ക് നല്ല ബന്ധം പുലർത്താൻ കഴിയുന്നത്."

ഇത്തരം വ്യക്തിബന്ധങ്ങൾ പക്ഷേ തന്റെ ആശയങ്ങൾക്കും ആദർശങ്ങൾക്കും മുന്നിൽ വിലങ്ങുതടിയായിത്തീരാൻ ഒരിക്കലും അദ്ദേഹം അനുവദിച്ചിട്ടില്ല. തന്റെ ആശയങ്ങളിലും അഭിപ്രായങ്ങളിലും എല്ലായ്പ്പോഴും അദ്ദേഹം ഉറച്ചുനിന്നു. ഒരുദാഹരണം നോക്കുക: തന്റെ യൗവനകാലത്ത് നെഹ്റു അദ്ദേഹത്തിന്റെ ഒരു വീരനായകനായിരുന്നു. മറ്റാരിൽനിന്നും കിട്ടിയതിനെക്കാൾ കൂടുതൽ സോഷ്യലിസ്റ്റാശയം തനിക്ക് കിട്ടിയത് നെഹ്റുവിൽ നിന്നാണെന്ന് അദ്ദേഹം സമ്മതിച്ചിട്ടുണ്ട്. നെഹ്റുവിന് ഈ റൂപോവാൽകാരൻ യുവാവിനെ നന്നേ ഇഷ്ടമായിരുന്നു. ഹർകിഷൻസിങ് ഒരു കമ്യൂണിസ്റ്റായതിനുശേഷവും അതിൽ കുറവൊന്നുമുണ്ടായില്ല. പഞ്ചാബിൽ സുർജീത് സംഘടിപ്പിക്കുന്ന യോഗങ്ങളിൽ പ്രസംഗിക്കുന്നതിൽനിന്ന് നെഹ്റുവിനെ എ ഐ സി സി വിലക്കി. ചെങ്കൊടിയുമേന്തി നടക്കുന്ന ചെറുപ്പക്കാരൻ സംഘടിപ്പിക്കുന്ന യോഗത്തിൽ ഒരു കോൺഗ്രസ് നേതാവ് പ്രസംഗിക്കുകയോ? എ ഐ സി സി നേതൃത്വത്തിന് അത് സഹിക്കാൻ കഴിഞ്ഞില്ല. പക്ഷേ ആ വിലക്ക് നെഹ്റു തള്ളിക്കളഞ്ഞു. സുർജീത്തിനോടൊപ്പം അദ്ദേഹം പഞ്ചാബിൽ സഞ്ചരിച്ചു. ഒട്ടേറെ യോഗങ്ങളിൽ പ്രസംഗിച്ചു. സുർജീത്തിന്റെ വീട്ടിൽ നിന്ന് ഭക്ഷണവും കഴിച്ചു. ഈ പ്രസംഗ പര്യടനത്തിനിടയിൽ ഉണ്ടായ ഒരു സംഭവം ഹർകിഷൻസിങ്ങിന്റെ സ്വഭാവവും നെഹ്റുവിനോട് അദ്ദേഹത്തിനുണ്ടായിരുന്ന പ്രതിപത്തിയും വ്യക്തമാക്കുന്നു.

റൂപോവാലിൽ എത്തുന്ന നെഹ്റുവിന് പ്രസംഗിക്കാൻ അവിടത്തെ ഒരു മൈതാനം ഏർപ്പാട് ചെയ്യാമെന്നായിരുന്നു കരുതിയത്. പക്ഷേ അവിടെ പ്രസംഗിക്കുന്നതിന് അധികൃതർ അനുമതി നിഷേധിച്ചു. പ്രസംഗവേദിയൊരുക്കാൻ അടുത്തെങ്ങും സ്ഥലം കിട്ടിയതുമില്ല. ഹർകിഷൻസിങ് അധികം ആലോചിച്ചില്ല. തന്റെ കുടുംബവക ഗോതമ്പുപാടം വിളഞ്ഞു നിൽക്കുകയായിരുന്നു. അധികദിവസം കഴിയുന്നതിനുമുമ്പ് അത് കൊയ്തെടുക്കാം. അതിന് കാത്തുനിൽക്കാനുണ്ടോ സമയം? പാടത്തിന് തീയിട്ടു. അവിടെ യോഗം നടത്തുകയും ചെയ്തു. എത്രപേർ തയാറാകും ഇങ്ങനെയൊരു കൃത്യത്തിന്? ഇപ്രകാരം നെഹ്റുവിനോട് അതിരറ്റ സ്നേഹബഹുമാനങ്ങൾ കാട്ടിയ ഹർകിഷൻസിങ് സ്വാതന്ത്ര്യലബ്ധിക്കുശേഷം നെഹ്റുവിന്റെ പോക്കിൽ അസംതൃപ്തനായി. അദ്ദേഹത്തിന്റെ നയങ്ങളെ നിശിതമായി വിമർശിച്ചു. നെഹ്റുവിന്റെയും അദ്ദേഹം നയിക്കുന്ന കോൺഗ്രസിന്റെയും വർഗസ്വഭാവം തുറന്നുകാട്ടി. കോൺഗ്രസ് ഗവൺമെന്റിനെതിരെ ഒട്ടേറെ പ്രക്ഷോഭങ്ങൾക്ക് നേതൃത്വം നൽകി. അതിന്റെ പേരിൽ നെഹ്റുവിന്റെ ഭരണകാലത്തു തന്നെ കാരാഗൃഹത്തിൽ കഴിയേണ്ടിവന്നു.

കാരാഗൃഹത്തിൽ കഴിയുക ആ വിപ്ലവകാരിക്ക് പുതുമയുള്ള കാര്യമല്ല. ആദ്യത്തെ ജയിൽവാസത്തെക്കുറിച്ച് നേരത്തെ പറഞ്ഞല്ലോ. പിന്നീട് ജയിലിൽ കിടന്നത് 1940 ലാണ്. അതിന്റെ തലേക്കൊല്ലം രണ്ടാംലോകമ

ഹായുദ്ധം പൊട്ടിപ്പുറപ്പെട്ടു. സാമ്രാജ്യത്വരാജ്യങ്ങൾ തമ്മിൽ കോളനികൾ പുനർവിഭജനം നടത്തുന്ന ആ യുദ്ധത്തിൽ താൽപ്പര്യമെടുക്കേണ്ടതില്ലെന്ന് കമ്യൂണിസ്റ്റ് പാർട്ടി അഭിപ്രായപ്പെട്ടു. യുദ്ധത്തിനെതിരെ അണിനിരക്കാൻ പാർട്ടി ജനങ്ങളെ ആഹ്വാനം ചെയ്തു. അതിനുവേണ്ടിയുള്ള പ്രവർത്തനത്തിൽ ആണ്ടിറങ്ങുകയും ചെയ്തു. ബ്രിട്ടീഷ് ഭരണാധികാരികൾ കമ്യൂണിസ്റ്റുകാർക്കെതിരെ ആഞ്ഞടിച്ചു. കമ്യൂണിസ്റ്റുകാരെ രാജ്യവ്യാപകമായി വേട്ടയാടി. അതിൽനിന്ന് രക്ഷപ്പെടാൻ ചിലർ ഒളിവിൽപ്പോയി. അക്കൂട്ടത്തിൽ ഒരാളായിരുന്നു സുർജീത്തും. എങ്കിലും 1940 ഡിസംബറിൽ അറസ്റ്റിലായി. ഒരു യാത്രയ്ക്കിടയിൽ പൊലീസിന്റെ പിടിയിൽ അകപ്പെടുകയായിരുന്നു.

1942 ജൂണിൽ ഹിറ്റ്ലറുടെ നേതൃത്വത്തിലുള്ള സൈന്യം സോവിയറ്റ് യൂണിയനുനേരെ ആക്രമണമഴിച്ചുവിട്ടതോടെ യുദ്ധത്തിന്റെ സ്വഭാവത്തിൽ മാറ്റംവന്നു. സാമ്രാജ്യത്വ യുദ്ധം ജനകീയ യുദ്ധമായി മാറിയിരിക്കുന്നു: കമ്യൂണിസ്റ്റ് പാർട്ടി പ്രഖ്യാപിച്ചു. ലോകത്തിലെ പ്രഥമ സോഷ്യലിസ്റ്റ് രാഷ്ട്രത്തെ രക്ഷിക്കേണ്ടത് ലോകമെമ്പാടുമുള്ള കമ്യൂണിസ്റ്റ് പാർട്ടി അർഥശങ്കക്കിടയില്ലാത്തവിധം വ്യക്തമാക്കി. ഈ നയംമാറ്റത്തെത്തുടർന്ന് കമ്യൂണിസ്റ്റ് പാർട്ടിയുടെ മേലുള്ള നിരോധനം ബ്രിട്ടീഷ് ഗവൺമെന്റ് പിൻവലിച്ചു. പാർട്ടിക്ക് പരസ്യപ്രവർത്തനം നടത്താമെന്നായി. പാർട്ടിനേതാക്കളെ ഒന്നൊന്നായി മോചിപ്പിച്ചു. പക്ഷേ അങ്ങേയറ്റം അപകടകാരിയായി കരുതിയ സുർജീത്തിനെ ജയിൽവിമുക്തനാക്കാൻ അധികൃതർ തയാറായില്ല. പകരം അദ്ദേഹത്തെ അതിക്രൂരമായി പീഡിപ്പിച്ചു. ഒരു യാത്രക്കിടയിൽ അറസ്റ്റുചെയ്ത സുർജീത്തിനെ ഒരു റെയിൽവെ സ്റ്റേഷനിൽനിന്ന് എവിടേക്കെന്നറിയാതെ കൊണ്ടുപോവുകയായിരുന്നു. കൊണ്ടുചെന്ന് തള്ളിയത് ദൽഹിയിലെ ചെങ്കോട്ടയിൽ കാറ്റും വെളിച്ചവും കടക്കാത്ത കിണറുമാതിരിയുള്ള ഒരു നിലവറയ്ക്കുള്ളിൽ. മൂന്നുമാസം പാർപ്പിച്ചു. ഇരുട്ടറയിൽനിന്നും നീക്കി ഉടൻ ചികിത്സ നൽകുന്നില്ലെങ്കിൽ തങ്ങളുടെ ജയിൽപ്പുള്ളി ജീവിതം മുഴുവൻ അന്ധനായി കഴിയേണ്ടിവരുമെന്ന് ജയിൽ ഡോക്ടർ വിധിച്ചതിനെത്തുടർന്ന് അദ്ദേഹത്തെ പുറത്തിറക്കാൻ ജയിലധികൃതർ നിർബന്ധിതരായി. പിന്നീട് വെളിച്ചം കടക്കുന്ന ജയിലിൽ നാലുവർഷത്തോളം കഴിച്ചുകൂട്ടി. അതുകൊണ്ട് 1943 ൽ ചേർന്ന കമ്യൂണിസ്റ്റ് പാർട്ടിയുടെ ഒന്നാം കോൺഗ്രസിൽ പങ്കെടുക്കാൻ കഴിഞ്ഞില്ല.

എന്നിട്ടും ജയിൽജീവിതത്തിന് തിരശ്ശീല വീണില്ല. സ്വാതന്ത്ര്യലബ്ധിക്കുശേഷം രണ്ടുതവണ സാമാന്യം ദീർഘകാലം ജയിലിൽ കിടക്കേണ്ടിവന്നു: 1962 ലും 1965 ലും. ഇന്ത്യാ ചൈന അതിർത്തി സംഘട്ടനത്തെ തുടർന്നായിരുന്നു 1962 ലെ അറസ്റ്റെങ്കിൽ ഇന്ത്യൻ കമ്യൂണിസ്റ്റ് പാർട്ടി പിളർന്ന പശ്ചാത്തലത്തിൽ ചൈനാചാരത്വമാരോപിച്ചായിരുന്നു 1965 ലെ അറസ്റ്റ്. 1965 ൽ കേരളത്തിൽ പാർട്ടിയുടെ പി ബി യോഗത്തിൽ പങ്കെടുക്കാൻ വന്നപ്പോൾ തൃശൂരിൽവെച്ചാണ് അറസ്റ്റുചെയ്തത്. ആദ്യം

രുന്നു. അവർക്ക് ഇന്ന് എന്റെ നിലപാടെന്തെന്നറിയാം. അതുകൊണ്ടാണ് അവരുമായി എനിക്ക് നല്ല ബന്ധം പുലർത്താൻ കഴിയുന്നത്."

ഇത്തരം വ്യക്തിബന്ധങ്ങൾ പക്ഷേ തന്റെ ആശയങ്ങൾക്കും ആദർശങ്ങൾക്കും മുന്നിൽ വിലങ്ങുതടിയായിത്തീരാൻ ഒരിക്കലും അദ്ദേഹം അനുവദിച്ചിട്ടില്ല. തന്റെ ആശയങ്ങളിലും അഭിപ്രായങ്ങളിലും എല്ലായ്പ്പോഴും അദ്ദേഹം ഉറച്ചുനിന്നു. ഒരുദാഹരണം നോക്കുക: തന്റെ യൗവനകാലത്ത് നെഹ്റു അദ്ദേഹത്തിന്റെ ഒരു വീരനായകനായിരുന്നു. മറ്റാരിൽനിന്നും കിട്ടിയതിനെക്കാൾ കൂടുതൽ സോഷ്യലിസ്റ്റാശയം തനിക്ക് കിട്ടിയത് നെഹ്റുവിൽ നിന്നാണെന്ന് അദ്ദേഹം സമ്മതിച്ചിട്ടുണ്ട്. നെഹ്റുവിന് ഈ റൂപോവാൽകാരൻ യുവാവിനെ നന്നേ ഇഷ്ടമായിരുന്നു. ഹർകിഷൻസിങ് ഒരു കമ്യൂണിസ്റ്റായതിനുശേഷവും അതിൽ കുറവൊന്നുമുണ്ടായില്ല. പഞ്ചാബിൽ സുർജീത് സംഘടിപ്പിക്കുന്ന യോഗങ്ങളിൽ പ്രസംഗിക്കുന്നതിൽനിന്ന് നെഹ്റുവിനെ എ ഐ സി സി വിലക്കി. ചെങ്കൊടിയുമേന്തി നടക്കുന്ന ചെറുപ്പക്കാരൻ സംഘടിപ്പിക്കുന്ന യോഗത്തിൽ ഒരു കോൺഗ്രസ് നേതാവ് പ്രസംഗിക്കുകയോ? എ ഐ സി സി നേതൃത്വത്തിന് അത് സഹിക്കാൻ കഴിഞ്ഞില്ല. പക്ഷേ ആ വിലക്ക് നെഹ്റു തള്ളിക്കളഞ്ഞു. സുർജീത്തിനോടൊപ്പം അദ്ദേഹം പഞ്ചാബിൽ സഞ്ചരിച്ചു. ഒട്ടേറെ യോഗങ്ങളിൽ പ്രസംഗിച്ചു. സുർജീത്തിന്റെ വീട്ടിൽനിന്ന് ഭക്ഷണവും കഴിച്ചു. ഈ പ്രസംഗ പര്യടനത്തിനിടയിൽ ഉണ്ടായ ഒരു സംഭവം ഹർകിഷൻസിങ്ങിന്റെ സ്വഭാവവും നെഹ്റുവിനോട് അദ്ദേഹത്തിനുണ്ടായിരുന്ന പ്രതിപത്തിയും വ്യക്തമാക്കുന്നു.

റൂപോവാലിൽ എത്തുന്ന നെഹ്റുവിന് പ്രസംഗിക്കാൻ അവിടത്തെ ഒരു മൈതാനം ഏർപ്പാട് ചെയ്യാമെന്നായിരുന്നു കരുതിയത്. പക്ഷേ അവിടെ പ്രസംഗിക്കുന്നതിന് അധികൃതർ അനുമതി നിഷേധിച്ചു. പ്രസംഗവേദിയൊരുക്കാൻ അടുത്തെങ്ങും സ്ഥലം കിട്ടിയതുമില്ല. ഹർകിഷൻസിങ് അധികം ആലോചിച്ചില്ല. തന്റെ കുടുംബവക ഗോതമ്പുപാടം വിളഞ്ഞു നിൽക്കുകയായിരുന്നു. അധികദിവസം കഴിയുന്നതിനുമുമ്പ് അത് കൊയ്തെടുക്കാം. അതിന് കാത്തുനിൽക്കാനുണ്ടോ സമയം? പാടത്തിന് തീയിട്ടു. അവിടെ യോഗം നടത്തുകയും ചെയ്തു. എത്രപേർ തയാറാകും ഇങ്ങനെയൊരു കൃത്യത്തിന്? ഇപ്രകാരം നെഹ്റുവിനോട് അതിരറ്റ സ്നേഹബഹുമാനങ്ങൾ കാട്ടിയ ഹർകിഷൻസിങ് സ്വാതന്ത്ര്യലബ്ധിക്കുശേഷം നെഹ്റുവിന്റെ പോക്കിൽ അസംതൃപ്തനായി. അദ്ദേഹത്തിന്റെ നയങ്ങളെ നിശിതമായി വിമർശിച്ചു. നെഹ്റുവിന്റെയും അദ്ദേഹം നയിക്കുന്ന കോൺഗ്രസിന്റെയും വർഗസ്വഭാവം തുറന്നുകാട്ടി. കോൺഗ്രസ് ഗവൺമെന്റിനെതിരെ ഒട്ടേറെ പ്രക്ഷോഭങ്ങൾക്ക് നേതൃത്വം നൽകി. അതിന്റെ പേരിൽ നെഹ്റുവിന്റെ ഭരണകാലത്തു തന്നെ കാരാഗൃഹത്തിൽ കഴിയേണ്ടിവന്നു.

കാരാഗൃഹത്തിൽ കഴിയുക ആ വിപ്ലവകാരിക്ക് പുതുമയുള്ള കാര്യമല്ല. ആദ്യത്തെ ജയിൽവാസത്തെക്കുറിച്ച് നേരത്തെ പറഞ്ഞല്ലോ. പിന്നീട് ജയിലിൽ കിടന്നത് 1940 ലാണ്. അതിന്റെ തലേക്കൊല്ലം രണ്ടാംലോകമ

ഹായുദ്ധം പൊട്ടിപ്പുറപ്പെട്ടു. സാമ്രാജ്യത്വരാജ്യങ്ങൾ തമ്മിൽ കോളനികൾ പുനർവിഭജനം നടത്തുന്ന ആ യുദ്ധത്തിൽ താൽപ്പര്യമെടുക്കേണ്ടതില്ലെന്ന് കമ്യൂണിസ്റ്റ് പാർട്ടി അഭിപ്രായപ്പെട്ടു. യുദ്ധത്തിനെതിരെ അണിനിരക്കാൻ പാർട്ടി ജനങ്ങളെ ആഹ്വാനം ചെയ്തു. അതിനുവേണ്ടിയുള്ള പ്രവർത്തനത്തിൽ ആണ്ടിറങ്ങുകയും ചെയ്തു. ബ്രിട്ടീഷ് ഭരണാധികാരികൾ കമ്യൂണിസ്റ്റുകാർക്കെതിരെ ആഞ്ഞടിച്ചു. കമ്യൂണിസ്റ്റുകാരെ രാജ്യവ്യാപകമായി വേട്ടയാടി. അതിൽനിന്ന് രക്ഷപ്പെടാൻ ചിലർ ഒളിവിൽപ്പോയി. അക്കൂട്ടത്തിൽ ഒരാളായിരുന്നു സുർജീത്തും. എങ്കിലും 1940 ഡിസംബറിൽ അറസ്റ്റിലായി. ഒരു യാത്രയ്ക്കിടയിൽ പൊലീസിന്റെ പിടിയിൽ അകപ്പെടുകയായിരുന്നു.

1942 ജൂണിൽ ഹിറ്റ്ലറുടെ നേതൃത്വത്തിലുള്ള സൈന്യം സോവിയറ്റ് യൂണിയനുനേരെ ആക്രമണമഴിച്ചുവിട്ടതോടെ യുദ്ധത്തിന്റെ സ്വഭാവത്തിൽ മാറ്റംവന്നു. സാമ്രാജ്യത്വ യുദ്ധം ജനകീയ യുദ്ധമായി മാറിയിരിക്കുന്നു: കമ്യൂണിസ്റ്റ് പാർട്ടി പ്രഖ്യാപിച്ചു. ലോകത്തിലെ പ്രഥമ സോഷ്യലിസ്റ്റ് രാഷ്ട്രത്തെ രക്ഷിക്കേണ്ടത് ലോകമെമ്പാടുമുള്ള കമ്യൂണിസ്റ്റ് പാർട്ടി അർഥശങ്കക്കിടയില്ലാത്തവിധം വ്യക്തമാക്കി. ഈ നയംമാറ്റത്തെത്തുടർന്ന് കമ്യൂണിസ്റ്റ് പാർട്ടിയുടെ മേലുള്ള നിരോധനം ബ്രിട്ടീഷ് ഗവൺമെന്റ് പിൻവലിച്ചു. പാർട്ടിക്ക് പരസ്യപ്രവർത്തനം നടത്താമെന്നായി. പാർട്ടിനേതാക്കളെ ഒന്നൊന്നായി മോചിപ്പിച്ചു. പക്ഷേ അങ്ങേയറ്റം അപകടകാരിയായി കരുതിയ സുർജീത്തിനെ ജയിൽവിമുക്തനാക്കാൻ അധികൃതർ തയാറായില്ല. പകരം അദ്ദേഹത്തെ അതിക്രൂരമായി പീഡിപ്പിച്ചു. ഒരു യാത്രക്കിടയിൽ അറസ്റ്റുചെയ്ത സുർജീത്തിനെ ഒരു റെയിൽവെ സ്റ്റേഷനിൽനിന്ന് എവിടേക്കെന്നറിയാതെ കൊണ്ടുപോവുകയായിരുന്നു. കൊണ്ടുചെന്ന് തള്ളിയത് ദൽഹിയിലെ ചെങ്കോട്ടയിൽ കാറ്റും വെളിച്ചവും കടക്കാത്ത കിണറുമാതിരിയുള്ള ഒരു നിലവറയ്ക്കുള്ളിൽ. മൂന്നുമാസം പാർപ്പിച്ചു. ഇരുട്ടറയിൽനിന്നും നീക്കി ഉടൻ ചികിത്സ നൽകുന്നില്ലെങ്കിൽ തങ്ങളുടെ ജയിൽപ്പുള്ളി ജീവിതം മുഴുവൻ അന്ധനായി കഴിയേണ്ടിവരുമെന്ന് ജയിൽ ഡോക്ടർ വിധിച്ചതിനെത്തുടർന്ന് അദ്ദേഹത്തെ പുറത്തിറക്കാൻ ജയിലധികൃതർ നിർബന്ധിതരായി. പിന്നീട് വെളിച്ചം കടക്കുന്ന ജയിലിൽ നാലുവർഷത്തോളം കഴിച്ചുകൂട്ടി. അതുകൊണ്ട് 1943 ൽ ചേർന്ന കമ്യൂണിസ്റ്റ് പാർട്ടിയുടെ ഒന്നാം കോൺഗ്രസിൽ പങ്കെടുക്കാൻ കഴിഞ്ഞില്ല.

എന്നിട്ടും ജയിൽജീവിതത്തിന് തിരശ്ശീല വീണില്ല. സ്വാതന്ത്ര്യലബ്ധിക്കുശേഷം രണ്ടുതവണ സാമാന്യം ദീർഘകാലം ജയിലിൽ കിടക്കേണ്ടിവന്നു: 1962 ലും 1965 ലും. ഇന്ത്യാ ചൈന അതിർത്തി സംഘട്ടനത്തെ തുടർന്നായിരുന്നു 1962 ലെ അറസ്റ്റെങ്കിൽ ഇന്ത്യൻ കമ്യൂണിസ്റ്റ് പാർട്ടി പിളർന്ന പശ്ചാത്തലത്തിൽ ചൈനാചാരത്വമാരോപിച്ചായിരുന്നു 1965 ലെ അറസ്റ്റ്. 1965 ൽ കേരളത്തിൽ പാർട്ടിയുടെ പി ബി യോഗത്തിൽ പങ്കെടുക്കാൻ വന്നപ്പോൾ തൃശൂരിൽവെച്ചാണ് അറസ്റ്റുചെയ്തത്. ആദ്യം

ഏതാനും നാളുകൾ വിയ്യൂർ സെൻട്രൽ ജയിലിലാണ് പാർപ്പിച്ചത്. സ്വാതന്ത്ര്യലബ്ധിക്കുശേഷം ഈ രണ്ട് അറസ്റ്റിന് പുറമെ നാലുവർഷം ഒളിവിൽ കഴിഞ്ഞിട്ടുണ്ട്. 1948 മുതൽ 1952 വരെ. കമ്യൂണിസ്റ്റ് പാർട്ടിയെ നിയമവിരുദ്ധമാക്കിയതിനെത്തുടർന്നായിരുന്നു നാലുവർഷത്തെ ഈ ഒളിവ് ജീവിതം. അങ്ങനെ ആറ് പതിറ്റാണ്ടിലേറെ നീണ്ടുനിന്ന പൊതുജീവിതത്തിനിടയിൽ പത്തുവർഷം ജയിലിലും എട്ടുവർഷം ഒളിവിലും കഴിച്ചുകൂട്ടി. 75 വർഷത്തെ സംഭവബഹുലവും യാതനാനിർഭരവുമായ ജീവിതത്തിൽ സുമാർ നാലിലൊന്ന് ജയിലിലോ ഒളിവിലോ ആയിരുന്നുവെന്നർഥം. ഇപ്രകാരം നീണ്ട പീഡനാനുഭവങ്ങളുടെ, സമരങ്ങളുടെ തീച്ചൂളയിലൂടെ ഉരുകിത്തെളിഞ്ഞുവന്ന ഒരു വിപ്ലവകാരിയാണ് സുർജീത്. അക്ഷരാർഥത്തിൽ തന്നെ ഒരു വിപ്ലവകാരി.

പതിനഞ്ചാം വയസിലായിരുന്നുവല്ലോ സുർജീത്തിന്റെ ആദ്യ അറസ്റ്റ്. ആദ്യം ജയിലിലും പിന്നെ ദുർഗുണപരിഹാര പാഠശാലയിലുമെത്തിച്ചേർന്നതിനുശേഷം കിട്ടുന്നതൊക്കെ വായിച്ചു. വായന ആ ബാലന് ഒരു ഹരമായി. നേരത്തേ ഭഗത്സിങ്ങിന്റെ നൗജവാൻ ഭാരത് സഭയിൽ അംഗമായി ചേരുകയും ഉശിരൻ ദേശീയ വിപ്ലവകാരികളിൽനിന്ന് ആവേശമുൾക്കൊള്ളുകയും ചെയ്തിരുന്നുവെങ്കിലും ഈ വായനയും തടവറബന്ധങ്ങളും അദ്ദേഹത്തെ കമ്യൂണിസ്റ്റ് ആശയങ്ങളിലേക്ക് ആകർഷിച്ചു. പുറംലോകത്തേയ്ക്ക് കടന്നാൽ കമ്യൂണിസ്റ്റ് പാർട്ടി കെട്ടിപ്പടുക്കുന്ന പ്രവർത്തനത്തിലേർപ്പെടണമെന്ന് തീരുമാനിച്ചു.

വാസ്തവത്തിൽ സുർജീത് ദുർഗുണ പരിഹാരപാഠശാലയിൽ കഴിയുമ്പോൾ പഞ്ചാബിൽ കമ്യൂണിസ്റ്റ് പാർട്ടി സ്ഥാപിക്കപ്പെട്ടിരുന്നില്ല. കമ്യൂണിസ്റ്റ് ആശയങ്ങളിൽ വിശ്വസിച്ചിരുന്നവരും ഗുലാംഹുസൈന്റെ നേതൃത്വത്തിലുള്ള കമ്യൂണിസ്റ്റ് ഗ്രൂപ്പും ഉൾപ്പെടെ ചില ഗ്രൂപ്പുകളും ഉണ്ടായിരുന്നുവെന്നു മാത്രം. ഇവരൊക്കെ 1927 ൽ രൂപംകൊണ്ട് കർഷത്തൊഴിലാളി പാർട്ടിയിൽ സജീവമായിരുന്നു. മാത്രമല്ല, 1926 ൽ ഭായി സന്തോക് സിങിന്റെ പത്രാധിപത്യത്തിലാരംഭിച്ച *കീർത്തി*മാസികയുമായി ബന്ധപ്പെട്ട് പ്രവർത്തിക്കുകയും ചെയ്തുകൊണ്ടിരുന്നു. അവരിൽ ചിലർ ഇന്ത്യൻ മണ്ണിൽ ഇന്ത്യൻ കമ്യൂണിസ്റ്റ് പാർട്ടി രൂപീകരിച്ച 1925 ലെ കാൺപൂർ സമ്മേളനത്തിൽ പങ്കെടുക്കുകപോലുമുണ്ടായി. എങ്കിലും സുർജീത് ജയിൽമോചിതനായതിനുശേഷമാണ് പാർട്ടി ഔപചാരികമായി രൂപംകൊണ്ടത്. ജാലിയൻവാലാബാഗിന്റെ ഒരു മൂലയിൽ ഈ ഉദ്ദേശ്യാർഥം യോഗം വിളിച്ചുകൂട്ടിയത് സോഹൻസിങ് ജോഷായിരുന്നു. പതിനഞ്ചോളം പേർ പങ്കെടുത്ത ആ യോഗത്തിൽ സോഹൻസിങ് ജോഷ്, സുർജീത് എന്നിവർക്കു പുറമെ ഫിറോസുദ്ദീൻ മൻസൂർ, ഫൗജബുല്ലർ, അർജുൻസിങ് ശർഗജ് തുടങ്ങിയവരുൾപ്പെടുന്നു. അങ്ങനെ സുർജീത് പഞ്ചാബിലെ പാർട്ടിയുടെ സ്ഥാപകനേതാക്കളിലൊരാളായിത്തീർന്നു.

1934 ൽ ബ്രിട്ടീഷ് ഗവൺമെന്റ് കമ്യൂണിസ്റ്റ് പാർട്ടിയെ നിരോധിച്ചു.

അതുകൊണ്ട് രൂപീകരണം മുതൽ ഒളിവിലിരുന്നുകൊണ്ട് വേണമായിരുന്നു കമ്യൂണിസ്റ്റ് പാർട്ടിക്ക് പ്രവർത്തിക്കാൻ. 1935 ൽ കോൺഗ്രസ് സോഷ്യലിസ്റ്റ് പാർട്ടി രൂപംകൊണ്ടപ്പോൾ കമ്യൂണിസ്റ്റുകാർ അതിൽ ചേർന്ന് പ്രവർത്തിക്കാൻ തുടങ്ങി. സുർജീത്തും സി എസ് പി പ്രവർത്തകനായി. അദ്ദേഹം കൃഷിക്കാർക്കിടയിലാണ് മുഖ്യമായും തന്റെ പ്രവർത്തനം കേന്ദ്രീകരിച്ചത്. അതിനാൽ കർഷകനേതാവെന്ന നിലയിലും അദ്ദേഹം പ്രസിദ്ധനായി.

1944 ൽ ജയിൽമോചിതനായി വന്നതിനുശേഷമാണ് പ്രവർത്തനം പഞ്ചാബിലാകെ വ്യാപിപ്പിച്ചത്. ലാഹോർ കേന്ദ്രമാക്കി പ്രവർത്തനം ഊർജിതമായി നടത്തി. അപ്പോഴേക്കും തേജാസിങ് സ്വതന്ത്രർ, സോഹൻ സിങ് ജോഷ്, ഡോ. ഭാഗ്സിങ് തുടങ്ങിയവർ അവിടം കേന്ദ്രമാക്കി പ്രവർത്തനം തുടങ്ങിക്കഴിഞ്ഞിരുന്നു. എങ്കിലും അവർക്കിടയിൽ തലയെടുപ്പുള്ള നേതാവായി മാറിയിരുന്നു അദ്ദേഹം. പിന്നെയും രണ്ട് പതിറ്റാണ്ട് കഴിഞ്ഞപ്പോൾ അദ്ദേഹത്തിന്റെ പ്രവർത്തനകേന്ദ്രം മാറി. ദൽഹി കേന്ദ്രീകരിച്ച് ഇന്ത്യയിലാകെയും പ്രത്യേകിച്ച് ഹിന്ദിമേഖലയിലും അദ്ദേഹം അവിശ്രമം പ്രവർത്തനം തുടർന്നു.

1942 ലെ ക്വിറ്റിന്ത്യാ സമരത്തോട് കമ്യൂണിസ്റ്റ് പാർട്ടി സ്വീകരിച്ച നിലപാട് സ്വാതന്ത്ര്യസമരത്തിന്റെ മുഖ്യധാരയിൽനിന്ന് കമ്യൂണിസ്റ്റുകാരെ അകറ്റി. എങ്കിലും യുദ്ധാനന്തരമുന്നേറ്റത്തിന്റെ മുൻപന്തിയിൽ കമ്യൂണിസ്റ്റുകാർ സ്ഥാനംപിടിച്ചു. “ഐ എൻ എ തടവുകാരെ വിട്ടയക്കുക” എന്ന മുദ്രാവാക്യത്തിന്റെ രൂപത്തിലാണ് യുദ്ധാനന്തര മുന്നേറ്റം പ്രത്യക്ഷപ്പെട്ടത്. അതിനോട് നാട്ടുരാജാവിനെ സ്ഥാനഭ്രഷ്ടനാക്കുന്നതിനുള്ള പ്രക്ഷോഭം കണ്ണിചേർത്തു. അതോടെ അലയടിച്ചുയർന്ന ആ പ്രക്ഷോഭത്തിന് സുർജീത് നേതൃത്വം നൽകി. ഇന്ത്യ വിഭജനത്തെ തുടർന്ന് അഭയാർഥികളുടെ പുനരധിവാസത്തിൽ ശ്രദ്ധ കേന്ദ്രീകരിച്ചു. ഭൂമി വിതരണം ചെയ്യണമെന്നാവശ്യപ്പെട്ട് ഇക്കാലത്ത് സംസ്ഥാനത്തിന്റെ വിവിധഭാഗങ്ങളിൽ നടന്ന ഫ്യൂഡൽവിരുദ്ധ സമരങ്ങളുമായി പുനരധിവാസ പ്രവർത്തനങ്ങൾ സംയോജിപ്പിച്ചു.

1948 ൽ കൽക്കത്തയിൽ രണ്ടാം പാർട്ടി കോൺഗ്രസ് കഴിഞ്ഞ ഉടനെ സുർജീത് ഒളിവിൽ പോവുകയായിരുന്നവല്ലോ. അക്കാലത്ത് ഫിറോസ്പൂർ ജില്ലയിലെ പെപ്സുമേഖലയിലും ഹോഷിയാർപൂരിലെ ഉത്തം താലൂക്കിലും കാംഗ്രാ ജില്ലയിൽ മറ്റ് പല സ്ഥലങ്ങളിലും ഭൂസമരങ്ങൾ സംഘടിക്കപ്പെട്ടു. ആ സമരഭൂമികളിലൂടെ കൃഷിക്കാർക്ക് ആവേശവും ആത്മവിശ്വാസവും പകർന്നുകൊണ്ട് അദ്ദേഹം സഞ്ചരിച്ചു. ഈ സമരങ്ങളിൽ പലതും സായുധസമരത്തിന്റെ രൂപം കൈക്കൊണ്ടുവെന്നത് ഓർക്കണം. 1958 മുതൽ മൂന്നുവർഷം അഭിവൃദ്ധി നികുതിക്കെതിരായി നടന്ന ഉജ്വല കർഷകസമരത്തിനും സുർജീത് നേതൃത്വം നൽകി. സമരത്തിന്റെ ഫലമായി കർഷകരിൽനിന്ന് ഈടാക്കിയ 142 കോടി രൂപ ഗവൺമെന്റിന് തിരിച്ചുനൽകേണ്ടിവന്നു.

പഞ്ചാബിലെ പാർട്ടിയുടെ സ്ഥാപക നേതാക്കളിലൊരാളായ സുർജീത് 1950 മുതൽ 1964 വരെ പാർട്ടി സംസ്ഥാന സെക്രട്ടറിയായി പ്രവർത്തിച്ചു. 1953 ൽ സി പി ഐ യുടെ പൊളിറ്റ്ബ്യൂറോ അംഗമായി. പാർട്ടിക്കകത്ത് തിരുത്തൽവാദത്തിനെതിരെ നടന്ന പോരാട്ടത്തിൽ സുർജീത് മുൻപന്തിയിലായിരുന്നു. പാർട്ടി പിളർന്നപ്പോൾ സി പി ഐ (എം)കെട്ടിപ്പടുക്കുന്നതിന് നേതൃത്വം നൽകി. ഏഴാം പാർട്ടി കോൺഗ്രസ് മുതൽ സി പി ഐ (എം) പൊളിറ്റ്ബ്യൂറോ അംഗം മദിരാശി കോൺഗ്രസ് പാർട്ടിയുടെ ജനറൽ സെക്രട്ടറി സ്ഥാനത്തേക്ക് തെരഞ്ഞെടുത്തു.

സുർജീത്തിന് മെട്രിക്കുലേഷനപ്പുറം ഔപചാരിക വിദ്യാഭ്യാസം നേടാൻ കഴിഞ്ഞില്ല. ഭഗത്സിങ്ങിനെ തൂക്കിക്കൊന്നതിൽ പ്രതിഷേധിക്കാൻ ചേർന്ന യോഗത്തിൽ പങ്കെടുത്തതിന്റെ പേരിൽ വിദ്യാലയത്തിൽ നിന്ന് പുറത്താക്കപ്പെട്ടതിനുശേഷം സ്വയം വായിച്ചും പഠിച്ചും എഴുത്തുകാരനും പത്രപ്രവർത്തകനും പ്രത്യയശാസ്ത്ര വിദഗ്ധനും ഒക്കെയായി മാറുകയായിരുന്നു. 1938–39 കാലത്ത് ഉർദു മാസികയായ ചിങ്കാരി സാഹറൺപൂരിൽ നിന്ന് അദ്ദേഹം പുറത്തിറക്കി. ഇപ്പോൾ ഹിന്ദിയിലും ഉർദുവിലും പ്രസിദ്ധീകരിക്കുന്ന സി പി ഐ (എം) വാരികയായ *ലോക് ലഹറിന്റെ* പത്രാധിപരും സുർജീത് തന്നെയായിരുന്നു.

പഞ്ചാബ് കാര്യവിദഗ്ധനായി അറിയപ്പെടുന്ന സുർജീത് പഞ്ചാബ് പ്രശ്നത്തെക്കുറിച്ച് ഒരു ബൃഹദ്ഗ്രന്ഥം എഴുതിയിട്ടുണ്ട്. അദ്ദേഹം ഇന്ത്യയിലെ കാർഷിക പ്രശ്നങ്ങളെക്കുറിച്ചെഴുതിയ ലേഖനങ്ങളുടെ ഒരു സമാഹാരം ചിന്ത പബ്ലിഷേഴ്സ് മലയാളത്തിൽ പുറത്തിറക്കിയിട്ടുണ്ട്. മാർക്സിസ്റ്റ് അർഥശാസ്ത്രത്തെക്കുറിച്ചും മാർക്സിസ്റ്റ് ദർശനത്തെക്കുറിച്ചും അദ്ദേഹം ഹിന്ദിയിൽ പുസ്തകങ്ങളെഴുതി. ഒട്ടേറെ ലഘുലേഖകളുടെ കർത്താവ് കൂടിയാണദ്ദേഹം.

പാർലമെന്ററിയൻ എന്ന നിലയിലും സുർജീത് പ്രസിദ്ധനാണ്. 1953 മുതൽ 57 വരെ പഞ്ചാബ് നിയമസഭാംഗമായിരുന്നു. 77 മുതൽ 92 വരെ രാജ്യസഭാംഗവും. രാഷ്ട്രീയ പ്രതിയോഗികളുമായിപ്പോലും വ്യക്തിബന്ധം പുലർത്തുന്ന സുർജീത്തിന് മറ്റാരെക്കാളും വലിയൊരു സുഹൃദ് വലയമുണ്ടെന്നുതന്നെ പറയാം.

1935 ൽ വിവാഹിതനായി. ഭാര്യ പ്രീതം കൗർ. രാഷ്ട്രീയ പ്രവർത്തനവും ഒളിവുജീവിതവുമായി നടന്ന സുർജീത്തിന് വിവാഹത്തിന്റെ ആദ്യത്തെ പത്ത് വർഷങ്ങളിൽ അഞ്ച് ദിവസം മാത്രമേ ഭാര്യയോടൊന്നിച്ച് കഴിയാനായിട്ടുള്ളൂ. സുർജീത്തിനോടൊപ്പം പല സമരങ്ങളിലും പ്രീതം കൗറും പങ്കെടുത്തിട്ടുണ്ട്.

സി ഭാസ്കരൻ

മുഖവുര

ഇന്ത്യയിലെ കമ്യൂണിസ്റ്റ് പ്രസ്ഥാനത്തിന്റെ ചരിത്രം തയാറാക്കണമെന്ന് പല പാർട്ടി അംഗങ്ങളും പാർട്ടി കമ്മിറ്റികളും ഞങ്ങളോട് ആവശ്യപ്പെട്ടു. പാർട്ടി സ്കൂളുകളിൽ ഈ ആവശ്യം നിരന്തരം ഉയർന്നു. പല പാർട്ടി നേതാക്കളും പാർട്ടി ചരിത്രത്തിന്റെ ചില വശങ്ങൾ വിശദീകരിച്ചിട്ടുണ്ടെങ്കിലും അവയ്ക്കൊന്നും ഏകീകൃത സ്വഭാവമുണ്ടായിരുന്നില്ല. വേണ്ടത്ര രേഖകളും വിവരങ്ങളും ലഭ്യമാണെങ്കിലും പ്രസ്ഥാനത്തിന്റെ നേട്ടങ്ങളും കോട്ടങ്ങളും ശാസ്ത്രീയമായി വിലയിരുത്തുന്നതിന് കാര്യമായ ശ്രമം നടന്നില്ല.

ഭാഗ്യവശാൽ നമ്മുടെ നേതാക്കളിൽ മിക്കവരും 55 വർഷത്തിലധികമായി പാർട്ടിയിലുള്ളവരാണ്. ബി ടി രണദിവെയെപ്പോലെ ചിലർ 60 വർഷത്തിലധികം പ്രസ്ഥാനത്തിൽ പ്രവർത്തിച്ചു. പ്രസ്ഥാനത്തിന്റെ സ്ഥാപക നേതാക്കളിലൊരാളായ മുസഫർ അഹമ്മദ് തന്റെ അനുഭവം *ഞാനും കമ്യൂണിസ്റ്റ് പാർട്ടിയും* എന്ന പുസ്തകത്തിൽ രേഖപ്പെടുത്തി. കമ്യൂണിസ്റ്റ് പ്രസ്ഥാനത്തിന്റെ വളർച്ച ഈ നേതാക്കൾക്കുണ്ടായ വ്യക്തിപരമായ അനുഭവത്തിന്റെ ഒരു ഭാഗമാണ്. അതുകൊണ്ടുതന്നെ സി പി ഐ (എം) രൂപീകരിക്കുന്നതിന് മുൻകൈ എടുത്ത നേതാക്കളെല്ലാം ജീവിച്ചിരുന്നപ്പോൾ ശരിയായ വിലയിരുത്തൽ നടത്തുക പ്രയാസകരമായിരുന്നില്ല. പക്ഷെ, നിർഭാഗ്യവശാൽ ആ കടമ ഏറ്റെടുക്കാൻ അപ്പോൾ കഴിഞ്ഞില്ല. ഇതിനർഥം കഴിഞ്ഞകാലത്തെക്കുറിച്ച് വിലയിരുത്തലൊന്നും നടന്നിട്ടില്ലെന്നല്ല. പല സന്ദർഭങ്ങളിലായി കേന്ദ്രക്കമ്മിറ്റി യോഗങ്ങളും പാർട്ടി കോൺഗ്രസുകളും നേട്ടങ്ങളും കോട്ടങ്ങളും വിലയിരുത്തി. എങ്കിലും സ്വാതന്ത്ര്യസമരകാലത്തും അതിനെത്തുടർന്നും പാർട്ടി വഹിച്ച പങ്കും ആ പ്രക്രിയയിലുണ്ടായ തെറ്റുകളും ശാസ്ത്രീയമായി മനസിലാക്കാൻ സഖാക്കളെ സഹായിക്കുന്നതിന് ആ അനുഭവം സ്വരുക്കൂട്ടിയില്ല. പാർട്ടി

യുടെ രൂപീകരണം മുതൽ അതിന്റെ നേതാക്കളും കേഡർമാരും ദേശീയ സ്വാതന്ത്ര്യത്തിനുവേണ്ടിയും തൊഴിലാളിവർഗത്തിന്റെയും കൃഷിക്കാരുടെയും അധ്വാനിക്കുന്ന ജനലക്ഷങ്ങളുടെയും താൽപ്പര്യങ്ങൾ സംരക്ഷിക്കുന്നതിനു വേണ്ടിയും അർപ്പണബോധത്തോടെ പ്രവർത്തിച്ചുവെന്ന് എല്ലാവർക്കും അറിയാം. സോഷ്യലിസ്റ്റാശയങ്ങൾ— മാർക്സിസം—ലെനിനിസമെന്ന ശാസ്ത്രം— പ്രചരിപ്പിക്കുന്നതിന് അവർ നടത്തിയ ആത്മത്യാഗം സുപരിക്ഷിതരായ വിപ്ലവകാരികളെ കമ്യൂണിസ്റ്റ് പാർട്ടിയിലേക്ക് ആകർഷിക്കുന്നതിന് മഹത്തായ സംഭാവന നൽകി. രാജ്യത്തെ വിപ്ലവപ്രസ്ഥാനത്തിന്റെ മഹനീയ പൈതൃകം മുമ്പോട്ട് കൊണ്ടുപോകുന്നവരുടെ പാർട്ടിയെന്ന് സാഭിമാനം അതിന് അവകാശപ്പെടാം. അത്തരം അനുഭവങ്ങൾ സ്വരുക്കൂട്ടുന്നതിനുള്ള കടമ ഒരു കമീഷൻ ഏറ്റെടുക്കേണ്ടതാവശ്യമാണ്. കമ്യൂണിസ്റ്റുകാർക്ക് ആദ്യം മുതൽ നേരിടേണ്ടിവന്ന ക്ലേശകരമായ പരിതഃസ്ഥിതിയും തങ്ങളുടെ അർപ്പണബോധത്തിലൂടെയും അടിയുറച്ച വിശ്വാസത്തിലൂടെയും അവരെങ്ങനെ സമരം വിട്ടുവീഴ്ചകൂടാതെ മുമ്പോട്ടു കൊണ്ടുപോയെന്ന കാര്യവും വസ്തുനിഷ്ഠമായി മനസിലാക്കുക പുതിയ തലമുറയെ സംബന്ധിച്ചിടത്തോളം പ്രയോജനകരമായിരിക്കുമെന്നതിൽ സംശയമില്ല.

വിവിധ പാർട്ടി ഘടകങ്ങൾ ആവശ്യപ്പെട്ടതനുസരിച്ച് വിവിധ വശങ്ങളുടെ വിശദാംശങ്ങളിലേക്ക് പോകാതെ കമ്യൂണിസ്റ്റ് പ്രസ്ഥാനചരിത്രത്തിന്റെ ഒരു രൂപരേഖ തയാറാക്കാൻ ഇക്കാലയളവിൽ ഞാനൊരു ശ്രമം നടത്തി. പല സന്ദർഭങ്ങളിലായി പാർട്ടി കോൺഗ്രസുകളും കേന്ദ്ര കമ്മിറ്റി യോഗങ്ങളും അംഗീകരിച്ച വിവിധ രേഖകളാണ് ഇതിനായി ഞാനുപയോഗിച്ചത്. ആദ്യനാളുകളിൽതന്നെ കമ്യൂണിസ്റ്റ് പ്രസ്ഥാനത്തിൽ ഭാഗഭാക്കുകളായവരുടെ കൂടെ പ്രവർത്തിക്കാൻ എനിക്ക് അവസരമുണ്ടായിട്ടുണ്ട്. അവരിൽ ഗദ്ദർ പാർട്ടിയിൽപ്പെട്ടവരുണ്ട്, ഖിലാഫത്ത് പ്രസ്ഥാനത്തിൽപ്പെട്ടവരുണ്ട്, രാജ്യത്തെ ദേശീയ പ്രസ്ഥാനത്തിൽ പ്രവർത്തിച്ചവരുണ്ട്. ഇംഗ്ലണ്ടിൽ പഠിക്കുന്ന കാലത്ത് മാർക്സിസം–ലെനിനിസത്തെ ആശ്ലേഷിച്ചവരും രാജ്യത്ത് തൊഴിലാളിവർഗ–കർഷകപ്രസ്ഥാനം വളർത്തിയെടുക്കുന്നതിന് മുൻകൈ എടുത്തവരും– ഇതിലുൾപ്പെടുന്നു. എന്റെ ഈ ഉദ്യമം രാജ്യത്ത് കമ്യൂണിസ്റ്റ് പാർട്ടിയുടെ വളർച്ചയുടെയും ഇന്ത്യയുടെ സ്വാതന്ത്ര്യലബ്ധിക്കും ശാസ്ത്രീയ സോഷ്യലിസമെന്ന ലക്ഷ്യം പ്രചരിപ്പിക്കുന്നതിനും കമ്യൂണിസ്റ്റുകാർ നൽകിയ സംഭാവനയുടെയും നേർക്ക് വെളിച്ചം വീശുമെന്ന് എനിക്കുറപ്പുണ്ട്.

ഈ പുസ്തകത്തിന്റെ മൗലികമായ പരിമിതി ഞാനേറ്റുപറയട്ടെ. ഇന്ത്യൻ കമ്യൂണിസ്റ്റ് പ്രസ്ഥാനത്തിന്റെ ബഹുമുഖ വളർച്ചയും നാനാവിധ പ്രവർത്തനങ്ങളും കൈകാര്യം ചെയ്യാൻ എനിക്ക് കഴിഞ്ഞിട്ടില്ല. തൊഴിലാളികൾ, കൃഷിക്കാർ, യുവാക്കൾ, വിദ്യാർഥികൾ, സ്ത്രീകൾ, സമാധാന പ്രസ്ഥാനം— ഈ വിഭാഗങ്ങളെ സംഘടിപ്പിക്കുന്നതുമായി

ബന്ധപ്പെട്ട പ്രശ്നങ്ങൾ ഞാനിവിടെ കൈകാര്യം ചെയ്തിട്ടില്ല. സാമ്രാജ്യത്വത്തിനെതിരെ പോരാടുന്ന ജനങ്ങളോട് ഐക്യദാർഢ്യം പ്രകടിപ്പിച്ചുകൊണ്ട് നടത്തിയ സമരങ്ങളുമായോ ലോകമാകെ സോഷ്യലിസം കെട്ടിപ്പടുക്കുകയും വളർത്തിയെടുക്കുകയും ചെയ്യുന്നതുമായോ ബന്ധപ്പെട്ട പ്രശ്നങ്ങളും ഞാനിവിടെ വിഷയങ്ങളാക്കിയിട്ടില്ല. പ്രസ്ഥാനം മുമ്പോട്ടുകൊണ്ടുപോകുന്നതിന് പാർലമെന്റിനകത്തും പുറത്തും നടത്തിയ പ്രവർത്തനങ്ങൾ കൂട്ടിയിണക്കുകയും ഏകോപിപ്പിക്കുകയും ചെയ്തതെങ്ങനെയെന്നും പ്രതിപാദിച്ചിട്ടില്ല. ഇവയെല്ലാം പ്രസ്ഥാനത്തിന്റെ വളർച്ചയെ സഹായിച്ച ഘടകങ്ങളാണല്ലോ.

മാർക്സിസം– ലെനിനിസമെന്ന ശാസ്ത്രത്തോടുള്ള പ്രതിബദ്ധതയുടെയും മൂർത്തമായ ഇന്ത്യൻ പരിതഃസ്ഥിതിയിൽ അത് ശരിയായി പ്രയോഗിച്ചതിന്റെയും ഫലമായിട്ടാണ് വാസ്തവത്തിൽ പാർട്ടി വളർന്നത്. അത് ശരിയായി പ്രയോഗിക്കുന്നതിന്, ശരിയായ രാഷ്ട്രീയനയം ആവിഷ്കരിച്ചു; വർഗസമരം തീക്ഷ്ണമാക്കി; ദേശീയ വിമോചനത്തിനും സാമൂഹ്യവിപ്ലവത്തിനുമുള്ള സമരത്തിൽ അതിന്റെ നേതാക്കൻമാരും കേഡർമാരും വമ്പിച്ച ത്യാഗങ്ങളനുഷ്ഠിച്ചു. തുടക്കം മുതൽ പാർട്ടി തൊഴിലാളിവർഗ സാർവദേശീയത എന്ന തത്വം ഉയർത്തിപ്പിടിച്ചു. സങ്കുചിത ദേശീയവാദപരമായ പ്രവണതകൾക്ക് അടിമപ്പെടാതെ നോക്കി. രാജ്യത്തെ പ്രധാനപ്പെട്ട ഇടതുപക്ഷ ശക്തിയെന്ന പദവി പാർട്ടിക്ക് നേടിയെടുക്കാൻ കഴിഞ്ഞത് ഇതെല്ലാം കൊണ്ടാണ്. ഈ ചരിത്ര പ്രക്രിയയുടെ ഒരു രൂപരേഖ ഈ പുസ്തകം നൽകുന്നു. ഇന്ത്യയിലെ കമ്യൂണിസ്റ്റ് പ്രസ്ഥാനത്തിന്റെ ചരിത്രം മനസിലാക്കാൻ ഈ പുസ്തകം സഹായിക്കുമെന്ന് ഞാൻ പ്രതീക്ഷിക്കുന്നു.

ന്യൂഡൽഹി
1993 സെപ്റ്റംബർ 10

ഹർകിഷൻസിങ് സുർജീത്
എ കെ ഗോപാലൻ ഭവൻ

1

പശ്ചാത്തലം

ഇന്ത്യയിലെ കമ്യൂണിസ്റ്റ് പ്രസ്ഥാനചരിത്രത്തിന്റെ രൂപരേഖ വരച്ചു കാട്ടാനാണ് ഞാനിവിടെ ശ്രമിക്കുന്നത്. സോഷ്യലിസ്റ്റ് കമ്യൂണിസ്റ്റാശയ ഗതി ഇന്ത്യയിൽ വളർന്നുവന്നത് മഹത്തായ ഒക്ടോബർ വിപ്ലവത്തോ ടെയാണ്. ആ വിപ്ലവത്തിനുമുൻപ്, 1857-ലെ ഒന്നാം സ്വാതന്ത്ര്യസമര ത്തെക്കുറിച്ച് മാർക്സ് എഴുതിയ ലേഖനങ്ങളിലൊഴികെ, ഒന്നാം ഇന്റർനാ ഷണലിന്റേയോ രണ്ടാം ഇന്റർനാഷണലിന്റേയോ പ്രവർത്തനങ്ങളെക്കു റിച്ച് വേണ്ടത്ര പരാമർശങ്ങളൊന്നുമുണ്ടായിരുന്നില്ല.

മാനവരാശിയുടെ ചരിത്രത്തിലെ സുപ്രധാന നാഴികക്കല്ലാണ് മഹ ത്തായ ഒക്ടോബർ വിപ്ലവം. അത് തൊഴിലാളിവർഗ വിപ്ലവത്തിന്റെയും മുതലാളിത്തത്തിൽ നിന്ന് സോഷ്യലിസത്തിലേക്കുള്ള പരിവർത്തനത്തി ന്റെയും ചരിത്രത്തിൽ ഉജ്ജ്വലമായ ഒരധ്യായത്തിന് തുടക്കംകുറിച്ചു. ലോക ത്തിലെ ഏറ്റവും വലിയ രാജ്യത്ത് മുതലാളിത്ത വ്യവസ്ഥയിൽ വിള്ളലു ണ്ടാക്കുകയും സോഷ്യലിസ്റ്റ് വിപ്ലവത്തിന്റെ ലെനിനിസ്റ്റ് സിദ്ധാന്തം പ്രയോഗത്തിൽ വരുത്തുകയും ചെയ്തു. അതിനുമുമ്പ് നടന്ന വിപ്ലവ ങ്ങൾ ചില രൂപത്തിലുള്ള ചൂഷണവും മർദനവും അവസാനിപ്പിച്ചുവെ ങ്കിലും അതിന് എന്നെന്നേക്കുമായി അന്ത്യംകുറിച്ചില്ല. എന്നല്ല, ഒരു രൂപ ത്തിലുള്ള ചൂഷക-മർദക വ്യവസ്ഥയെ മറ്റൊരു രൂപത്തിലുള്ള ചൂഷക -മർദക വ്യവസ്ഥകൊണ്ട് പകരം വെച്ചു. ആ നിലയ്ക്ക് മുമ്പ് നടന്ന എല്ലാ വിപ്ലവങ്ങളിൽനിന്നും തികച്ചും വ്യത്യസ്തമായിരുന്നു റഷ്യയിലെ തൊഴിലാളിവർഗവിപ്ലവം. ആ വിപ്ലവത്തിന്റെ ലക്ഷ്യം മനുഷ്യൻ മനു ഷ്യനെ ചൂഷണം ചെയ്യുന്ന സമ്പ്രദായം അവസാനിപ്പിക്കുകയും ശാ സ്ത്രീയ സോഷ്യലിസ്റ്റ് സിദ്ധാന്തത്തിന്റെ സാധുത തെളിയിച്ച് തികച്ചും നൂതനമായ ഒരു സമൂഹം പടുത്തുയർത്തുകയുമായിരുന്നു. അത് റഷ്യൻ സമൂഹത്തിന്റെ വർഗഘടനയിൽ വൻമാറ്റം വരുത്തുക മാത്രമല്ല ലോക

ത്താകെ വലിയ പ്രത്യാഘാതം സൃഷ്ടിക്കുകയും ചെയ്തു. മാത്രമല്ല, മുതലാളിത്ത ലോകത്തിൽ വിപ്ലവത്തിന്റെ ശക്തമായ അലകൾ അടിച്ചു കയറ്റി. ഇന്ത്യയുൾപ്പെടെ കോളനികളിലെയും ആശ്രിതരാജ്യങ്ങളിലെയും ജനങ്ങളുടെ ദേശീയ വിമോചനപ്രസ്ഥാനങ്ങൾക്ക് പരസ്യമായ പിന്തുണ നൽകി. ദേശീയ വിമോചനപ്രസ്ഥാനങ്ങളുടെ പുതിയ മുന്നേറ്റങ്ങൾക്ക് പ്രചോദനം നൽകി.

റഷ്യൻ വിപ്ലവത്തിന് മുമ്പുതന്നെ ഇന്ത്യയിൽ വിവിധ ജനവിഭാഗങ്ങളിൽ രോഷം പതഞ്ഞുപൊങ്ങുകയായിരുന്നു. കോളനി വാഴ്ചക്കാരും ഫ്യൂഡൽ പ്രഭുക്കളും കച്ചവടക്കാരും പണമിടപാടുകാരും നടത്തിയ ചൂഷണം കൃഷിക്കാരെയും കൈവേലക്കാരെയും അധ്വാനിക്കുന്ന മറ്റ് ജനവിഭാഗങ്ങളെയും കൊടുംദാരിദ്ര്യത്തിലേക്ക് തള്ളിവിട്ടു. മോശമായ വിളവെടുപ്പും വ്യാപകമായി പടർന്നുപിടിച്ച ക്ഷാമവും കൂടിയായപ്പോൾ ഈ ദാരിദ്ര്യാവസ്ഥ ഭീകര രൂപം കൈകൊണ്ടു. 1857–ലെ ഒന്നാം സ്വാതന്ത്ര്യ സമരത്തിനുശേഷവും കർഷക കലാപങ്ങൾ സ്ഥിരം പ്രതിഭാസമായി. കൃഷിക്കാരോടൊപ്പം തൊഴിലാളിവർഗവും പ്രക്ഷോഭരംഗത്തേക്ക് വന്നു തുടങ്ങി. 1877ൽ നാഗ്പൂരിലെ ടെക്സ്റ്റൈൽ മില്ലുകളിലൊന്നിൽ തൊഴിലാളികൾ പണിമുടക്കി. ഇതായിരുന്നു ഇന്ത്യയിൽ നടന്ന ആദ്യത്തെ പണിമുടക്ക്. 1882 നും 1890 നുമിടയിൽ ബോംബെ മദിരാശി പ്രവിശ്യകളിൽ 25 പണിമുടക്കുകൾ നടന്നു. വ്യവസായ തൊഴിലാളികൾക്കും റയിൽവെ തൊഴിലാളികൾക്കും പുറമെ ചുമട്ടുതൊഴിലാളികളും പൊതുജനോപയോഗ സേവനത്തുറയിലെ തൊഴിലാളികളും പണിമുടക്കിനിറങ്ങി. ആദ്യ പണിമുടക്ക് സ്വയമേവ തുടങ്ങുകയായിരുന്നു. ഏതാനും ദിവസം മാത്രം നീണ്ടുനിന്ന ആ പണിമുടക്ക് ആപ്രദേശത്ത് മാത്രമായി ഒതുങ്ങിനിന്നു. പണിമുടക്കിയ തൊഴിലാളികൾ തങ്ങളുടെ സാമ്പത്തികാവശ്യങ്ങൾ മുന്നോട്ടുവെച്ചു.

യൂറോപ്പിൽ കുടിയേറിപ്പാർത്ത ഇന്ത്യൻ വിപ്ലവകാരികളുടെ പ്രവർത്തനങ്ങളും വിപ്ലവാശയങ്ങൾ പ്രചരിക്കുന്നതിന് സഹായിച്ചു. 1905–1907 കാലത്ത് വിദേശത്തുള്ള ഇന്ത്യൻ വിപ്ലവകാരികളുടെ ഒരു ചെറുസംഘം ലണ്ടനിലും തുടർന്ന് പാരീസിലും സ്ഥാപിതമായി. ഈ കുടിയേറ്റക്കാർ റഷ്യൻ സോഷ്യൽ ഡെമോക്രാറ്റുകാരുമായി ബന്ധം വെച്ചു. ഈ സോഷ്യൽ ഡെമോക്രാറ്റുകാരാവട്ടെ. ഇന്ത്യൻ വിപ്ലവകാരികൾക്ക് തങ്ങളുടെ വിപ്ലവകരമായ ആശയങ്ങളും വികാരങ്ങളും പകർന്നുനൽകി. രണ്ടാം ഇന്റർനാഷണലിന്റെ സ്റ്റുട്ട് ഗാർട് കോൺഗ്രസിൽ കൊളോണിയലിസത്തെയും ബ്രിട്ടീഷ് സാമ്രാജ്യത്വത്തെയും എതിർത്തുകൊണ്ട് ഇന്ത്യൻ പ്രതിനിധികൾ വികാരഭരിതമായി പ്രസംഗിച്ചു. ഇന്ത്യൻ ദേശാഭിമാനികളെക്കുറിച്ച് പ്രസംഗിച്ച അവർ റഷ്യൻ വിപ്ലവകാരികളുടെ ഐതിഹാസികമായ നേട്ടങ്ങളിൽ അതിരറ്റ ആഹ്ലാദം പ്രകടിപ്പിച്ചു.

റഷ്യയിലെ വിപ്ലവ കൊടുങ്കാറ്റ് ഇന്ത്യയിലും പ്രതിധ്വനിച്ചു. രാജ്യത്തെ വിപ്ലവകരമായ ഇളകിമറിയലിനെ അത് തീക്ഷ്ണമാക്കി. നാഷണൽ

കോൺഗ്രസിന്റെ കൽക്കത്താ സമ്മേളനം സമരത്തിന്റെ ഒന്നാം ഘട്ടത്തിന് അവസാനം കുറിച്ചു. 1907 നു ശേഷം സ്വദേശിപ്രസ്ഥാനം സ്വരാജിനുവേണ്ടിയുള്ള (സ്വയംഭരണത്തിനു വേണ്ടിയുള്ള) ഒരു പ്രസ്ഥാനമായി വളരാൻ തുടങ്ങി.

ഈ ബഹുജനപ്രക്ഷോഭം 1907 ലെ വസന്തകാലത്ത് അതിന്റെ പരമോന്നത ശ്രേണിയിലെത്തി. തൊഴിലാളികളുൾപ്പെടെ പട്ടണ ജനസംഖ്യയിലെ വിപുലവിഭാഗങ്ങൾ ബ്രിട്ടീഷുകാർക്കെതിരായ പൊതുയോഗങ്ങളിലും പ്രകടനങ്ങളിലും പണിമുടക്കുകളിലും പങ്കെടുത്തു. ലാലാ ലജ്പത് റായിയുടെയും അജിത് സിങ്ങിന്റെയും നേതൃത്വത്തിലുള്ള ജനാധിപത്യവാദികൾ ശിപ്പായി യൂണിറ്റുകളിലെ പട്ടാളക്കാരുമായി ബന്ധം സ്ഥാപിച്ചു. അവർ അതിനിടെ പൊതുയോഗങ്ങളിൽ പങ്കെടുക്കാൻ തുടങ്ങിയിരുന്നു. റായിയെയും സിങ്ങിനെയും അറസ്റ്റുചെയ്ത് നാടുകടത്തിയപ്പോൾ റാവൽപിണ്ടി പട്ടണത്തിൽ കലാപം പൊട്ടിപ്പുറപ്പെട്ടു. അതിനെ ബ്രിട്ടീഷ് പട്ടാളം അടിച്ചമർത്തി. പഞ്ചാബിലെ പട്ടണങ്ങളിൽ നടന്ന പ്രകടനങ്ങൾക്ക് അതാത് സ്ഥലങ്ങളിലെ കൃഷിക്കാർ പിന്തുണ നൽകി. ആ പ്രക്ഷോഭത്തിന് ഒരു ദേശീയസ്വഭാവം കൈവന്നുതുടങ്ങി. ഈ ഘട്ടത്തിൽ മഹാരാഷ്ട്രയിലും ബംഗാളിലും അർധ നിയമവിധേയ വിപ്ലവസംഘടനകളും രഹസ്യ സൊസൈറ്റികളും വളർന്നുവന്നു. ബഹുജനപ്രക്ഷോഭം തണുക്കാൻ തുടങ്ങിയതോടെ അവർ ഭീകരപ്രവർത്തനത്തിലേക്ക് നീങ്ങി.

ഈ ഘട്ടത്തിൽ ബ്രിട്ടനിലും പിന്നീട് അമേരിക്കൻ ഐക്യനാടുകളിലും മറ്റ് ഏഷ്യൻ രാജ്യങ്ങളിലും ഇന്ത്യൻ കുടിയേറ്റക്കാരുടെ നേതൃത്വത്തിലുള്ള വിപ്ലവസംഘടനകൾ സ്ഥാപിതമായി. ഇന്ത്യൻ കുടിയേറ്റക്കാരുടെ ആദ്യകേന്ദ്രം 1905 ൽ ലണ്ടനിൽ രൂപംകൊണ്ടു. മറ്റൊരു കേന്ദ്രം പാരീസിൽ സ്ഥാപിക്കപ്പെട്ടു. 1913 ൽ അമേരിക്കയിലെ സാൻഫ്രാൻസിസ്കോയിൽ മറ്റൊരു കേന്ദ്രം നിലവിൽവന്നു.

ഒക്ടോബർ വിപ്ലവം കഴിഞ്ഞ് ഒരു വർഷത്തിനകം വിദേശത്തുള്ള ഇന്ത്യൻ വിപ്ലവകാരികളുടെ വിവിധ കേന്ദ്രങ്ങൾ യുവ സോഷ്യലിസ്റ്റ റിപ്പബ്ളിക്കുമായി ബന്ധം സ്ഥാപിച്ചു. ഇത് അക്കാലത്തെ ദേശീയ വിപ്ലവകാരികൾക്കിടയിൽ മാർക്സിസ്റ്റാശയ പ്രചാരണത്തിന് വഴി തുറന്നു. 1918 നും 1922 നുമിടയിൽ ഒട്ടേറെ ഇന്ത്യക്കാർ റഷ്യയിലേക്കുപോയി. ലെനിനുമായും മറ്റ് സോവിയറ്റ് നേതാക്കളുമായും കൂടിക്കാഴ്ച നടത്തി. മോസ്കൊ, പെട്രോഗ്രാദ്, താഷ്കണ്ട്, ബാക്കു തുടങ്ങിയ സോവിയറ്റ് നഗരങ്ങൾ സന്ദർശിച്ചു. നവറഷ്യയും അവിടത്തെ നേതാക്കളും അവരിൽ വലിയ മതിപ്പുളവാക്കി. ഒക്ടോബർ വിപ്ലവത്തിന് പിന്നിലെ ആശയസമുച്ചയത്തെക്കുറിച്ച് അവർ വേണ്ടത്ര മനസിലാക്കിയില്ലെങ്കിലും ബ്രിട്ടീഷ് കൊളോണിയലിസത്തിന് എതിരായ സമരത്തിൽ തങ്ങളുടെ സഖ്യശക്തിയായി അവർ സോവിയറ്റ് റഷ്യയെകണ്ടു. വിപ്ലവകാരികളുടെ നേതാക്കളിലൊരാളായ മൗലവി ബർകത്തുള്ള പേർഷ്യൻ ഭാഷയിൽ *ബോൾഷെവിസവും ഇസ്ലാമിക് രാഷ്ട്രങ്ങളും* എന്ന ലഘുലേഖ പ്രസി

ദ്ധീകരിച്ചു. താമസിയാതെ അത് മറ്റ് പൗരസ്ത്യ ഭാഷകളിലേക്കും വിവർത്തനം ചെയ്തു. മധ്യേഷ്യയിലും ഇന്ത്യയിലും മധ്യപൂർവദേശത്തെ രാജ്യങ്ങളിലും ദേശീയതയെ സംബന്ധിച്ച സോവിയറ്റ് നയത്തിന്റെ സത്യാവസ്ഥ പ്രചരിപ്പിക്കുന്നതിൽ ഈ ലഘുലേഖ സുപ്രധാന പങ്ക് വഹിച്ചു. അടുത്തവർഷം (1920) ആചാര്യയുടെയും അബ്ദുൾ റബ്ബിന്റെയും പ്രവർത്തനങ്ങളിൽ പ്രചോദിതരായി ഇരുന്നൂറോളം മുഹാജിർമാർ സോവിയറ്റ് അഫ്ഗാൻ അതിർത്തി മുറിച്ചുകടന്നു. പിന്നീട് അവരിൽ ചിലർ ഇന്ത്യയിൽ മടങ്ങിയെത്തി. ചിലർ തുർക്കിയിലേക്ക് പോയി. മുപ്പതുപേർ താഷ്കണ്ടിൽ തങ്ങി. അവർ ഇന്ത്യൻ വിപ്ലവ അസോസിയേഷന്റെ താഷ്കണ്ട് ഘടകം രൂപീകരിച്ചു. ഈ അസോസിയേഷന്റെ പ്രതിനിധിയെന്ന നിലയിൽ 1920 ലെ വേനൽകാലത്ത് നടന്ന കോമിന്റേണിന്റെ രണ്ടാം കോൺഗ്രസിൽ ആചാര്യ പങ്കെടുത്തു.

ബാക്കുവിൽ താമസമുറപ്പിച്ച മറ്റൊരു സംഘം ഇന്ത്യക്കാർ – അവർ മുഖ്യമായും ഖൊറസാനി (പേർഷ്യ)യിലെ ബ്രിട്ടീഷ് പട്ടാള യൂണിറ്റിൽ നിന്ന് സ്വയമേവ പിരിഞ്ഞുപോന്നവരായിരുന്നു – ഈ സമയമായപ്പോഴേക്ക് ഒരു ഉറുദു പത്രം പ്രസിദ്ധീകരിച്ചു. *ആസാദ് ഹിന്ദുസ്ഥാൻ അഖ്ബാർ*. 1920 സപ്തംബറിൽ ബാക്കുവിൽ നടന്ന കിഴക്കൻ രാജ്യങ്ങളിലെ മർദിത ജനതയുടെ കോൺഗ്രസിലും ഇന്ത്യൻ പ്രതിനിധികൾ സംബന്ധിച്ചു.

ഇന്ത്യൻ വിപ്ലവകാരികൾക്കിടയിൽ മാർക്സിസ്റ്റാശയങ്ങൾക്ക് ക്രമേണ പിന്തുണ ലഭിച്ചു തുടങ്ങി. ഇക്കാര്യത്തിൽ എം എൻ റോയി വഹിച്ച പങ്ക് സുപ്രധാനമാണ്. പ്രവാസിയായി കഴിയവെ മെക്സിക്കോയിലെ കമ്യൂണിസ്റ്റ് പാർട്ടിയിൽ ചേർന്ന റോയി കോമിന്റേൺ കോൺഗ്രസിലേക്കുള്ള പ്രതിനിധിയെന്ന നിലയിൽ 1920 ൽ മോസ്കോയിലെത്തി. കോമിന്റേണിന്റെ എക്സിക്യൂട്ടീവ് കമ്മിറ്റിയിലേക്ക് അദ്ദേഹത്തെ തെരഞ്ഞെടുത്തു.

2

കമ്യൂണിസ്റ്റ് പാർട്ടി രൂപീകരണം

ഇന്ത്യൻ കമ്യൂണിസ്റ്റ് പാർട്ടി രൂപീകരിച്ച കൃത്യമായ തീയതിയെ ച്ചൊല്ലി ഇന്ത്യൻ കമ്യൂണിസ്റ്റ് പ്രസ്ഥാനത്തിനകത്ത് തർക്കമുണ്ട്. 1925 ഡിസംബറിൽ കോൺപൂരിൽ പാർട്ടി ജൻമമെടുത്തുവെന്നാണ് സി പി ഐ യുടെ അഭിപ്രായം. 1920 ഒക്ടോബറിൽ താഷ്കണ്ടിൽ പാർട്ടി രൂപം കൊണ്ടുവെന്നാണ് ഞങ്ങളുടെ പാർട്ടിയുടെ അഭിപ്രായം. ഇവിടെ പ്രത്യേകം ശ്രദ്ധിക്കേണ്ട ഒരു കാര്യമുണ്ട്. താഷ്കണ്ടിൽ രൂപീകരിച്ച പാർട്ടിക്കോ കോൺപൂരിൽ രൂപീകരിച്ച പാർട്ടിക്കോ സമ്പൂർണ്ണമായ ഒരു പരിപാടിയുണ്ടായിരുന്നില്ല. 'കർമപരിപാടി' എന്ന പേരിൽ ഇന്ത്യൻ കമ്യൂണിസ്റ്റ് പാർട്ടിയുടെ ഒരു സമ്പൂർണ്ണ പരിപാടി അവതരിപ്പിച്ചത് 1930 ൽ മാത്രമാണ്. വാസ്തവത്തിൽ മീററ്റ് തടവുകാരുടെ മോചനത്തിനുശേഷം മാത്രമാണ് (1933 ഡിസംബറിൽ) ഒരു യഥാർഥ കേന്ദ്രീകൃത പാർട്ടി നിലവിൽ വന്നത്. ഈ പാർട്ടി അതിന്റെ പരിപാടി ആവിഷ്കരിച്ചു. 1934 ൽ കമ്യൂണിസ്റ്റ് ഇന്റർനാഷണലിൽ അഫിലിയേറ്റ് ചെയ്തു. എന്നാൽ രാജ്യത്ത് കമ്യൂണിസ്റ്റ് പ്രസ്ഥാനം കെട്ടിപ്പടുക്കാനും വളർത്തിയെടുക്കാനും ആദ്യകാല കമ്യൂണിസ്റ്റ് ഗ്രൂപ്പുകൾ സുപ്രധാന പങ്ക് വഹിച്ചുവെന്ന യാഥാർത്ഥ്യം അവഗണിക്കാനാവില്ല. പാർട്ടി രൂപീകരിച്ച് കമ്യൂണിസ്റ്റാശയഗതി പ്രചരിപ്പിക്കുകയും ട്രേഡ് യൂണിയനുകൾക്കും കൃഷിക്കാർക്കുമിടയിലും കോൺഗ്രസിനകത്തുതന്നെയും പ്രവർത്തിച്ചുതുടങ്ങുകയും ചെയ്തവയായിരുന്നു ഈ ആദ്യകാല കമ്യൂണിസ്റ്റ് ഗ്രൂപ്പുകൾ.

1920 ഒക്ടോബർ 17 ന് താഷ്കണ്ടിൽ ഔപചാരികമായി രൂപം കൊണ്ട ഇന്ത്യൻ കമ്യൂണിസ്റ്റ് പാർട്ടിയിൽ പത്ത് അംഗങ്ങളിൽ കൂടുതലുണ്ടായിരുന്നില്ല. 1921 ആയപ്പോഴേക്ക്, മുഹാജിർമാരുടെ വരവോടെ അംഗങ്ങളുടെ എണ്ണം പെരുകി. 1921 ലെ വസന്തകാലത്ത് ഈ മുഹാജിർമാർ

കിഴക്കൻ രാജ്യങ്ങളിലെ അധ്വാനിക്കുന്നവർക്കായുള്ള കമ്യൂണിസ്റ്റ് യൂണിവേഴ്സിറ്റിയിൽ ഒരു ഇന്ത്യൻ ഗ്രൂപ്പ് രൂപീകരിച്ചു. കോമിന്റേണിന്റെ ആഭിമുഖ്യത്തിൽ അതേ വർഷം തന്നെ ആരംഭിച്ചതാണ് ഈ യൂണിവേഴ്സിറ്റി. മുഹമ്മദ് ഷഫീക് ആയിരുന്നു പ്രഥമ പാർട്ടി സെക്രട്ടറി. താഷ്കണ്ടിലും മോസ്കോയിലും പഠനം പൂർത്തിയാക്കിയശേഷം മുഹമ്മദ് ഷഫീക്, ഫിറോസ്ദ്ദീൻ മസ്ദൂർ, അബ്ദുൾ മജീദ്, റഫീക് അഹമ്മദ്, ഷൗക്കത്ത് ഉസ്മാനി, ഫാസർ ഇലാഹി കുർബാൻ, അബ്ദുൾ വേറെസ് എന്നിവരടക്കമുള്ള മുൻ മുഹാജിർമാർ ഇന്ത്യയിലേക്ക് മടങ്ങി ഇവിടെ രൂപംകൊണ്ട കമ്യൂണിസ്റ്റ് ഗ്രൂപ്പുകളുമായി ബന്ധപ്പെട്ട് പ്രവർത്തിക്കാൻ തുടങ്ങി. മറ്റുള്ളവർ വിദേശത്തുതന്നെ തങ്ങി. അവർ കോമിന്റേണുമായോ ദേശീയ വിപ്ലവ സംഘടനകളുമായോ ബന്ധപ്പെട്ട് പ്രവർത്തിച്ചു. വിദേശത്തു കഴിയുന്ന ഇന്ത്യാക്കാർക്കിടയിൽ കമ്യൂണിസ്റ്റ് ഗ്രൂപ്പുകൾ രൂപീകരിക്കുന്നതിൽ എം എൻ റോയിക്ക് പുറമേ പ്രധാന പങ്കുവഹിച്ച മറ്റൊരു പ്രമുഖൻ അബനി മുഖർജിയായിരുന്നു. ബർലിനിലെ ഇന്ത്യ ഇൻഡിപെൻഡന്റ് കമ്മിറ്റിയുടെ പ്രതിനിധിയെന്ന നിലയിൽ കോമിന്റേണിന്റെ രണ്ടാം കോൺഗ്രസിൽ പങ്കെടുത്ത ആളാണദ്ദേഹം.

ഇന്ത്യൻ ദേശീയ വിമോചനപ്രസ്ഥാനം രാജ്യത്തെ സമകാലീന സാമ്പത്തിക രാഷ്ട്രീയസ്ഥിതിഗതികൾ എന്നിവയുമായി ബന്ധപ്പെട്ട പ്രശ്നങ്ങളെക്കുറിച്ച് 1920–കളിൽ റോയിയും മുഖർജിയും പുസ്തകങ്ങളും ലഘുലേഖകളും ലേഖനങ്ങളും പ്രസിദ്ധീകരിച്ച് നിയമവിരുദ്ധമായി ഇന്ത്യയിലെത്തിച്ചു. പെറ്റിബൂർഷ്വാ ദേശീയവാദികൾക്ക് മാർക്സിസം പരിചയപ്പെടുത്തിക്കൊടുക്കുന്നതിൽ അവർ സുപ്രധാന പങ്ക് വഹിച്ചു. ഇന്ത്യൻ നാഷണൽ കോൺഗ്രസിന്റെ വാർഷിക സമ്മേളനങ്ങളിൽ 1921 ലെ അഹമ്മദാബാദ് കോൺഗ്രസിലും 1922 ലെ ഗയാ കോൺഗ്രസിലും തുടർന്നുള്ള കോൺഗ്രസുകളിലും അവർ *മാനിഫെസ്റ്റോകൾ* വിതരണം ചെയ്തു. പൂർണ സ്വാതന്ത്ര്യപ്രശ്നത്തിൽ ഉറച്ച നിലപാടെടുക്കാൻ ഈ *മാനിഫെസ്റ്റോകൾ* കോൺഗ്രസിനെ പ്രേരിപ്പിച്ചു. ദേശീയ സ്വാതന്ത്ര്യമെന്ന ലക്ഷ്യത്തിനുപിന്നിൽ കൃഷിക്കാരെ അണിനിരത്തുന്നതിന് കാർഷിക വിപ്ലവത്തിന്റെ അനിവാര്യത അത് ഊന്നിപ്പറഞ്ഞു. ഈ മാനിഫെസറ്റോകളും ഇക്കാലത്ത് എം എൻ റോയിയും അബനി മുഖർജിയും എഴുതിയ കത്തുകളും പഠിക്കുകയാണെങ്കിൽ ഒരു കാര്യം വ്യക്തമാകും. ദേശീയ ബൂർഷ്വസിയുടെ ചാഞ്ചാട്ടസ്വഭാവം അംഗീകരിക്കുമ്പോൾ തന്നെ ശക്തമായ ഒരു സാമ്രാജ്യവിരുദ്ധ പ്രസ്ഥാനം കെട്ടിപ്പടുക്കുന്നതിൽ ക്രിയാത്മക പങ്ക് വഹിക്കാൻ അതിന് കഴിയുമെന്ന് സമ്മതിച്ചുകൊടുക്കാൻ അവർ ഒരു മടിയും കാട്ടിയില്ല. ഇന്ത്യൻ നാഷണൽ കോൺഗ്രസിന്റെ രൂപീകരണത്തോടെ ബൂർഷ്വാസി രാഷ്ട്രീയ രംഗത്തേക്ക് കടന്നുവെന്നും തൊഴിലാളിവർഗവും അതിന്റെ പാർട്ടിയും പിന്നീടാണ് രാഷ്ട്രീയ രംഗത്ത് എത്തിയതെന്നുമുള്ള കാര്യം ഈയവസരത്തിൽ കണക്കിലെടുക്കണം. ഇത് രാജ്യത്ത് കമ്യൂണിസ്റ്റ് ഗ്രൂപ്പുകളുടെ രൂപീകരണത്തിന് കളമൊരുക്കി. എന്നാൽ ഇന്ത്യൻ കമ്യൂണിസ്റ്റ് പാർട്ടിയുടെ പേരിൽ

രാഷ്ട്രീയവും സൈദ്ധാന്തികവുമായ മുഖ്യ പ്രവർത്തനം നടത്തിയത് വിദേശത്തിരുന്ന് എം എൻ റോയിയും അബനി മുഖർജിയുമായിരുന്നു. എസ് എ ഡാങ്കെയുടെ നേതൃത്വത്തിൽ ബോംബെയിൽ ഒരു കമ്യൂണിസ്റ്റ് ഗ്രൂപ്പ് നിലവിൽ വന്നു. ഡാങ്കെയെ കൂടാതെ എസ് വി ഘാട്ടെ, കെ എം ജോഗ്ളേക്കർ, ആർ എസ് നിംബ്കാർ എന്നിവരായിരുന്നു അതിലെ അംഗങ്ങൾ. 1923 മുതൽ *സോഷ്യലിസ്റ്റ്* എന്ന പ്രസിദ്ധീകരണവും അവർ പുറത്തിറക്കി.

1922 ൽ മറ്റ് ചില ചെറുകിട വ്യവസായ കേന്ദ്രങ്ങളിൽ മാർക്സിസ്റ്റ് ഗ്രൂപ്പുകാർ പ്രത്യക്ഷപ്പെട്ടു. മോസ്കോവിൽനിന്ന് മടങ്ങിയെത്തിയ ഷൗക്കത്ത് ഉസ്മാനി ബനാറസിൽ ഒരു കമ്യൂണിസ്റ്റ് ഗ്രൂപ്പ് ഉണ്ടാക്കി. ഗുലാം ഹുസൈന്റെ നേതൃത്വത്തിൽ ലാഹോറിൽ ഒരു കമ്യൂണിസ്റ്റ് ഗ്രൂപ്പ് പ്രവർത്തിച്ചു തുടങ്ങി. അദ്ദേഹം *ഇങ്കിലാബ്* പത്രവും തുടങ്ങി. കൽക്കത്തയിൽ മുസഫർ അഹമ്മദിന്റെ നേതൃത്വത്തിലാരംഭിച്ച കമ്യൂണിസ്റ്റ് ഗ്രൂപ്പ് ബംഗാളി പത്രമായ *ഗണവാണി* പുറത്തിറക്കി. മദിരാശിയിൽ ശിങ്കാരവേലു ചെട്ടിയാരുടെ നേതൃത്വത്തിൽ ഒരു മാർക്സിസ്റ്റ് ഗ്രൂപ്പ് രൂപംകൊണ്ടു. അദ്ദേഹം *ലേബർ കിസാൻ ഗസറ്റ്* പ്രസിദ്ധീകരിച്ചു. കൂട്ടായ പ്രചാരണത്തിന്റെയും സംഘാടനത്തിന്റെയും ഉറവിടമായിത്തീർന്നു ഈ പ്രസിദ്ധീകരണങ്ങൾ. പക്ഷെ ഇക്കാര്യത്തിൽ ഇതിനെക്കാളൊക്കെ കാര്യമായ പങ്കുവഹിച്ചത് രഹസ്യമായി പ്രചരിപ്പിച്ച *ഇന്ത്യൻ വാൻഗാർഡും* (1922–24) *മാസ് ഓഫ് ഇന്ത്യ*യും (1925–27) ആണ്. 1923 നും 1935 നുമിടയിൽ മേൽപറഞ്ഞ ഗ്രൂപ്പുകൾ വളർന്നു എന്ന് മാത്രമല്ല, കോൺപൂർ, കറാച്ചി, എന്നീ വ്യവസായ കേന്ദ്രങ്ങളിൽ പുതിയ ഗ്രൂപ്പുകൾ സ്ഥാപിതമാവുകയും ചെയ്തു. വിവിധ മാർക്സിസ്റ്റ് കേന്ദ്രങ്ങൾ തമ്മിൽ ബന്ധം സ്ഥാപിച്ചു. അവയുടെ പ്രവർത്തനങ്ങൾ ഏകോപിപ്പിക്കുകയും ഒരു അഖിലേന്ത്യാ കേന്ദ്രം സ്ഥാപിക്കുകയും ചെയ്യുകയെന്നത് മുഖ്യകടമയായി തീർന്നു. രാജ്യത്ത് കമ്യൂണിസ്റ്റുകാരുടെ പ്രവർത്തനങ്ങൾ കണ്ട് ബ്രിട്ടീഷ് ഗവണ്മെന്റ് പരിഭ്രാന്തമായിത്തീർന്നു. അവർ കമ്യൂണിസ്റ്റുകാർക്കെതിരെ ഗൂഢാലോചനക്കേസുകൾ ചമയ്ക്കാൻ തുടങ്ങി. കമ്യൂണിസ്റ്റ് പ്രസ്ഥാനം ശക്തിപ്പെടുത്തുകയെന്ന ലക്ഷ്യത്തോടെ സോവിയറ്റ് യൂണിയനിൽ നിന്ന് ഇന്ത്യയിലേക്ക് വന്ന കമ്യൂണിസ്റ്റ് വിപ്ലവകാരികൾക്കെതിരെ ആദ്യം പെഷവാർ ഗൂഢാലോചനക്കേസ് (1922–24) കെട്ടിച്ചമച്ചു. കേസിലെ പ്രതികൾക്ക് കടുത്ത ശിക്ഷ വിധിച്ചു. ആ കേസ് കഴിയുമ്പോഴേക്കും, 1924 ൽ കമ്യൂണിസ്റ്റുകാർക്കെതിരെ ഗവൺമെന്റ് മറ്റൊരു കടന്നാക്രമണം നടത്തി. മുസഫർ അഹമ്മദ്, എസ് എ ഡാങ്കെ, ഷൗക്കത്ത് ഉസ്മാനി തുടങ്ങിയ സമുന്നത കമ്യൂണിസ്റ്റ് നേതാക്കളെ ഉൾപ്പെടുത്തി കോൺപൂർ ഗൂഢാലോചനക്കേസ് ചാർജ് ചെയ്തു.

കമ്യൂണിസ്റ്റ് പാർട്ടിയുടെ കോൺപൂർ സമ്മേളനം

ഈ സമ്മേളനം എതെങ്കിലുമൊരു കമ്യൂണിസ്റ്റ് ഗ്രൂപ്പ് ആസൂത്രണം ചെയ്തതായിരുന്നില്ല. കാരണം വിവിധ ഗ്രൂപ്പുകളുടെ പ്രധാനപ്പെട്ട നേതാ

ക്കളെല്ലാം കോൺപൂർ ഗൂഢാലോചനക്കേസിൽ ശിക്ഷിക്കപ്പെട്ട് ജയിലിലായിരുന്നു. 1920 സപ്തംബറിൽ നിയമവിധേയമായ ഒരിന്ത്യൻ കമ്യൂണിസ്റ്റ് പാർട്ടി രൂപീകരിച്ചതായി കോൺപൂരിലെ ഒരു പത്രപ്രവർത്തകൻ പ്രഖ്യാപിച്ചു. ഈ പാർട്ടിക്ക് കമ്യൂണിസ്റ്റ് ഇന്റർനാഷണലുമായോ പുറത്തുള്ള കമ്യൂണിസ്റ്റ് ഗ്രൂപ്പുകളുമായോ ബന്ധമുണ്ടായിരുന്നില്ല. ഇടതുപക്ഷ കോൺഗ്രസുകാരനായ ഹസ്രത്ത് മൊഹാനിയുമായി സഹകരിച്ച് (ഒക്ടോബർ വിപ്ലവം മൊഹാനിയെ വല്ലാതെ സ്വാധീനിച്ചിരുന്നു) അദ്ദേഹം സമ്മേളനം വിളിച്ചുചേർത്തു. ഈ സമ്മേളനത്തിൽ പങ്കെടുക്കാൻ കമ്യൂണിസ്റ്റ് ഗ്രൂപ്പുകൾ തീരുമാനിച്ചു. 1925 ഡിസംബർ 28 മുതൽ 30 വരെയായിരുന്നു സമ്മേളനം. മദിരാശിയിലെ കമ്യൂണിസ്റ്റ് നേതാവ് ശിങ്കാരവേലു ചെട്ടിയാരായിരുന്നു അധ്യക്ഷൻ. ബോംബെ അസ്ഥാനമായി ഇന്ത്യൻ കമ്യൂണിസ്റ്റ് പാർട്ടി രൂപീകരിക്കുന്നതിനുള്ള പ്രമേയം പാസാക്കി. ജെ പി ബാഗർഹട്ടയും എസ് വി ഘാട്ടെയും സെക്രട്ടറിമാരായി കേന്ദ്ര എക്സിക്യൂട്ടീവ് കമ്മിറ്റി രൂപീകരിച്ചു. പ്രധാനപ്പെട്ട എല്ലാ കമ്യൂണിസ്റ്റ് ഗ്രൂപ്പുകളുടെയും പ്രതിനിധികളെ കമ്മിറ്റിയിലുൾപ്പെടുത്തി. കോമിന്റേണുമായി ബന്ധപ്പെടുന്നതിനെച്ചൊല്ലി താമസിയാതെതന്നെ കമ്യൂണിസ്റ്റ് പാർട്ടിക്കകത്ത് അഭിപ്രായവ്യത്യാസമുണ്ടായി. കമ്യൂണിസ്റ്റ് പാർട്ടി അതിന്റേതായ ദേശീയ സ്വഭാവം നിലനിർത്തണമെന്നും കോമിന്റേണുമായി ബന്ധപ്പെടരുതെന്നും സത്യഭക്തൻ വാദിച്ചു. 1926 ൽ ചേർന്ന പാർട്ടിയുടെ രണ്ടാം സമ്മേളനം ഈ വാദം അംഗീകരിച്ചില്ല. സത്യഭക്തൻ പാർട്ടിവിട്ട് ഒരു ദേശീയ ഇന്ത്യൻ കമ്യൂണിസ്റ്റ് പാർട്ടി രൂപീകരിച്ചു. വിപ്ലവകാരികളായ ജനാധിപത്യവാദികളുടെ സംഘടനകളാണ് തുടക്കത്തിൽ ആ പാർട്ടിയിൽ ഉൾപ്പെട്ടിരുന്നത്.

ഈ സമയമായപ്പോഴെക്കും അഖിലേന്ത്യാ ട്രേഡ് യൂണിയൻ കോൺഗ്രസ് നിലവിൽവന്നു. 1920 ലായിരുന്നു ആ കേന്ദ്ര ട്രേഡ് യൂണിയൻ സംഘടനയുടെ രൂപീകരണം. കമ്യൂണിസ്റ്റുകാർ ട്രേഡ് യൂണിയൻ പ്രസ്ഥാനത്തിൽ പ്രധാന പങ്ക് വഹിക്കാൻ തുടങ്ങി. ഇരുപതുകളുടെ ആദ്യത്തിൽതന്നെ യു പി യിൽ കർഷകസംഘടനകൾ നിലവിൽവന്നു. 1926 ൽ ഇന്ത്യയിൽ മൂന്നുലക്ഷം അംഗങ്ങളുള്ള 200 ട്രേഡ് യൂണിയനുകളാണുണ്ടായിരുന്നത്. അവയിൽ ഒന്നേകാൽ ലക്ഷം അംഗസംഖ്യയുള്ള 57 യൂണിയനുകൾ എ ഐ ടി യു സി യിൽഅഫിലിയേറ്റു ചെയ്തു.

ബ്രിട്ടീഷ് ഭരണാധികാരികൾ കമ്യൂണിസ്റ്റുകാരുടെ പ്രവർത്തനം തടസപ്പെടുത്തി. കമ്യൂണിസ്റ്റുകാർ നിയമവിധേയ പ്രവർത്തനം നടത്തുന്നതിനുനേരെ അവർ വാതിലുകൾ കൊട്ടിയടച്ചു.

തൊഴിലാളി കർഷക പാർട്ടി രൂപീകരണം

പാർട്ടിയുടെ തൊഴിലാളിവർഗ വിപ്ലവ സ്വഭാവം നിലനിർത്തുന്നതിന് അത് നിയമവിരുദ്ധ സംഘടനയായി തുടരുമ്പോൾതന്നെ പരസ്യപ്രവർത്തനത്തിന് ഒരു പൊതുവേദിയുണ്ടാകണമെന്ന് നിശ്ചയിച്ചു. ബൂർഷ്വ ജനാ

ധിപത്യവിപ്ലവം പൂർത്തീകരിക്കുന്നതിന് ആവശ്യമായ പൂർണസ്വാതന്ത്ര്യത്തിന്റെയും കാർഷിക വിപ്ലവത്തിന്റെയും ആശയങ്ങൾ പ്രചരിപ്പിക്കാൻ അത്തരമൊരു പാർട്ടി സഹായകമാവുമെന്ന് പാർട്ടി കണക്കുകൂട്ടി. അങ്ങനെയാണ് രാജ്യത്തിന്റെ വിവിധ ഭാഗങ്ങളിൽ തൊഴിലാളി-കർഷക പ്പാർട്ടി രൂപീകരിക്കാൻ പാർട്ടി മുൻകൈ എടുത്തത്. ആദ്യം ബംഗാളിലും പിന്നെ ബോംബെ, പഞ്ചാബ്, ഐക്യപ്രവിശ്യ എന്നിവിടങ്ങളിലും ആ പാർട്ടി നിലവിൽ വന്നു. അക്കാലത്ത് തൊഴിലാളികൾക്കും കൃഷിക്കാർക്കും പട്ടണപ്രദേശങ്ങളിലെ ഇടത്തരക്കാർക്കുമിടയിൽ കമ്യൂണിസ്റ്റ് സ്വാധീനം വ്യാപിപ്പിക്കുന്നതിൽ തൊഴിലാളി കർഷക പാർട്ടി സുപ്രധാന പങ്ക് വഹിച്ചു. അതിന്റെ നേതൃത്വത്തിൽ മുപ്പതുകളുടെ ആദ്യം ട്രേഡ് യൂണിയനുകളും കർഷകസംഘടനകളും ഉയർന്നുവരികയും ശക്തിപ്രാപിക്കുകയും ചെയ്തു. തൊഴിലാളി-കർഷക പാർട്ടി തൊഴിലാളികളുടെയും കൃഷിക്കാരുടെയും താൽപര്യം പരിരക്ഷിച്ചു. സെമിന്ദാരി സമ്പ്രദായം അവസാനിപ്പിക്കണമെന്നും രാജ്യത്തിന് പൂർണസ്വാതന്ത്ര്യം അനുവദിക്കണമെന്നും ആവശ്യപ്പെട്ട് രംഗത്തിറങ്ങി. മാത്രമല്ല പാർട്ടി അതിന്റെ പരിപാടി ആവിഷ്കരിക്കുകയും തങ്ങളുടെ ചില മുദ്രാവാക്യങ്ങൾ അംഗീകരിക്കാൻ ഇന്ത്യൻ നാഷണൽ കോൺഗ്രസിനോട് അഭ്യർഥിക്കുകയും ചെയ്തു. ഇത് കോൺഗ്രസിനകത്ത് ഇടതുപക്ഷം ശക്തിപ്പെടുന്നതിനിടയാക്കി. ഈ പാർട്ടിയുടെ ആഭിമുഖ്യത്തിൽ പ്രസിദ്ധീകരിച്ച വിവിധ പത്രങ്ങൾ പ്രചാരണ പ്രവർത്തനങ്ങളിൽ വഹിച്ച പങ്ക് ചില്ലറയല്ല.

കമ്യൂണിസ്റ്റ് ഇന്റർനാഷണലിന്റെ സ്വാധീനം

കമ്യൂണിസ്റ്റ് ഇന്റർനാഷണലിന്റെ നയങ്ങളും തീരുമാനങ്ങളും ഇന്ത്യൻ കമ്യൂണിസ്റ്റുകാരുടെ പ്രവർത്തനങ്ങൾക്ക് വഴികാണിച്ചുകൊടുത്തു. അതവരെ അവേശം കൊള്ളിച്ചു. ദുർബലമായ ഒരു ശക്തിയാണെങ്കിൽപോലും കമ്യൂണിസ്റ്റുകാർ തൊഴിലാളികളും കൃഷിക്കാരുമായി മാത്രമല്ല, അക്കാലത്ത് സ്വാതന്ത്ര്യസമരത്തിന്റെ തലപ്പത്തുനിന്ന ഇന്ത്യൻ നാഷണൽ കോൺഗ്രസുമായും ബന്ധം സ്ഥാപിച്ചു. കമ്യൂണിസ്റ്റ് ഇന്റർനാഷണലിന്റെ രണ്ടാം കോൺഗ്രസിൽ ദേശീയപ്രശ്നം സംബന്ധിച്ച തന്റെ തീസിസ് ലെനിൻ അവതരിപ്പിച്ചു. കോമിന്റേൺ നിലവിൽ വരുന്നതിനു മുമ്പുതന്നെ ലെനിൻ *രാഷ്ട്രങ്ങളുടെ സ്വയം നിർണയാവകാശം* (1914) പ്രസിദ്ധീകരിച്ചു. അടിച്ചമർത്തപ്പെട്ട രാഷ്ട്രങ്ങളിലെ ബൂർഷ്വാസി ക്രിയാത്മകമായ സാമ്രാജ്യത്വവിരുദ്ധ പങ്ക് വഹിക്കുന്നുണ്ടെന്ന് അതിലദ്ദേഹം ഊന്നിപ്പറഞ്ഞു. അതേസമയം ദേശീയ വിമോചനപ്രസ്ഥാനത്തിൽ ബൂർഷ്വാസിയുടെയും തൊഴിലാളി വർഗത്തിന്റെയും വർഗലക്ഷ്യങ്ങളിലെ വ്യത്യാസവും അദ്ദേഹം ചൂണ്ടിക്കാട്ടി. ലെനിൻ നിരീക്ഷച്ചതിങ്ങനെയായിരുന്നു:

> രണ്ട് പ്രവണതകളുടെ തത്വങ്ങൾ തമ്മിൽ വേർതിരിച്ച് കാണുകയെന്നതാണ് തൊഴിലാളികളെ സംബന്ധിച്ചിടത്തോളം പ്രധാനം. മർദിത രാഷ്ട്രത്തിലെ ബൂർഷ്വാസി മർദക രാഷ്ട്രത്തോട് നടത്തുന്ന സമരത്തെ സംബന്ധിച്ചിടത്തോളം എക്കാലത്തും, എവിടെയും മറ്റാരെക്കാളും ദൃഢചിത്തതയോടെ നാമതിന് അനുകൂലമായിരിക്കും. കാരണം, മർദനത്തിന്റെ ഏറ്റവും ഉറച്ച, ഏറ്റവും വാശിയേറിയ ശത്രുക്കളാണ് നാം. എന്നാൽ മർദിത രാഷ്ട്രത്തിലെ ബൂർഷ്വാസി സ്വന്തം ബൂർഷ്വാ ദേശീയവാദത്തിനുവേണ്ടി നിലകൊള്ളുന്നതിന് നാം എതിരാണ്.
>
> .....ഏത് മർദിത രാഷ്ട്രത്തിലെയും ബൂർഷ്വാ ദേശീയവാദത്തിന് മർദനത്തിനെതിരായ ഒരു പൊതു ജനാധിപത്യസത്തയുണ്ട്. ആ സത്തയെയാണ് നാം നിരുപാധികം അനുകൂലിക്കുന്നത്. അതേസമയം നാം അതിനെ ദേശീയമായി പ്രത്യേകാനുകൂല്യങ്ങൾ വേണമെന്ന പ്രവണതയിൽനിന്നും കർശനമായി വേർതിരിച്ചുകാണുന്നു.

കൊളോണിയൽ രാജ്യങ്ങളിലെ ദേശീയ ബൂർഷ്വാസിയുടെ ഇരട്ടപ്പങ്കിനെപ്പറ്റിയുള്ള ലെനിന്റെ ധാരണയെ സംബന്ധിച്ച് ഇത് സൂചന നൽകുന്നു. ദേശീയ ബൂർഷ്വാസി സാമ്രാജ്യത്വ വിരുദ്ധ പങ്ക് വഹിക്കുന്നുണ്ട്. അതിനാൽ സാമ്രാജ്യത്വത്തിന്റെ അടിച്ചമർത്തലിനെതിരായ സമരത്തിൽ അതിനെ എഴുതിത്തള്ളാൻ പാടില്ല. അതേസമയം വർഗപരമായ പ്രശ്നം മുൻപന്തിയിലേക്ക് വരുമ്പോൾ അത് പിന്നോക്കം പോവുകയും ഒത്തുതീർപ്പുണ്ടാക്കുകയും ചെയ്യുമെന്ന യാഥാർത്ഥ്യം മറക്കാനും പാടില്ല. അതുകൊണ്ട് അധ്വാനിക്കുന്ന ജനങ്ങൾ തങ്ങളുടെ നയം അവിഷ്കരിക്കുമ്പോൾ ബുർഷ്വാ ദേശീയ പ്രസ്ഥാനത്തിന്റെ ഈ ഇരട്ടസ്വഭാവം കണക്കിലെടുക്കണമെന്ന് ലെനിൻ പ്രത്യേകം ചൂണ്ടിക്കാട്ടി.

ഈ ധാരണയുടെ അടിസ്ഥാനത്തിൽ കമ്യൂണിസ്റ്റ് ഇന്റർനാഷണലിന്റെ കൊളോണിയൽ തീസിസിൽ ലെനിൻ പറഞ്ഞു:

> കോളനികളിലെയും പിന്നോക്ക രാജ്യങ്ങളിലെയും ബുർഷ്വാ ജനാധിപത്യ ദേശീയ പ്രസ്ഥാനങ്ങളെ കമ്യൂണിസ്റ്റ് ഇന്റർനാഷണൽ ഒരൊറ്റ ഉപാധിയിൻമേൽ മാത്രമേ പിന്താങ്ങാൻ പാടുള്ളൂ. പേരിൽ മാത്രമല്ലാതെ, യഥാർത്ഥത്തിൽ കമ്യൂണിസ്റ്റായിത്തീരുന്ന ഭാവിയിലെ തൊഴിലാളിവർഗ പാർട്ടികളുടെ ഘടകങ്ങളെ ഒന്നിച്ചുകൊണ്ടുവരാനും സ്വന്തം രാഷ്ട്രത്തിനകത്തെ ബൂർഷ്വാ ജനാധിപത്യ പ്രസ്ഥാനങ്ങളെ എതിർക്കുകയെന്ന പ്രത്യേകമായ ചുമതല മനസ്സിലാക്കുന്നതിന് അവയെ പരിശീലിപ്പിക്കാനും ഈ രാജ്യങ്ങളിൽ ഇന്റർനാഷണലിന് സ്വാതന്ത്ര്യമുണ്ടായിരിക്കണം— ഇതാണ് ആ ഉപാധി. കൊളോണിയൽ പിന്നോക്ക രാജ്യങ്ങളിലെ ബൂർഷ്വാ ജനാ

> ധിപത്യവുമായി കമ്യൂണിസ്റ്റ് ഇന്റർനാഷണൽ താൽക്കാലികമായ സഖ്യത്തിലേർപെടണം. പക്ഷെ, അതിൽ അലിഞ്ഞുചേരരുത്. ഏത് സാഹചര്യത്തിലും അത് തൊഴിലാളി വർഗ പ്രസ്ഥാനത്തിന്റെ പ്രസ്ഥാനം അതിന്റെ ഭ്രൂണാവസ്ഥയിലാണെങ്കിൽപോലും സ്വതന്ത്രമായ അസ്തിത്വം ഉയർത്തിപ്പിടിക്കണം.

ഈ നയത്തോട് എം എൻ റോയി വിയോജിച്ചു. കോൺഗ്രസിന് മുന്നിൽ അനുബന്ധ തീസിസിന്റെ ഒരു കരട് അദ്ദേഹം അവതരിപ്പിച്ചു. കോൺഗ്രസ് അത് ഗൗരവപൂർവ്വം ചർച്ചചെയ്തു. അഭിപ്രായവ്യത്യാസം മർമപ്രധാനമായ മൂന്ന് പ്രശ്നങ്ങളിലായിരുന്നു. ഒന്ന്, കോളനികളിലെ സാമൂഹ്യഘടനയും സാമ്പത്തിക വളർച്ചയുടെ തോതും മൗലികമായി വിലയിരുത്തുന്നതിൽ; രണ്ട്, കോളനികളിൽ നിലനിൽക്കുന്ന ഉൽപാദന ബന്ധങ്ങളുടെ പശ്ചാത്തലത്തിൽ സാമ്രാജ്യത്വത്തോട് ബൂർഷ്വാസി സ്വീകരിക്കേണ്ട സമീപനം; മൂന്ന്, കോളനികളിലെ വിപ്ലവകരമായ സാധ്യതകൾ വിലയിരുത്തുകയും കൊളോണിയൽ ബൂർഷ്വാസിയോട് സ്വീകരിക്കേണ്ട അടവുപരമായ നയം രൂപീകരിക്കുകയും ചെയ്യുന്നതിൽ അനുബന്ധ തീസിസ് അവതരിപ്പിച്ചുകൊണ്ട്, ആദ്യത്തെ പ്രശ്നത്തെക്കുറിച്ച് റോയി പറഞ്ഞു:

> ഇന്ത്യയിൽ ബ്രിട്ടീഷ് മുതലാളിത്തം സ്ഥാപിക്കപ്പെട്ട കാലം മുതൽ ഇവിടത്തെ ജനങ്ങളിൽ 80 ശതമാനം കൃഷിയെ ആശ്രയിച്ചാണ് ജീവിക്കുന്നത്. അവർക്ക് തങ്ങളുടെ സ്വത്ത് നഷ്ടപ്പെട്ടു. അങ്ങനെ ഗ്രാമീണ തൊഴിലാളികളുടേതായ ഒരു വർഗം അതിവേഗം വളർന്നുവരികയാണ്. ഇവരെ അപേക്ഷിച്ച് വ്യവസായ തൊഴിലാളികളുടെ എണ്ണം കുറവാണ്.

50 ലക്ഷം വരെ തൊഴിലാളികൾ അപ്പോൾ ഇന്ത്യയിലുണ്ടെന്ന് റോയി കണക്കുകൂട്ടി. തൊഴിലിനെ ആസ്പദമാക്കിയ പ്രസ്ഥാനങ്ങൾ ഇന്ത്യയിലെ തൊഴിലാളികൾക്കിടയിൽ അതിവേഗം വ്യാപിക്കുകയാണെന്നും കരുത്തുറ്റ ശക്തിയെന്ന നിലയിൽ പണിമുടക്കങ്ങൾ പൊട്ടിപ്പുറപ്പെടാൻ തുടങ്ങിയെന്നും അദ്ദേഹം കണ്ടു. ശ്രദ്ധേയമായ ആദ്യപണിമുടക്കം 1906 ൽ നടന്നതാണ്. റയിൽവെ തൊഴിലാളികളായിരുന്നു അത് നടത്തിയത്. അതൊരു യഥാർത്ഥ കലാപത്തിന്റെ രൂപം കൈകൊണ്ടു. ഇന്ത്യയിൽ തൊഴിലാളിവർഗം പ്രവർത്തനക്ഷമമായ ഒരു വിപ്ലവശക്തിയെന്ന നിലയിൽ അതിവേഗം വളർന്നുവരികയാണെന്നും അതിനു മാത്രമേ ബ്രിട്ടീഷ് സാമ്രാജ്യത്വത്തെ വെല്ലുവിളിക്കാൻ കഴിയുള്ളൂവെന്നും റോയി ഉറച്ച് വിശ്വാസിച്ചു. ഒന്നാം ലോക മഹായുദ്ധത്തിനുശേഷം ബ്രിട്ടീഷ് ഭരണാധികാരികൾ പിന്തുടർന്ന വ്യവസായവൽക്കരണ നയമാണ് തൊഴിലാളി വർഗത്തിന്റെ വളർച്ചയ്ക്ക് കാരണമെന്ന് റോയി വിശദീകരിച്ചു. ബ്രിട്ടീഷുകാരുടെ പഴയ നയത്തിൽ നിന്നുള്ള വ്യതിയാനത്തെയാണ് ഇത് കുറി

ക്കുന്നത്; അദ്ദേഹം ഊന്നിപ്പറഞ്ഞു. ഇക്കാര്യം വിശദീകരിക്കവേ റോയി പറഞ്ഞതിതാണ്:

> ബ്രിട്ടീഷ് മുതലാളിമാർ എന്നും ബ്രിട്ടീഷ് ഇന്ത്യൻ വ്യവസായത്തിന്റെ വളർച്ചയെ തടഞ്ഞു. ഈയിടെയായി സ്ഥിതി മാറാൻ തുടങ്ങിയിട്ടുണ്ട്. ഈയടുത്ത വർഷങ്ങളിൽ ബ്രിട്ടീഷ് ഇന്ത്യയിലെ വ്യവസായ വളർച്ച ത്വരിതഗതിയിലായി. അതിവിടെ യൂറോപ്പിലിരുന്ന് സങ്കൽപിക്കാൻപോലും കഴിയില്ല. ഈ വർഷങ്ങളിൽ ബ്രിട്ടീഷ് ഇന്ത്യയിലെ വ്യാവസായികോൽപാദനം 15 ശതമാനം വർധിക്കുകയും ബ്രിട്ടീഷ് വ്യവസായങ്ങളിൽ നിക്ഷേപിച്ച മൂലധനം 2000 ശതമാനം വരെ ഉയരുകയും ചെയ്തു എന്ന വസ്തുതയിൽനിന്ന് ബ്രിട്ടീഷ് ഇന്ത്യയിലെ മുതലാളിത്ത വളർച്ചയുടെ തോത് സംബന്ധിച്ച് ഒരേകദേശരൂപം കിട്ടും. ഇത് ഈജിപ്തിനും ഡച്ച് ഇൻഡീസിനും ചൈനക്കും ബാധകമാണ്.

ഈ നിഗമനത്തിൽനിന്ന് സയുക്തികമായി ഉരുത്തിരിഞ്ഞുവരുന്നതാണ് കോളനികളിൽ ബൂർഷ്വാസി വഹിക്കുന്ന പങ്കിനെക്കുറിച്ചുള്ള റോയിയുടെ വിലയിരുത്തൽ. വ്യവസായവൽക്കരണ പ്രക്രിയ ദേശീയ രംഗത്ത് തൊഴിലാളിവർഗത്തിന്റെ ആവിർഭാവത്തിന് വഴിയൊരുക്കുമെന്നതിനാൽ ഈ വളർച്ചയെ അമ്പരപ്പോടെയാണ് ദേശീയനേതാക്കൾ കാണുന്നത്. ഇത് അദ്ദേഹത്തിന്റെ അഭിപ്രായത്തിൽ രണ്ട് ധാരകൾ തമ്മിലുള്ള താൽപര്യങ്ങളുടെ ധ്രുവീകരണത്തിലേക്ക് നയിച്ചു. ഈ അഭിപ്രായം വിശദീകരിക്കവെ അദ്ദേഹം എഴുതി:

> ഈ വളർച്ചയുടെ ഗതിക്രമത്തിനിടയിൽ ഈ പ്രക്ഷോഭങ്ങൾ വിദ്യാർത്ഥികളുടെയും ഇടത്തരക്കാരുടെയും വിപുല വൃത്തങ്ങളിലേക്ക് വ്യാപിച്ചു. ഇന്ത്യയുടെ സ്വാതന്ത്ര്യത്തിനുവേണ്ടി പോരാടാനുള്ള ദേശീയവാദികളുടെ ആഹ്വാനത്തിന് ബഹുജനങ്ങളിൽനിന്ന് പ്രതികരണമൊന്നും ഉണ്ടായില്ല.

ഇന്ത്യയിലെ ബഹുജനങ്ങൾ ദേശീയബോധമുൾക്കൊണ്ടിട്ടില്ല. സാമൂഹ്യ സാമ്പത്തിക സ്വഭാവമുള്ള പ്രശ്നങ്ങളിൽ മാത്രമാണ് അവർക്ക് താൽപര്യം. വിപുലമായ ജനസാമാന്യത്തെ സംബന്ധിച്ചടത്തോളം ഇന്ത്യയിലെ വിപ്ലവപ്രസ്ഥാനവും ദേശീയ വിമോചന പ്രസ്ഥാനവും രണ്ടും രണ്ടാണ്.

ബ്രിട്ടീഷ് സാമ്രാജ്യത്വത്തെ കടപുഴക്കിയെറിയാനുള്ള സമരത്തിന്റെ ഘട്ടത്തിൽ ദേശീയ താൽപര്യത്തെയും വർഗ താൽപര്യത്തെയും വേർതിരിച്ച് കാണുകയാണ് റോയി ചെയ്തത്. വാസ്തവത്തിൽ റോയി ലെനിന് സമർപ്പിച്ച മൂലരൂപത്തിലുള്ള കരടിലെ ഏഴും പത്തും പതിനൊന്നും ഖണ്ഡികകളിൽ ഇത് സൂത്രവാക്യരൂപത്തിൽ വ്യക്തമാക്കിയിട്ടുണ്ട്.

ബൂർഷ്വാ ദേശീയവാദികളുടെയും ബഹുജനങ്ങളുടെയും താൽപര്യങ്ങൽ തമ്മിൽ മൗലികമായ വൈരുധ്യമുണ്ടെന്നും രണ്ട് ധാരകളും അകന്നു കൊണ്ടിരിക്കയാണെന്നും കൂടി ആദ്ദേഹം സിദ്ധാന്തിച്ചു. അങ്ങനെ ദേശീയപ്രസ്ഥാനത്തെ റോയി പൂർണമായും എഴുതിത്തള്ളി.

ഇത് തന്റെ മൂന്നാമത്തെ വീക്ഷണം ആവിഷ്കരിക്കുന്നതിലേക്ക് റോയിയെ നയിച്ചു.

യുദ്ധത്തിനുശേഷം ബ്രിട്ടീഷുകാർ അവരുടെ നയം മാറ്റിയതിനാലും അതിവേഗം വ്യവസായവൽക്കരണം പുരോഗമിക്കുന്നതുകൊണ്ടും ബഹുജനങ്ങളും ബൂർഷ്വാസിയും തമ്മിലുള്ള വൈരുദ്ധ്യം മൂർച്ഛിക്കുന്നത് നിമിത്തവും കോളനികളിൽ യഥാർത്ഥ ശക്തിയായി തൊഴിലാളിവർഗം ഉയർന്നുവെന്ന അനിവാര്യ നിഗമനത്തിൽ റോയി ചെന്നെത്തി. അതിനിടയിൽ കോളനികളിൽ ബഹുജനപ്രസ്ഥാനവുമായി ഉറ്റബന്ധം പുലർത്തി സംഘടിതമായ സോഷ്യലിസ്റ്റ് പാർട്ടികളോ കമ്യൂണിസ്റ്റ് പാർട്ടികളോ ഉയർന്നുവന്നത് തന്റെ നിഗമനത്തിന്റെ സാധൂകരണമായി റോയി ചൂണ്ടിക്കാട്ടി ഈ വീക്ഷണത്തിന്റെ അടിസ്ഥാനത്തിലാണ് ലെനിന്റെ കരട് തീസിസിലെ പതിനൊന്നാം വകുപ്പ് ഒഴിവാക്കാൻ അദ്ദേഹം വാദിച്ചത്. ആ വകുപ്പിലാണ് കോളനികളിലെ ബൂർഷ്വാ ജനാധിപത്യ വിമോചന പ്രസ്ഥാനങ്ങൾക്ക് എല്ലാ കമ്യൂണിസ്റ്റ് പാർട്ടികളും സഹായം നൽകേണ്ടതിന്റെ ആവശ്യകത വിശദീകരിച്ചിട്ടുള്ളത്. കോമിന്റേണിലെ തന്റെ പ്രസംഗത്തിൽ ലെനിൻ പറഞ്ഞു:

> ഇന്ത്യയിൽ കമ്യൂണിസ്റ്റ് പ്രസ്ഥാനം കെട്ടിപ്പടുക്കാനും വളർത്തിയെടുക്കാനും കമ്യൂണിസ്റ്റ് ഇന്റർനാഷണൽ സഹായിക്കണം. ഇന്ത്യൻ കമ്യൂണിസ്റ്റ് പാർട്ടിയാവട്ടെ, വിപുലമായ ജനസാമാന്യത്തെ അവരുടെ വർഗതാൽപര്യം സംരക്ഷിക്കുന്നത് സമരം ചെയ്യാൻ സംഘടിപ്പിക്കുന്ന കാര്യത്തിൽ പ്രത്യേകം ശ്രദ്ധിക്കണം.

യൂറോപ്പിലെ വിപ്ലവ പ്രസ്ഥാനത്തിന്റെ ഭാവി കിടക്കുന്നത് കിഴക്കൻ രാജ്യങ്ങളിലെ വിപ്ലവ പ്രസ്ഥാനത്തിന്റെ ഗതിക്രമത്തിലാണെന്ന നിഗമനത്തിൽ അദ്ദേഹമെത്തിച്ചേർന്നത് ഈ ധാരണയുടെ അടിസ്ഥാനത്തിൽ നോക്കുമ്പോൾ സ്വാഭിവികം മാത്രം. ഈ മൂന്ന് പ്രശ്നങ്ങളിലും ലെനിൻ റോയിയോട് വിയോജിച്ചു. അതനുസരിച്ച് റോയിയുടെ അനുബന്ധ തീസിസ് അദ്ദേഹം ഭേദഗതി ചെയ്തു. താൻ അവതരിപ്പിച്ച കൊളോണിയൽ തീസിസിലെ നിഗമനങ്ങൾക്ക് വിരുദ്ധമായ ഭാഗം മുഴുവൻ അദ്ദേഹം മാറ്റി.

കോമിന്റേണിന്റെ 4-ാം കോൺഗ്രസിൽ (1922) കൊളോണിയൽ പ്രശ്നം വീണ്ടും സജീവ ചർച്ചയ്ക്ക് വന്നു. തന്റെ പഴയ തീസിസുമായി റോയി വീണ്ടും രംഗത്തെത്തി. കോൺഗ്രസ് വീണ്ടും റോയിയുടെ ആശയങ്ങൾ തള്ളിക്കളഞ്ഞ് സാമ്രാജ്യത്വവിരുദ്ധ ഐക്യമുന്നണിയുടെ ആശയം മുമ്പോട്ട് വെച്ചു. അത് ഇപ്രകാരമായിരുന്നു:

> നാം കാണുന്നതുപോലെ 4–ാം കോൺഗ്രസിന്റെ തീസിസ് മർദിത രാജ്യങ്ങളിലെ തൊഴിലാളിവർഗത്തിന്റെ വർഗലക്ഷ്യവും ദേശീയ ലക്ഷ്യവും തമ്മിലുള്ള ഉറ്റബന്ധം വ്യക്തമായും നിർവചിച്ചു. ഈ ലക്ഷ്യങ്ങൾ ഒന്ന് മറ്റൊന്നിന് പകരം നിൽക്കുന്നതല്ല; മറിച്ച് പരസ്പര പൂരകങ്ങളാണ്. കിഴക്കൻ രാജ്യങ്ങളിലെ സാമ്രാജ്യത്വ വിരുദ്ധ ഐക്യമുന്നണി എന്ന അടവിന് പടിഞ്ഞാറൻ രാജ്യങ്ങളിലെ ഐക്യ തൊഴിലാളി മുന്നണി എന്ന മുദ്രാവാക്യവുമായി അടുത്ത ബന്ധമുണ്ട്. അവ ഒരേ അടവിന്റെ വിവിധ വശങ്ങളാണ്. ആ അടവ് വിപ്ലവപ്രക്രിയയിൽ പ്രയോഗിക്കുന്നതിൽ തൊഴിലാളിവർഗവും കമ്യൂണിസ്റ്റ് പാർട്ടിയും നേതൃത്വപരമായ പങ്ക് നേടേണ്ടത് ഐക്യമുന്നണിയുടെ ചട്ടക്കൂടിൽതന്നെ നിന്നുകൊണ്ടുള്ള വിട്ടുവീഴ്ചയില്ലാത്ത ദൈനംദിന സമരത്തിലൂടെയാണുതാനും.

കോളനികളിൽ സാമ്രാജ്യത്വത്തിനെതിരായ സമരത്തിൽ കൃഷിക്കാരുടെ പങ്കിന് തീസിസ് പ്രത്യേകം ഊന്നൽ നൽകി അതിൽ പറഞ്ഞു.

> വൻകിട ഭൂവുടമകളുടെ ഭൂമി ഏറ്റെടുക്കുകയെന്ന ലക്ഷ്യം വെച്ചുകൊണ്ടുള്ള കാർഷിക വിപ്ലവത്തിന് മാത്രമേ സാമ്രാജ്യത്വത്തിനെതിരായ സമരത്തിൽ നിർണായക സ്വാധീനം ചെലുത്തുന്നതിന് വിപുലമായ കർഷക ജനസാമാന്യത്തെ തട്ടിയുണർത്താൻ കഴിയൂ.

1924 ൽ ചേർന്ന അഞ്ചാം കോൺഗ്രസ് വീണ്ടും ഈ പ്രശ്നം ചർച്ച ചെയ്തു. കൊളോണിയൽ രാജ്യങ്ങളിൽ സാമ്രാജ്യത്വവിരുദ്ധ ഐക്യമുന്നണി എന്ന തന്ത്രം കോൺഗ്രസ് ഒരിക്കൽകൂടി ആവർത്തിച്ചു. എന്നാൽ ചൈനയിൽ കുമിന്താങ്ങുമായും തുർക്കിയിൽ ബൂർഷ്വാസിയുമായും ചേർന്ന് പ്രവർത്തിക്കുമ്പോൾ ഉണ്ടാകാനിടയുള്ള വർഗ സഹകരണ വിപത്തിനെതിരെ മുന്നറിയിപ്പ് നൽകി. റോയി വീണ്ടും തന്റെ പഴയ നിലപാട് സ്ഥാപിച്ചുകിട്ടാൻ പോരാടി. ആ പോരാട്ടവും വിഫലമായി. ആ നിലപാട് ഒരിക്കൽകൂടി കോൺഗ്രസ് നിരാകരിച്ചു.

ആറാം കോൺഗ്രസ്

അഞ്ചും ആറും കോൺഗ്രസുകൾക്കിടയിൽ കൊളോണിയൽ പ്രശ്നത്തിന് പുതിയ മാനം കൈവന്നു. 1925 ൽ ചേർന്ന കമ്യൂണിസ്റ്റ് ഇന്റർനാഷണൽ എക്സിക്യൂട്ടീവ് കമ്മിറ്റിയുടെ അഞ്ചാം പ്ലീനം വരെ സാമ്രാജ്യത്വവിരുദ്ധ ഐക്യമുന്നണിയെന്ന കാഴ്ചപ്പാടാണ് കോമിന്റേൺ പിന്തുടർന്നത്. ആ കാഴ്ചപ്പാടനുസരിച്ച് സാമ്രാജ്യത്വത്തോട് ദേശീയ ബൂർഷ്വാസി സ്വീകരിക്കുന്ന സമീപനം നോക്കി അതിന് പിന്തുണ നൽകുകയോ അതിനെ തുറന്നു കാട്ടുകയോ ചെയ്യണം. അതായത് സാമ്രാജ്യത്വത്തെ എതിർക്കുമ്പോൾ അതിന് പിന്തുണ നൽകുകയും സാമ്രാജ്യ

ത്വത്തോട് സഹകരിക്കുമ്പോൾ അതിനെ തുറന്നുകാട്ടുകയും ചെയ്യണം. കമ്യൂണിസ്റ്റ് ഇന്റർനാഷണൽ എക്സിക്യൂട്ടീവ് കമ്മിറ്റിയുടെ മേൽപറഞ്ഞ പ്ലീനം പാസാക്കിയ പ്രമേയത്തിൽ ഈ കാഴ്ചപ്പാട് പ്രതിഫലിച്ചു. നാഷണൽ കോൺഗ്രസിനോടും സ്വരാജ് പാർട്ടിയുടെ ഇടതുപക്ഷത്തോടും ചേർന്ന് പ്രവർത്തിക്കാൻ പ്രമേയം കമ്യൂണിസ്റ്റുകാരെ ആഹ്വാനം ചെയ്തു. അതോടൊപ്പം കർഷക ജനസാമാന്യത്തിന്റെ നേതൃത്വം കരസ്ഥമാക്കുന്നതിനും എല്ലാ സമരങ്ങളുടേയും നേതൃത്വമേറ്റെടുക്കുകയെന്ന ലക്ഷ്യത്തോടെ ട്രേഡ് യൂണിയനുകളുടെ സംയോജനത്തിനും യത്നിക്കാൻ കമ്യൂണിസ്റ്റുകാർക്ക് നിർദേശം നൽകി.

അതേവർഷം കിഴക്കൻ രാജ്യങ്ങളിലെ അധ്വാനിക്കുന്നവർക്കായുള്ള കമ്യൂണിസ്റ്റ് യൂണിവേഴ്സിറ്റിയിലെ വിദ്യാർത്ഥികളുടെ യോഗത്തിൽ സംസാരിക്കവെ സ്റ്റാലിൻ ഇന്ത്യൻ സ്ഥിതിഗതികൾ പരാമർശിച്ചു. ഇന്ത്യയെ ഈജിപ്തിൽ നിന്നും ചൈനയിൽനിന്നും വേർതിരിച്ചുകാണണമെന്ന് അദ്ദേഹം പറഞ്ഞു. കാരണം, ആ രണ്ട് രാജ്യങ്ങളിലും ദേശീയ ബൂർഷ്വാസി വിപ്ലവകാരിയെന്നും പരിഷ്കരണവാദിയെന്നുമുള്ള നിലയിൽ പിളർന്നിട്ടുണ്ടെങ്കിൽപോലും രണ്ടാമത് പറഞ്ഞ വിഭാഗം പൂർണമായും സാമ്രാജ്യത്വപക്ഷത്തേക്ക് പോയിട്ടില്ല. നേരെമറിച്ച് ഇന്ത്യയിലാകട്ടെ, വർഗ സഹകരണവാദികൾ വിപ്ലവത്തെ ഭയന്ന് സാമ്രാജ്യത്വപക്ഷത്ത് ചേർന്നിരിക്കുന്നു. അതുകൊണ്ടുതന്നെ ദേശീയ ബൂർഷ്വാസിയിലെ വർഗ സഹകരണവാദികൾക്കെതിരെയാണ് എതിർപ്പിന്റെ കുന്തമുന തിരിച്ചുവെക്കേണ്ടത്. അതിനാൽ സാമ്രാജ്യത്വവിരുദ്ധ ലക്ഷ്യത്തോടുകൂടിയ വിപ്ലവകരമായ ഒരു ചേരി സൃഷ്ടിക്കാനും ആ ചേരിയിൽ തൊഴിലാളിവർഗ നേതൃത്വം ഉറപ്പുവരുത്താനും ശ്രമിക്കേണ്ടിയിരിക്കുന്നു. അതോടൊപ്പം ബൂർഷ്വാസിയുടെ വിപ്ലവ ചേരിയിൽ കമ്യൂണിസ്റ്റ് പാർട്ടിക്ക് പരസ്യമായി ചേരാൻ കഴിയുമെന്നും ചേരണമെന്നും അദ്ദേഹം അഭിപ്രായപ്പെട്ടു. അങ്ങനെ ചെയ്യുമ്പോൾ വർഗ സഹകരണ സ്വഭാവമുള്ള ദേശീയ ബൂർഷ്വാസിയെ ഒറ്റപ്പെടുത്തിയതിനുശേഷം വിമോചനപ്പോരാട്ടത്തിൽ ബഹുജനങ്ങളെ അണിനിരത്താൻ കഴിയും.

മുതലാളിത്ത സമ്പദ്വ്യവസ്ഥക്ക് ആഴമേറിവരികയും ബഹുജനസമരങ്ങൾ ഉയർന്നുവരികയും തൊഴിലാളി കർഷക സംഘടനകൾ വളർന്നുവരികയും ചെയ്ത പശ്ചാത്തലത്തിലാണ് കോമിന്റേണിന്റെ ആറാം കോൺഗ്രസ് ചേർന്നത്. ചൈനയിലെ പ്രതിവിപ്ലവത്തിന്റെ കടുത്ത അനുഭവം കൂടിയുണ്ടായിരുന്നു അന്ന്. സാമ്രാജ്യത്വത്തിനുകീഴിൽ വ്യവസായവൽക്കരണമെന്ന എം എൻ റോയിയും കൂട്ടരും മുന്നോട്ടുവെച്ച സിദ്ധാന്തം പിൽക്കാലത്ത് ഡീ കോളനൈസേഷൻ എന്ന പേരിൽ അറിയപ്പെട്ടു. ആ സിദ്ധാന്തം കോമിന്റേൺ അംഗീകരിച്ച കൊളോണിയൽ തീസിസ് നിരാകരിച്ചു. എങ്കിലും തൊഴിലാളി കർഷക സഖ്യം കെട്ടിപ്പടുത്തും പൂർണ്ണ സ്വാതന്ത്ര്യത്തിനുവേണ്ടിയുള്ള സമരം നയിച്ചും കാർഷിക വിപ്ലവം മുന്നോട്ടുകൊണ്ടുപോകേണ്ട ആവശ്യകതയ്ക്ക് അത്

ഊന്നൽ നൽകി. കോളനികളിലെ കർഷക പ്രശ്നത്തിനും തൊഴിലാളി വർഗവുമായി ഐക്യം ഊട്ടിയുണ്ടാക്കേണ്ടതിന്റെ ആവശ്യകതയ്ക്കും ആറാം കോൺഗ്രസ് അംഗീകരിച്ച തീസിസ് പ്രത്യേക പ്രാധാന്യം നൽകി. ദേശീയ ബൂർഷ്വാസിയെ നേരിട്ടെതിർത്തും ദേശീയവാദികളായ നേതാക്കളുടെയും സാമൂഹ്യപരിഷ്കർത്താക്കളുടെയും സ്വാധീനത്തിൽനിന്ന് സ്വയം മോചിതരായും ഒരു സ്വതന്ത്ര വർഗശക്തിയെന്ന നിലയിൽ തൊഴിലാളിവർഗം വളർന്നുവരുന്നതിനുള്ള സാധ്യതയാണ് ഇന്ത്യ, ചൈന, ഇന്തോനേഷ്യ എന്നിവിടങ്ങളിലെ തൊഴിലാളിവർഗ പ്രസ്ഥാനത്തിന്റെ ശീഘ്രഗതിയിലുള്ള വളർച്ച ചൂണ്ടിക്കാട്ടുന്നതെന്ന് പ്രതീക്ഷാനിർഭരതയോടെ കൊളോണിയൽ തീസിസ് അഭിപ്രായപ്പെട്ടു. കോളനികളിലെ തൊഴിലാളിവർഗത്തിന്റെ സവിശേഷസ്വഭാവം തുല്യപ്രാധാന്യത്തോടെ തീസിസ് എടുത്തുകാട്ടി.

ഇത് നോക്കുക:

> കൊളോണിയൽ രാജ്യങ്ങളിലെ തൊഴിലാളിവർഗത്തിന്റെ പ്രധാനപ്പെട്ട ഭാഗം ഉയർന്നുവന്നത് പാപ്പരീകരിക്കപ്പെട്ട ഗ്രാമങ്ങളിൽ നിന്നാണ്. വ്യാവസായികോൽപാദന പ്രവർത്തനത്തിൽഏർപ്പെടുമ്പോൾതന്നെ ഗ്രാമങ്ങളുമായുള്ള ബന്ധം അവർ മുറിച്ചു കളയുന്നില്ല. ഭൂരിപക്ഷം കോളനികളിലും (ഷാങ്ഹായ്, ബോംബെ, കൽക്കത്ത തുടങ്ങിയ വൻകിട ഫാക്ടറി പട്ടണങ്ങളിലൊഴികെ) ഒരു പൊതുനിയമമെന്ന നിലയിൽ നമുക്ക് കാണാൻ കഴിയുന്നത് തൊഴിലാളിവർഗത്തിന്റെ ആദ്യതലമുറയാണ് വൻകിട ഉൽപാദനത്തിൽ ഏർപ്പെട്ടിരിക്കുന്നതെന്നാണ്. മറ്റൊരു വിഭാഗം നശിപ്പിക്കപ്പെട്ട കൈവേലക്കാരിൽനിന്നാണ് വന്നത്. നശിച്ചുകൊണ്ടിരിക്കുന്ന കൈതൊഴിലുകളിൽനിന്ന് തുരത്തിയോടിക്കപ്പെട്ടവരത്രെ ഈ കൈവേലക്കാർ. ഏറ്റവും വികസിതമായ കോളനികളിൽപോലും അധഃപതനത്തെ നേരിട്ടുകൊണ്ടിരിക്കുന്ന ഈ കൈത്തൊഴിലുകൾ വ്യാപകമായി കാണാം. നശിച്ചുകൊണ്ടിരിക്കുന്ന ഈ കൈവേലക്കാരൻ ഒരു ചെറിയ ഉടമയുമാണ്. അയാൾ തന്നോടൊപ്പം ഗിൽഡ് പ്രവണതയും ചെറുകിട ഉടമയുടെ ആശയവും തൊഴിലാളിവർഗത്തിലേക്ക് കൊണ്ടുവരുന്നു. കോളനി രാജ്യങ്ങളിലെ തൊഴിലാളി പ്രസ്ഥാനത്തിൽ ദേശീയ പരിഷ്കരണവാദ സ്വാധീനത്തിന്റെ നുഴഞ്ഞുകയറ്റത്തിന് ഇത് വഴിയൊരുക്കുന്നു.

കർഷക പ്രശ്നത്തിന്റെ പ്രാധാന്യത്തെക്കുറിച്ച് തീസിസ് എടുത്തുപറയുന്നത് നോക്കുക:

> ദേശീയ വിമോചനസമരത്തോടൊപ്പം കാർഷിക വിപ്ലവമാണ് പ്രധാന കോളനി രാജ്യങ്ങളിൽ ബൂർഷ്വാജനാധിപത്യവിപ്ലവ

> ത്തിന്റെ അച്ചുതണ്ട്. അതുകൊണ്ട് തന്നെ കാർഷികക്കുഴപ്പത്തിന്റെ വളർച്ചയെയും നാട്ടിൻപുറങ്ങളിലെ വർഗവൈരുധ്യങ്ങൾ മൂർഛിക്കുന്നതിനെയും കമ്യൂണിസ്റ്റുകാർ അതീവ ശ്രദ്ധയോടെ വീക്ഷിക്കണം. അവർ തുടക്കം മുതലേ തൊഴിലാളികളുടെയും പ്രാരംഭഘട്ടത്തിലുള്ള കർഷക പ്രസ്ഥാനത്തിന്റെയും അസംതൃപ്തിക്ക് ബോധപൂർവം വിപ്ലവകരമായ ഒരു ദിശ നൽകണം. സാമ്രാജ്യത്വചൂഷണത്തിനും അടിമത്തത്തിനും എതിരെയും അതുപോലെ തന്നെ പലതരത്തിലുള്ള പ്രാഗ് മുതലാളിത്തനുകത്തിനെതിരെയും — അതാണല്ലോ കർഷക സമ്പദ് വ്യവസ്ഥയുടെ ദുരിതങ്ങൾക്കും അധഃപതനത്തിനും തകർച്ചയ്ക്കും കാരണം— ഈ അസംതൃപ്തിയെ തിരിച്ചുവിടണം.

തൊഴിലാളിവർഗത്തിന്റെ സ്വാഭാവവും സ്വാതന്ത്ര്യ സമരത്തിൽ കാർഷിക വിപ്ലവത്തിന്റെ പ്രാധാന്യവും കൊളോണിയൽ പ്രശ്നം സംബന്ധിച്ച് തീസിസ് ശരിയായി വിശകലനം ചെയ്തു. എങ്കിലും ആ തീസിസ് സാമ്രാജ്യത്വ വിരുദ്ധ ഐക്യമുന്നണിയെന്ന പഴയ തന്ത്രത്തിൽനിന്നുള്ള വ്യതിയാനത്തെ കുറിക്കുന്നു. നേരത്തെ ചൂണ്ടിക്കാണിച്ചതുപോലെ തൊഴിലാളിവർഗ പ്രസ്ഥാനം വളർന്ന വികസിക്കുന്നതിന്റെയും മുതലാളിത്ത സമ്പദ്വ്യവസ്ഥയിലെ കുഴപ്പത്തിന് ആഴമേറുന്നതിന്റെയും ചൈനയിൽ കുമിന്താങ്ങ് കക്ഷി വിപ്ലവ പ്രസ്ഥാനത്തെ വഞ്ചിച്ചതിന്റെയും പശ്ചാത്തലത്തിൽ വിവിധ കോളനികളിൽ കമ്യൂണിസ്റ്റ് പാർട്ടികളുടെയും ദേശീയ വിമോചന പ്രസ്ഥാനങ്ങൾ നയിക്കാനുള്ള തൊഴിലാളിവർഗത്തിന്റെയും കഴിവിനെ അമിതമായി കാണാൻ തീസിസ് ശ്രമിച്ചു. മുതലാളിത്ത സമ്പദ്വ്യവസ്ഥയുടെ പ്രതിസന്ധിയെക്കുറിച്ച് കോമിന്റേൺ ചെന്നെത്തിയ നിഗമനത്തിന്റെ ശരിയെ ആരും ചോദ്യം ചെയ്യുന്നില്ല. പിന്നീടുണ്ടായ വമ്പിച്ച മാന്ദ്യത്തിന്റെ ഘട്ടത്തിൽ അത് തെളിഞ്ഞു. 1920 കളുടെ അവസാനത്തിൽ സാമ്പത്തികരംഗത്തൊരു മുന്നേറ്റമുണ്ടാകുമെന്ന പടിഞ്ഞാറൻസാമ്പത്തിക വിദഗ്ധരുടെ ആവേശപൂർവമായ അവകാശവാദം ഇത് പൊളിച്ചുകളഞ്ഞു. ഇതിനർഥം മുതലാളിത്ത സമ്പദ് വ്യവസ്ഥ തകർച്ചയിലേക്ക് നീങ്ങിക്കൊണ്ടിരിക്കുകയാണെന്നോ, കമ്യൂണിസ്റ്റ് പാർട്ടികൾ നേതൃത്വമേറ്റെടുക്കുന്നതിനുള്ള സാധ്യത ശക്തിപ്പെടാനിടയുണ്ടെന്നോ അല്ല.

പക്ഷെ ഇന്ത്യയെ സംബന്ധിച്ച കോമിന്റേണിന്റെ നിഗമനത്തെ ഈ വിശകലനം അഗാധമായി സ്വാധീനിച്ചു. തീസിസിൽ പറഞ്ഞു:

> രാജ്യത്തിന്റെ മോചനത്തിനും ഫ്യൂഡലിസത്തിന്റെ എല്ലാ അവശിഷ്ടങ്ങളും തുടച്ചുമാറ്റുന്നതിനും സോവിയറ്റ് റിപ്പബ്ളിക്കിന്റെ രൂപത്തിൽ തൊഴിലാളി വർഗത്തിന്റെയും കൃഷിക്കാരുടെയും സർവാധിപത്യം സ്ഥാപിക്കുന്നതിനും ബ്രിട്ടീഷ് സാമ്രാജ്യത്വത്തിനെതിരെ സമരം ചെയ്യുകയെന്നതാണ് ഇന്ത്യൻ കമ്യൂണിസ്റ്റുകാരുടെ മൗലിക കടമ.

ബഹുജനങ്ങളുടെ സമരോത്സുകതയ്ക്കുനേരെ ഗാന്ധി സ്വീകരിച്ച നിഷേധാത്മക നിലപാട് സ്ഥിതിഗതികൾ കുറെക്കൂടി മൂർഛിപ്പിച്ചു. അഹിംസാ സിദ്ധാന്തത്തിനാണല്ലോ ഗാന്ധി ഊന്നൽ നൽകിയത്. ചൗരി ചൗര സംഭവത്തിനുശേഷം ചേർന്ന ബർദോളി കോൺഗ്രസിന്റെ തീരുമാനം ഇതിന്റെ വ്യക്തമായ ഉദാഹരണമായിരുന്നു. രണ്ടായി പിളർന്ന ഒരു വർഗമായാണ് ബൂർഷ്വാസിയെ കൊളോണിയൽ തീസിസ് ചിത്രീകരിച്ചത്. ദേശീയ പരിഷ്കരണവാദികളടങ്ങിയതാണ് ഒരു വിഭാഗം. ഗാന്ധി പക്ഷക്കാരും സ്വരാജിസ്റ്റുകളും ഇതിലാണ് പെടുക. അവർക്കെതിരെയായിരുന്നു തീസിസ് മുഖ്യ എതിർപ്പ് പ്രകടിപ്പിച്ചത്. മുഖ്യ വിപത്തായ ബ്രിട്ടീഷ് സാമ്രാജ്യത്വത്തോട് ചാഞ്ചാട്ടവും തുടർന്ന് സഹകരണവുമെന്ന പ്രവണത എല്ലായ്പ്പോഴും വെച്ചുപുലർത്തുന്ന ദേശീയ പരിഷ്കരണ വാദികൾക്കെതിരെ പോരാട്ടം നടത്തുന്നതിന് തീസിസ് ഊന്നൽ നൽകി. മുമ്പ് പറഞ്ഞതുപോലെ കൊളോണിയൽ പ്രശ്നം സംബന്ധിച്ച ആറാം കോൺഗ്രസിന്റെ തീസിസിനെ ചൈനയിലെ സംഭവങ്ങളും അഗാധമായി സ്വാധീനിച്ചിട്ടുണ്ട്; ഇ സി സി ഐ യുടെ ചരിത്രപ്രധാനമായ ഒമ്പതാം പ്ലീനം കഴിഞ്ഞ് ഏതാനും മാസങ്ങൾക്കുശേഷമാണ് കോൺഗ്രസ് ചേർന്നത്. അപ്പോഴേക്കും ആദ്യത്തെ ഐക്യമുന്നണി അപ്രത്യക്ഷമായി. ചിയാങ് കയ്ഷക്കിന്റ പട്ടാളക്കാരിൽനിന്ന് ചൈനീസ് കമ്യൂണിസ്റ്റ് പാർട്ടിക്ക് ആക്രമണം നേരിടേണ്ടിവന്നു. ചൈനയിൽ വിപ്ലവത്തിന്റെ അലകൾ കെട്ടടങ്ങിയെന്നും ഇപ്പോൾ കണ്ണീരൊഴുക്കേണ്ട സമയമാണെന്നും അങ്ങേയറ്റം സമർഥനായ ശത്രുവിനെതിരെ സ്വയം പ്രതിരോധത്തിനും പ്രത്യാക്രമണത്തിനും തയ്യാറെടുക്കേണ്ട സമയമല്ലെന്നുമുള്ള ട്രോത്സ്കിയുടെ ആപൽകരമായ സിദ്ധാന്തം അവരുടെ മുന്നിൽവന്നു. ഇവയെല്ലാം കമ്യൂണിസ്റ്റ് ഇന്റർനാഷണലിനെയും പ്രതികൂലമായി ബാധിച്ചു.

3

മീററ് ഗൂഢാലോചനക്കേസ്

ദേശീയ വിമോചനസമരത്തിന്റെ മുഖ്യധാരയിൽനിന്ന് കമ്യൂണിസ്റ്റു കാരെ ഒറ്റപ്പെടുത്തുകയെന്ന ലക്ഷ്യത്തോടെ ഈ സമയത്ത് കൊളോ ണിയലിസ്റ്റുകൾ അവരെ മൃഗീയമായി മർദ്ദിച്ചൊതുക്കാൻ നോക്കി.. കൽക്ക ത്തയിൽ അഖിലേന്ത്യാ തൊഴിലാളി കർഷക പാർട്ടിയുടെ വിജയകര മായ സമ്മേളനം കഴിഞ്ഞ കഷ്ടിച്ച് രണ്ടുമാസം ചെന്നപ്പോൾ, അതാ യത് 1925 ന്റെ തുടക്കത്തിൽ 31 കമ്യൂണിസ്റ്റുകാരെയും ഇടതുപക്ഷ വിപ്ല വകാരികളെയും ഗവൺമെന്റ് അറസ്റ്റുചെയ്തു.

തൊഴിലാളികളുടെ രാഷ്ട്രീയ പ്രവർത്തനം 1928-29 കാലത്ത് ഉച്ച കോടിയിലെത്തി. പണിമുടക്കുകൾ ഒന്നൊന്നായി പൊട്ടിപ്പുറപ്പെട്ടു. രാജ്യ ത്തിന്റെ നാനാഭാഗത്തും നടന്ന ഉശിരൻ പ്രകടനങ്ങൾ ബ്രിട്ടീഷ് ഭര ണത്തെ പിടിച്ചുകുലുക്കി. 1928 ഏപ്രിലിൽ ബോംബെയിലെ ടെക്സ്റ്റൈൽ തൊഴിലാളികൾ പണിമുടക്കി. ആറുമാസം നീണ്ടുനിന്ന ആ പണിമുട ക്കിൽ ഒന്നരലക്ഷം തൊഴിലാളികൾ പങ്കെടുത്തു. 210 ലക്ഷം തൊഴിൽ ദിവസങ്ങൾ നഷ്ടമായി.തൊഴിലാളികളുടെ വർഗബോധം ഉയർത്തുന്ന തിൽ ആ പണിമുടക്ക് വമ്പിച്ച പങ്ക് വഹിച്ചു. ടെക്സ്റ്റൈൽ തൊഴിലാളി കളുടെ വിപ്ലവ ട്രേഡ് യൂണിയനായ ഗിർണികാംഗാർ യൂണിയൻ സ്ഥാപി തമായി. 1929 ജനുവരിയിൽ അതിന്റെ അംഗസംഖ്യ 370 ൽനിന്ന് 65,000 ആയി ഉയർന്നു. രാജ്യത്തെ പല വ്യവസായ കേന്ദ്രങ്ങളിലെയും തൊഴി ലാളികളും റയിൽവെ തൊഴിലാളികളും പണിമുടക്കിയ ടെക്സ്റ്റൈൽ തൊഴിലാളികളോട് ഐക്യദാർഢ്യം പ്രഖ്യാപിച്ചു. ഇതോടൊപ്പം രാജ്യത്തെ കൂടുതൽ കേന്ദ്രങ്ങളിൽ പണിമുടക്കുകൾ നടന്നു. അതിൽ അഞ്ചുലക്ഷം തൊഴിലാളികൾ പങ്കെടുത്തു. അവ തികച്ചും രാഷ്ട്രീയ പ്രകടനങ്ങളായിരുന്നു. പൂർണ സ്വാതന്ത്ര്യമെന്ന ആവശ്യമായിരുന്നു പ്രധാനമായും ഉന്നയിച്ചത്.

ഈ വർഷങ്ങളിൽ ഇന്ത്യയിലെ പല പ്രദേശങ്ങളിലും കൃഷിക്കാരുടെ ഉശിരൻ നാടുവാഴിത്ത വിരുദ്ധ കൊളോണിയൽ വിരുദ്ധ സമരങ്ങളും നടന്നു. ബ്രിട്ടീഷ് ഭരണാധികാരികളെ വെല്ലുവിളിച്ച് വളർന്ന കർഷക–തൊഴിലാളി പ്രക്ഷോഭസമരങ്ങളെ തകർക്കുകയെന്നതായിരുന്നു മീറത് ഗൂഡാലോചനക്കേസിന്റെ ലക്ഷ്യം. കേസിന്റെ വിചാരണ നാലുമാസം നീണ്ടുനിന്നു. കമ്യൂണിസ്റ്റുകാരുടെ പ്രവർത്തനങ്ങൾക്ക് തടയിടുന്നതിൽ അവർ താൽക്കാലികമായി വിജയിച്ചു. എങ്കിലും കമ്യൂണിസം, കാർഷിക വിപ്ലവം, പൂർണ്ണസ്വാതന്ത്ര്യം എന്നീ ആശയ പ്രചാരണത്തിന് അത് നൽകിയ സംഭാവന ചെറുതല്ല. പതിനെട്ട് കമ്യൂണിസ്റ്റുകാരും മറ്റുള്ളവരും കോടതിയിൽ നടത്തിയ പ്രസ്താവന ബ്രിട്ടീഷ് ഗവൺമെന്റിനെ പ്രതിക്കൂട്ടിൽ കയറ്റി നിർത്തി. മാത്രമല്ല ദശലക്ഷക്കണക്കിന് തൊഴിലാളികളുടെയും കൃഷിക്കാരുടെയും മറ്റധ്വാനിക്കുന്ന ജനവിഭാഗങ്ങളുടെയും അനുഭാവവും അഭിനന്ദനവും നേടിയെടുക്കാൻ അതിന് കഴിഞ്ഞു. ബ്രിട്ടീഷ് സാമ്രാജ്യത്വത്തെ കെട്ടുകെട്ടിക്കാനും പൂർണസ്വാതന്ത്ര്യത്തിനും വേണ്ടി പോരാടുമെന്ന അവരുടെ പ്രഖ്യാപനം ഇന്ത്യൻ ദേശാഭിമാനികളുടെ ഹൃദയം കവർന്നു. ദേശീയ സ്വാതന്ത്ര്യത്തിന്റെ ഏറ്റവും വലിയ ചാമ്പ്യൻമാരെ അവർ കമ്യൂണിസ്റ്റുകാരിൽ കണ്ടെത്തി. കമ്യൂണിസ്റ്റുകാർ കോടതിയെ ഒരു രാഷ്ട്രീയവേദിയായി ഉപയോഗിച്ചു. ബ്രിട്ടീഷ് കൊളോണിയലിസ്റ്റുകൾക്കെതിരെ പൊരുതേണ്ടതിന്റെ ആവശ്യകത വിശദീകരിച്ചു. രാജ്യത്തിന്റെ പൂർണസ്വതന്ത്ര്യത്തിന് വാദിച്ചു. കമ്യൂണിസ്റ്റാശയങ്ങൾ വിളംബരം ചെയ്തു. തങ്ങൾ എന്തുകൊണ്ടാണ് ബ്രിട്ടീഷ് കൊളോണിയലിസ്റ്റുകൾക്കെതിരായ പോരാട്ടത്തിനിറങ്ങിത്തിരിച്ചതെന്ന് കോടതിയിൽ സമർപ്പിച്ച പ്രസ്താവനയിൽ വ്യക്തമാക്കി. വിചാരണയുടെ അവസാനം പതിനെട്ട് കമ്യൂണിസ്റ്റ് രാഷ്ട്രീയത്തടവുകാർ സംയുക്ത പ്രസ്താവനയുമായി രംഗത്തുവന്നു. തങ്ങളുടെ നിലപാട് അവരതിൽ വ്യക്തമാക്കി. അങ്ങനെ ബ്രിട്ടീഷ് സാമ്രാജ്യത്വ തകർച്ചയുടെ ചരിത്രപരമായ അനിവാര്യത എന്ന ആശയവും മാർക്സിസം–ലെനിനിസവും ജനങ്ങൾക്കിടയിൽ എത്തിക്കുന്നതിന് വിചാരണവേളയിൽ കമ്യൂണിസ്റ്റുകാർ നടത്തിയ ഐതിഹാസിക പ്രസ്താവന വഹിച്ച പങ്ക് ചെറുതല്ല. പുതിയ ആശയങ്ങളിലേക്ക് ജനങ്ങളുടെ ഭാവനയെ തിരിച്ചുവിടാൻ മീറത് വിചാരണ അത്യധികം സഹായിച്ചുവെന്ന് തന്റെ ആത്മകഥയിൽ നെഹ്റു രേഖപ്പെടുത്തി.

മീറത് വിചാരണ നടക്കുന്നതിനിടയിൽ 1930–ൽ 'കർമപരിപാടി' എന്നൊരു കരടുപരിപാടി സി പി ഐ അവതരിപ്പിച്ചു. കമ്യൂണിസ്റ്റ് ഇന്റർനാഷണലിന്റെ മുഖപത്രമായ *ഇംപ്രെകോർ* അത് പ്രസിദ്ധീകരിച്ചു. മാർക്സിസം ലെനിനിസത്തെ അടിസ്ഥാനപ്പെടുത്തിയ ആ രേഖ ബൂർഷ്വാ ഫ്യൂഡൽ വീക്ഷണ നയവുമായി ബന്ധം ഛേദിച്ചു. സാമ്രാജ്യത്വവിരുദ്ധ സമരത്തിന്റെ വിജയത്തെ കാർഷിക വിപ്ലവവുമായും സാമൂഹ്യവും മതപരവുമായ പഴയ വ്യവസ്ഥ അടിച്ചേൽപ്പിച്ച എല്ലാ അസമത്വ

ങ്ങളും അവസാനിപ്പിക്കുന്നതുമായും കണ്ണി ചേർത്തു. പൈതൃകമായ എല്ലാ അസമത്വങ്ങൾക്കുമെതിരെ കർമപരിപാടി തുറന്ന യുദ്ധം പ്രഖ്യാപിച്ചു. ഈ യുദ്ധത്തെ സാമ്രാജ്യത്വ വിരുദ്ധ സമരവുമായി ബന്ധപ്പെടുത്തി. എല്ലാ വിഭാഗങ്ങളോടും സ്വാതന്ത്ര്യസമരത്തിൽ അണിനിരക്കാൻ ആഹ്വാനം ചെയ്തു. ഇന്ത്യൻ ജനതയുടെ എല്ലാ വിഭാഗങ്ങളുടെയും പ്രശ്നങ്ങളുൾക്കൊള്ളുന്നതും ബ്രിട്ടീഷ് ഭരണം അവസാനിപ്പിക്കാൻ വിപ്ലവസമരത്തിന്റെ അടിയന്തരാവശ്യം വിളിച്ചോതുന്നതുമായ ഇത്തരമൊരു വിപ്ലവകരമായ രേഖ ഇന്ത്യ അതിനുമുമ്പ് കണ്ടിട്ടില്ല.

കർമപരിപാടി പ്രഖ്യാപിച്ചു:

> ഇന്ത്യയുടെ അടിമത്തം അവസാനിപ്പിക്കാനും കടുത്ത ദാരിദ്ര്യത്തിൽനിന്ന് തൊഴിലാളിവർഗത്തെയും കൃഷിക്കാരെയും മോചിപ്പിക്കാനും രാജ്യത്തിന്റെ സ്വാതന്ത്ര്യം നേടിയെടുക്കുകയും കാർഷിക വിപ്ലവത്തിന്റെ കൊടിക്കൂറ ഉയർത്തിപ്പിടിക്കുകയും ചെയ്യേണ്ടത് അങ്ങേയറ്റം അനിവാര്യവാണ്. കാർഷിക വിപ്ലവം മധ്യകാലം മുതൽ നിലനിന്നുപോരുന്ന ഭൂപ്രഭുത്വവ്യവസ്ഥ തകർക്കുകയും മധ്യകാലത്തെ ചപ്പുചവറുകളിൽനിന്ന് ഭൂമിയെ ശുദ്ധീകരിക്കുകയും ചെയ്യും. ബ്രിട്ടീഷ് മുതലാളിത്തത്തിനും ഭൂപ്രഭുത്വത്തിനും എതിരായ കാർഷിക വിപ്ലവമായിരിക്കണം ഇന്ത്യയുടെ വിപ്ലവകരമായ മോചനത്തിന്റെ അടിസ്ഥാനം.

ഇത് കോൺഗ്രസോ അല്ലെങ്കിൽ മറ്റേതെങ്കിലും രാഷ്ട്രീയ പാർട്ടിയോ വെച്ചുപുലർത്തിയ കാഴ്ചപ്പാടിൽ നിന്ന് തികച്ചും വ്യത്യസ്തമായിരുന്നു. ബാങ്കുകൾ, ഫാക്ടറികൾ, റയിൽവെ, ജലഗതാഗതം എന്നിവ ദേശസാൽക്കരിക്കണമെന്ന് ഇതാവശ്യപ്പെട്ടു. നാട്ടുരാജ്യ വ്യവസ്ഥ അവസാനിപ്പിക്കുക; ഭൂപ്രഭുക്കൾ, നാട്ടുരാജാക്കന്മാർ പള്ളികൾ, ബ്രിട്ടീഷ് ഉദ്യോഗസ്ഥർ എന്നിവരുടെ ഭൂമികളും വനഭൂമികളും പ്രതിഫലം കൂടാതെ കണ്ടുകെട്ടുക; അടിമ സ്വഭാവത്തോടുകൂടിയ കരാറുകളും ഹുണ്ടികക്കാർക്കും ബാങ്കുകൾക്കുമുള്ള കടങ്ങളും റദ്ദാക്കുക എന്നീ ആവശ്യങ്ങളും ഉന്നയിച്ചു. ജോലിസമയം എട്ടുമണിക്കൂറാക്കി നിജപ്പെടുത്തണമെന്നും തൊഴിലാളികളുടെ സ്ഥിതി ഗണ്യമായി മെച്ചപ്പെടുത്തണമെന്നും ആവശ്യപ്പെട്ടു. ബ്രിട്ടീഷ് ഗവൺമെന്റും ഇന്ത്യൻ പിന്തിരിപ്പൻമാരും സാമുദായിക സംഘർഷം സൃഷ്ടിക്കുന്നതിനെതിരെ കർമപരിപാടി മുന്നറിയിപ്പ് നൽകി. വിവിധ ദേശീയ ജനവിഭാഗങ്ങളിൽപെട്ടവരെയും മതവിശ്വാസികളെയും പ്രകോപിപ്പിച്ച് തമ്മിലടിപ്പിക്കാനാണ് അവർ ശ്രമിക്കുന്നതെന്ന് പരിപാടി ചൂണ്ടിക്കാട്ടി. തൊട്ടുകൂടായ്മയെയും ജാതിവ്യവസ്ഥയെയും അപലപിച്ച കർമപരിപാടി അവ രണ്ടും അവസാനിപ്പിക്കണമെങ്കിൽ രാജ്യത്തെ നാടുവാഴിത്ത വ്യവസ്ഥ തകർക്കണമെന്ന് അഭിപ്രായപ്പെട്ടു. കോൺഗ്രസ് നേതാക്കൾ കൈക്കൊണ്ട സമീപനത്തെ ഇതുമായി താര

തമ്യപ്പെടുത്തി നോക്കുക. അവർ ആ പ്രശ്നത്തെ ഹിന്ദു സാമൂഹ്യ പരിഷ്കരണ പ്രശ്നമായാണ് കണ്ടത്. ഈ 'അസ്പൃശ്യ'രുടെ അണികളിൽനിന്ന് വന്ന ഉശിരൻ നേതാക്കൾപോലും തങ്ങളുടെ പോരാട്ടത്തെ ഭൂപ്രഭുത്വത്തിനും നാടുവാഴിത്തത്തിനും എതിരായ പോരാട്ടവുമായി കൂട്ടിയിണക്കുന്നതിൽ പരാജയപ്പെട്ടു.

കർമപരിപാടി ഇന്ത്യൻ സ്വാതന്ത്ര്യസമരത്തെ തൊഴിലാളിവർഗത്തിന്റെ സാർവദേശീയ സമരവുമായി ഇദം പ്രഥമമായി കണ്ണിചേർത്തു. പൊതു ശത്രുവിനെതിരെ കമ്യൂണിസ്റ്റ് പാർട്ടിയുടെ നേതൃത്വത്തിൽ ലോകവ്യാപകമായി നടക്കുന്ന പോരാട്ടത്തെക്കുറിച്ച് ജനങ്ങളെ ബോധവാൻമാരാക്കി; ദേശീയ വിമോചനപ്രസ്ഥാനങ്ങളുടെ ചരിത്രത്തിൽ മഹത്തായ ഒക്ടോബർ വിപ്ലവം ഒരു പുതുയുഗം ഉദ്ഘാടനം ചെയ്തിരിക്കുകയാണെന്ന് ചൂണ്ടിക്കാട്ടി.

വളരെ ശരിയായ ഒരു പരിപാടി മുമ്പോട്ടുവെച്ച കർമപരിപാടിയിൽ ഇന്ത്യൻ ബൂർഷ്വാസിയുടെ പങ്കിനെക്കുറിച്ച് ഗുരുതരമായ തെറ്റുകളും തെറ്റായ ധാരണകളും അടങ്ങിയിരുന്നു. അവയാകട്ടെ, ആറാം കോൺഗ്രസ് അംഗീകരിച്ച കൊളോണിയൽ തീസിസിലെ ധാരണയിൽനിന്ന് പകർന്നുകിട്ടിയതാണുതാനും.

ഇത് നോക്കുക:

> ഭൂപ്രഭുത്വവുമായും ഹുണ്ടികക്കാരുമായും ബന്ധമുള്ളതുകൊണ്ടും അധ്വാനിക്കുന്ന ജനവിഭാഗങ്ങളുടെ വിപ്ലവകരമായ കലാപചിന്തയാൽ ഭയചകിതരായും മുതലാളിത്തവർഗം വളരെ മുമ്പുതന്നെ രാജ്യത്തിന്റെ സ്വാതന്ത്ര്യത്തിനുവേണ്ടിയുള്ള സമരത്തെയും കാർഷിക പ്രശ്നത്തിന് സമൂലപരിഹാരം കാണുന്നതിനെയും വഞ്ചിച്ചിരിക്കയാണ്. നമ്മുടെ മഹത്തായ ജനത ഇപ്പോഴും നാഷണൽ കോൺഗ്രസിനെ സംബന്ധിച്ച വ്യാമോഹം വെച്ചുപുലർത്തുന്നുവെന്നതും നമ്മുടെ രാജ്യത്തെ അധ്വാനിക്കുന്ന ജനവിഭാഗത്തിന്റെ മൗലിക താൽപര്യങ്ങൾക്കെതിരെ പ്രവർത്തിക്കുന്ന മുതലാളിമാരുടെ വർഗസംഘടനയെയാണ് അത് പ്രതിനിധാനം ചെയ്യുന്നതെന്നുമാണ് ഇന്ത്യൻ വിപ്ലവത്തിന്റെ വിജയത്തിനുമുന്നിലുള്ള ഏറ്റവും വലിയ ഭീഷണി.

കർമപരിപാടിയിൽ തുടർന്ന് പറയുന്നു:

> വിപ്ലവകരമായ വായാടിത്തത്തിന്റെ മറവിൽ ജവഹർലാൽ നെഹ്റു, ബോസ്, ഗിൻവാല തുടങ്ങിയവരുടെ നേതൃത്വത്തിൽ നാഷണൽ കോൺഗ്രസിലെ ഇടതുപക്ഷക്കാർ നടത്തുന്ന പ്രക്ഷോഭമാണ് ഇന്ത്യൻ വിപ്ലവത്തിന്റെ വിജയത്തിനുമുമ്പിലുള്ള ഏറ്റവും ഉപദ്രവകാരിയും ആപൽക്കരവുമായ തടസം. ജനങ്ങൾക്കിടയിൽ ആശയക്കുഴപ്പം സൃഷ്ടിക്കുകയും ജനങ്ങളുടെ വിപ്ലവകരമായ സമ

രങ്ങളെ അസംഘടിതമാക്കുകയും ചെയ്യുകയെന്ന ബൂർഷ്വാ നയം പിന്തുടരുകയും ബ്രിട്ടീഷ് സാമ്രാജ്യത്വവുമായി ധാരണയുണ്ടാക്കാൻ കോൺഗ്രസിനെ സഹായിക്കുകയും ചെയ്യുകയാണവർ.

'ഇടതുപക്ഷ' ദേശീയ പരിഷ്കരണവാദികളെ പാർട്ടിയിൽനിന്നും ജനസാമാന്യത്തിൽ നിന്നും കൃഷിക്കാരിൽനിന്നും ഒറ്റപ്പെടുത്തുന്നതിന് അവർക്കെതിരെ നിഷ്ഠൂര പോരാട്ടം നടത്തേണ്ടതിന്റെ ആവശ്യകതയ്ക്ക് കർമപരിപാടി ഊന്നൽ നൽകി. സാമ്രാജ്യത്വത്തിനും ഭൂപ്രഭുക്കൾക്കും ഹുണ്ടികക്കാർക്കും മുതലാളിമാർക്കുമെതിരെ ഐക്യമുന്നണി രൂപീകരിക്കാൻ അധ്വാനിക്കുന്നവരോട് അത് ആഹ്വാനം ചെയ്തു. അതുകൊണ്ടുതന്നെ അതിന്റെ ലക്ഷ്യം സാമ്രാജ്യത്വവിരുദ്ധ ഐക്യമുന്നണിക്കു പകരം സാമ്രാജ്യത്വത്തിനും നാടുവാഴിത്തത്തിനും മുതലാളിത്തത്തിനും എതിരെ മുന്നണി രൂപീകരിക്കുകയെന്നതായി മാറി. അതിനാൽ സോവിയറ്റ് അധികാരം സ്ഥാപിക്കുകയാണ് തങ്ങളുടെ ലക്ഷ്യമെന്ന് കർമപരിപാടി പ്രഖ്യാപിച്ചത് ആകസ്മികമല്ല.

ഈ ധാരണ 1930–32 ൽ സെക്ടേറിയൻ സമീപനം സ്വീകരിക്കുന്നതിന് ഇടയാക്കി. അത് ജനങ്ങൾക്കിടയിൽ പാർട്ടിയുടെ പ്രതിഛായയ്ക്ക് മങ്ങലേൽപ്പിച്ചു. അതിന്റെ വിപ്ലവകരമായ വീക്ഷണത്തെ സംബന്ധിച്ച് തെറ്റിദ്ധാരണയുണ്ടാക്കുന്നതിന് അത് വഴിവച്ചു. 1934 ൽ പരിപാടി സംബന്ധമായ ഒരു രേഖ പാർട്ടി അംഗീകരിച്ചതോടെ ഈ തെറ്റുകൾ തിരുത്തി.

മീററ്റ് ഗൂഢാലോചനക്കേസിലെ പ്രതികൾക്ക് കർമപരിപാടി ലഭിച്ചിരുന്നു. കമ്യൂണിസ്റ്റ് ഇന്റർനാഷണലിന്റെ ആറാം കോൺഗ്രസ് വിഭാവനം ചെയ്തതുപോലെ സോവിയറ്റ റിപ്പബ്ളിക്കിന്റെ രൂപത്തിൽ തൊഴിലാളി കർഷക സർവാധിപത്യം സ്ഥാപിക്കുകയാണ് ഇന്ത്യൻ കമ്യൂണിസ്റ്റുകാരുടെ കടമയെന്ന് അവർ തങ്ങളുടെ പ്രസ്താവനയിൽ എഴുതിവെച്ചിരുന്നുവെങ്കിലും ഇന്ത്യയിലെ അടിയന്തരകടമ സോവിയറ്റുകൾ രൂപീകരിക്കുകയല്ലെന്ന് താക്കീത് നൽകിയിരുന്നു. പൊതു സമീപനത്തിലും നിഗമനങ്ങളിലും പുറത്തുള്ള കമ്യൂണിസ്റ്റുകാരെക്കാൾ അവർ കുറെകൂടി മിതത്വം പാലിച്ചു. പ്രസ്താവനയിൽ ചൂണ്ടിക്കാട്ടി:

> ഇന്ത്യയെപ്പോലുള്ള കൊളോണിയൽ രാജ്യങ്ങളിൽ തൊഴിലാളി വർഗ വിപ്ലവത്തിന് മുമ്പ് നടക്കുന്ന വിപ്ലവം ബൂർഷ്വാ ജനാധിപത്യ വിപ്ലവത്തിന്റെ സ്വാഭാവത്തിലുള്ളതായിരിക്കുമെന്ന് ഞങ്ങൾക്ക് ബോധ്യമുണ്ട്. ആ വിപ്ലവം പൂർത്തിയാകുന്നതോടെ ബ്രിട്ടീഷ് സാമ്രാജ്യത്വ നിയന്ത്രണത്തിൽനിന്ന് ഇന്ത്യക്ക് പൂർണ സ്വാതന്ത്ര്യം ലഭിക്കുകയും നാടുവാഴിത്ത-നാടുവാഴിത്തപൂർവ സാമൂഹ്യസംഘടനകൾ പൂർണമായി റദ്ദാക്കപ്പെടുകയും ചെയ്യും. തന്മൂലം ഇവിടെ ഒരു സ്വതന്ത്ര ജനാധിപത്യ റിപ്പബ്ളിക് സ്ഥാപിതമാകും.

മൂന്ന് പാർട്ടികളുടെ കത്ത്

പുറത്തുള്ള പാർട്ടി സംഘടനയുടെ സ്ഥിതി തീരെ തൃപ്തികരമല്ലായിരുന്നു. ഇന്ത്യയിലെ കമ്യൂണിസ്റ്റ് പ്രസ്ഥാനത്തെ സഹായിക്കുകയെന്ന ഉദ്ദേശ്യത്തോടെ ചൈനയിലെയും ബ്രിട്ടനിലെയും ജർമനിയിലെയും കമ്യൂണിസ്റ്റ് പാർട്ടികൾ സി പി ഐ ക്ക് ഒരു തുറന്ന കത്തെഴുതി. അതിൽ പറഞ്ഞ പ്രധാന സംഗതികൾ ഇവയായിരുന്നു:

> കമ്യൂണിസ്റ്റ് പ്രസ്ഥാനത്തിന്റെ പൊതു ചിത്രം തൃപ്തികരമല്ല. മറുവശത്ത് തൊഴിലാളി പ്രസ്ഥാനം അഭൂതപൂർവമായി വളർന്നു. കമ്യൂണിസ്റ്റ് പാർട്ടിയാണെങ്കിൽ ഇപ്പോഴും ദുർബലമായ ചെറു സംഘങ്ങൾ (അവയുടെ എണ്ണം വർധിച്ചുകൊണ്ടിരിക്കുകയാണെങ്കിലും) അടങ്ങിയതാണ്. ആ സംഘങ്ങൾ പരസ്പരം ബന്ധമില്ലാതെ, രാഷ്ട്രീയമായി യോജിപ്പില്ലാതെ, പലപ്പോഴും ജനങ്ങളിൽ നിന്ന് ഒറ്റപ്പെട്ടുകിടക്കുകയാണ്. ചിലേടങ്ങളിൽ അവയെ ദേശീയ പരിഷ്കരണവാദത്തിൽനിന്ന് വ്യക്തമായി തിരിച്ചറിയാൻപോലും കഴിയില്ല. കാരണം, ദേശീയ പരിഷ്കരണവാദത്തോട് അനുരഞ്ജനാത്മകമായ ഒരു സമീപനമാണ് അവ സ്വീകരിക്കുന്നത്. ഒരു ഏകീകൃത കമ്യൂണിസ്റ്റ് പാർട്ടിക്കുവേണ്ടി സമരം ചെയ്യുന്നതിനുപകരം പ്രാദേശികവാദം, പ്രവിശ്യാവാദം എന്നിവയിൽ കുടുങ്ങിക്കിടക്കുകയാണവർ. ബഹുജനങ്ങളിൽ നിന്ന് അവർ സ്വയം ഒറ്റപ്പെടുന്നതും നാം കാണുന്നു. 1930 ൽ ഇങ്ങനെ സംഭവിക്കുന്നത് ഒരളവുവരെ നമുക്ക് മനസ്സിലാക്കാം. എന്നാൽ ഇപ്പോഴത് വിപ്ലവ തൊഴിലാളി വർഗ പ്രസ്ഥാനത്തിന് മുഖ്യവിപത്തായിത്തീർന്നിരിക്കുന്നു. കമ്യൂണിസ്റ്റ് മുന്നണിപ്പടയുടെ നിലയിൽനിന്ന് അവർ വളരെ പിറകിലാണ്. ആ അവസ്ഥ അതിവേഗത്തിലും ഖണ്ഡിതമായും അവർ തരണം ചെയ്യണം. സി പി ഐ യുടെ കർമപരിപാടിയിൽ അടിയുറച്ചുനിൽക്കുന്ന സത്യസന്ധരായ കമ്യൂണിസ്റ്റ് വിപ്ലവകാരികളുടെ പ്രഥമവും സുപ്രധാനവുമായ കടമ ഇതാണ്.
>
> ഒരു സജീവ രാഷ്ട്രീയശക്തി എന്ന നിലയിൽനിന്ന് ജനകീയ പ്രസ്ഥാനത്തിന്റെ നേതാവായി ഇപ്പോൾ തൊഴിലാളിവർഗത്തെ മാറ്റിയെടുക്കണമെങ്കിൽ സ്വാതന്ത്ര്യസമരത്തിന്റെ വഞ്ചകൻമാരെന്ന നിലയിൽ ബൂർഷ്വാ നാഷണൽ കോൺഗ്രസിനെയും അതിന്റെ 'ഇടതുപക്ഷ'ത്തുനിൽക്കുന്ന ബോസ്, കണ്ടേൽകർ, റോയി തുടങ്ങിയവരെയും തുറന്നുകാട്ടണം. ദേശീയ പരിഷ്കരണവാദികൾക്കെതിരായ വിട്ടുവീഴ്ചയില്ലാത്ത സമരത്തിൽ കമ്യൂണിസ്റ്റ് പാർട്ടി ഏറ്റവും ഊർജ്ജസ്വലമായ പങ്ക് വഹിച്ചെങ്കിൽ മാത്രമേ രാജ്യത്തിന് സ്വാതന്ത്ര്യം കൈവരിക്കയുള്ളൂ.
>
> ഇതൊക്കെയാണെങ്കിലും ഇടതുപക്ഷ 'ദേശീയ പരിഷ്കരണവാ

> ദി'കൾക്കെതിരെ സമരം ചെയ്യുമ്പോൾ ജനങ്ങളുടെ സമരങ്ങളിൽനിന്ന് നാം വിട്ടുനിൽക്കുന്നത് ശരിയല്ല. ജനങ്ങൾ നാഷണൽ കോൺഗ്രസിന് പിന്നിൽ അണിനിരന്നതായാണ് കാണുന്നത്. ബൂർഷ്വാ കോൺഗ്രസ് നേതൃത്വം, കോൺഗ്രസിന്റെ വഞ്ചനാപരമായ സ്വാഭാവം മനസിലാക്കാതെ അതിനെ പിന്തുടരുന്ന തൊഴിലാളികളും കൃഷിക്കാരും പട്ടണങ്ങളിലെ പെറ്റിബൂർഷ്വാസിയിൽപ്പെട്ട വിപ്ലവശക്തികൾ എന്നിവ തമ്മിലുള്ള വ്യത്യാസം നാം കാണണം. തങ്ങളുടെ അടിമത്തത്തിന് കാരണം ബ്രിട്ടീഷ് സാമ്രാജ്യത്വത്തിന്റെ ആധിപത്യമാണെന്ന് അവർ നല്ലതുപോലെ മനസ്സിലാക്കിയിട്ടാണ് നാഷണൽ കോൺഗ്രസിനു പിന്നിൽ അണിനിരക്കുന്നത്. അതിനാൽ നാഷണൽ കോൺഗ്രസ് സംഘടിപ്പിക്കുന്ന എല്ലാ ബഹുജന പ്രകടനങ്ങളിലും കമ്യൂണിസ്റ്റുകാർ പങ്കെടുക്കണം. അങ്ങനെ ചെയ്യുമ്പോൾതന്നെ സ്വന്തം മുദ്രാവാക്യങ്ങളും പ്രക്ഷോഭ പരിപാടികളുമായി കമ്യൂണിസ്റ്റുകാർ മുന്നോട്ടുവരണം.

കർമപരിപാടിയിലെയും ആറാം കോൺഗ്രസ് തീസിസിലെയും ധാരണയെയാണ് കത്ത് മുഖ്യാവലംബമായി എടുത്തത് എന്ന് വ്യക്തം. അതിലെ ഒരു കാര്യത്തിൽ മാത്രമേ വ്യത്യാസമുള്ളൂ; നാഷണൽ കോൺഗ്രസ് സംഘടിപ്പിക്കുന്ന ബഹുജനസമരങ്ങളിൽ പങ്കെടുക്കേണ്ടതിന്റെ ആവശ്യകതക്ക് കത്ത് ഊന്നൽ നൽകി. മുഖ്യധാരയിൽനിന്ന് ഒറ്റപ്പെട്ടുപോകാൻ കമ്യൂണിസ്റ്റ് പാർട്ടിയെ അനുവദിക്കരുതെന്ന് അതിൽ മുന്നറിയിപ്പ് നൽകി. പാർട്ടി ഐക്യത്തിന് അത് അടിവരയിട്ടുവെന്നതിൽ സംശയമില്ല. എങ്കിലും തെറ്റുകൾ തിരുത്തുന്നതിൽ ഈ കത്തിന് കാര്യമായ പങ്ക് വഹിക്കാൻ കഴിഞ്ഞില്ല.

ജനങ്ങളെ വീണ്ടും വിഡ്ഢികളാക്കുന്നതിന് കോൺഗ്രസ് സ്വീകരിച്ച പുത്തൻ ഇടതുപക്ഷ നടപടികളെക്കുറിച്ച് കത്തിൽ പറയുന്നുണ്ട്, അഖിലേന്ത്യാതലത്തിൽ ഒരു നിയമവിരുദ്ധ കേന്ദ്രീകൃത കമ്യൂണിസ്റ്റ് പാർട്ടി, ആശയപരമായും സംഘടനാപരമായും യോജിച്ചുനിൽക്കുന്ന കമ്യൂണിസ്റ്റ് പാർട്ടി, സാധാരണക്കാരുടെ നല്ലൊരു വിഭാഗമടങ്ങുന്ന കമ്യൂണിസ്റ്റ് പാർട്ടി; ഈ മുദ്രാവാക്യം കത്ത് മുന്നോട്ടുവെച്ചു. സി പി ഐയുടെ കർമപരിപാടിക്കും കമ്യൂണിസ്റ്റ് ഇന്റർനാഷണലിന്റെ പരിപാടിക്കും വേണ്ടി പോരാടുകയെന്നതായിരിക്കണം അതിന്റെ കേന്ദ്ര മുദ്രാവാക്യം.

മൂന്ന് കമ്യൂണിസ്റ്റ് പാർട്ടികളുടെ ഈ കത്തിനെ തുടർന്ന് 1933 ജൂലായ് 16 ന് ചൈനീസ് കമ്യൂണിസ്റ്റ് പാർട്ടി ഇന്ത്യൻ കമ്യൂണിസ്റ്റുകാർക്ക് ഒരുതുറന്ന കത്തെഴുതി. അതിൽ പറഞ്ഞു:

> ബൂർഷ്വാസിയുടെ അനുരഞ്ജനാത്മക നിലപാടിന്റെ ഫലമായി എല്ലാ വിഭാഗങ്ങളെയും ഉൾപ്പെടുത്തിക്കൊണ്ടുള്ള ദേശീയ ഐക്യമുന്നണി എന്ന അടവ് സാമ്രാജ്യത്വവിരുദ്ധ – കാർഷിക വിപ്ലവത്തിന്റെ ആദ്യഘട്ടങ്ങളിൽപോലും, ഇന്ത്യയിൽ നടപ്പാക്കാൻ കഴി

ഞ്ഞില്ല. ഇന്ത്യയിലേത് തൊഴിലാളികളുടെ വിപ്ലവചേരിയുടെയും പെറ്റിബൂർഷ്വാസിയുടെ അടിസ്ഥാന ജനവിഭാഗങ്ങളുടെയും ഒരു നയപ്രശ്നം മാത്രമായിരിക്കാനേ ഇടയുള്ളൂ.

കോൺഗ്രസ് സംഘടിപ്പിക്കുന്ന ബഹുജനസമരങ്ങളിൽ പങ്കെടുക്കുന്നതിന് അത് ഊന്നൽ നൽകി. കമ്യൂണിസ്റ്റ് പ്രസ്ഥാനത്തെ ഏകോപിപ്പിക്കുന്നതിന് അഭ്യർത്ഥിച്ചു. "അഖിലേന്ത്യാ കമ്യൂണിസ്റ്റ് പാർട്ടി രൂപീകരണത്തിലേക്ക് മുന്നോട്ട്" എന്ന മുദ്രാവാക്യത്തോടെയാണ് കത്ത് ഉപസംഹരിച്ചത്. ഈ രണ്ട് കത്തുകളും അവയിൽ ഗുരുതരമായ സെക്ടേറിയൻ പിശകുകളുണ്ടെങ്കിൽപോലും, പാർട്ടി കെട്ടിപ്പടുക്കുകയും ബഹുജന പ്രക്ഷോഭങ്ങളിൽ പങ്കെടുക്കുകയും ചെയ്യുന്നതിന് ശരിയായ നിലയിൽ ഊന്നൽ നൽകി.

1933 ആഗസ്തിൽ മിക്ക മീറത് തടവുകാരും മോചിതരായി. അതേ വർഷം ഡിസംബറിൽ ഒരു താൽക്കാലിക കേന്ദ്രകമ്മിറ്റി രൂപീകൃതമായി. അതൊരു രാഷ്ട്രീയ തീസിസ് അംഗീകരിച്ച (1934 ജൂലൈയിൽ അത് ഇംപ്രെകോറിൽ പ്രസിദ്ധീകരിച്ചു) കർമ്മപരിപാടിയുടെ അടിസ്ഥാനത്തിലായിരുന്നു തീസിസ് തയ്യാറാക്കിയത്. കുറച്ചൊക്കെ വ്യത്യസ്തമായ ഒരു സ്ഥിതിഗതിയാണ് അവർ അഭിമുഖീകരിച്ചത്. ഇതിനിടയിൽ ദേശീയരംഗത്ത് കോൺഗ്രസ് ഗാന്ധി ഇർവിൻ കരാർ അംഗീകരിച്ചു. ഇംഗ്ലണ്ടിലെ വട്ടമേശ സമ്മേളനത്തിൽ പങ്കെടുത്തു. ഇത് കോൺഗ്രസ് അണികളെ നിരാശരാക്കി മറുവശത്ത് ഗവൺമെന്റിന് അത് ആശ്വാസം നൽകി. പണിമുടക്കുകളുടെ എണ്ണം 1930–31–ൽ വർധിച്ചതിനുശേഷം 32 ൽ അൽപം കുറഞ്ഞു. 33 ൽ വീണ്ടും കുറഞ്ഞു. പ്രധാന നേതാക്കളൊക്കെ ജയിലിലാണെങ്കിലും 'കമ്യൂണിസ്റ്റ് ഭീഷണി' നിലനിൽക്കുന്നുവെന്ന് മാത്രമല്ല തീഷ്ണമാവുകതന്നെ ചെയ്തുവെന്ന് ഗവൺമെന്റിന് അംഗീകരിക്കേണ്ടിവന്നു. 1934 ൽ പണിമുടക്കുകളുടെ എണ്ണം വീണ്ടും വർധിച്ചു. അക്കൊല്ലം 2,20,808 തൊഴിലാളികൾ പണിമുടക്കി. അതിന്റെ ഫലമായി നഷ്ടപ്പെട്ട തൊഴിൽ ദിവസങ്ങൾ 47,75,559 മുൻവർഷത്തെ അപേക്ഷിച്ച് ഇത് ഇരട്ടിയിലും അധികമാണ്. ജയിൽ മോചിതരായ കമ്യൂണിസ്റ്റ് നേതാക്കളിൽ പലരും വീണ്ടും അറസ്റ്റിലായി. ഗവൺമെന്റ് അവരെ ജയിലിലടച്ചു. അവസാനം 1934 ജൂലായിൽ സി പി ഐ യെത്തന്നെ നിയമവിരുദ്ധമാക്കി.

ഇവിടെ ഒരു കാര്യം സമ്മതിക്കണം: 1929–34 കാലത്ത് ഒരു വലിയ അളവോളം ഇടതുപക്ഷ സെക്ടേറിയൻ നയമാണ് പാർട്ടി പിന്തുടർന്നത്. അത് നമ്മെ വളർന്നുകൊണ്ടിരുന്ന ദേശീയപ്രസ്ഥാനത്തിൽനിന്ന് അകറ്റി നിർത്തി. ട്രേഡ് യൂണിയൻ സംഘടനകളെയും അത് ശിഥിലമാക്കി. കമ്യൂണിസ്റ്റുകാരോട് അനുഭാവംവെച്ച് പുലർത്തിയ ഇടതുപക്ഷ ആഭിമുഖ്യമുള്ള വിപ്ലവകാരികളിൽ പലരും ദേശീയപ്രസ്ഥാനത്തിൽ സജീവമായി പങ്കെടുക്കുകയും ദേശീയസമരത്തിന്റെ മുൻപന്തിയിൽ നിൽക്കുകയും ചെയ്തു എന്നതാണ് ആകെകൂടി ആശ്വാസകരമായ ഒരു സംഗതി. അതിനാൽ സെക്ടേറിയൻ പിശകുകളുടെ പ്രത്യാഘാതം പ്രധാനപ്പെട്ട തൊഴി

ലാളിവർഗ കേന്ദ്രങ്ങളിൽ ഒതുങ്ങിനിന്നു. 1934 ന്റെ അവസാനത്തിലും മീറത് തടവുകാർ മോചിതരായതിനുശേഷമുള്ള വർഷങ്ങളിലും കമ്യൂണിസ്റ്റ് പാർട്ടിയിൽ ചേർന്നവർ സ്വാതന്ത്ര്യ പ്രസ്ഥാനത്തിൽനിന്ന് വന്നവരാണ്. അതുകൊണ്ടാണ് അഖിലേന്ത്യാതലത്തിൽ ഈ തെറ്റുകളിൽനിന്ന് വൻതോതിൽ മുതലെടുക്കാൻ നമ്മുടെ രാഷ്ട്രീയ പ്രതിയോഗികൾക്ക് കഴിയാതെ പോയത്.

ശരിയായ കേന്ദ്രത്തോടും വ്യക്തമായ പരിപാടിയോടും കൂടി ഒരു ഇന്ത്യൻ കമ്യൂണിസ്റ്റ് പാർട്ടി നിലവിൽ വന്നത് മീറത് തടവുകാരുടെ മോചനത്തോടെയാണ്. 1933 ഡിസംബറിൽ താൽക്കാലിക കേന്ദ്രകമ്മിറ്റി കൽക്കത്തയിൽ രൂപീകരിച്ചു. ഇന്ത്യൻ കമ്യൂണിസ്റ്റ് പാർട്ടി രൂപംകൊണ്ടുവെന്നും പാർട്ടിയെ കമ്യൂണിസ്റ്റ് ഇന്റർനാഷണലിൽ അഫിലിയേറ്റ് ചെയ്തുവെന്നും തങ്ങളുടെ മുഖപത്രമായ *ഇംപ്രെകോറിലൂടെ* 1934 ൽ കമ്യൂണിസ്റ്റ് ഇന്റർനാഷണൽ പ്രഖ്യാപിച്ചു.

1920 ൽ താഷ്കണ്ടിൽ ഇന്ത്യൻ കമ്യൂണിസ്റ്റ് പാർട്ടി രൂപംകൊണ്ടതിനെയോ വിവിധ കമ്യൂണിസ്റ്റ് ഗ്രൂപ്പുകൾ 1925 ഡിസംബറിൽ കോൺപൂരിൽ യോഗം ചേർന്നതിനെയോ ആരും നിഷേധിക്കുന്നില്ല. ഇന്ത്യൻ കമ്യൂണിസ്റ്റ് പാർട്ടിയുടെ രൂപീകരണത്തെ സഹായിച്ച ധാരകൾ അനവധിയാണ്. അവ താഴെ ചേർക്കുന്നു:

1. നാടുകടത്തപ്പെടുകയോ രാജ്യത്തിന്റെ സ്വാതന്ത്ര്യത്തിനുവേണ്ടി പോരാടാൻ ഇന്ത്യവിടുകയോ ചെയ്ത വിപ്ലവകാരികൾ വിദേശത്ത് പ്രവർത്തിക്കാൻ തുടങ്ങി. ഒക്ടോബർ വിപ്ലവത്തിന്റെ വിജയത്തിൽ അവർ ആവേശംകൊണ്ടു. അവരിൽ ചിലർ സോവിയറ്റ് യൂണിയനിൽ പോയി ലെനിനെ കണ്ടു.

2. ഖിലാഫത്തിനു പിന്തുണ നൽകി 1920–21 ൽ രാജ്യം വിട്ട മുഹിജിർമാർ താഷ്കണ്ടിൽ പോയി. അവരിൽ ചിലർ കിഴക്കൻ രാജ്യങ്ങളിലെ അധ്വാനിക്കുന്നവർക്കുവേണ്ടിയുള്ള കമ്യൂണിസ്റ്റ് യൂണിവേഴ്സിറ്റിയിൽ ചേരുകയും ഇന്ത്യയിൽ കമ്യൂണിസ്റ്റാശയങ്ങൾക്കുവേണ്ടി പ്രവർത്തിക്കുന്നതിന് തങ്ങളുടെ ജീവിതം അർപ്പിക്കുകയും ചെയ്തു. പലരും ആദ്യത്തെ കമ്യൂണിസ്റ്റ് ഗൂഢാലോചനക്കേസിൽ; പെഷവാർ ഗൂഢാലോചനക്കേസ് (1922–24) എന്ന പേരിലാണ് അതറിയുന്നത് – ഉൾപ്പെട്ടു. മൂന്ന് കേസുകളാണ് ചാർജ് ചെയ്തത്.

3. സായുധകലാപം പരാജയപ്പെട്ടശേഷം ഗദ്ദർ പാർട്ടി നേതാക്കൾ കമ്യൂണിസ്റ്റുകാരുമായി ബന്ധപ്പെട്ടു. ഒക്ടോബർ വിപ്ലവത്തിന്റ വിജയത്തിൽ ആവേശഭരിതരായ അവർ സോവിയറ്റ് യൂണിയൻ സന്ദർശിച്ച് ലെനിനെ കണ്ടു. കമ്യൂണിസ്റ്റ് ഇന്റർനാഷണലുമായി നേരിട്ട് ബന്ധം സ്ഥാപിച്ചു. വിവിധ രാജ്യങ്ങളിൽനിന്ന് വിപ്ലവകാരികളെ കിഴക്കൻ രാജ്യങ്ങളിലെ അധ്വാനിക്കുന്നവർക്കുവേ

ണ്ടിയുള്ള യൂണിവേഴ്സിറ്റികളിൽ പരിശീലനത്തിന് അയച്ചു. മിക്കവരും പഞ്ചാബുകാരായിരുന്നു.

4. നേരത്തെ ഭീകരപ്രസ്ഥാനത്തിന്റേതായ പാത അവലംബിച്ച ഇന്ത്യൻ വിപ്ലവകാരികൾ ഒക്ടോബർ വിപ്ലവത്താൽ പ്രചോദിതരായി കമ്യൂണിസ്റ്റ് പാർട്ടിയിൽ ചേർന്നു. അവരിൽ പലരും പശ്ചിമബംഗാൾ, പഞ്ചാബ്, യു പി സംസ്ഥാനക്കാരായിരുന്നു.
5. വർഗസമരം ശക്തിപ്പെടുത്തുന്നതിലൂടെയും തൊഴിലാളിവർഗത്തിനിടയിൽ രാഷ്ട്രീയബോധം സൃഷ്ടിക്കുന്നതിലൂടെയും മാത്രമേ ദേശീയ വിമോചനപ്രസ്ഥാനത്തിൽ തൊഴിലാളിവർഗത്തിന് അതിന്റേതായ പങ്ക് വഹിക്കാനും സാമൂഹ്യവിപ്ലവത്തിൽ മുന്നേറാനും കഴിയൂ. സ്വാനുഭവങ്ങളിലൂടെത്തന്നെ ഇന്ത്യയിലെ തൊഴിലാളിവർഗ പ്രസ്ഥാന നേതാക്കൾ ഈ നിഗമനത്തിൽ എത്തിച്ചേർന്നു.
6. രാജ്യത്ത് കമ്യൂണിസ്റ്റ് പ്രസ്ഥാനം വളർത്തിയെടുക്കുന്നതിൽ ബ്രിട്ടീഷ് കമ്യൂണിസ്റ്റ് പാർട്ടി നൽകിയ സംഭാവന ചെറുതല്ല. ബോംബെ, കൽക്കത്ത, തുടങ്ങിയ പ്രധാന തൊഴിലാളിവർഗ കേന്ദ്രങ്ങളിൽ കേന്ദ്രീകരിച്ച് പ്രവർത്തിക്കാൻ അവർ തങ്ങളുടെ പ്രതിനിധികളെ ഇന്ത്യയിലേക്കയച്ചു. അവരിൽ മൂന്നുപേർ മീറത് ഗൂഡാലോചനക്കേസിൽ പ്രതികളായി – ബെൻ ബ്രാഡ്ലി, ഫിലിപ്പ് സ്പ്രാട്ട്, ഹച്ചിൻസൺ. മുപ്പതുകളുടെ ആദ്യം ഉപരിപഠനത്തിനായി ഇംഗ്ലണ്ടിലേക്കുപോയ ഇന്ത്യൻ വിദ്യാർത്ഥികൾ മാർക്സിസം–ലെനിനിസത്തിൽ ആകൃഷ്ടരായി. ഇന്ത്യയിൽ മടങ്ങിവന്നതിനുശേഷം രാജ്യത്ത് കമ്യൂണിസ്റ്റ് പ്രസ്ഥാനം കെട്ടിപ്പടുക്കുന്നതിന് അവർ ജീവിതം ഉഴിഞ്ഞുവെച്ചു. പഞ്ചാബ്, ബംഗാൾ, യു പി സംസ്ഥാനക്കാരായിരുന്നു അവരിലധികവും.
7. 1930–32 ലെയും 1933–34 ലെയും സിവിൽ നിയമലംഘനപ്രസ്ഥാനം പിൻവലിച്ചതിനെത്തുടർന്ന് ദേശീയ പ്രസ്ഥാനത്തിലെ ഇടതുപക്ഷം നിരാശരായിത്തീർന്നു. ഗാന്ധിസത്തിലുള്ള വിശ്വാസം അവർക്ക് നഷ്ടപ്പെട്ടു. അതോടെ അവർ സോഷ്യലിസത്തിലേക്കും കമ്യൂണിസത്തിലേക്കും തിരിഞ്ഞു.
8. ദേശീയ പ്രശ്നത്തോടുള്ള സോവിയറ്റ സമീപനം ഇന്ത്യയിൽ വമ്പിച്ച പ്രത്യാഘാതം സൃഷ്ടിച്ചു.

ഇന്ത്യയിലെ കമ്യൂണിസ്റ്റുകാർക്കെതിരെ ബ്രിട്ടീഷുകാർ മൂന്ന് ഗൂഢാലോചനക്കേസുകൾ ചമച്ചുണ്ടാക്കി.

എ. പെഷവാർ ഗൂഢാലോചനക്കേസ് (1922–24)

ബി. കോൺപൂർ ഗൂഢാലോചനക്കേസ് (1924)

സി. മീറത് ഗൂഢാലോചനക്കേസ് (1929)

1925 ലാണ് സി പി ഐ രൂപം കൊണ്ടതെന്ന് സ്ഥാപിച്ചെടുക്കാ

നുള്ള വ്യഗ്രതയിൽ 1920 ൽ താഷ്കണ്ടിൽ രൂപം കൊണ്ട പാർട്ടിക്ക് ഇന്ത്യൻ കമ്യൂണിസ്റ്റുകാരുമായും തൊഴിലാളികൾ, കൃഷിക്കാർ എന്നിവരുമായും ദേശീയ വിമോചന പ്രസ്ഥാനവുമായും ബന്ധമുണ്ടായിരുന്നില്ലെന്ന് സി പി ഐ നേതാക്കൾ വാദിച്ചു. അതിനെ സി പി ഐ ആയി കമ്യൂണിസ്റ്റ് ഇന്റർനാഷണൽ അംഗീകരിച്ചിരുന്നില്ലെന്നും അവർ വാദിച്ചു. ഇവയൊക്കെ 1925 ൽ കോൺപൂരിൽ രൂപം കൊണ്ട പാർട്ടിക്കും ബാധകമാണ്. ഇന്ത്യൻ പ്രതിനിധികൾ രണ്ടാം കോൺഗ്രസ് മുതൽ കമ്യൂണിസ്റ്റ് ഇന്റർനാഷണലിന്റെ കോൺഗ്രസുകളിൽ പങ്കെടുത്തുപോയിട്ടുണ്ട്. വാസ്തവത്തിൽ 1930 ലെ കർമ പരിപാടിയൊഴികെ അതിനുമുമ്പ് പരിപാടികളൊന്നുമുണ്ടായിരുന്നില്ല. എങ്കിലും 1920 കളുടെ ആദ്യത്തിലും കോൺപൂർ ഗൂഢാലോചനക്കേസിനുശേഷവും പാർട്ടി വഹിച്ച പങ്ക് നമുക്ക് പരിഗണിക്കേണ്ടിയിരിക്കുന്നു. 1920 ൽ താഷ്കണ്ടിൽ രൂപം കൊണ്ട പാർട്ടി പൂർണ സ്വാതന്ത്ര്യത്തിന്റെയും കാർഷിക വിപ്ലവത്തിന്റെയും റഷ്യൻ വിപ്ലവത്തിന്റെയും ആശയങ്ങൾ പ്രചരിപ്പിക്കുന്നതിൽ വഹിച്ച പങ്ക് നിഷേധിക്കാനാവില്ല.

1921 മുതൽ ഇന്ത്യൻ നാഷണൽ കോൺഗ്രസിന്റെ എല്ലാ സമ്മേളനങ്ങളിലും സി പി ഐ യുടെ പേരിൽ വിജ്ഞാപനങ്ങൾ വിതരണം ചെയ്തു. കോൺഗ്രസ് അതിന്റെ ലക്ഷ്യം പൂർണ സ്വാതന്ത്ര്യമായി പ്രഖ്യാപിക്കണമെന്നും കാർഷിക വിപ്ലവത്തിന്റെ ആവശ്യകതയ്ക്ക് അത് ഊന്നൽ നൽകണമെന്നും അവ ആവശ്യപ്പെട്ടു. കോൺഗ്രസിന്റെ അഹമ്മദാബാദ് – ഗയാ ഗുവാഹട്ടി – സമ്മേളനങ്ങളിൽ അവതരിപ്പിച്ച വിജ്ഞാപനങ്ങളെ അടിസ്ഥാനപ്പെടുത്തിയാണ് പരിപൂർണ്ണ സ്വാതന്ത്ര്യം ആവശ്യപ്പെടുന്ന ഒരു പ്രമേയം ഹസ്രത് മൊഹാനി കോൺഗ്രസ് സമ്മേളനത്തിൽ അവതരിപ്പിച്ചത്. വിഷയനിർണയ കമ്മിറ്റിയിൽ നൂറ് അംഗങ്ങളിൽ 49 അംഗങ്ങളുടെ പിന്തുണ അതിന് കിട്ടി. ഈ വിജ്ഞാപനങ്ങൾക്ക് പുറമേ എം എൻ റോയിയും അബനി മുഖർജിയും ധാരാളം തുറന്ന കത്തുകളെഴുതി. സി പി ഐ യുടെ ആശയങ്ങൾ പ്രചരിപ്പിക്കുന്നതിന് വാംഗാർഡിലും മാസിലും ലേഖനങ്ങളെഴുതി. ഇങ്ങനെയാണ് സി പി ഐ രാജ്യത്തിന്റെ എല്ലാ വിഭാഗങ്ങളിലും അറിയപ്പെടാൻ തുടങ്ങിയത്. അപ്പോഴും ഒരു നിയമവിരുദ്ധ പാർട്ടിയെന്ന നിലയിൽ പ്രവർത്തിച്ചിരുന്നെങ്കിലും വിവിധ പ്രദേശങ്ങളിൽ ഗ്രൂപ്പുകൾ രൂപീകരിക്കുന്നതിനും അത് സഹായിച്ചു. രജനി പാംദത്ത് ഇന്ത്യാ ടുഡെയിൽ എഴുതി:

> എന്നിരുന്നാലും തുടക്കത്തിലെ ആശയക്കുഴപ്പം ഒട്ടേറെ പ്രതിബന്ധങ്ങൾ സൃഷ്ടിച്ചെങ്കിൽപോലും സോഷ്യലിസ്റ്റ് കമ്യൂണിസ്റ്റാശയങ്ങൾ യുദ്ധാനന്തര വർഷങ്ങളിൽ പതുക്കെപ്പതുക്കെ ഇന്ത്യയിൽകടന്നുവന്നു. 1920 മുതൽ അപ്പോഴും ദുർബലമായിരുന്ന സി പി ഐ സാഹിത്യം പ്രചരിക്കാൻ തുടങ്ങി.

അതിനിടയിൽ രൂപം കൊള്ളുകയും പ്രവർത്തനം തുടങ്ങുകയും ചെയ്ത വിവിധ കമ്യൂണിസ്റ്റ് ഗ്രൂപ്പുകളെ ഒന്നിപ്പിക്കുന്നതിനുള്ള ആദ്യ

ശ്രമമായിരുന്നു കോൺപൂർ സമ്മേളനം. ആ സമ്മേളനത്തിന് ഇന്ത്യൻ കമ്യൂണിസ്റ്റ് പ്രസ്ഥാനത്തിന്റെ ചരിത്രത്തിൽ സുപ്രധാനമായ ഒരു സ്ഥാനമുണ്ട്. അതിനുശേഷമാണ്, കമ്യൂണിസ്റ്റ് ഇന്റർനാഷണലിന്റെ നിർദേശപ്രകാരം; തൊഴിലാളി കർഷക പാർട്ടികൾ രൂപീകരിക്കാൻ ശ്രമം തുടങ്ങിയത്. 1933–34 ൽ ശരിക്കും സി പി ഐ രൂപം കൊണ്ടു. അതിനെ കമ്യൂണിസ്റ്റ് ഇന്റർനാഷണലുമായി അഫിലിയേറ്റ് ചെയ്തു. അതിന്റെ ഒന്നാം കോൺഗ്രസ് 1943 ൽ ബോംബെയിൽ ചേർന്നു.

4

കോമിന്റേണിന്റെ ഏഴാം കോൺഗ്രസും നമ്മുടെ പ്രസ്ഥാനത്തിൽ അതിന്റെ സ്വാധീനവും

മീറത് തടവുകാർ മോചിതരാവുകയും കേന്ദ്രക്കമ്മിറ്റി രൂപം കൊള്ളുകയും ചെയ്തതിനുശേഷം രാജ്യത്തെ കമ്യൂണിസ്റ്റുകാർക്കിടയിൽ ഒരു പുനർവിചിന്തനം നടന്നു. ട്രേഡ് യൂണിയൻ പ്രസ്ഥാനത്തിനകത്തെ പിളർപ്പിന് അതോടെ പരിഹാരമായി. ഇതേസമയത്തുതന്നെ സാർവദേശീയ സ്ഥിതിഗതികളിലും കമ്യൂണിസ്റ്റ് പ്രസ്ഥാനത്തിന്റെ അടവുകളിലും ദ്രുതഗതിയിലുള്ള മാറ്റം സംഭവിച്ചു. ഫാസിസ്റ്റ് വിപത്ത് ഒരു യാഥാർഥ്യമായി. 1935 ൽ കമ്യൂണിസ്റ്റ് ഇന്റർനാഷണലിന്റെ ഏഴാം കോൺഗ്രസ് ചേർന്നു. ഫാസിസത്തിനെതിരെ ഐക്യമുന്നണി എന്ന മുദ്രാവാക്യം ആ കോൺഗ്രസ് മുന്നോട്ട് വച്ചു. സോഷ്യൽ ഡമോക്രസിയോടും ദേശീയ പരിഷ്കരണവാദികളോടും നേരത്തെ സ്വീകരിച്ചിരുന്ന സമീപനത്തിൽ പല തിരുത്തലുകളും വരുത്തി. ഏഴാം കോൺഗ്രസിൽ അവതരിപ്പിച്ച റിപ്പോർട്ടിൽ ദിമിത്രോവ് ഇങ്ങനെ രേഖപ്പെടുത്തി:

> ഇന്ത്യയിൽ കമ്യൂണിസ്റ്റുകാർ ദേശീയപരിഷ്കരണവാദ നേതൃത്വത്തിലുള്ളവയുൾപ്പെടെയുള്ള എല്ലാ സാമ്രാജ്യത്വവിരുദ്ധ ബഹുജന പ്രവർത്തനങ്ങളിലും പങ്കെടുക്കുകയും അവർക്ക് പിന്തുണ നൽകുകയും അവയെ വിപുലപ്പെടുത്തുകയും ചെയ്യണം. തങ്ങളുടെ രാഷ്ട്രീയവും സംഘടനാപരവുമായ സ്വാതന്ത്ര്യം നിലനിർത്തുമ്പോൾത്തന്നെ ഇന്ത്യൻ നാഷണൽ കോൺഗ്രസിന്റെ പോഷകസംഘടനകൾക്കുള്ളിൽ അവർ സജീവമായി പ്രവർത്തിക്കണം. ബ്രിട്ടീഷ് സാമ്രാജ്യത്വത്തിനെതിരായ ഇന്ത്യൻ ജനതയുടെ ദേശീയ വിമോചനപ്രസ്ഥാനത്തെ പൂർവാധികം വളർത്തിയെടുക്കുന്നതിനുവേണ്ടി ഇന്ത്യൻ നാഷണൽ കോൺഗ്രസിനുള്ളിൽ ദേശീയ വിപ്ലവകാരികളുടെ ഒരു വിഭാഗം ഉരുത്തിരിഞ്ഞു വരുന്നതിനെ കമ്യൂണിസ്റ്റുകാർ സഹായിക്കണം.

കൊളോണിയൽ രാജ്യങ്ങളിലെ വിപ്ലവ പ്രസ്ഥാനത്തെക്കുറിച്ച് വാങ്മിത്ത് കോൺഗ്രസിൽ അവതരിപ്പിച്ച റിപ്പോർട്ടിൽ ഇന്ത്യയെക്കുറിച്ച് ഇപ്രകാരമെഴുതി:

> ഇന്ത്യയിലെ നമ്മുടെ സഖാക്കൾ ഏറെക്കാലമായി ഇടതുപക്ഷ സെക്ടേറിയൻ പിശകുകളുടെ രോഗബാധയിലായിരുന്നു. ഇന്ത്യൻ നാഷണൽ കോൺഗ്രസ് സംഘടിപ്പിച്ച ബഹുജനപ്രകടനങ്ങളിലൊന്നും അവർ പങ്കെടുത്തില്ല. വളരെ അടുത്തകാലംവരെ ഇന്ത്യൻ കമ്യൂണിസ്റ്റുകാർ ഒരു വലിയ അളവോളം ജനസാമാന്യത്തിൽനിന്ന്, സാമ്രാജ്യത്വവിരുദ്ധ സമരത്തിൽനിന്ന്, ഒറ്റപ്പെട്ട് പോയിരുന്നു. കമ്യൂണിസ്റ്റുകാരുടെ ചിന്നിച്ചിതറിയ ചെറിയ ഗ്രൂപ്പുകൾക്ക് ഒരു അഖിലേന്ത്യാ കമ്യൂണിസ്റ്റ് പാർട്ടിയുടെ കീഴിൽ യോജിച്ചുനിൽക്കാൻ കഴിഞ്ഞില്ല. അടുത്തകാലത്ത് മാത്രമാണ് അഖിലേന്ത്യാ കമ്യൂണിസ്റ്റ് പാർട്ടി രൂപം കൊണ്ടതും (1933 ഡിസംബറിൽ താൽക്കാലിക കേന്ദ്രക്കമ്മിറ്റി രൂപീകരിച്ചതിനെയായിരിക്കാം ഇവിടെ പരാമർശിക്കുന്നത് – സുർജീത്) സെക്ടേറിയൻ പിശകുകൾ തിരുത്താൻ തുടങ്ങിയതും സാമ്രാജ്യത്വവിരുദ്ധ ഐക്യമുന്നണി സൃഷ്ടിക്കുന്നതിന് ആദികാൽവെപ്പുകൾ നടത്തിയതും. എങ്കിലും ഈ പാതയിലെത്തിച്ചേർന്ന നമ്മുടെ യുവ ഇന്ത്യൻ സഖാക്കൾക്ക് ഐക്യമുന്നണിയുടെ അടവുകളെ സംബന്ധിച്ച് വേണ്ടത്ര ധാരണയില്ല. കഴിഞ്ഞവർഷം ഡിസംബറിൽ ഇന്ത്യൻ നാഷണൽ കോൺഗ്രസുമായി ചേർന്ന് സാമ്രാജ്യത്വവിരുദ്ധ ഐക്യമുന്നണി കെട്ടിപ്പടുക്കാനുള്ള ശ്രമത്തിൽ നമ്മുടെ ഇന്ത്യൻ സഖാക്കൾ കോൺഗ്രസിന്റെ മുമ്പിൽവെച്ച ആവശ്യങ്ങൾതന്നെ ഇതിന് തെളിവാണ്. ഒരു ഇന്ത്യൻ തൊഴിലാളി കർഷക സോവിയറ്റ് റിപ്പബ്ലിക് സ്ഥാപിക്കുക. സെമിന്ദാർമാരുടെ ഭൂമി പ്രതിഫലം കൂടാതെ കണ്ടുകെട്ടുക, പൊതുപണിമുടക്കിനെ ഫലപ്രദമായ സമരപരിപാടിയായി അംഗീകരിക്കുക തുടങ്ങിയവയായിരുന്നു ആവശ്യങ്ങൾ. നമ്മുടെ ഇന്ത്യൻ സഖാക്കൾ മുന്നോട്ട് വെച്ച ഇത്തരം ആവശ്യങ്ങൾ സാമ്രാജ്യത്വവിരുദ്ധ ഐക്യമുന്നണിയുടെ അടവുകൾ നടപ്പാക്കാതിരിക്കുന്നതിന് മാത്രമേ സഹായിക്കൂ. പിന്നീട് ഇന്ത്യൻ കമ്യൂണിസ്റ്റുകാർ അവരുടെ നയം തിരുത്തി വിപ്ലവ പരിഷ്കരണവാദ ട്രേഡ് യൂണിയനുകളുടെ ഏകീകരണം സാധ്യമായി പുതിയ അടിമത്ത ഭരണവ്യവസ്ഥക്കെതിരെ സമരം ചെയ്യാൻ കോൺഗ്രസ് സോഷ്യലിസ്റ്റുകാരുമായി കരാറുണ്ടാക്കി.

ഇന്ത്യൻ നാഷണൽ കോൺഗ്രസിനകത്തും പുറത്തും കറകളഞ്ഞ സാമ്രാജ്യത്വവിരുദ്ധശക്തികളെ കമ്യൂണിസ്റ്റുകാർ പ്രബലമാക്കണം. സാമ്രാജ്യത്വ മർദകർക്കെതിരായ ബഹുജനസമരത്തെ വിപുലമാക്കി നയിക്കണം.

ജനകീയാവശ്യങ്ങളടങ്ങുന്ന ഒരു പരിപാടി ഇന്ത്യൻ കമ്യൂണിസ്റ്റുകാർ ആവിഷ്കരിക്കണം. ആ പരിപാടി വിപുലമായ ഒരു സാമ്രാജ്യത്വ വിരുദ്ധ ഐക്യമുന്നണിയുടെ അടിത്തറയായി വർത്തിക്കണം. അടിയന്തിര സമരത്തിനാസ്പദമായി ഉന്നയിക്കുന്ന ആവശ്യങ്ങളിൽ താഴെ പറയുന്നവ ഉൾപ്പെടുത്തണം.

1. അടിമത്ത ഭരണഘടന റദ്ദാക്കുക

2. എല്ലാ രാഷ്ട്രീയ തടവുകാരെയും അടിയന്തരമായും മോചിപ്പിക്കുക.

3. അസാധാരണ നിയമങ്ങളും മറ്റും ഉപേക്ഷിക്കുക.

4. വേതനം വെട്ടിച്ചുരുക്കുന്നതും തൊഴിൽസമയം ദീർഘിപ്പിക്കുന്നതും തൊഴിലാളികളെ പിരിച്ചുവിടുന്നതും അവസാനിപ്പിക്കുക.

5. നികുതിഭാരവും ഭൂമിയിൻമേലുള്ള പാട്ടവും കുറയ്ക്കുക. കടം വീട്ടുകയും ബാധ്യതകൾ തീർക്കുകയും ചെയ്യാത്തതിന്റെ പേരിൽ കൃഷിക്കാരുടെ ഭൂമി കണ്ടുകെട്ടുന്നത് തടയുക.

6. ജനാധിപത്യാവകാശങ്ങൾ സ്ഥാപിക്കുക.

വാങ്മിത്ത് ഇന്ത്യൻ കമ്യൂണിസ്റ്റുകാരെ മാത്രം കുറ്റപ്പെടുത്തിയത് ശരിയായില്ല. വാസ്തവത്തിൽ ഇന്ത്യൻ കമ്യൂണിസ്റ്റുകാർ പിന്തുടർന്ന നയം 1928 ൽ ചേർന്ന കമ്യൂണിസ്റ്റ് ഇന്റർനാഷണലിന്റെ ആറാം കോൺഗ്രസ് നടത്തിയ വിലയിരുത്തലിനെ ആസ്പദമാക്കി ആവിഷ്കരിച്ചതായിരുന്നു. അതേക്കുറിച്ച് മുമ്പ് പരാമർശിച്ചിരുന്നു. മാത്രമല്ല, മീറത് ഗൂഢാലോചനക്കേസ് നടന്നുകൊണ്ടിരിക്കെ സംയുക്ത പ്രസ്താവന സമർപിച്ച 18 കമ്യൂണിസ്റ്റ് നേതാക്കൾ ഇടതുപക്ഷ സെക്ടേറിയൻ തെറ്റുകളിൽ ചിലത് തിരുത്തി. അവർ ജയിൽ മോചിതരാവുകയും 1933 ൽ താൽക്കാലിക കേന്ദ്രക്കമ്മിറ്റി രൂപീകരിക്കുകയും ചെയ്തതിനുശേഷം കുറെക്കൂടി തെറ്റുകൾ തിരുത്തി. തുടർന്ന് ഇന്ത്യൻ സ്ഥിതിഗതികളുടെ ശരിയായ ചിത്രം ലഭിച്ചപ്പോൾ എല്ലാ തെറ്റുകളിൽനിന്നും മോചിതരാവാൻ അവർക്ക് സാധിച്ചു. സ്വാതന്ത്ര്യസമരത്തിൽ ബൂർഷ്വാസിയുടെ പങ്കും അതിനോടുള്ള നമ്മുടെ സമീപനവും മനസിലാക്കുന്നതിന് ഏഴാം കോൺഗ്രസിന്റെ തീരുമാനങ്ങൾ നമ്മെ വളരെയധികം സഹായിച്ചുവെന്നതിൽ സംശയമില്ല. നാഷണൽ കോൺഗ്രസിനകത്ത് പ്രവർത്തിച്ചിരുന്ന കമ്യൂണിസ്റ്റുകാർ അതിനകത്തുനിന്നുകൊണ്ടുതന്നെ തങ്ങളുടെ പങ്ക് നിർവഹിച്ചു. അത് ബഹുജനങ്ങളുമായുള്ള ബന്ധം നിലനിർത്താൻനമ്മെ സഹായിച്ചു.

1930–34 ലെ സിവിൽ നിയമലംഘനപ്രസ്ഥാനം പിൻവലിച്ചതോടെ ദേശീയ പ്രസ്ഥാനത്തിലെ യുവാക്കൾ നിരാശരായി. അതിൽനിന്ന് പാഠമുൾക്കൊണ്ട് ആ അവസ്ഥ തരണം ചെയ്യാനുള്ള മാർഗങ്ങളെക്കുറിച്ച് അവർ ഗൗരവപൂർവം ചിന്തിച്ചു. സോവിയറ്റ് യൂണിയൻ ഒന്നാം പഞ്ചവത്സര പദ്ധതി പൂർത്തിയാക്കിയത് അപ്പോഴായിരുന്നു. ആ പദ്ധതിയുടെ കണ്ണഞ്ചിപ്പിക്കുന്ന വിജയം കൊളോണിയൽ രാജ്യങ്ങളിലെ ദേശീയ

വിമോചനസമരങ്ങളിൽ കൂടുതൽ സ്വാധീനം ചെലുത്താൻ തുടങ്ങി. ഭാഗികമായി മാത്രം മാർക്സിസ്റ്റാശയങ്ങളുടെ സ്വാധീനത്തിൽപ്പെട്ട ഒരു സംഘം യുവ ഇടതുപക്ഷ ദേശീയവാദികൾ ആ ഘട്ടത്തിൽ കോൺഗ്രസ് സോഷ്യലിസ്റ്റ് പാർട്ടി (സി എസ് പി) രൂപീകരിച്ചു. ഒരു പരിപാടിയും അവർ മുന്നോട്ടുവെച്ചു. എല്ലാ ഉൽപ്പാദനോപകരണങ്ങളും വിതരണവും വിനിമയവും വിദേശ വ്യാപാരത്തിലെ സ്റ്റേറ്റ് കുത്തകയും പടിപടിയായി സാമൂഹ്യവൽക്കരിക്കുകയെന്ന ലക്ഷ്യത്തോടെ ഉൽപ്പാദകരായ ബഹുജനങ്ങൾക്ക് സർവ അധികാരങ്ങളും കൈമാറുക, രാജ്യത്തിന്റെ സാമ്പത്തികജീവിതം ആസൂത്രണം ചെയ്യുകയും ഗവൺമെന്റ് നിയന്ത്രണത്തിൽ കൊണ്ടുവരികയും ചെയ്യുക, ഉരുക്ക്, പരുത്തി, ചണം, റയിൽവെ, കപ്പൽഗതാഗതം, തോട്ടങ്ങൾ, ഖനികൾ, ബാങ്കുകൾ, ഇൻഷുറൻസ്, പൊതുജനോപയോഗ വ്യവസായങ്ങൾ തുടങ്ങിയ മർമപ്രധാന വ്യവസായങ്ങൾ സാമൂഹ്യവൽക്കരിക്കുക എന്നീ ആവശ്യങ്ങൾ പരിപാടിയുടെ ലക്ഷ്യങ്ങളിലുൾപ്പെടുത്തി സാമ്പത്തികജീവിതത്തിന്റെ സാമൂഹ്യവൽകൃതേതര മേഖലയിൽ ഉൽപ്പാദനത്തിനും വിതരണത്തിനും വായ്പ്പയ്ക്കും സഹകരണസംഘങ്ങൾ സ്ഥാപിക്കുക, രാജാക്കൻമാർ, ഭൂപ്രഭുക്കൾ, മറ്റ് ചൂഷകവർഗങ്ങൾ എന്നിവരെ പ്രതിഫലം കൂടാതെ ഒഴിവാക്കുക; കൃഷിക്കാർക്ക് ഭൂമി പുനർവിതരണം നടത്തുക; സഹകരണസംഘങ്ങളെയും ഗവൺമെന്റുടമസ്ഥതയിലുള്ള കൂട്ടുകൃഷിയെയും പ്രോത്സാഹിപ്പിക്കുക; കൃഷിക്കാരുടെയും തൊഴിലാളികളുടെയും കടങ്ങൾ എഴുതിത്തള്ളുക; തൊഴിലവകാശം അംഗീകരിക്കുകയോ തൊഴിലില്ലാത്തവരെ ഗവൺമെന്റ് നിലനിർത്തുകയോ ചെയ്യുക. ഈ ആവശ്യങ്ങളും സി എസ് പി പരിപാടി മുന്നോട്ട് വെച്ചു. ഓരോരുത്തർക്കും അവരവരുടെ ആവശ്യത്തിനനുസരിച്ച്, ഓരോരുത്തരിൽനിന്നും അവരവരുടെ കഴിവിനനുസരിച്ച് എന്നതായിരിക്കും ചരക്കുകളുടെ ഉൽപ്പാദനത്തിന്റെയും വിതരണത്തിന്റെയും അന്തിമലക്ഷ്യമെന്ന് പരിപാടി വിഭാവനം ചെയ്തു. പ്രായപൂർത്തിയായവർക്ക് വോട്ടവകാശം നൽകുക, ഗവൺമെന്റ് മതത്തിന് പിന്തുണ നൽകുകയോ മതത്തിന്റെ പേരിൽ വിവേചനം കാണിക്കുകയോ ചെയ്യാതിരിക്കുക, ജാതിയെയോ സമുദായത്തെയോ അടിസ്ഥാനമാക്കി ബഹുമതികൾ നൽകാതിരിക്കുക, ലിംഗത്തിന്റെയോ സംസ്ഥാനത്തിന്റെയോ അടിസ്ഥാനത്തിൽ വിവേചനം കാട്ടാതിരിക്കുക, ഇന്ത്യയുടെ പൊതുകടം എഴുതിത്തള്ളുക എന്നീ ആവശ്യങ്ങളും പരിപാടി മുന്നോട്ടുവെച്ചു.

പാർട്ടിയുടെ ലക്ഷ്യവും പരിപാടിയും ഇന്ത്യൻ നാഷണൽ കോൺഗ്രസിനെക്കൊണ്ട് അംഗീകരിപ്പിക്കാൻ കോൺഗ്രസനിനകത്തുനിന്ന് പ്രവർത്തിക്കണമെന്ന് സി എസ് പി തീരുമാനിച്ചു. കൃഷിക്കാരുടെയും തൊഴിലാളികളുടെയും സംഘടനകൾ രൂപീകരിക്കുന്നതടക്കമുള്ളതായിരുന്നു പരിപാടി. കർഷക തൊഴിലാളി വിഭാഗങ്ങളുടെ ദൈനംദിന സാമ്പത്തിക രാഷ്ട്രീയ സമരങ്ങളിൽ പങ്കെടുത്ത് അവയെ വളർത്തിയെടുക്കുകയും ബഹുജനങ്ങളുടെ വർഗസമരങ്ങൾ തീക്ഷ്ണമാക്കുകയും സ്വാത

ന്ത്ര്യവും സോഷ്യലിസവും നേടിയെടുക്കുന്നതിന് ശക്തമായ ബഹുജന പ്രക്ഷോഭം സംഘടിപ്പിക്കുകയും ചെയ്യുകയെന്ന ലക്ഷ്യത്തോടെ അത്തരം സംഘടനകൾ നിലനിൽക്കുന്നേടങ്ങളിൽ കടന്നു ചെല്ലുകയെന്നതും പരിപാടിയിലുൾപ്പെടുത്തി. എല്ലാ സാമ്രാജ്യത്വ യുദ്ധങ്ങളോടും സി എസ് പി കടുത്ത എതിർപ്പ് പ്രഖ്യാപിച്ചു. അത്തരം യുദ്ധങ്ങളും മറ്റ് പ്രതിസന്ധികളും ദേശീയസമരം ശക്തിപ്പെടുത്താൻ ഉപയോഗിക്കണമെന്ന് ആഹ്വാനം ചെയ്തു. ബ്രിട്ടീഷ് ഗവൺമെന്റുമായി ഭരണഘടനാ പ്രശ്നങ്ങളെക്കുറിച്ച് ഒരു ഘട്ടത്തിലും കൂടിയാലോചന നടത്തുന്ന പ്രശ്നമേയില്ലെന്ന് വ്യക്തമാക്കി. ഇന്ത്യക്ക് ഒരു ഭരണഘടന എഴുതിയുണ്ടാക്കുന്നതിന് തൊഴിലാളികളുടെയും കൃഷിക്കാരുടെയും മറ്റ് ചൂഷിതവർഗങ്ങളുടെയും ഡപ്യൂട്ടികളുടെ പ്രാദേശിക കമ്മിറ്റികൾ തെരഞ്ഞെടുക്കുന്ന ഒരു ഭരണഘടനാ നിർമ്മാണസമിതി വിളിച്ചുകൂട്ടണമെന്ന് ആവശ്യപ്പെട്ടു.

ഇതിൽനിന്നുതന്നെ ഈ പാർട്ടിയുടെ പരസ്പര വിരുദ്ധസ്വഭാവം വ്യക്തമാകുന്നു. അതിന്റെ പരിപാടിയെ കൊളോണിയൽ പ്രശ്നത്തോടുള്ള മാർക്സിസ്റ്റ് സമീപനം വളരെയധികം സ്വാധീനിച്ചിട്ടുണ്ടെന്ന് തീർച്ച. പക്ഷേ അതിൽ അംഗത്വം നൽകുന്നതിന് ഒരുപാധിയുണ്ട്. അതിലെ അംഗങ്ങൾ നാഷണൽ കോൺഗ്രസിലും അംഗത്വമെടുക്കണം. അത് ആ പാർട്ടിയുടെ ഒരു പ്രത്യേക സ്വഭാവമാണ്. അങ്ങനെ കോൺഗ്രസിലെ ഒരു വിഭാഗം എന്നതുപോലെതന്നെയാണ് ആ പാർട്ടി രൂപീകരിച്ചത്. പാർട്ടി സ്വതന്ത്രമായ ഒരു ബഹുജനാടിത്തറ കെട്ടിപ്പടുക്കുന്നതിനെ അത് നിരുത്സാഹപ്പെടുത്തി. അതിന്റെ അനിവാര്യഫലം തൊഴിലാളിവർഗ പ്രസ്ഥാനത്തിന്റെ സ്വതന്ത്രമായ അസ്ഥിത്വത്തെ ഇന്ത്യൻ നാഷണൽ കോൺഗ്രസിലെ പ്രബല നേതൃത്വത്തിന്റെ ഫലത്തിൽ ബൂർഷ്വാസിയുടെതന്നെ നിയന്ത്രണത്തിലും അച്ചടക്കത്തിലും കൊണ്ടുവന്ന് അവസാനം അതിന് കീഴ്പ്പെടുത്തുക എന്നതുതന്നെ. തൊഴിലാളിവർഗ സമരത്തിന്റെ ഓരോ ഘട്ടത്തിലും സി എസ് പി ചാഞ്ചാട്ടം കാണിച്ചതിന്റെ അടിവേര് കിടക്കുന്നത് ഈ വൈരുധ്യത്തിലാണ്. കമ്യൂണിസ്റ്റ് പാർട്ടിയുടെയും തൊഴിലാളിവർഗ ശക്തികളുടെയും സഹകരണം തേടിയ പാർട്ടിയുടെ ഇടതുപക്ഷവും കമ്യൂണിസ്റ്റ് പാർട്ടിയോടും തൊഴിലാളിവർഗത്തിന്റെ എല്ലാ സ്വതന്ത്ര പ്രവർത്തനങ്ങളോടും ശത്രുത പുലർത്തിയ വലതുപക്ഷവും തമ്മിലുള്ള ഏറ്റുമുട്ടലിൽ ഈ വൈരുദ്ധ്യം കുറെക്കൂടി പ്രകടമായി. ഈ പ്രക്രിയയിൽ കമ്യൂണിസ്റ്റ് പാർട്ടിക്ക് ഒട്ടേറെ കേഡർമാരെ സി എസ് പി സംഭാവന ചെയ്തു. രാജ്യത്ത് കമ്യൂണിസ്റ്റ് പ്രസ്ഥാനം വളർത്തെയെടുക്കുന്നതിൽ ആ കേഡർമാർ വലിയ പങ്കുവഹിച്ചു. വർഗസമരം രൂക്ഷമായപ്പോൾ ബൂർഷ്വാസിക്കും തൊഴിലാളിവർഗത്തിനുമിടയിൽ ചാഞ്ചാടിക്കളിച്ച സി എസ് പി ക്ക് നിലനിൽക്കാൻ കഴിഞ്ഞില്ല.

ജവഹർലാൽ നെഹ്റു സോഷ്യലിസ്റ്റാശയങ്ങൾ പ്രചരിപ്പിക്കാൻ തുടങ്ങിയ കാലമായിരുന്നു അത്. ഇന്ത്യൻ നാഷണൽ കോൺഗ്രസിന്റെ ലക്നൗ സമ്മേളനസമയത്ത് കൃഷിക്കാരുടെ ഒരു സ്വതന്ത്ര വർഗസംഘ

ടനയെന്ന നിലയിൽ അഖിലേന്ത്യാ കിസാൻസഭ സംഘടിപ്പിക്കുന്നതിന് കമ്യൂണിസ്റ്റുകാരും സോഷ്യലിസ്റ്റുകാരും മുൻകയ്യെടുത്തു. ഇതേ കാലത്തുതന്നെയാണ് രജനി പാംദത്തും ബെൻ ബ്രാഡ്‌ലിയും ഇന്ത്യയിൽ സാമ്രാജ്യത്വ വിരുദ്ധ ജനകീയമുന്നണി കെട്ടിപ്പടുക്കുന്നതിനുള്ള നിർദേശം മുന്നോട്ടുവെച്ചത്. ദത്ത്–ബ്രാഡ്‌ലി തീസിസ് എന്നറിയപ്പെടുന്ന ഈ രേഖ 1936 ഫെബ്രുവരി 29 ന്റെ ഇംപ്രെകോർ പ്രസിദ്ധീകരിച്ചു. താഴെ പറയുന്ന കാര്യങ്ങളാണ് അതിൽ അടങ്ങിയിരുന്നത്.

നാഷണൽ കോൺഗ്രസിലെയും ട്രേഡ് യൂണിയനുകളിലെയും കർഷകസംഘടനകളിലെയും മറ്റും മുഴുവൻ ശക്തികളെയും ഒരു പൊതു പരിപാടിയുടെ അടിസ്ഥാനത്തിൽ കൂട്ടിയോജിപ്പിക്കാൻ കഴിയുന്ന എല്ലാ സാമ്രാജ്യത്വവിരുദ്ധ ശക്തികളുടെയും അവശ്യം ആവശ്യമായ അടിസ്ഥാനമായി വർത്തിക്കാൻ കഴിയുന്ന ഒരു പൊതുപരിപാടിയിൽ എന്തൊക്കെ വിഭാവനം ചെയ്യണം. ഒന്ന്, പൂർണ സ്വാതന്ത്ര്യത്തിന് വിട്ടുവീഴ്ച കൂടാതെ പോരാടുക, രണ്ട് ബഹുജനങ്ങളുടെ നീറുന്ന ആവശ്യങ്ങൾക്കുവേണ്ടി സജീവമായി സമരം ചെയ്യുക.

സാമ്രാജ്യത്വവിരുദ്ധ ജനകീയ മുന്നണി യാഥാർഥ്യമാക്കിത്തീർക്കുന്നതിനുള്ള പ്രവർത്തനത്തിൽ നാഷണൽ കോൺഗ്രസിന് കാര്യമായ പങ്കുവഹിക്കാൻ കഴിയും. സംഘടനയിലും പരിപാടിയിലും കുറെക്കൂടി മാറ്റം വരുത്തിയാൽ അതിനുതന്നെ അങ്ങനെയൊരു മുന്നണിയുടെ രൂപം കൈക്കൊള്ളാൻ കഴിഞ്ഞേക്കും.

പക്ഷേ ഇന്ത്യൻ നാഷണൽ കോൺഗ്രസ് അപ്പോഴും ദേശീയ സമരത്തിലെ ഇന്ത്യൻ ജനതയുടെ ഐക്യമുന്നണിയായില്ല. അതിന്റെ ഭരണഘടന ബഹുജനങ്ങളുടെ വിപുലവിഭാഗത്തെ അപ്പോഴും പാർട്ടിക്ക് പുറത്തുനിർത്തി. അതിന്റെ പരിപാടി ദേശീയ സമരത്തിന് പറ്റിയതുമായിരുന്നില്ല. എങ്കിലും സാമ്രാജ്യത്വത്തിനെതിരെ പോരാടുന്ന സമസ്ത ശക്തികളെയും യോജിപ്പിക്കുന്നതിന് കഴിവുള്ളതായിരുന്നു അതിന്റെ നേതൃത്വം. നാഷണൽ കോൺഗ്രസിലൂടെ കൈവരിച്ച ഐക്യത്തിന് കോട്ടം തട്ടിക്കാതെ ആ ഐക്യം വിശാലമായൊരു മുന്നണിയിലേക്ക് വ്യാപിപ്പിക്കുകയും ശക്തിപ്പെടുത്തുകയുമായിരുന്നു അപ്പോൾ ചെയ്യേണ്ടിയിരുന്നത്. തീസിസ് പ്രഖ്യാപിച്ചു:

"ഭരണഘടനാ നിർമാണ സമിതിക്കുവേണ്ടിയുള്ള ആവശ്യം പ്രസ്ഥാനത്തിന്റെയാകെ കേന്ദ്രമുദ്രാവാക്യമായി സ്വീകരിക്കാവുന്നതാണ്." തെറ്റുകളിൽ ചിലത് തിരുത്തുന്നതിനും ദേശീയ പ്രസ്ഥാനവുമായുള്ള ബന്ധം വളർത്തിയെടുക്കുന്നതിനും ഈ രേഖ പാർട്ടിയെ വളരെയധികം സഹായിച്ചു.

തുടർന്ന് 1936 ൽ ദേശീയ ഐക്യമുന്നണിയെ സംബന്ധിച്ച് ഒരു രേഖ സി പി ഐ നിയമവിരുദ്ധമായി പ്രസിദ്ധീകരിച്ചു. ആ രേഖ കോൺഗ്രസിൽ ചേരാൻ പാർട്ടി അംഗങ്ങളെ ആഹ്വാനം ചെയ്തു. ട്രേഡ് യൂണിയനുകളെയും കർഷക സംഘടനകളെയും കോൺഗ്രസിൽ

സംയോജിപ്പിക്കാൻ ഉദ്ബോധിപ്പിച്ചു. ഇടതുപക്ഷശക്തികൾ കോൺഗ്രസിനകത്ത് മൂർത്തമായി പ്രവർത്തിക്കുന്നതിലൂടെയും പുറത്ത് സ്വതന്ത്രമായ ബഹുജനസമരങ്ങൾ സംഘടിപ്പിക്കുന്നതിലൂടെയും ദേശീയ പ്രസ്ഥാനത്തിന് വിപ്ലവപരമായ ഒരു ദിശ നൽകാൻ അത് നിർദേശിച്ചു.

1936 ഏപ്രിലിൽ ചേർന്ന കോൺഗ്രസിന്റെ ലക്നൗ സമ്മേളനം ഫാസിസ്റ്റ് വിരുദ്ധ ജനകീയ മുന്നണി കെട്ടിപ്പടുക്കാൻ ആഹ്വാനം നൽകി. അതോടൊപ്പം ട്രേഡ് യൂണിയനുകളെയും കർഷക സംഘടനകളെയും സംയോജിപ്പിച്ച് ശക്തമായ സാമ്രാജ്യത്വവിരുദ്ധ ദേശീയ മുന്നണിയായി കോൺഗ്രസിനെ മാറ്റാനും ആ സമ്മേളനം നിർദേശിച്ചു. അടിമത്ത ഭരണഘടന അടിച്ചേൽപ്പിക്കുന്നതിനെതിരെ പോരാടാൻ പരമാധികാരമുള്ള ഒരു നിയമനിർമാണസഭ എന്ന മുദ്രാവാക്യവും സമ്മേളനം ഉയർത്തി. ഇക്കാലത്തു തന്നെയാണ് അഖിലേന്ത്യാ കിസാൻ സഭ, അഖിലേന്ത്യാ വിദ്യാർഥി ഫെഡറേഷൻ, പുരോഗമന സാഹിത്യസംഘടന എന്നിവ രൂപീകരിച്ചത്. ഈ ജനാധിപത്യ വിഭാഗങ്ങളിൽ ഒരോന്നിന്റെയും പ്രത്യേകമായ ആവശ്യങ്ങൾകൂടി ഉയർത്തിക്കാട്ടി സ്വാതന്ത്ര്യസമരത്തിലേക്ക് ഈ വിഭാഗങ്ങളെ പരമാവധി ആകർഷിച്ചണിനിരത്താനുള്ള വിപുലമായ സംഘടനകളെന്ന നിലയ്ക്കാണ് ഇവയ്ക്ക് രൂപം നൽകിയത്.

കോൺഗ്രസിൽ പ്രവർത്തിക്കുമ്പോൾ തന്നെ ട്രേഡ് യൂണിയനുകളും കിസാൻസഭകളും വിദ്യാർഥി സംഘടനകളും നാട്ടുരാജ്യ സമ്മേളനങ്ങളും എഴുത്തുകാരുടെ സംഘടനകളും കെട്ടിപ്പടുക്കാനും വളർത്തിയെടുക്കാനും അവയുടെ അഖിലേന്ത്യാ കേന്ദ്രം സ്ഥാപിക്കാനും കമ്യൂണിസ്റ്റുകാർ പ്രത്യേകം ശ്രദ്ധിച്ചു. കോൺഗ്രസ് പതാകയോടൊപ്പം ചെങ്കൊടിയും പാറിപ്പറക്കാൻ തുടങ്ങി. തൊഴിലാളികളുടെയും കൃഷിക്കാരുടെയും ബുദ്ധിജീവികളുടെയും സജീവപങ്കാളിത്തത്തോടെ കരുത്തുറ്റ ശക്തിയെന്നനിലയിൽ സാമ്രാജ്യത്വത്തിനെതിരായ ഐക്യമുന്നണി ഉയർന്നു വരാൻ തുടങ്ങി. പൂർണസ്വാതന്ത്ര്യത്തിന്റെ സന്ദേശം രാജ്യത്തിന്റെ മുക്കിലും മൂലയിലും പ്രചരിച്ചത് ഈ ഘട്ടത്തിലാണ്. 1936 ൽ ചേർന്ന ഫെയ്സ്പൂർ കോൺഗ്രസ് തെരഞ്ഞെടുപ്പ് വിജ്ഞാപനം തയാറാക്കി. കൃഷിക്കാരുമായി ബന്ധപ്പെട്ട ഒട്ടേറെ ആവശ്യങ്ങൾ അവ നേരത്തെ കോൺഗ്രസ് ഉന്നയിച്ചതായിരുന്നില്ല. അതിലുൾപ്പെടുത്തി കൃഷിക്കാരുടെ സ്വാതന്ത്രസംഘടനയുടെ വളർച്ചയുടെ പ്രത്യക്ഷഫലം കണ്ടുതുടങ്ങി. തെരഞ്ഞെടുപ്പ് കോൺഗ്രസിന് വമ്പൻ വിജയം നേടിക്കൊടുത്തു. 1935 ലെ ഭരണഘടന തകർക്കുകയെന്ന നേരത്തെ സ്വീകരിച്ച നിലപാടിന് വിരുദ്ധമായി മന്ത്രിസഭ രൂപീകരിക്കാൻ കോൺഗ്രസ് തീരുമാനിച്ചു. കോൺഗ്രസ് അധികാരത്തിൽ വന്ന സംസ്ഥാനങ്ങളിൽ പാർട്ടി നിയമവിധേയമാക്കിയെങ്കിലും അപ്പോഴും അതിന് അർധ നിയമാവസ്ഥയിൽ പ്രവർത്തിക്കേണ്ടിവന്നു.

കർഷകത്തൊഴിലാളി വിദ്യാർഥി പ്രസ്ഥാനം വളർത്തിയെടുക്കുന്നതിന് ഈ അവസരം ഞങ്ങൾ ഉപയോഗിച്ചു. തൊഴിലാളിവർഗ സമര

ങ്ങൾ 1937 ൽ ഇരമ്പിക്കയറി. 397 പണിമുടക്കുകൾ അക്കൊല്ലം നടന്നു. ആ പണിമുടക്കുകളിൽ പങ്കെടുത്ത തൊഴിലാളികൾ 6,06,000. ഇത്രയധികം പണിമുടക്കുകൾ 1921 നുശേഷം ഒറ്റവർഷം പോലും നടന്നിട്ടില്ല. ബംഗാളിൽ നടന്ന വമ്പിച്ച പൊതുപണിമുടക്കിൽ രണ്ടേകാൽ ലക്ഷം തൊഴിലാളികൾ പങ്കെടുത്തു. ബംഗാൾ പ്രവിശ്യാ കോൺഗ്രസ് കമ്മിറ്റിയുടെ പിന്തുണ ആ പണിമുടക്കിനുണ്ടായിരുന്നു. നാൽപ്പതിനായിരം തൊഴിലാളികൾ പങ്കെടുത്ത കോൺപൂർ ടെക്സറ്റൈൽ പണിമുടക്കിന് വമ്പിച്ച പിന്തുണയാണ് തൊഴിലാളികളിൽനിന്ന് കിട്ടിയത്. അമ്പത്തഞ്ച് ദിവസം നീണ്ടുനിന്ന ആ പണിമുടക്ക് ശ്രദ്ധേയമായ പല നേട്ടങ്ങളും കൈവരിച്ചു.കോൺഗ്രസുകാർക്കിടയിൽ കമ്യൂണിസ്റ്റുകാർ സജീവ പ്രവർത്തനം നടത്തിയതിന്റെ ഫലമായി വിവിധ കമ്മിറ്റികളിലെ സുപ്രധാന എക്സിക്യൂട്ടീവ് സ്ഥാനങ്ങളിലേക്ക് അവർ തെരഞ്ഞെടുക്കപ്പെട്ടു. എ ഐ സി സി യിലേക്ക് ഇരുപത് കമ്യൂണിസ്റ്റുകാരാണ് തെരഞ്ഞെടുക്കപ്പെട്ടത്.

1938 ഫെബ്രുവരിയിൽ നടന്ന കോൺഗ്രസിന്റെ ഹരിപുര സമ്മേളനത്തിൽ സി പി ഐ ഒരു വിജ്ഞാപനം അവതരിപ്പിച്ചു. ഒരു ഫെഡറേഷൻ പദ്ധതി നമ്മെ അടിച്ചേൽപ്പിക്കാൻ സാമ്രാജ്യവാദികൾക്കാഗ്രഹമുണ്ടെന്ന് ആ വിജ്ഞാപനത്തിൽ ചൂണ്ടിക്കാട്ടി. ഒരു സ്വതന്ത്ര ഭരണഘടനാ നിർമാണ സമിതി എന്ന നിലപാടിൽ കോൺഗ്രസ് ഉറച്ചുനിൽക്കണമെന്നും ഫെഡറേഷൻ പദ്ധതി തള്ളിക്കളയണമെന്നും വിജ്ഞാപനം ആവശ്യപ്പെട്ടു. ഇതു സംബന്ധിച്ച ഒരു പ്രമേയം കോൺഗ്രസ് പ്രവർത്തക സമിതി നേരത്തെ തന്നെ പാസാക്കിയിരുന്നു. നേരിട്ടുള്ള തെരഞ്ഞെടുപ്പ് നടത്തുകയാണെങ്കിൽ രാജാക്കൻമാർ ഉത്തരവാദ ഗവൺമെന്റ് രൂപീകരിക്കാനും നാട്ടുരാജ്യങ്ങളിൽ ജനാധിപത്യപരമായ തെരഞ്ഞെടുപ്പ് നടത്താനും തയാറാവുകയാണെങ്കിൽ ഫെഡറേഷൻ എന്ന ആശയം അംഗീകരിക്കാമെന്ന് പ്രമേയം വ്യക്തമാക്കി. ഭരണഘടനാ പ്രതിസന്ധിയെന്ന ഭീഷണിയെ പൂർണമായും ആശ്രയിക്കുകയെന്നതായിരുന്നു പ്രവർത്തകസമിതി പ്രമേയത്തിലടങ്ങിയ പ്രവണത. മറിച്ച്, സമരത്തിന് തയാറെടുപ്പ് നടത്തുക എന്നതായിരുന്നില്ല. നാട്ടുരാജ്യപ്രജകളുടെ പ്രസ്ഥാനത്തോടുള്ള പ്രവർത്തകസമിതിയുടെ നിലപാടിനെ പാർട്ടി വിമർശിച്ചു. സാമൂഹ്യ രാഷ്ട്രീയ സാമ്പത്തികാവകാശങ്ങൾക്കുവേണ്ടിയുള്ള സമരത്തെ സ്വാഗതം ചെയ്യുമ്പോൾത്തന്നെ നിലവിലുള്ള സാഹചര്യത്തിൽ കോൺഗ്രസിന്റെ പേരിൽ പ്രക്ഷോഭങ്ങൾ നടത്തരുതെന്ന് പാർട്ടി ആവശ്യപ്പെട്ടു.

കിസാൻസഭാ പ്രവർത്തകരെ കഴിഞ്ഞ പത്തുമാസമായി പ്രതികാര നടപടികൾക്കിരയാക്കിക്കൊണ്ടിരിക്കുകയായിരുന്നു. തൊഴിലാളിവർഗപ്രസ്ഥാനത്തിനെതിരെ മർദന നിയമങ്ങളുപയോഗിച്ചു, കോൺഗ്രസുകാർക്കെതിരെ രാജ്യദ്രോഹക്കേസുകൾ കെട്ടിച്ചമച്ചു. ശാന്തമായ അന്തരീക്ഷം സൃഷ്ടിക്കുന്നതിന്റെ മറവിലാണ് ഇവയൊക്കെ ന്യായീകരിക്കാൻ

മുതിർന്നത്. പാർട്ടി ചൂണ്ടിക്കാട്ടി. ഫെഡറേഷൻ വിരുദ്ധ സമരത്തിനുപിന്നിൽ ജനങ്ങളെ അണിനിരത്തി ക്യാമ്പെയ്ൻ നടത്താൻ പാർട്ടി ആഹ്വാനം ചെയ്തു. അവശേഷിച്ച എല്ലാ രാഷ്ട്രീയത്തടവുകാരെയും മോചിപ്പിക്കണമെന്നാവശ്യപ്പെട്ടുകൊണ്ടുള്ള ജനകീയ പ്രക്ഷോഭത്തിനെതിരെ മർദ്ദക നിയമങ്ങൾ എടുത്തുപയോഗിക്കുന്നത് മതിയാക്കണമെന്ന് മന്ത്രിമാരോടും കിസാൻസഭയോട് സുവ്യക്തമായ ഒരു നിലപാട് സ്വീകരിക്കണമെന്ന് കോൺഗ്രസിനോടും പാർട്ടി ആവശ്യപ്പെട്ടു. ട്രേഡ് യൂണിയനുകൾക്കും നാട്ടുരാജ്യ സമരങ്ങൾക്കും പിന്തുണ നൽകണമെന്നും ആവശ്യപ്പെട്ടു.

ബഹുജനസമരങ്ങളെ തൊഴിലാളിവർഗത്തിന്റെയും കൃഷിക്കാരുടെയും ശക്തിപ്പെട്ടുകൊണ്ടിരുന്ന സമരങ്ങളെ കോൺഗ്രസ് വളരെയധികം ഭയപ്പെടുകയാണെന്ന കാര്യം വ്യക്തമായി.

ബോംബെയിലെ കോൺഗ്രസ് മന്ത്രിസഭ ട്രേഡ് ഡിസ്പ്യൂട്സ് ബിൽ കൊണ്ടുവന്നതിൽ പ്രതിഷേധിച്ച് 1938 നവംബറിൽ പണിമുടക്ക് നടത്താൻ കമ്യൂണിസ്റ്റുകാർ ആഹ്വാനം ചെയ്തു. 90,000 തൊഴിലാളികൾ അതിനോട് പ്രതികരിച്ചു. ട്രേഡ് യൂണിയൻ ഐക്യത്തിന്റ എൻ എഫ് ടി യു, എ ഐ ടി യു സിയിൽ ലയിച്ചു. പുനഃസ്ഥാപനം യൂണിയനെ ശക്തിപ്പെടുത്തി. കമ്യൂണിസ്റ്റ് ഇന്റർനാഷണലിന്റെ ഏഴാം കോൺഗ്രസ് കൈക്കൊണ്ട തീരുമാനത്തിന്റെ ആയുധമണിഞ്ഞ പാർട്ടിക്ക് ഈ ഘട്ടത്തിൽ സെക്ടേറിയൻ നയത്തിന്റെ അപകടകരമായ പ്രത്യാഘാതത്തെ തരണം ചെയ്യാൻ കഴിഞ്ഞു. കോൺഗ്രസിന് ചുറ്റും ദേശീയ ഐക്യമുന്നണി വളർത്തിയെടുക്കാൻ ശ്രമിക്കുമ്പോൾത്തന്നെ തൊഴിലാളികളുടെയും കൃഷിക്കാരുടെയും സ്വതന്ത്രസംഘടനകൾ കെട്ടിപ്പടുക്കുന്നതിൽ അത് പ്രത്യേകം ശ്രദ്ധവെച്ചു. ഈ ഘട്ടത്തിലാണ് വിപ്ലവസംഘങ്ങളിൽനിന്നും കോൺഗ്രസ് സോഷ്യലിസ്റ്റ് പാർട്ടിയിൽനിന്നും ഒട്ടേറെ പ്രവർത്തകർ പാർട്ടിയിൽ ചേർന്നത്. സ്വതന്ത്രമായ ഒരു സംഘടിതാടിത്തറയോടെ ദേശീയ പ്രസ്ഥാനത്തിൽ ശ്രദ്ധേയമായ ഒരു ശക്തിയായി പാർട്ടി വളർന്നു.

5

സാമ്രാജ്യത്വയുദ്ധം

കോൺഗ്രസിൽ ഇടതും വലതും തമ്മിലുള്ള അതിർവരമ്പ് വ്യക്തമായി വരികയായിരുന്നു. 1939 ജനുവരിയിൽ ത്രിപുരയിൽ നടന്ന അഖിലേന്ത്യാ കോൺഗ്രസ് സമ്മേളനത്തിൽ പ്രസിഡന്റ് സ്ഥാനത്തേക്ക് സുഭാഷ് ചന്ദ്രബോസ് മത്സരിച്ചു. വാസ്തവത്തിൽ കമ്യൂണിസ്റ്റുകാരും സോഷ്യലിസ്റ്റുകാരും ഇടതുപക്ഷ കോൺഗ്രസുകാരും ചേർന്ന് അദ്ദേഹത്തെ സ്ഥാനാർഥിയാക്കുകയായിരുന്നു. ബോസ് തെരഞ്ഞെടുക്കപ്പെട്ടു. അദ്ദേഹത്തിന് 1573 വോട്ടുകിട്ടി. ഗാന്ധിയുടെ സ്ഥാനാർഥി പട്ടാഭി സീതാരാമയ്യക്ക് കിട്ടിയത് 1375 വോട്ടുമാത്രം. രാജ്യത്തുണ്ടായ മാറ്റമാണിത് കാണിക്കുന്നത്. വിവിധ സംസ്ഥാനങ്ങളിലെ വിവിധ കമ്മിറ്റികളിലേക്ക് ഒട്ടേറെ കമ്യൂണിസ്റ്റുകാർ തെരഞ്ഞെടുക്കപ്പെട്ടു. കോൺഗ്രസ് പ്രസിഡന്റായി തെരഞ്ഞെടുക്കപ്പെട്ടുവെങ്കിലും താമസിയാതെ ബോസിന് ആ സ്ഥാനം രാജിവെക്കേണ്ടിവന്നു. കോൺഗ്രസിനകത്തെ പരിവർത്തനവാദികളെയും സാമ്രാജ്യത്വവിരുദ്ധ ശക്തികളെയും അണിനിരത്തുന്നതിന് ഫോർവേഡ് ബ്ലോക്ക് എന്നൊരു സംഘടന അദ്ദേഹം തുടങ്ങിവെച്ചു. അങ്ങനെയൊരു സംഘടന രൂപീകരിക്കരുതെന്ന് പാർട്ടി ബോസിനെ ഉപദേശിച്ചെങ്കിലും അതിനൊന്നും അദ്ദേഹത്തിന്റെ തീരുമാനത്തെ സ്വാധീനിക്കാൻ കഴിഞ്ഞില്ല.

ഹിറ്റ്ലർ ഉയർന്നുവന്നപ്പോൾ അദ്ദേഹത്തെ പ്രീണിപ്പിക്കുന്ന നയം സാമ്രാജ്യത്വശക്തികൾ കൈക്കൊണ്ടു. ആ നയത്തിന്റെ പ്രകടമായ തെളിവായിരുന്നു മ്യൂണിക് കരാർ. അതിനെത്തുടർന്ന് ലോകം ഒരു മഹാദുരന്തത്തിലേക്ക് നീങ്ങി. 1939 സപ്തംബറിൽ ഹിറ്റ്ലർ പോളണ്ടിനെ ആക്രമിച്ചു. ഉടൻതന്നെ ബ്രിട്ടനും ഫ്രാൻസും ജർമനിക്കെതിരെ യുദ്ധം പ്രഖ്യാപിച്ചു. അങ്ങനെ നമ്മൾ രണ്ടാം ലോകമഹായുദ്ധത്തിന്റെ മധ്യത്തിലായി.

ഇന്ത്യൻ പ്രതിനിധികളുമായി കൂടിയാലോചിക്കാതെ ഇന്ത്യ യുദ്ധത്തിൽ പങ്കാളിയായതായി സെപ്തംബർ മൂന്നിന് വൈസ്രോയി പ്രഖ്യാപിച്ചു. യുദ്ധത്തിന് കോൺഗ്രസിന്റെ സഹായം തേടുന്നതിനുമുമ്പ് യുദ്ധലക്ഷ്യം പ്രഖ്യാപിക്കാൻ കോൺഗ്രസ് പ്രവർത്തകസമിതി സെപ്തംബർ 14 ന് പ്രസ്താവനയിൽ ബ്രിട്ടീഷ് ഗവൺമെന്റിനോട് ആവശ്യപ്പെട്ടു. ഇന്ത്യയുടെ സ്വയം നിർണയാവകാശം പ്രവർത്തകസമിതി ആവർത്തിച്ചു. പരമാധികാരമുള്ള ഭരണഘടനാനിർമാണസമിതിയിലൂടെയായിരിക്കണം ആ അവകാശം സ്ഥാപിക്കുക. യുദ്ധം കഴിയുന്നതുവരെ അത് നിർത്തിവെക്കാൻ കഴിയും. പക്ഷേ ഒരുപാധി കേന്ദ്ര നിയമനിർമാണ സഭയോട് ഉത്തരവാദിത്തമുള്ള ഒരുയുദ്ധകാല ഇന്ത്യാഗവൺമെന്റ് രൂപീകരിക്കണം. ആ ഉപാധി ഗവൺമെന്റ് നിരസിച്ചു.

യുദ്ധം പൊട്ടിപ്പുറപ്പെട്ട ഉടൻ അതിനെ എതിർത്തുകൊണ്ട് കമ്യൂണിസ്റ്റ് പാർട്ടി രംഗത്തിറങ്ങി. ബോംബെയിലെ തൊഴിലാളികൾ യുദ്ധത്തിനെതിരെ ഉറച്ച നിലപാട് സ്വീകരിച്ചു. ഒക്ടോബർ 2 ന് 90,000 തൊഴിലാളികൾ യുദ്ധവിരുദ്ധ പണിമുടക്ക് നടത്തി. യുദ്ധത്തിനെതിരെ ലോകത്ത് ആദ്യമായി നടന്ന പണിമുടക്ക്. ഇതേത്തുടർന്ന് 1940 മാർച്ച് 4 ന് ബോംബെയിലെ ഒന്നേമുക്കാൽ ലക്ഷം ടെക്സ്റ്റൈൽ തൊഴിലാളികൾ പണിമുടക്കി. പണിമുടക്കിനെതിരെ ഗവൺമെന്റ് കടുത്ത മർദനം അഴിച്ചുവിട്ടു. നേതാക്കളെ മുഴുവൻ അറസ്റ്റ് ചെയ്തു. എന്നിട്ടും പണിമുടക്ക് 40 ദിവസം നീണ്ടുനിന്നു. പണിമുടക്കിന് പിന്തുണ പ്രഖ്യാപിച്ച് മാർച്ച് 10 ന് 3,55,000 തൊഴിലാളികൾ പണിമുടക്കി. ബോംബെ പണിമുടക്കിനെ തുടർന്ന് രാജ്യത്താകെ പണിമുടക്ക് പരമ്പരകൾതന്നെയുണ്ടായി. കോൺപൂരിലെ 25,000 ടെക്സ്റ്റൈൽ തൊഴിലാളികളും കൽക്കത്തയിലെ 20,000 മുനിസിപ്പൽ തൊഴിലാളികളും ബംഗാളിലെ ചണമില്ലുകളിലെയും ദിഗ്ബോയ് എണ്ണപ്പാടത്തെയും ധൻബാദ്-ധാദ്ര കൽക്കരി ഖനികളിലെയും തൊഴിലാളികളും ജംഷെഡ്പൂരിലെ ഇരുമ്പുരുക്ക് തൊഴിലാളികളും പണിമുടക്കിയവരിലുൾപ്പെടുന്നു.

ഈ ഘട്ടത്തിലുടനീളം വിദ്യാർഥി പ്രസ്ഥാനം പ്രധാനപ്പെട്ട സാമ്രാജ്യത്വവിരുദ്ധ പങ്കുവഹിച്ചു. അതിലൂടെ അഖിലേന്ത്യാ വിദ്യാർഥി ഫെഡറേഷൻ വിദ്യാർഥികളുടെ ഏറ്റവും കരുത്തുറ്റ സംഘടനയായി മാറി. സാമ്രാജ്യത്വ വിരുദ്ധ ചിന്താഗതിക്കാരായ വിദ്യാർഥികളെ അത് ഏകോപിപ്പിക്കുകയും അവരുടെ ഉശിരൻ സമരങ്ങൾക്ക് പിന്തുണ നൽകുകയും ചെയ്തു.

ഗവൺമെന്റ് ആഞ്ഞടിച്ചു. 1940 ജൂണിൽ കമ്യൂണിസ്റ്റുകാരെയും ഉശിരൻ സാമ്രാജ്യത്വവിരുദ്ധ പോരാളികളെയും രാജ്യരക്ഷാ നിയമപ്രകാരം അറസ്റ്റുചെയ്ത് തടവിലാക്കി. പാർട്ടി മുഖപത്രം നിരോധിച്ചു. 700 തടവുകാരിൽ 480 പേരും കമ്യൂണിസ്റ്റുകാരായിരുന്നു. 1940 മാർച്ചിൽ മുസ്ലിം ലീഗ് പ്രസിദ്ധമായ ലാഹോർ പ്രമേയം പാസാക്കി. ഇന്ത്യ വിഭജിച്ച് പാകിസ്ഥാൻ രൂപീകരിക്കണമെന്ന് ആവശ്യപ്പെടുന്നതായിരുന്നു ആ പ്രമേയം.

യുദ്ധവുമായി സഹകരിക്കാൻ കോൺഗ്രസ് മുമ്പോട്ടുവെച്ച ഉപാധികൾ ബ്രിട്ടീഷ് ഗവൺമെന്റ് അംഗീകരിച്ചില്ല. അതിനാൽ 1940 ഒക്ടോബറിൽ പ്രതീകാത്മ സത്യാഗ്രഹം ആരംഭിക്കാൻ കോൺഗ്രസ് നേതൃത്വം തീരുമാനിച്ചു.

1941 ജൂൺ 22 ന് നാസികൾ സോവിയറ്റ് യൂണിയനെതിരെ ഒരു മുന്നറിയിപ്പുമില്ലാതെ ആക്രമണം നടത്തി. ഫാസിസറ്റ് വിരുദ്ധ മുന്നണി രൂപം കൊള്ളുന്നതിന് അത് വഴിവെച്ചു. അങ്ങനെയൊരു മുന്നണി രൂപീകരിക്കാൻ ദീർഘകാലമായി സോവിയറ്റ് യൂണിയൻ ശ്രമിച്ചുവരികയായിരുന്നു.

ഫാസിസ്റ്റ് വിരുദ്ധ ജനകീയ യുദ്ധം.

സോവിയറ്റ് യൂണിയനുനേരെയുള്ള ഹിറ്റ്ലറുടെ ആക്രമണം യുദ്ധത്തിൽ ഒരു വഴിത്തിരിവ് കുറിച്ചു. ഫാസിസ്റ്റ് ദുഷ്ടശക്തികൾക്കെതിരെ ലോകവ്യാപകമായ ഒരു മുന്നണി രൂപം കൊണ്ടു. ജനകീയ യുദ്ധം എന്ന മുദ്രാവാക്യം കമ്യൂണിസ്റ്റ് ഇന്റർനാഷണൽ മുന്നോട്ടുവെച്ചു. പക്ഷേ ദൗർഭാഗ്യത്തിന്, നമ്മുടെ പാർട്ടി നേതൃത്വത്തിന് മാറിയ പരിതഃസ്ഥിതി അതിവേഗം ഉൾക്കൊള്ളാൻ കഴിഞ്ഞില്ല. 1941 ജൂണിലെ പി ബി പ്രമേയം പോലും യുദ്ധത്തെ ഒരു വിപ്ലവയുദ്ധമാക്കി മാറ്റണമെന്ന മുദ്രാവാക്യം ആവർത്തിച്ചു. അന്ന് ദിയോളി തടവറയിലായിരുന്ന ബി ടി രണദിവെയുടെ നേതൃത്വത്തിലുള്ള രാഷ്ട്രീയ തടവുകാരും ബ്രിട്ടീഷ് കമ്യൂണിസ്റ്റ് പാർട്ടിയും ഡിസംബറിൽ ഒരോ രേഖകൾ അയച്ചുകൊടുത്തതിനുശേഷം മാത്രമാണ് പുതിയ സ്ഥിതിഗതികളെക്കുറിച്ച് ശരിയായ ഒരു നിഗമത്തിലെത്താൻ പി ബി ക്ക് കഴിഞ്ഞത്. 1942 ഫെബ്രുവരിയിൽ പാസാക്കിയ പ്രമേയത്തിൽ ജനകീയയുദ്ധത്തിൽ ജനങ്ങളുടെ പങ്കുവഹിക്കാൻ ഇന്ത്യൻ ജനതയെ പ്രാപ്തരാക്കാൻ പി ബി ആവശ്യപ്പെട്ടു. 1942 ജൂലായിൽ കമ്യൂണിസ്റ്റ് പാർട്ടിക്ക് മേലുള്ള നിരോധനം ഗവൺമെന്റ് നീക്കി. രാഷ്ട്രീയത്തടവുകാർ മോചിതരാവാൻ തുടങ്ങി. ദേശീയ ഗവൺമെന്റ് എന്ന മുദ്രാവാക്യവുമായി പാർട്ടി മുന്നോട്ടുവന്നു.

6

ഒന്നാം പാർട്ടി കോൺഗ്രസ്

പാർട്ടിയുടെ ഒന്നാം കോൺഗ്രസ് 1943 മെയ് 23 മുതൽ ജൂൺ ഒന്നു വരെ ബോംബെയിൽ ചേർന്നു. അപ്പോഴത്തെ അംഗസംഖ്യ 15,563 യുദ്ധത്തെ ജനകീയ യുദ്ധമായി കോൺഗ്രസ് വിശേഷിപ്പിച്ചു. സ്വാതന്ത്ര്യത്തിനുവേണ്ടിയുള്ള ഇന്ത്യയുടെ സമരത്തെ ഫാസിസത്തിനെതിരായ ആഗോള സമരവുമായി കൂട്ടിയണക്കി. സോവിയറ്റ് യൂണിയന്റെയും മറ്റ് ഫാസിസ്റ്റ് വിരുദ്ധ ശക്തികളുടെയും വിജയം മാത്രമേ നമ്മുടെ സ്വാതന്ത്ര്യസമരത്തെ സഹായിക്കുകയുള്ളൂവെന്ന് കോൺഗ്രസ് ഊന്നിപ്പറഞ്ഞു. ഫാസിസത്തിന്റെ വിജയം ലോകവിപ്ലവപ്രസ്ഥാനത്തിന് പൊതുവെ ആപൽക്കരമായിരിക്കുമെന്നും നമ്മുടെ സ്വാതന്ത്ര്യസമരത്തെ അത് പിന്നോട്ടടിക്കുമെന്നും കോൺഗ്രസ് അഭിപ്രായപ്പെട്ടു. ഈ പുതിയ ഘട്ടത്തിലെ സ്വാതന്ത്ര്യസമരത്തിന്റെ വ്യക്തമായ ഒരു തന്ത്രം ദേശരക്ഷക്ക് ദേശീയ ഗവൺമെന്റ് സ്ഥാപിച്ചുകിട്ടാൻ ദേശീയഐക്യം അത് ആവിഷ്കരിച്ചു. രാജ്യത്താകെ പാർട്ടി സ്വാധീനം വ്യാപകമാക്കി. ബംഗാളിലെ ദുരിതാശ്വാസ പ്രവർത്തനങ്ങളിൽ ആണ്ടിറങ്ങി. മറ്റ് അനേകം രംഗങ്ങളിലും ശ്രദ്ധേയമായ പ്രവർത്തനങ്ങൾ പാർട്ടി കാഴ്ചവെച്ചു.

ശരിയായ നയം പിന്തുടർന്ന പാർട്ടി ചില തെറ്റുകളും വരുത്തി. അതിന് കനത്ത വിലയും നൽകേണ്ടിവന്നു. എന്തൊക്കെയായിരുന്നു ആ തെറ്റുകൾ?

1. പാർട്ടി ഫാസിസ്റ്റ് വിരുദ്ധ സമരത്തിന് പിന്തുണ നൽകി. അത് ശരിയായ നടപടിയായിരുന്നു. അതേസമയം സാർവദേശീയരംഗത്തെ വൈരുധ്യങ്ങളെ ദേശീയരംഗത്തെ വൈരുധ്യങ്ങളുമായി സംയോജിപ്പിക്കുന്നതിൽ പരാജയപ്പെട്ടു. ഫലമോ? ദേശീയ ഗവൺമെന്റ് സ്ഥാപിക്കാൻ ദേശീയൈക്യത്തിനു വേണ്ടി നടത്തുന്ന സമരം ദുർബലമായി സാർവദേശീയരംഗത്ത് ഫാസിസത്തിനെതിരായ സമരത്തിന് പിന്തുണ നൽകു

ന്നതോടൊപ്പം ഇന്ത്യൻ ജനതയെ പ്രതിനിധീകരിക്കുന്ന ദേശീയ ഗവൺമെന്റ് സ്ഥാപിക്കാൻ പാർട്ടി ബ്രിട്ടീഷ് ഗവൺമെന്റിനുമേൽ സമ്മർദം ചെലുത്തേണ്ടതായിരുന്നു. ഫാസിസ്റ്റ് ശക്തികൾ നമ്മുടെ രാജ്യത്തിന്റെ പടിവാതിൽക്കലെത്തിയപ്പോൾ മാത്രമാണ് അതിനെതിരെ പോരാടുന്നവരുമായി കൈകോർത്തുപിടിക്കാൻ നമുക്ക് കഴിഞ്ഞത്. ഈ നയം സ്വാഭാവികമായും ദേശീയ പ്രസ്ഥാനത്തിൽനിന്ന് ഒരളവോളം നമ്മെ അകറ്റി.

2. യുദ്ധശ്രമങ്ങളെ അപകടപ്പെടുത്തുകയോ അവയെ അട്ടിമറിക്കാൻ ഫാസിസ്റ്റനുകൂല ശക്തികളെ സഹായിക്കുകയോ ചെയ്യുമെന്ന പേരിൽ ബഹുജനസമരങ്ങൾ ഒഴിവാക്കുകയെന്ന നയം പാർട്ടി സ്വീകരിച്ചു. അതിന്റെ അടിസ്ഥാനത്തിൽ ക്വിറ്റ് ഇന്ത്യാ സമരത്തെ എതിർത്തു. ഫോർവേഡ് ബ്ലോക്കുകാരും സോഷ്യലിസ്റ്റുകാരും കമ്യൂണിസ്റ്റുകാരെ ബ്രിട്ടീഷ് ഏജന്റുമാർ എന്ന് വിളിച്ച് ആക്ഷേപിച്ചപ്പോൾ ആവരെ അഞ്ചാം പത്തികളെന്നും ഫാസിസ്റ്റുകാരുടെ ഏജന്റുമാരെന്നും വിളിച്ച് കമ്യൂണിസ്റ്റുകാർ തിരിച്ചടിച്ചു.

3. സ്റ്റാലിൻഗ്രാഡ് യുദ്ധത്തിലെ വിജയത്തോടെ യുദ്ധത്തിൽ അനുകൂലമായ ഒരു മാറ്റമുണ്ടായപ്പോൾ അയവേറിയ അടവുകൾ സ്വീകരിക്കുന്നതിൽ പാർട്ടി പരാജയപ്പെട്ടു. ബ്രിട്ടീഷുകാർക്കെതിരെ കുറെക്കൂടി ശക്തമായ സമരം നമുക്ക് സംഘടിപ്പിക്കാൻ സാധിക്കുമായിരുന്നു.

ഈ ഘട്ടത്തിൽ പാർട്ടി വരുത്തിയ ഗുരുതരമായ മറ്റൊരു തെറ്റ് ദേശീയപ്രശ്നത്തിന്റെ കാര്യത്തിൽ, അതായത് പാകിസ്ഥാൻ മുദ്രാവാക്യത്തിന്റെ കാര്യത്തിൽ ആയിരുന്നു. യുദ്ധത്തിന്റെ പര്യവസാനം വരെ കാത്തിരിക്കുകയും പ്രക്ഷോഭങ്ങൾക്ക് നേതൃത്വം വഹിക്കുകയും ചെയ്യുന്നതിനുപകരം ഒരു ദേശീയ ഗവൺമെന്റിന്റെ രൂപീകരണത്തിനുള്ള പൂച്ചുപണി എന്ന നിലയിൽ കോൺഗ്രസും മുസ്ലിംലീഗും തമ്മിലുള്ള ഐക്യത്തിന്റെ കാര്യത്തിൽ അത് കൂടുതൽ ശ്രദ്ധപതിപ്പിച്ചു. അപ്പൊഴേക്കും മുസ്ലിംലീഗ് പാകിസ്ഥാൻ പ്രമേയം അംഗീകരിച്ചു കഴിഞ്ഞിരുന്നു. അതിന്റെ അർഥം രാജ്യം വിഭജിക്കണം എന്നുതന്നെ. രാജ്യത്തന്റെ ഭാവി ദേശീയ ഐക്യത്തിലാണ്, കോൺഗ്രസ് ലീഗ് ഐക്യത്തിലാണ് കിടക്കുന്നതെന്ന മുദ്രാവാക്യവുമായി അത് രംഗത്തുവന്നു. ആ നടപടി ലീഗിന്റെ വാലിൽ തൂങ്ങുന്നതിനിടയാക്കി.

മർദ്ദിത മുസ്ലിം ദേശീയ ജനവിഭാഗങ്ങൾ എന്നൊരു സിദ്ധാന്തം തന്നെ കരുപ്പിടിപ്പിച്ചു. മതമാണ് ദേശീയ ജനവിഭാഗങ്ങൾ രൂപം കൊള്ളുന്നതിന്റെ ഒരു ഘടകം എന്ന സിദ്ധാന്തം മുന്നോട്ടുവെച്ചതോടെ സിക്കുകാരും പടിഞ്ഞാറൻ പഞ്ചാബികളും ഓരോരോ ജനവിഭാഗങ്ങളാണെന്ന് അംഗീകരിക്കേണ്ടിവന്നു. 1942 സപ്തംബറിൽ ചേർന്ന കേന്ദ്രക്കമ്മിറ്റി പ്ലീനത്തിൽ പാകിസ്ഥാനും ദേശീയൈക്യവും എന്ന വിഷയത്തെക്കുറിച്ച് ഡോ. അധികാരി റിപ്പോർട്ടുചെയ്തു. ഈ നയം ആസ്പദമാക്കിയുള്ളതായിരുന്നു പ്രമേയം. അദ്ദേഹം വാദിച്ചു.

മാതൃഭൂമി എന്ന നിലയിൽ തൊട്ടുതൊട്ട് കിടക്കുന്ന പ്രദേശങ്ങളും പൊതുവായ ചരിത്രപൈതൃകവും പൊതുവായ ഭാഷയും സംസ്കാരവും മനഃശാസ്ത്രഘടനയും പൊതു സാമ്പത്തിക ജീവിതവും ഉള്ളവരെ ഒരു പ്രത്യേക ദേശീയ ജനവിഭാഗമായി കണക്കാക്കും. ഇന്ത്യൻ യൂണിയനകത്തോ ഫെഡറേഷനകത്തോ സ്വയം ഭരണാധികാരമുള്ള ഒരു ഭരണകൂടമെന്ന നിലയിൽ നിലനിൽക്കാൻ അതിന് അധികാരമുണ്ടായിരിക്കും. വിട്ടുപോകണമെന്ന് തോന്നുകയാണെങ്കിൽ അതിനുള്ള അധികാരവുമുണ്ടായിരിക്കും. ഇതിനർഥം ഇപ്പോഴത്തെ ബ്രിട്ടീഷ് പ്രവിശ്യകളും നാട്ടുരാജ്യങ്ങളും വീണ്ടും യോജിക്കുകയും സ്വതന്ത്ര ഇന്ത്യയിൽ പുനഃസ്ഥാപിക്കുകയും ചെയ്യണമെന്നാണ്. അങ്ങനെ നാളത്തെ സ്വതന്ത്ര ഇന്ത്യ ഫെഡറേഷനുകളുടെ ഒരു യൂണിയനായിരിക്കും. വിവിധ ദേശീയ ജനവിഭാഗങ്ങളുടെ സ്വയംഭരണാധികാരമുള്ള സംസ്ഥാനങ്ങൾ അടങ്ങിയതായിരിക്കും. ആ യൂണിയൻ പത്താൻമാർ, പടിഞ്ഞാറൻ പഞ്ചാബികൾ (മുഖ്യമായും മുസ്ലിങ്ങൾ) സിഖുകാർ, സിന്ധികൾ, ഹിന്ദുസ്ഥാനികൾ, രാജസ്ഥാനികൾ, ഗുജറാത്തികൾ, ബംഗാളികൾ, ആസാമികൾ, ബിഹാറികൾ, ഒറിയക്കാർ, ആന്ധ്രാക്കാർ, തമിഴർ, കർണാടകക്കാർ, മഹാരാഷ്ട്രക്കാർ, മലയാളികൾ തുടങ്ങിയവരാണ് ആ ദേശീയ ജനവിഭാഗങ്ങൾ

തൊട്ടുതൊട്ടുകിടക്കുന്ന മുസ്ലിം ഭൂരിപക്ഷ പ്രദേശങ്ങളിൽ സ്വയം ഭരണാധികാരമുള്ള സംസ്ഥാനങ്ങൾ രൂപീകരിക്കാൻ അവർക്ക് അധികാരമുണ്ടായിരിക്കും. ആഗ്രഹമുണ്ടെങ്കിൽ വിട്ടുപോകാൻ തന്നെയുള്ള അധികാരം അവർക്കുണ്ടായിരിക്കും. സ്വയം നിർണയാവകാശത്തിനുവേണ്ടി പുതുതായി ഉയിർത്തെഴുന്നേറ്റ മുസ്ലിം ജനവിഭാഗങ്ങളുടെ ജനാധിപത്യത്തിനുവേണ്ടിയുള്ള ആഗ്രഹാഭിലാഷങ്ങളാണ് പാകിസ്ഥാൻ എന്ന മുദ്രാവാക്യത്തിന്റെ ഉറവിടമെന്ന് അതിൽ പറഞ്ഞു.

1946 ആയപ്പോഴേക്കും ആ തെറ്റ് തിരുത്തി മുസ്ലിം ദേശീയ ജനവിഭാഗങ്ങളെയും പ്രത്യേക രാജ്യത്തിനുവേണ്ടിയുള്ള അവരുടെ അവകാശത്തെയും സംബന്ധിച്ച സിദ്ധാന്തം ഉപേക്ഷിച്ചു. ക്യാബിനറ്റ് മിഷന് സമർപ്പിച്ച പാർട്ടിയുടെ മെമ്മോറാണ്ടത്തിൽ വ്യക്തമായി പറഞ്ഞു.

"ഒരു പൊതുയൂണിയനിൽ ഒന്നിച്ചുനിൽക്കുന്നതിലൂടെ മാത്രമേ ഇന്ത്യൻ ജനസാമാന്യത്തിന്റെ ഉത്തമ താൽപ്പര്യങ്ങൾ സംരക്ഷിക്കപ്പെടുകയുള്ളുവെന്ന് സി പി ഐ ക്ക് ഉറച്ച വിശ്വാസമുണ്ട്."

എന്നിരുന്നാലും വിവിധ ദേശീയ ജനവിഭാഗങ്ങൾക്ക് വേറിട്ടുപോകാനുള്ള അവകാശം എന്ന ആശയം പാർട്ടി രേഖകളിൽ പിന്നെയും സ്ഥലം പിടിച്ചു.

യുദ്ധാവസാനത്തിലും നമ്മുടെ നയത്തിലെ തെറ്റുകൾ തിരുത്തുന്നതിൽ നാം പരാജയപ്പെട്ടു. സ്വാതന്ത്ര്യത്തിലേക്ക് മുന്നോട്ട് എന്ന സി

സി പ്രമേയമാണ് നമുക്ക് വഴികാണിച്ചത്. ആ പ്രമേയത്തിൽ സാമ്രാജ്യത്വത്തെ ജനകീയ ചേരിയിലെ തടവുകാരനായി ചിത്രീകരിച്ചിരുന്നു. ഫാസിസത്തിനുമേലുള്ള വിജയത്തോടെ ഇന്ത്യക്ക് അനായാസം സ്വാതന്ത്ര്യം കിട്ടും എന്ന സിദ്ധാന്തം അത് മുന്നോട്ടുവെച്ചു. തൊഴിലാളി വർഗത്തിന്റെയും കൃഷിക്കാരുടെയും മറ്റധ്വാനിക്കുന്ന ജനവിഭാഗങ്ങളുടെയും താൽപ്പര്യ സംരക്ഷണം പാർട്ടി തുടർന്നെങ്കിലും യുദ്ധാനന്തര മുന്നേറ്റത്തിനുള്ള നമ്മുടെ മുൻകൈക്കു മുമ്പിൽ ഈ പ്രമേയം പ്രതിബന്ധമായിത്തീർന്നു.

സ്വാതന്ത്ര്യവേളയിൽ

യുദ്ധത്തിനുശേഷം പണിമുടക്കുകളുടെ വേലിയറ്റമുണ്ടായി. ഐ എൻ എ തടവുകാരെ വിട്ടയക്കണമെന്നാവശ്യപ്പെട്ട് 1945 ൽ പ്രകടനങ്ങൾ നടന്നു. സാമ്രാജ്യത്വ വാദികളുടെ കണ്ണുതുറപ്പിക്കുന്നതായിരുന്നു ഇതൊക്കെ. 1946 ൽ അവസാന അടി എന്നൊരു പ്രമേയം അംഗീകരിച്ചു. തൊട്ടുമുമ്പ് സി സി നടപ്പാക്കിക്കൊണ്ടിരുന്ന നയത്തിൽ തിരുത്തൽ വരുത്തിക്കൊണ്ടുള്ളതായിരുന്നു ആ പ്രമേയം. അതോടെ പാർട്ടി ബഹുജനസമരങ്ങളുടെ മുൻപന്തിയിലെത്തി. തേഭാഗാസമരം, തെലങ്കാനാസമരം, പുന്നപ്ര വയലാർ സമരം, ത്രിപുരയില ഗിരിവർഗക്കാരുടെ സമരം, ആസാമിലെ സുർമാവാലിയിലെ സമരം എന്നിവയ്ക്ക് പാർട്ടി നേതൃത്വം നൽകി. അവയിൽ പലതും സായുധസമരത്തിന്റെ രൂപം കൈക്കൊണ്ടു. 1946 ൽ നാവിക കലാപം പൊട്ടിപ്പുറപ്പെട്ടു. കലാപകാരികൾ കപ്പലിന് മുകളിൽ കോൺഗ്രസിന്റെയും മുസ്ലിംലീഗിന്റെയും സി പി ഐ യുടെയും പതാകകളുയർത്തി. ഇത് കാറ്റ് എങ്ങോട്ടാണ് വീശിയിരുന്നതെന്ന് തെളിയിച്ചു.

രണ്ടാം ലോകമഹായുദ്ധം അവസാനിച്ചതുമുതൽ സ്വാതന്ത്ര്യലബ്ധി വരെയുള്ള രണ്ട് വർഷം കർഷക സമരങ്ങൾ അലയടിച്ചുയർന്നു. ആ സമരങ്ങളിൽ ചിലത് രാജ്യത്ത് നടന്ന ഏറ്റവും ശക്തമായ കർഷകസമരങ്ങളായിരുന്നു. ഈ കർഷകസമരങ്ങളും തൊഴിലാളി സമരങ്ങളും ഐ എൻ എ തടവുകാർക്ക് പിന്തുണ നൽകിക്കൊണ്ടുള്ള സമരവും ആർ ഐ എൻ കലാപവും ബ്രിട്ടീഷ് ഭരണത്തെ പിടിച്ചുകുലുക്കി. ഫ്രഞ്ച് കൊളോണിയലിസത്തിനെതിരെ ഇന്തോ–ചൈനയിലെ ജനങ്ങൾ നടത്തിയ സമരവും ചൈനീസ് വിമോചന സമരവും അതോടൊപ്പം മറ്റ് രാജ്യങ്ങളിലെ വിമോചനപ്പോരാട്ടങ്ങളും ബ്രിട്ടീഷ് സാമ്രാജ്യത്വത്തിന് അന്തിമ പ്രഹരമേൽപ്പിക്കുന്നതിൽ ഏർപ്പെട്ട നമ്മുടെ ജനതയെ ആവേശം കൊള്ളിച്ചു.

കർഷക സമരങ്ങളിലധികവും നിർബന്ധിതവേലക്കും ഒഴിപ്പിക്കലിനും പാട്ടം വർധിപ്പിക്കലിനും എതിരായിട്ടായിരുന്നു. കനാൽ വെള്ളക്കരം വർധിപ്പിക്കുന്നതിനെതിരെ ചിലേടങ്ങളിൽ കൃഷിക്കാർ സമരം ചെയ്തു. മുപ്പതുകളുടെ അവസാനത്തിലെ ബക്ഹാസ്ത് പ്രസ്ഥാനം ബിഹാറിൽ വീണ്ടും ആരംഭിക്കുകയും പല പുതിയ മേഖലകളിലേക്കും

വ്യാപിക്കുകയും ചെയ്തു. പാട്ടം വെട്ടിക്കുറയ്ക്കണമെന്നും കനാലുകൾ മെച്ചപ്പെടുത്തണമെന്നും വെള്ളക്കരം കുറയ്ക്കണമെന്നും ആവശ്യപ്പെട്ടായിരുന്നു പഞ്ചാബിലെ പോരാട്ടം. കൈവശ കുടിയാൻമാർക്ക് ഉടമാവകാശം നൽകണമെന്നും അലാ മിൽകിയത് റദ്ദാക്കണമെന്നും പെപ്സുവിലെ കൃഷിക്കാർ ആവശ്യപ്പെട്ടു. ജൻമിത്വത്തിനെതിരെയായിരുന്നു കേരളത്തിലെ സമരം. ലങ്കാഭൂമിയിൽനിന്നുള്ള ഒഴിപ്പിക്കലിനെതിരെയായിരുന്നു ആന്ധ്രയിലെ പോരാട്ടമെങ്കിൽ സർഭൂമിയിൽനിന്ന് ബത്തൈദാർമാരെ ഒഴിപ്പിക്കുന്നതിനുള്ള ശ്രമത്തിനെതിരെയായിരുന്നു യു പി യിലെ പോരാട്ടം. അടിച്ചമർത്തലിനും ദിവാൻ ഭരണത്തിനും എതിരെ പുന്നപ്ര വയലാറിലെ തൊഴിലാളികളും കൃഷിക്കാരും പോരാടി. മഹാരാഷ്ട്രയിൽ താണെയിലെ വർളികൾ നിർബന്ധിതവേലയ്ക്കും ഭൂപ്രഭുക്കളുടെ നിയമവിരുദ്ധ ഒഴിപ്പിക്കലിനും എതിരെ കിസാൻസഭയുടെ നേതൃത്വത്തിൽ സമരം ചെയ്തു. ഒരു വർഷത്തിനകം നിർബന്ധിതവേല അവസാനിപ്പിക്കാനും വേതനവർധനവ് നേടിയെടുക്കാനും വർളികൾക്ക് കഴിഞ്ഞു.

മുഖ്യമായും പങ്കുപാട്ടക്കാരുടെ ആവശ്യങ്ങൾ ഉന്നയിച്ചുകൊണ്ടായിരുന്നു തേഭാഗാസമരം. വിളവിന്റെ മൂന്നിലൊന്ന് പങ്കുപാട്ടക്കാർക്ക് നൽകണം. ഉൽപ്പന്നങ്ങൾ വീതിക്കുന്നതിനുമുമ്പ് ഉചിതമല്ലാത്ത നിലയിൽ ഭൂപ്രഭുക്കൾ അവ കുറവുചെയ്യരുത്. പങ്കുപാട്ടക്കാരുടെ കളത്തിൽ വെച്ചുതന്നെ വീതം വെക്കൽ നടത്തണം. എന്നിവയായിരുന്നു സമരത്തിനാസ്പദമായ ആവശ്യങ്ങൾ, 1946-47 കാലത്താണ് ഈ സമരം നടന്നത്. പാടത്തുനിന്ന് കൊയ്തുകൊണ്ടുവരുന്ന ഉൽപ്പന്നങ്ങൾ സ്വന്തം കളത്തിലേക്ക് കൊണ്ടുപോകാൻ സമരനേതൃത്വം പങ്കുപാട്ടക്കാരോട് നിർദേശിച്ചു. ഉൽപ്പന്നങ്ങൾ പിടിച്ചെടുക്കുന്നതിന് ഭൂപ്രഭുക്കളുടെ ഗുണ്ടകൾ വരുമ്പോൾ അക്കൂട്ടരെ ചെറുക്കാൻ അവരോടാവശ്യപ്പെട്ടു. തങ്ങളുടെ ആവശ്യങ്ങൾ തികച്ചും ന്യായമാണെന്ന് 1940 ലെ ഫ്ളൗഡ് കമ്മീഷൻ റിപ്പോർട്ടിന്റെ അടിസ്ഥാനത്തിൽ പങ്കുപാട്ടക്കാർ ചൂണ്ടിക്കാട്ടി. പങ്കുപാട്ടക്കാർ ഭൂപ്രഭുക്കൾക്ക് നൽകുന്ന ഓഹരി വളരെ കൂടുതലാണെന്ന് ആ റിപ്പോർട്ട് വ്യക്തമാക്കി. മണ്ണിലധ്വാനിക്കുന്നവരെ പിഴിഞ്ഞെടുക്കുന്ന പാട്ടത്തിൽനിന്ന് അവർക്ക് സംരക്ഷണം നൽകേണ്ടതാണെന്ന തത്വത്തെ ഈ സമ്പ്രദായം അതിലംഘിക്കുകയാണെന്ന് കമ്മീഷൻ അഭിപ്രായപ്പെട്ടു.

കൽക്കത്തയിലും മറ്റ് പല പ്രദേശങ്ങളിലും വർഗീയ ലഹളകൾ ആളിപ്പടരുകയും ആയിരങ്ങൾ മരിച്ചുവീഴുകയും ചെയ്തിരുന്നതിനിടയിലാണ് ഈ സമരം നടന്നത്. ഭൂപ്രഭു ഹിന്ദുവെന്നോ മുസ്ലിമെന്നോ നോക്കാതെ ഹിന്ദുക്കളും മുസ്ലിങ്ങളും തോളോടുതോൾ ചേർന്ന് പോരാടി. മറ്റ് വിഭാഗങ്ങൾ പ്രത്യേകിച്ചും കർഷകത്തൊഴിലാളികളും ദരിദ്രകൃഷിക്കാരും സജീവമായി പങ്കെടുത്തുവെന്നതാണ് ഈ സമരത്തിന്റെ മറ്റൊരു സവിശേഷത. തങ്ങളുടെ വിഭാഗീയ താൽപ്പര്യങ്ങൾക്ക് കോട്ടം തട്ടിയില്ലെങ്കിൽപ്പോലും സമരത്തിന് പങ്കുപാട്ടക്കാരുടെ അടിയന്തരാവശ്യങ്ങൾക്കപ്പുറം പ്രാധാന്യമുണ്ടെന്ന് കാണാൻ അവർക്ക് കഴിഞ്ഞു. മൂന്നാ

മതായി സമരം ശക്തിപ്പെട്ടതിനോടൊപ്പം മുദ്രാവാക്യങ്ങൾ കുറെക്കൂടി വിശാലവും ഉശിരുള്ളതുമായിത്തീർന്നു. കൃഷിഭൂമി കൃഷിക്കാരന് എന്ന മുദ്രാവാക്യം മുഴങ്ങിക്കേട്ടു.

സമരത്തിന്റെ മുന്നേറ്റ ഘട്ടത്തിൽ രചിച്ച വീരസാഹസിക ഗാഥകൾക്ക് കണക്കില്ല., സ്ത്രീകളും വൻതോതിൽ സമരത്തിൽ പങ്കെടുത്തു. 70 ൽ പരം പ്രവർത്തകർ കൊല്ലപ്പെട്ടു. അതിലുമെത്രയോ പേർ ക്രൂരമായ മർദനത്തിന് ഇരയാവുകയോ തടവറകളിലകപ്പെടുകയോ ചെയ്തു. പൊലീസുകാരുടെ മർദ്ദനങ്ങൾക്കോ ഭീകരതക്കോ ജനങ്ങളുടെ സമരാവേശത്തെ തടഞ്ഞുനിർത്താനായില്ല. സമരത്തെ തണുപ്പിക്കുകയെന്ന ലക്ഷ്യത്തോടെ അക്കാലത്തെ ലീഗ് മന്ത്രിസഭ പങ്കുപാട്ടക്കാരെ സംബന്ധിച്ച് ഒരു നിയമം കൊണ്ടുവന്നു. പക്ഷേ ഇടയ്ക്കുവെച്ച് അതുപേക്ഷിച്ചു. 1950 ലെ ബർഗദാർ നിയമം ഈ സമരത്തിന്റെ സന്തതിയാണ്. ആ നിയമം ഒഴിപ്പിക്കലുകൾ പ്രസായകരമാക്കിത്തീർത്തു. പങ്കുപാട്ടക്കാരും ഭൂപ്രഭുക്കളും തമ്മിലുള്ള തർക്കങ്ങൾ പരിഹരിക്കാൻ കൺസിലിയേഷൻ ബോഡുകൾ രൂപീകരിച്ചു. വിത്തും വളവും കാർഷികോപകരണങ്ങളും മറ്റും പങ്കുപാട്ടക്കാരൻതന്നെ എടുക്കുകയാണെങ്കിൽ അവർക്ക് അർഹതപ്പെട്ട ഓഹരി മൂന്നിൽ രണ്ടായി വർധിപ്പിച്ചു.

മറ്റൊരു വലിയ സമരം നടന്നത് ത്രിപുരയിലാണ്. അവിടെ ഗിരിവർഗക്കാരുടെ ഭൂമി അന്യാധീനപ്പെട്ടുപോകുന്നതിനും പുതുകൃഷിക്കാരുടെ അവകാശങ്ങളിൽ കടന്നുകയറുന്നതിനും എതിരായി എ ഐ കെ എസുമായി ചേർന്നു ഗണമുക്തി പരിഷത്ത് ഗിരിവർഗക്കാരെ അണിനിരത്തി. അതിന്റെ ഫലമായും ഗിരിവർഗക്കാരെയും ഗിരവർഗേതരരെയും ഒന്നിപ്പിച്ചുകൊണ്ടും ഇന്ന് ഇടതുപക്ഷ പ്രസ്ഥാനത്തിന്റെ ഉറച്ച ഒരു ഔട്ട്പോസ്റ്റായി നിലനിൽകുകയാണ് ത്രിപുര.

ഇതിനൊക്കെ മകുടം ചാർത്തുന്നതാണ് തെലങ്കാന കൃഷിക്കാരുടെ ഐതിഹാസിക സമരം. ഇത്തരമൊരു സമരം രാജ്യത്തിന്റെ സമകാലീന ചരിത്രത്തിൽ നടന്നിട്ടില്ല. അഖിലേന്ത്യാ കിസാൻസഭയിൽ സംയോജിപ്പിച്ച ആന്ധ്ര മഹാസഭയുടെ നേതൃത്വത്തിൽ 1946 ൽ ആരംഭിച്ച ആ സായുധസമരം 1951 വരെ തുടർന്നു. ഭൂപ്രഭുക്കളുടെ മർദനവും കുടിയാൻമാരെ ഭീഷണിപ്പെടുത്താൻ അവർ സായുധ ഗുണ്ടകളെ വിന്യസിച്ചതുമായിരുന്നു അടിയന്തിര പ്രശ്നങ്ങൾ. 'വെറ്റി' (നിർബന്ധിതവേല) സമ്പ്രദായം അവസാനിപ്പിക്കുക, നിയമവിരുദ്ധവും ക്രമാതീതവുമായി നികുതി അടിച്ചേൽപ്പിക്കാതിരിക്കുക, ഹൈദരാബാദിലെ നൈസാം വാഴ്ചക്ക് അറുതിവരുത്തുക, (ഹൈദരാബാദ് നാട്ടുരാജ്യത്തിന്റെ ഭാഗമായിരുന്നു അന്ന് തെലങ്കാന) എന്നിവ പിന്നീട് പ്രധാന ആവശ്യങ്ങളായിത്തീർന്നു. എതാനും ഗ്രാമങ്ങളിൽ തുടങ്ങിയ ആ സമരം ഏതാനും ആഴ്ചകൾക്കകം കൂടുതൽ ഗ്രാമങ്ങളിലേക്ക് പടർന്നുപിടിച്ചു. സമരത്തിന് സംഘം അവർക്ക് നേതൃത്വം നൽകി; ദൈനംദിന ജീവിതത്തിലെ തർക്കങ്ങൾ പരിഹരിക്കാൻ സഹായിച്ചു. അവരുടെ സാംസ്കാരിക പ്രവർത്തനങ്ങൾക്ക് ഉത്തേജനം നൽകി.

ഇന്ത്യയ്ക്ക് സ്വാതന്ത്ര്യം ലഭിച്ച് അധികം കഴിയുന്നതിനു മുമ്പുതന്നെ സമരം ഉച്ചാവസ്ഥയിലെത്തി. ഹൈദരാബാദിനെ ഇന്ത്യൻ യൂണിയനിൽ ലയിപ്പിക്കുക, നൈസാമിന്റെ ഫ്യൂഡൽ കുലീനാധിപത്യം അവസാനിപ്പിക്കുക എന്നിവയായിത്തീർന്നു ഇപ്പോഴത്തെ ആവശ്യം. വെറ്റി സമ്പ്രദായം നിർത്തലാക്കുക,ഭൂപ്രഭുക്കൾക്ക് പാട്ടവും ധാന്യവും നൽകാതിരിക്കുക, ഭൂപ്രഭുക്കൾ നിയമവിരുദ്ധമായി കൈക്കലാക്കിയ ഭൂമി പിടിച്ചെടുക്കുക, പൂഴ്ത്തിവെച്ച ധാന്യങ്ങൾ പിടിച്ചെടുത്ത് ആവശ്യക്കാർക്കിടയിൽ വിതരണം ചെയ്യുക, ഭൂപ്രഭുക്കളുടെയും ഹുണ്ടികക്കാരുടെയും രേഖകൾ തീവെച്ച് നശിപ്പിക്കുക – ഇവ ആന്ധ്രാ മഹാസഭയുടെ കാർഷിക പരിപാടിയിലുൾപ്പെട്ടു. അവസാനമായി ഗവൺമെന്റിന്റെയും ഭൂപ്രഭുക്കളുടെയും തരിശുഭൂമി പിടിച്ചെടുക്കുവാനും വയൽ പത്ത് ഏക്കറും കര നൂറ് ഏക്കറുമായി കൈവശഭൂമിക്ക് പരിധിയേർപ്പെടുത്തുവാനും ആഹ്വാനം നൽകപ്പെട്ടു.

സമരം നടന്നുകൊണ്ടിരിക്കെ ഗ്രാമതലം മുതൽ ജില്ലാ തലം വരെ ഗറില്ലാ സ്ക്വാഡുകൾ രൂപീകരിച്ചു. റസാക്കർമാരുടെ ഭീകരതയെ അവർ നേരിട്ടു. ഭൂപ്രഭുക്കളെ അവരുടെ പ്രദേശങ്ങളിൽനിന്ന് ഭയപ്പെടുത്തി ഓടിച്ചു. സമരം അതിന്റെ മൂർധന്യത്തിലെത്തിയപ്പോൾ 16,000 ചതുരശ്രനാഴിക വിസ്തീർണമുള്ളതും മുപ്പതുലക്ഷത്തോളം ജനങ്ങൾ അധിവസിക്കുന്നതുമായ 300 ഗ്രാമങ്ങൾ മോചിപ്പിക്കപ്പെട്ടു. അവയുടെ ഭരണം ഗ്രാമീണ കൗൺസിലുകൾ ഏറ്റെടുത്തു. ഈ പ്രദേശങ്ങൾക്ക് 2,000 പേരടങ്ങിയ ജനകീയസേനയും കാവൽനിന്നു. പത്ത് ലക്ഷത്തോളം ഏക്കർ ഭൂമി ഭൂരഹിതർക്കിടയിൽ പുനർവിതരണം ചെയ്തു. അന്യായപ്പലിശ കുറച്ചു. നിർബന്ധിതവേല അവസാനിപ്പിച്ചു. മിനിമം കൂലി നിശ്ചയിച്ചു.

1948 സപ്തംബർ 13 നുശേഷം രാഷ്ട്രീയ സ്ഥിതിഗതികൾ ഒരു വഴിത്തിരിവിലെത്തി. അന്നായിരുന്നു ഇന്ത്യൻ സൈന്യം ഹൈദരാബാദിൽ വന്നിറങ്ങിയത്. അതോടെ നൈസാം വാഴ്ചക്ക് അന്ത്യമായി. വിപ്ലവകാരികൾ നൈസാം പട്ടാളത്തെ പരാജയപ്പെടുത്താനുള്ള സാധ്യതയും അങ്ങനെ സംഭവിച്ചാൽ ഇന്ത്യൻ രാഷ്ട്രീയത്തിൽ അത് ചെലുത്താനിടയുള്ള സ്വാധീനവും മനസിലാക്കിയ ഇന്ത്യൻ അധികൃതർ പരിഭ്രാന്തരായി. ഇന്ത്യാ ഗവൺമെന്റിന്റെ സായുധ ഇടപെടലിന്റെ ലക്ഷ്യം നൈസാമിനെ ഓടിക്കുക മാത്രമായിരുന്നില്ല. ഫ്യൂഡൽ ഭൂബന്ധങ്ങൾക്കെതിരായ ജനകീയ ചെറുത്തുനിൽപ്പിനെ തച്ചമർത്തുക കൂടിയായിരുന്നു. അതിനാൽ 50,000 വരുന്ന ഇന്ത്യൻ പട്ടാളക്കാരുടെ ലക്ഷ്യം വിപ്ലവകാരികളെ അമർച്ചചെയ്യുകയായിരുന്നു. അവർ ഗ്രാമങ്ങളെ വളഞ്ഞു. ജനങ്ങളെ പീഡിപ്പിച്ചു. വിപ്ലവകാരികളുമായി ഗ്രാമീണർക്കുള്ള ബന്ധം വിച്ഛേദിച്ചു.

അസമമായ ഈ സായുധ ഏറ്റുമുട്ടൽ അധികകാലം തുടരാൻ കഴിഞ്ഞില്ല. കാശ്മീരിൽ നിയോഗിച്ച പട്ടാളക്കാരെയും ഉപയോഗിച്ച വിഭവങ്ങളെയുംകാൾ കൂടുതൽ പട്ടാളക്കാരെയും വിഭവങ്ങളെയും ഇന്ത്യാ ഗവൺമെന്റ് തെലങ്കാനയിൽ ഉപയോഗപ്പെടുത്തിയെന്ന് പിന്നീട് കണ

ക്കാക്കി. 1951 ഒക്ടോബർ 21 ന് സമരം പിൻവലിച്ചു. അപ്പോഴേക്കും 4,000 പേർ മരിച്ചു. മൂന്ന് വർഷം മുതൽ നാല് വർഷം വരെ ശിക്ഷിക്കപ്പെട്ട് പതിനായിരത്തിലധികം പേർ ജയിലിലായി. 50,000 പേർ പോലീസ് പട്ടാളക്യാമ്പുകളിൽ മർദനത്തിനും പീഡനത്തിനും ഇരയായി.

ഈ ജനകീയ മുന്നേറ്റം കണ്ട് ഭയന്ന ബ്രിട്ടീഷ് സാമ്രാജ്യത്വവും നാഷണൽ കോൺഗ്രസും വിലപേശി ഒത്തുതീർപ്പുണ്ടാക്കി. രാജ്യത്തെ വെട്ടിമുറിച്ചുകൊണ്ട് 1947 ആഗസ്ത് 15 ന് ബ്രിട്ടീഷുകാർ ഇന്ത്യക്ക് സ്വാതന്ത്ര്യം നൽകി.

ഇന്ത്യൻ സ്വാതന്ത്ര്യത്തെ സംബന്ധിച്ച വിലയിരുത്തലും മൗണ്ട് ബാറ്റൻ അവാർഡിനെ കുറിച്ചുള്ള 1947 ഏപ്രിലിലെ സി സി പ്രമേയവും

ഇന്ത്യൻ ജനതയുടെ ജീവിതത്തിലെ ഒരു വലിയ സംഭവമായിരുന്നു ഇന്ത്യൻ സ്വാതന്ത്ര്യം. ആ നിലയിൽ പാർട്ടി സ്വാതന്ത്ര്യത്തെ സ്വാഗതം ചെയ്തു. അത് ശരിയായ നടപടിയുമായിരുന്നു. പക്ഷെ തങ്ങളുടെ താൽപര്യങ്ങൾ സംരക്ഷിക്കുന്നതിന് ഇന്ത്യാഗവൺമെന്റിനുമേൽ സമ്മർദ്ദം ചെലുത്താൻ സാമ്രാജ്യത്വം രാജാക്കൻമാരെ ഉപയോഗിക്കുന്നതിനുള്ള ഗൂഢാലോചനയിലേർപ്പെട്ടിരിക്കയാണെന്ന് മുന്നറിയിപ്പ് നൽകുന്നതിൽ പ്രമേയം പരാജയപ്പെട്ടു. മാത്രമല്ല, ജനകീയ മുന്നേറ്റത്തിന്റെ പശ്ചാത്തലത്തിലാണ് സ്വാതന്ത്ര്യം കൈവരുന്നതെന്നതുകൊണ്ട് ജനകീയ പ്രക്ഷോഭങ്ങളെ അടിച്ചമർത്താനാണിടയുള്ളതെന്ന് മുന്നറിയിപ്പ് നൽകാനും പ്രമേയത്തിന് കഴിഞ്ഞില്ല.

7

രണ്ടും മൂന്നും പാർട്ടി കോൺഗ്രസുകൾ

ഡിസംബറിലെ സി സി പ്രമേയം മൗണ്ട് ബാറ്റൻ അവാർഡ് സംബന്ധിച്ച ജൂലായ് പ്രമേയത്തെ അപലപിച്ചു. പക്ഷെ, അത് പാർട്ടിയെ സെക്ടേറിയൻ അതിസാഹതികത്വത്തിന്റെ പാതയിലെത്തിച്ചു. കിട്ടിയ സ്വാതന്ത്ര്യത്തിന് പ്രാധാന്യമൊന്നുമില്ലെന്ന് പറയുമ്പോൾ അത് സെക്ടേറിയൻ അതിസാഹസികത്വമല്ലാതെ മറ്റെന്താണ്? ആ പ്രമേയം രണ്ടാം പാർട്ടി കോൺഗ്രസിന് ആഹ്വാനം നൽകി. അതുപ്രകാരം 1948 ഫ്രെബ്രുവരിയിൽ രണ്ടാം പാർട്ടി കോൺഗ്രസ് കൽക്കത്തയിൽ ചേർന്നു.

കോൺഗ്രസിന്റെ മുമ്പാകെ രണ്ട്-രേഖകളുണ്ടായിരുന്നു-പൊളിറ്റിക്കൽ തീസിസും പരിഷ്കരണവാദപരമായ വ്യതിയാനം സംബന്ധിച്ച റിപ്പോർട്ടും. ബഹുജന മുന്നേറ്റം അലച്ചടിച്ചുയർന്ന പശ്ചാത്തലത്തിലാണ് കോൺഗ്രസ് ചേർന്നത്. തൊഴിലാളിവർഗത്തിന്റെയോ കൃഷിക്കാരുടെയോ ഇടയിൽ മാത്രമായി ഒതുങ്ങിനിന്നില്ല ആ മുന്നേറ്റം. നാട്ടുരാജ്യങ്ങളിലെ ജനങ്ങളെയും അതാകർഷിച്ചു. അതിന്റെ ആഴവും പരപ്പും കോൺഗ്രസ് അമിതമായി കണക്കുകൂട്ടി. ഇന്ത്യൻ ജനതയുടെമേൽ കോൺഗ്രസിനുള്ള സ്വാധീനവും ഇന്ത്യൻ യൂണിയനിൽ ലയിച്ചുചേരാൻ നാട്ടുരാജാക്കൻമാരിൽ സമ്മർദം ചെലുത്താനുള്ള അതിന്റെ കഴിവും പാർട്ടി കുറച്ചുകണ്ടു. ഫാസിസത്തിനുമേൽ കൈവരിച്ച വിജയത്തെയും സോഷ്യലിസ്റ്റ് ചേരിയുടെ ആവിർഭാവത്തെയും-ലോകത്താകെയുള്ള സാമ്രാജ്യത്വപിടി തകർക്കാൻ അതിന് കഴിഞ്ഞു – തുടർന്ന് ആഗോളരംഗത്ത് മാറിവന്ന വർഗശക്തികളുടെ ബലാബലം കണക്കിലെടുക്കുന്നതിൽ കോൺഗ്രസ് പരാജയപ്പെട്ടു. സാമ്രാജ്യത്വം പലതരത്തിലുള്ള കുത്തിത്തിരിപ്പുകളും നടത്തുന്നുണ്ടെങ്കിലും മാറിയ ഈ പരിതസ്ഥിതി സോഷ്യലിസ്റ്റ് ചേരിയുടെ സഹായത്തോടെ സ്വന്തം സ്വാതന്ത്ര്യം ഉറപ്പിക്കുന്നതിന് നമ്മുടെ രാജ്യത്തിന് പ്രയോജനകരമായിത്തീർന്നു.

രണ്ടാം കോൺഗ്രസിന്റെ നയം നടപ്പാക്കിയതിന്റെ ഫലമായി നാം ഒറ്റപ്പെട്ടു, പലേടങ്ങളിലും നമ്മുടെ സംഘടന തകർന്നു. പാർട്ടിക്കകത്തും അത് ഗുരുതരമായ പ്രതിസന്ധി സൃഷ്ടിച്ചു. രണ്ട് വർഷത്തിനകം വിവിധ കേന്ദ്രങ്ങൾ ഉയർന്നുവരാൻ തുടങ്ങി. അച്ചടക്കത്തിന് അയവേറി, കാര്യമായ ഉൾപാർട്ടി ചർച്ച ആരംഭിച്ചു. 1950 ജൂണിൽ സി സി പുനസംഘടിപ്പിച്ചു. അത് പഴയനയത്തിൽ ചില തിരുത്തലുകൾ വരുത്തിയെങ്കിലും പാർട്ടി ചെന്നുപെട്ട കുഴപ്പത്തിൽ നിന്ന് കരകയറാൻ കഴിഞ്ഞില്ല. അവസാനം ഒരു പ്രതിനിധിസംഘത്തെ സോവിയറ്റ് യൂണിയനിലേക്കയച്ചു. ആ സംഘം സോവിയറ്റ് പ്രതിനിധിസംഘവുമായി സമ്പൂർണ ചർച്ച നടത്തി. ആ ചർച്ചയുടെ അടിസ്ഥാനത്തിൽ ഒരു പരിപാടിയും നയപ്രഖ്യാപന രേഖയും തയ്യാറാക്കി അവ രണ്ടും പാർട്ടിയുടെ ഏകീകരണത്തെ സഹായിച്ചു.

സാർവദേശീയ കമ്മ്യൂണിസ്റ്റ് പ്രസ്ഥാനത്തിൽ സി പി എസ് യുവിന്റെ പ്രതിച്ഛായ തിളങ്ങി നിൽക്കുകയായിരുന്നു അപ്പോൾ. സ്റ്റാലിന്റെ നേതൃത്വത്തിലുള്ള സി പി എസ് യു പ്രതിനിധി സംഘവുമായി നടത്തിയ ചർച്ചയുടെ അടിസ്ഥാനത്തിലാണ് പരിപാടിയും നയപ്രഖ്യാപന രേഖയും തയ്യാറാക്കിയത്. അതിനാൽ ഈ രണ്ട് രേഖകളും എല്ലാവരും അംഗീകരിച്ചു. അപ്പോൾ പാർട്ടിയെ ഏകീകരിക്കുന്നതിൽ അത് ക്രിയാത്മക പങ്കു വഹിച്ചു. 1951 ഒക്ടോബറിൽ ചേർന്ന വിശേഷാൽ സമ്മേളനവും തുടർന്ന് 1953 ൽ മധുരയിൽ ചേർന്ന മൂന്നാം കോൺഗ്രസും ഈ രേഖകൾ അംഗീകരിച്ചു.

എങ്കിലും അത് കാലത്തെ അതിജീവിക്കില്ലെന്ന് ഏതാനും വർഷങ്ങൾക്കിടയിൽ ബോധ്യമായി. പരിപാടി വിഭാവനം ചെയ്ത വിപ്ലവഘട്ടത്തിനോ വിപ്ലവതന്ത്രത്തിനോ അടവുസംബന്ധമായ നയത്തിനോ ബലമായ അടിത്തറയിൽ കാലുറപ്പിച്ച് നിൽക്കാൻ കഴിഞ്ഞില്ല. നമുക്ക് സാഹചര്യങ്ങളുടെ സമ്മർദ്ദത്താൽ തെലങ്കാന സമരം പിൻവലിക്കേണ്ടിവന്നു. തെലങ്കാനയിലെയും ത്രിപുരയിലെയും തിരുവിതാംകൂർ കൊച്ചിയിലേയും മറ്റ് പ്രദേശങ്ങളിലെയും സഖാക്കൾ നടത്തിയ ആത്മത്യാഗത്തിന്റെ ഫലമായി, കാർഷിക വിപ്ലവത്തിന്റെ ആവശ്യകതക്ക് ഊന്നൽ നൽകിയതിന്റെ ഫലമായി, പാർട്ടിയുടെ പ്രതിച്ഛായ വളരെയധികം ഉയർന്നു. 1952-ലെ ഒന്നാം പൊതുതെരഞ്ഞെടുപ്പിൽ വൻവിജയം നേടിയെടുക്കുന്നതിന് ഇത് പാർട്ടിയെ സഹായിച്ചു.

സി പി ഐ പാർലമെന്റിലെ ഏറ്റവും വലിയ പ്രതിപക്ഷ പാർട്ടിയായി മാറി. മദിരാശി നിയമസഭയിൽ ഗവൺമെന്റിനെ വെല്ലുവിളിക്കാൻ തക്ക കരുത്ത് അത് നേടി. ത്രിപുരയിൽനിന്ന് പാർമെന്റിലേക്ക് തെരഞ്ഞെടുക്കപ്പെട്ട രണ്ടുപേരും നമ്മുടെ പാർട്ടിയിൽപ്പെട്ടവരായിരുന്നു. നേരത്തെ അംഗീകരിച്ച പരിപാടിയും നയപ്രഖ്യാപനരേഖയും തുടർന്നുള്ള നമ്മുടെ മുന്നേറ്റത്തെ സഹായിക്കുകയില്ലെന്ന നിഗമനത്തിൽ പാർട്ടി ചെന്നെത്തി. പരിപാടി സംബന്ധമായ പ്രശ്നങ്ങളിൽ മാത്രമല്ല

അടവുസംബന്ധമായ നയപ്രശ്നങ്ങളിലും പാർട്ടിക്കകത്ത് ഗൗരവതരമായ ഒരു ചർച്ചക്ക് ഇത് വഴിവെച്ചു. 1955 ജൂണിൽ സി സി യോഗം ചേർന്നു. യോഗത്തിൽ അഭിപ്രായവ്യത്യാസം പൊട്ടിപ്പുറപ്പെട്ടു. രണ്ട് ബദൽ രേഖകൾ ഉരുത്തിരിഞ്ഞുവരാൻ അതിടയാക്കി. അവയിലെ നിഗമനങ്ങളെ സംബന്ധിച്ച് പാർട്ടിക്കകത്ത് സമഗ്രമായ ചർച്ചയാരംഭിച്ചു. നാം ഈ രേഖകൾ ചർച്ചചെയ്യുമ്പോഴായിരുന്നു സി പി എസ് യു വിന്റെ 20-ാം കോൺഗ്രസ് ചേർന്നത്. ആ കോൺഗ്രസിലെ ചില നിഗമനങ്ങൾ പാർട്ടിക്കകത്തെ റിവിഷനിസ്റ്റ് പ്രവണതക്ക് പ്രോത്സാഹനം നൽകി.

1951 ൽ പരിപാടി അംഗീകരിച്ചെങ്കിലും മൂന്ന് വർഷത്തിനകം അതിലെ ചില മൗലിക നിഗമനങ്ങൾ ഇന്ത്യയിലെ യാഥാർഥ്യങ്ങളുമായി പൊരുത്തപ്പെടുന്നില്ലെന്നുവന്നു. അതിനാൽ പരിപാടി ഭേദഗതി ചെയ്യുന്ന പ്രശ്നം അജണ്ടയിൽ സ്ഥാനം പിടിച്ചു. ഏതാണ്ടിതേ കാലത്തു തന്നെ സാർവദേശീയ സ്ഥിതിഗതികളിലും ദേശീയ സ്ഥിതിഗതികളിലും മാറ്റമുണ്ടായി. അത് കണക്കിലെടുത്ത് ഇന്ത്യാ ഗവൺമെന്റ് വിദേശനയത്തിൽ മാറ്റം വരുത്തി. അപ്പോഴേക്കും രണ്ടാം പഞ്ചവത്സര പദ്ധതിയുടെ കരടു രേഖയും പ്രസിദ്ധപ്പെടുത്തി. പൊതുമേഖല കെട്ടിപ്പടുക്കുന്നതിനും കാർഷിക പരിഷ്കാരം നടപ്പാക്കുന്നതിനും ഊന്നൽ നൽകുന്നതായിരുന്നു കരടുരേഖ. ജനങ്ങളുടെ ഉൽപതിഷ്ണു മനോഭാവം മനസിലാക്കിയ കോൺഗ്രസ് പാർട്ടി തങ്ങളുടെ ലക്ഷ്യം 'സോഷ്യലിസ്റ്റ് രീതിയിലുള്ള സമൂഹം കെട്ടിപ്പടുക്കുകയാണെ'ന്ന് ആവഡി സമ്മേളനത്തിൽ പ്രഖ്യാപിച്ചു.

പാർട്ടി നേതൃത്വത്തിലെ ഒരു വിഭാഗം ഇതിനെ പാർട്ടിയെ വർഗസഹകരണത്തിന്റേതായ പാതയിലേക്ക് നീക്കാൻ ഉപയോഗിച്ചു. അവർ ഇങ്ങനെ വാദിക്കാൻ തുടങ്ങി: ദേശീയ ബൂർഷ്വാസി രണ്ടായി പിളർന്നിരിക്കുന്നു. അതിലെ കുത്തക വിഭാഗം സാമ്രാജ്യത്വവുമായും നാടൻ ഫ്യൂഡലിസവുമായും സഹകരിക്കുന്നതിനും കൂട്ടുകൂടുന്നതിനും നിലകൊള്ളുന്നു. മറ്റേ വിഭാഗമാകട്ടെ, സാമ്രാജ്യത്വത്തെയും ഫ്യൂഡലിസത്തെയും എതിർക്കുന്നു. ഈ നയം ആദ്യം മുമ്പോട്ടുവെച്ചത് പി സി ജോഷിയുടെ നേതൃത്വത്തിൽ യു പി സംസ്ഥാന കമ്മിറ്റിയിലെ പത്ത് അംഗങ്ങളാണ്. 1954 സപ്തംബറിൽ ചേർന്ന കേന്ദ്രകമ്മിറ്റി യോഗം ഇത് തള്ളിക്കളഞ്ഞു.

കുറേക്കൂടി മൂർച്ഛിക്കുന്നു

അഭിപ്രായ വത്ര്യാസങ്ങൾ കെട്ടടങ്ങിയില്ല. 1955-ലെ തെരഞ്ഞെടുപ്പിനുശേഷം അത് കുറെക്കൂടി മൂർച്ഛിച്ചു. നാലാം കോൺഗ്രസിലേക്കുള്ള (പാലക്കാട്) സി സി റിപ്പോർട്ടിൽ പറഞ്ഞു:

> ആന്ധ്രാ തെരഞ്ഞെടുപ്പിനുശേഷം കേന്ദ്രകമ്മിറ്റിയിലെ പ്രതിസന്ധി മൂർച്ഛിച്ചു. ആന്ധ്രാ തെരഞ്ഞെടുപ്പു ഫലം വിശകലനം ചെയ്യുന്നതിന് 1955 മാർച്ചിൽ ചേർന്ന സി സി യോഗം പാസാക്കിയ പ്രമേയം തൃപ്തികരമല്ലെന്ന് മിക്ക പാർട്ടി കമ്മിറ്റികളും കണക്കാക്കി

> ഇത് അനിവാര്യവുമായിരുന്നു. എന്തുകൊണ്ടെന്നാൽ, നിലവിലുള്ള പരിതസ്ഥിതിയെക്കുറിച്ചുതന്നെ സി സിക്കകത്ത് ഏകീകൃത ധാരണയുണ്ടായിരുന്നില്ല.

റിപ്പോർട്ടിൽ ഇത്രയും കൂടി പറഞ്ഞു:

> പി സി ക്കകത്ത് അഭിപ്രായവ്യത്യാസം തീക്ഷണമാവുകയും ഒരു പിളർപ്പിന്റെ വക്കുവരെ അതെത്തുകയും ചെയ്തു. അഭിപ്രായവ്യത്യാസങ്ങൾ കുറയുന്നതിനുപകരം വിപുലമാവുകയും മൂർത്തമായ രൂപം കൈക്കൊള്ളുകയും ചെയ്തു എന്ന് സി സിയുടെ ജൂൺ യോഗം വ്യക്തമാക്കി.

ഈ പശ്ചാത്തലത്തിലാണ് നാലാം കോൺഗ്രസ് നടന്നത്. സി സിയുടെ കരടുപ്രമേയം പാർട്ടിക്കകത്തെ വർഗ സഹകരണ പ്രവണതക്ക് പ്രോത്സാഹനം നൽകി. ഒരു ബദൽ കരടുരേഖ അവതരിപ്പിച്ചുകൊണ്ട് കേന്ദ്രകമ്മിറ്റിയിലെ ഒരു വിഭാഗം ഈ നയത്തെ വെല്ലുവിളിച്ചു. ബദൽ കരടുരേഖയിലെ എല്ലാ നിഗമനങ്ങളും ഉറച്ച മാർക്സിസ്റ്റ് -ലെനിനിസ്റ്റ് നിലപാടിന്റെ അടിസ്ഥാനത്തിലായിരുന്നുവെന്ന് പറയുന്നത് തെറ്റായിരിക്കും കാരണം, 1951 ലെ പരിപാടിയുടെ ചട്ടക്കൂടിന് പുറത്തുകടക്കാൻ അപ്പോഴും ഞങ്ങൾക്ക് കഴിഞ്ഞിരുന്നില്ല. എന്നിരുന്നാലും ഭരണകൂടത്തിന്റെ വർഗസ്വഭാവത്തെയും വർഗസഖ്യത്തെയും സംബന്ധിച്ച തെറ്റായ നയം ഞങ്ങൾ സ്വയം തിരുത്തി. ബദൽ കരടുരേഖയിലൂടെ വർഗ സഹകരണനയത്തെ ശരിയായ നിലയിൽ ഞങ്ങൾ വിമർശിച്ചു.

വിപ്ലവഘട്ടം ജനകീയ ജനാധിപത്യത്തിന്റേതാണെന്നും ഇന്ത്യാഗവൺമെന്റ് ബൂർഷ്വാ–ഭൂപ്രഭുവർഗത്തിന്റെതാണെന്നും കേന്ദ്രകമ്മിറ്റിയുടെ കരടും വിലയിരുത്തി. പക്ഷെ, ഗവൺമെന്റിന്റെ നയാവിഷ്കരണത്തിലും രണ്ടാം പഞ്ചവത്സരപദ്ധതി കരുപ്പിടിപ്പിക്കുന്നതിലും ജനാധിപത്യമുന്നണി കെട്ടിപ്പടുക്കുകയും അതിൽ കോൺഗ്രസിന്റെ സ്ഥാന നിശ്ചയിക്കുകയും ചെയ്യുന്നതിലും വർഗ സഹകരണനയമാണ് അത് സ്വീകരിച്ചത്.

ഇത് 1955–ലായിരുന്നു. കരടുപ്രമേയവും അതിനുള്ള ബദൽ രേഖയും പ്രസിദ്ധീകരിച്ചതിനുശേഷം പാർട്ടിക്കകത്ത് ഗൗരവതരമായ ഒരു ചർച്ച നടന്നു. അനേകം ഫോറങ്ങൾ (വ്യത്യസ്ത അഭിപ്രായങ്ങളടങ്ങിയ രേഖകൾ) പ്രസിദ്ധീകരിച്ചു. ഒട്ടേറെ പ്രമുഖ സഖാക്കൾ ആ ചർച്ചയിൽ സജീവമായി പങ്കെടുത്തു. സി പി ഐ നേതാക്കളിൽ പ്രമുഖനായിരുന്ന ഭവാനിസെൻ ചർച്ചയിൽ പങ്കെടുക്കവെ ഇങ്ങനെ പറഞ്ഞു:

> വൻകിട ബൂർഷ്വാസിയിലും ഗവൺമെന്റിലുമുള്ള സാമ്രാജ്യത്വ–നാടുവാഴിത്ത അനുകൂലികൾക്ക് ഇന്ത്യയുടെ സ്വതന്ത്ര മുതലാളിത്ത വികസനത്തിൽ താൽപര്യമില്ല. അവർ സാമ്രാജ്യത്വശക്തികളെ ഭയപ്പെടുന്നതിലേറെ ജനങ്ങളെ ഭയപ്പെടുന്നു. നെഹ്റുവിന്റെ പുരോഗമനാശയങ്ങൾ അവസാനം ജനങ്ങളെ ശക്തിപ്പെടുത്തു

കയും തങ്ങളുടെ നേർക്ക് ആഞ്ഞടിക്കുകയും ചെയ്യുമെന്ന് അവർക്കറിയാം.

> ഇന്ത്യൻ വൻകിട ബൂർഷ്വാസിയുടെ പുരോഗമന വിഭാഗത്തെ പ്രതിനിധീകരിക്കുന്ന നെഹ്റു ഗവൺമെന്റ് മുഖ്യമായും സാമ്രാജ്യത്വവുമായുള്ള കൂട്ടുകെട്ട് ഉപേക്ഷിച്ചിരിക്കുന്നു. സമാധാനപരമായ സഹവർതിത്വ നയം ആശ്ലേഷിക്കുകയും സോഷ്യലിസ്റ്റ് നാടുകളുമായി സഹകരണം സ്ഥാപിക്കുകയും ചെയ്തിരിക്കുന്നു. (നാലാം പാർട്ടി കോൺഗ്രസ് രേഖ, നമ്പർ 2 പേജ് 91)

ഇങ്ങനെ പ്രസ്താവിച്ചതിനുശേഷം 'വാണിജ്യത്തിലെയും വ്യവസായത്തിലെയും ദേശീയ ബൂർഷ്വാ താൽപര്യങ്ങൾ പ്രോത്സാഹിപ്പിക്കുന്ന' കാര്യം പരാമർശിച്ചുകൊണ്ട് അദ്ദേഹം താഴെപ്പറയുന്ന നിഗമനത്തിലെത്തി:

> ഈ നടപടികൾ തീർച്ചയായും അർധ കൊളോണിയലിസത്തെ അന്തിമമായും ഉൻമൂലനം ചെയ്യും. അത് രാജ്യത്തെ സാമ്പത്തിക സ്വാതന്ത്ര്യത്തിലേക്കും നയിക്കും.

വർഗസഹകരണം

ഈ അടവുകൾ അവകാശങ്ങളുടെ രൂപത്തിലാക്കിയാൽ അതിന്റെ അർത്ഥം ഗവൺമെന്റിന്റെ സമൂലമായ പുന:സംഘടന എന്നാണ് ; കേന്ദ്ര രാഷ്ട്രീയ കടമയുടെ രൂപത്തിലാക്കിയാൽ അർത്ഥം 'ദേശീയ ഐക്യമുന്നണി കെട്ടിപ്പടുക്കുക' എന്നും 'ദേശീയ ഐക്യമുന്നണിക്കുവേണ്ടിയുള്ള നമ്മുടെ പ്രസ്ഥാനം ദേശീയ ഐക്യത്തിന്റേതായ ഒരു ഗവൺമെന്റിന് വഴിതെളിക്കും. സാമ്രാജ്യത്വാനുകൂല-നാടുവാഴിത്താനുകൂല ശക്തികളിൽനിന്നുള്ള കടന്നാക്രമണത്തെ ചെറുക്കുന്നതിന് ഒരു അടിയന്തരസഖ്യശക്തയെന്നനിലയിൽ അത് പ്രവർത്തിക്കും.'

പി സി ജോഷിയുടെയും എസ് എസ് യൂസഫിന്റെയും നേതൃത്വത്തിലുള്ള യു പി സംസ്ഥാന കമ്മിറ്റിയിലെ ഒരു വിഭാഗം ഇതേ വിലയിരുത്തലാണ് നടത്തിയത്. തങ്ങളുടെ കുറിപ്പിൽ അവരിങ്ങനെ പറഞ്ഞു.

> ഇന്നത്തെ സാഹചര്യത്തിൽ ദേശീയ ജനാധിപത്യ കൂട്ടുഗവൺമെന്റ് എന്ന മുദ്രാവാക്യം സാമ്രാജ്യത്വാനുകൂല-നാടുവാഴിത്താനുകൂല പിന്തിരിപ്പൻമാരെ പരാജയപ്പെടുത്താനും ഒറ്റപ്പെടുത്താനും ദേശീയ ബൂർഷ്വാ ശക്തികളുമായി സഖ്യം ഊട്ടിയുണ്ടാക്കാനും ദേശീയ പ്രസ്ഥാനത്തിൽ തൊഴിലാളിവർഗ മേധാവിത്വം സ്ഥാപിക്കാനും അങ്ങേയറ്റം ഫലപ്രദമായി സഹായിക്കുമെന്നാണ് ഞങ്ങളുടെ അഭിപ്രായം.

എന്നാൽ ഈ നയത്തിന് പിന്നിൽ പാർട്ടിയെ അണിനിരത്തുക

എന്നത് അവർക്ക് എളുപ്പമായിരുന്നില്ല. കാരണം, ബദൽ രേഖയും അതിൽമേൽ നടന്ന ചർച്ചയും ചില മൗലിക നിലപാടുകൾ ഊന്നിപ്പറയുന്നതിന് കേന്ദ്രനേതൃത്വത്തെ നിർബന്ധിതരാക്കി. തിരുവിതാംകൂർ–കൊച്ചി–മലബാർ കമ്മിറ്റികളുടെ സംയുക്ത യോഗത്തിൽ കരടുപ്രമേയം വിശദീകരിച്ച് സംസാരിച്ച അന്നത്തെ പാർട്ടി ജനറൽ സെക്രട്ടറി അജയ്ഘോഷ് നിലവിലുള്ള ഗവൺമെന്റിനെ ബൂർഷ്വാ–ഭൂപ്രഭു ഗവൺമെന്റായി ചിത്രീകരിച്ചു. വലതുപക്ഷത്തുനിന്നുയർന്നുവന്ന ചില വിമർശനങ്ങൾ നിരാകരിച്ചു. എന്നാൽ പരിപാടിയെയും അടവുപരമായ നയത്തെയും സംബന്ധിച്ചും പാർട്ടിയിൽ ഭിന്നിപ്പുണ്ടായിരിക്കുകയാണെന്ന് വിവിധ സംസ്ഥാന കമ്മിറ്റികളിൽ നടന്ന ചർച്ചകൾ തെളിയിച്ചു.

നാലാം പാർട്ടി കോൺഗ്രസിലുള്ള തയ്യാറെടുപ്പിന്റെ ഭാഗമായി ഉൾപാർട്ടി ചർച്ചകൾ നടന്നുകൊണ്ടിരിക്കെ സി പി എസ് യു വിന്റെ 20–ാം കോൺഗ്രസ് സമ്മേളിച്ചു. ആ കോൺഗ്രസിലെ ചില നിഗമനങ്ങൾ സി പി ഐയ്ക്കകത്തെ വലതുപക്ഷ പ്രവണതക്ക് പ്രോത്സാഹനം നൽകി. അത് പാർട്ടിയിലെ അഭിപ്രായവ്യത്യാസങ്ങൾ കുറേക്കൂടി രൂക്ഷമാക്കി. കേന്ദ്രകമ്മിറ്റിയിലെ ഭൂരിപക്ഷം ഈ നിഗമനങ്ങളും വ്യാഖ്യാനങ്ങളും അംഗീകരിച്ചില്ല. 1956 മാർച്ചിൽ സ്റ്റാലിനെ സംബന്ധിച്ച് സി സി സ്വന്തം പ്രമേയം അംഗീകരിച്ചു.

8

നാലാം പാർട്ടി കോൺഗ്രസ്

സി പി എസ് യുവിന്റെ 20-ാം കോൺഗ്രസ് കഴിഞ്ഞ് കഷ്ടിച്ച് രണ്ട് മാസമായപ്പോഴേക്കും പാർട്ടിയുടെ നാലാം കോൺഗ്രസ് നടന്നു. അതിന് തൊട്ടുമുമ്പ് ഉൾപാർട്ടി ചർച്ചകൾ ക്രോഡീകരിക്കുന്നതിന് കേന്ദ്ര കമ്മിറ്റി സമ്മേളിച്ചു. കമ്മിറ്റി കരടുപ്രമേയത്തിലെ ഒട്ടേറെ തെറ്റുകൾ തിരുത്തി. ഇത് ബദൽരേഖ അവതരിപ്പിച്ചവരെ തൃപ്തിപ്പെടുത്തി. തന്ത്രപരമായ ലക്ഷ്യം ജനകീയ ജനാധിപത്യമാണെന്നും ആ ലക്ഷ്യം കൈവരിക്കുന്നതിനുള്ള മുന്നണിയുടെ നേതൃത്വം തൊഴിലാളിവർഗത്തിനായിരിക്കുമെന്നും തെറ്റുതിരുത്തിയ കരടുപ്രമേയം വിഭാവനം ചെയ്തു. അതിനാൽ ബദൽരേഖ അവതരിപ്പിച്ചവർ അത് പിൻവലിച്ചു. നേരത്തെ സി സി കരടുപ്രമേയത്തിന് പിന്തുണ നൽകിയ നേതൃത്വത്തിലെ ഒരു വിഭാഗത്തിന് ഭേദഗതി ചെയ്ത പ്രമേയത്തോട് യോജിക്കാൻ കഴിഞ്ഞില്ല. പാർട്ടി കോൺഗ്രസിൽ അവർ തങ്ങളുടേതായ ബദൽ പ്രമേയം അവതരിപ്പിച്ചു. അവർക്ക് പി സി ജോഷി, രാജേശ്വര റാവു, രവിനാരായണ റെഡ്ഡി, എസ് എസ് യൂസഫ്, ഭവാനി സെൻ, സോമനാഥ് ലാഹിരി, കെ ദാമോദരൻ, അവതാർസിങ് മൽഹോത്ര, രമേശ്ചന്ദ്ര എന്നിവർ നേതൃത്വം നൽകി. ഈ നേതാക്കളാണ് പിളർപ്പിന്റെ സമയത്ത് സി പി ഐ നേതൃത്വമേറ്റെടുത്തത്.

വിദേശനയത്തിലെ മാറ്റവും ഭൂപരിഷ്കരണം സംബന്ധിച്ച ചില മുദ്രാവാക്യങ്ങളും മറ്റും ഉപയോഗിച്ച് ബദൽ പ്രമേയം ചില നിഗമനങ്ങളിലെത്തി. അവ താഴെ ചേർക്കാം:

> മൊത്തത്തിൽ സാമ്രാജ്യത്വവും ഫ്യൂഡലിസവുമായി ഒത്തുതീർപ്പെന്ന പണ്ടത്തെ നയത്തിൽനിന്ന് ഭരണ വർഗത്തിന്റെ ദിശ മാറാൻ തുടങ്ങി. പഴയ നയങ്ങൾക്ക് പകരം സാമ്രാജ്യത്വ-നാടു

> വാഴിത്ത ശക്തികളോട് ഉറച്ച എതിർപ്പ് എന്ന നയം അവർ മാറ്റി പ്രതിഷ്ഠിച്ചു.

മേൽപറഞ്ഞ ധാരണയുടെ അടിസ്ഥാനത്തിൽ വിശകലനം നടത്തിയശേഷം അവർ പ്രസ്താവിച്ചു.

> ഇതിനർഥം കാലഹരണപ്പെട്ട കോൺഗ്രസ് വിരുദ്ധ ജനാധിപത്യ മുന്നണി കെട്ടിപ്പടുക്കുകയെന്ന അടവ് ഉപേക്ഷിക്കണമെന്നാണ്. എന്തുകൊണ്ടെന്നാൽ, അത്തരമൊരു അടവ് ജനങ്ങൾക്കിടയിലെ ഭിന്നിപ്പ് നിലനിൽക്കുന്നതിനും ഏകീകരണത്തിന്റേതായ പങ്കു വഹിക്കുന്നതിൽനിന്ന് പാർട്ടിയെ തടയുന്നതിനും മാത്രമേ ഇടയാക്കൂ.

ബദൽപ്രമേയം അവസാനിക്കുന്നത് ഇങ്ങനെയാണ്:

> ദേശീയ ഐക്യത്തിന്റെ വളർച്ചയുടെയും പുരോഗമനശക്തികൾക്കനുകൂലമായി വർഗശക്തികളുടെ ബലാബലത്തിൽ വന്ന മാറ്റത്തിന്റെയും ഫലമായി ദേശീയൈക്യത്തിന്റേതായ ഒരു ബദൽ ഗവൺമെന്റ് രൂപീകരിക്കാൻ കഴിയുമെന്ന് സി പി ഐ വിശ്വസിക്കുന്നു.

ഭരണ കോൺഗ്രസുമായി ചേർന്ന് ഒരു ഗവൺമെന്റ് രൂപീകരിക്കുന്നതിനുള്ള വ്യക്തമായ ആഹ്വാനമാണ് ഈ പ്രമേയം നൽകുന്നത്. പ്രമേയം പാർട്ടി കോൺഗ്രസ് തള്ളിക്കളഞ്ഞെങ്കിലും പ്രതിനിധികളിൽ മൂന്നിലൊരു ഭാഗത്തിന്റെ പിന്തുണ അതിന് ലഭിച്ചുവെന്ന വസ്തുത അവഗണിക്കാനാവില്ല. എന്നാൽ രാഷ്ട്രീയപ്രമേയം അംഗീകരിക്കുന്ന ഘട്ടമെത്തിയപ്പോൾ അജയ്ഘോഷ് ബദൽരേഖക്കാർക്ക് ഒരു സൗജന്യം നൽകി. വൻകിട ബൂർഷ്വാസി നയിക്കുന്ന ബൂർഷ്വാ–ഭൂപ്രഭു ഗവൺമെന്റാണ് ഇന്ത്യാ ഗവൺമെന്റ് എന്നത് ശരിയാണെങ്കിലും വൻകിട ബൂർഷ്വാസിയാണ് അതിനെ നയിക്കുന്നതെന്ന് പ്രത്യേകം എടുത്തുപറയേണ്ടതില്ല –ഇതായിരുന്നു ആ സൗജന്യം. പിന്നീട് ഈ ചെറിയ സൗജന്യത്തെ അക്കൂട്ടർ ദുർവ്യാഖ്യാനിച്ചു. അവസാനം ഇന്ത്യാ ഗവൺമെന്റിനെ ദേശീയ ബൂർഷ്വാസിയുടെ ഗവൺമെന്റായി ചിത്രീകരിക്കുന്നതിൽ അവർ ചെന്നെത്തി.

പാർട്ടി കോൺഗ്രസിന്റെ ജനാധിപത്യപരമായ വിധി തങ്ങളുടെ നയത്തിന് എതിരായിരുന്നിട്ടുപോലും പരാജയപ്പെട്ട പ്രമേയം കൊണ്ടുവന്ന നേതാക്കൾ ഏതാനും മാസങ്ങൾക്കകം പാർട്ടിനയത്തെ സംബന്ധിച്ച് വീണ്ടും ഒരു ചർച്ചക്ക് വഴിയൊരുക്കി. 1956 ജൂലായ് രണ്ടിന്റെയും ആഗസ്ത് അഞ്ചിന്റെയും *ന്യൂ ടൈംസിൽ* എം റൂബൻസ്റ്റിൻ എഴുതിയ ലേഖനം അതിന് അവർക്കൊരു പിടിവള്ളിയായി.

ആ ലേഖനം കേന്ദ്രകമ്മിറ്റി ചെർച്ച ചെയ്ത് അതിലടങ്ങിയ നിഗമനങ്ങൾ നിരാകരിച്ചു. അതിന്റെ അടിസ്ഥാനത്തിൽ പാർട്ടി മുഖപത്രമായ

ന്യൂ ഏജിൽ അജയ്ഘോഷ് ഒരു ലേഖനമെഴുതി. അദ്ദേഹം അത് ഉപസംഹരിച്ചത് ഇങ്ങനെയാണ്.

> ഇന്ത്യയെപ്പോലുള്ള അൽപവികസിത രാജ്യങ്ങൾക്ക് മുമ്പിൽ ഒരു മുതലാളിത്തേതര മാർഗം തുറന്നുകിടക്കുന്നുണ്ടെന്നതിൽ സംശയമില്ല. എങ്കിലും ബൂർഷ്വാസിയുടെ നേതൃത്വത്തിലുള്ള ഇപ്പോഴത്തെ ഗവൺമെന്റിന് ആ പാതയിലൂടെ മുന്നേറാൻ കഴിയുമെന്ന് വിചാരിക്കുന്നത് ഒരു വ്യാമോഹം മാത്രമായിരിക്കും. ഇന്ത്യൻ കമ്യൂണിസ്റ്റ് പാർട്ടിക്ക് അങ്ങനെയൊരു വ്യാമോഹമില്ല. അതുകൊണ്ട് നിലവിലുള്ള പരിതസ്ഥിതിയിൽ മുന്നേറ്റത്തിന് സാധ്യതയുണ്ടെന്ന് പാർട്ടി പൂർണമായും അംഗീകരിക്കുന്നു. അതോടൊപ്പം ഈ സാധ്യതകൾ യാഥാർഥ്യമാക്കിത്തീർക്കാനും സമാധാനത്തിന്റെയും ദേശീയ സ്വാതന്ത്ര്യത്തിന്റെയും ദേശീയ സമ്പദ്‌വ്യവസ്ഥയുടെയും താൽപര്യങ്ങൾ ശക്തിപ്പെടുത്താനും കൈക്കൊള്ളുന്ന എല്ലാ നടപടികൾക്കും പൂർണ പിന്തുണ നൽകും. തന്നെയുമല്ല, തൊഴിലാളിവർഗ നേതൃത്വത്തിൽ ജനാധിപത്യവാദികളായ ബഹുജനങ്ങളുടെ കൈകളിലേക്ക് അധികാരം പകരുന്നതിന് സഹായിക്കുംവിധം നമ്മുടെ രാജ്യത്തെ ജനാധിപത്യ–സോഷ്യലിസ്റ്റ് ശക്തികൾക്ക് കരുത്ത് കൂട്ടുന്നതിനും പാർട്ടി ശ്രമിക്കും. അതിന് മാത്രമേ ജനാധിപത്യ വിപ്ലവത്തിന്റെ കടമ പൂർത്തിയാക്കാനും രാജ്യത്തെ അതിവേഗം സോഷ്യലിസത്തിലേക്ക് നയിക്കാനും കഴിയൂ.

വർഗ സഹകരണത്തിന് വാദിച്ച സഖാക്കൾ അടങ്ങിയിരുന്നില്ല. രണ്ടാം പൊതുതെരഞ്ഞെടുപ്പിൽ സ്വീകരിക്കേണ്ട അടവ് ആവിഷ്കരിക്കുന്നതിനായി 1956 ജൂലായ് ആദ്യവാരത്തിൽ കേന്ദ്രകമ്മിറ്റി ചേർന്നു. വർഗീയ–പിന്തിരിപ്പൻ ശക്തികൾക്കെതിരെ എതിർപ്പിന്റെ കുന്തമുന തിരിച്ചുപിടിക്കുകയെന്ന നയം ആ സമയത്ത് അവർ മുന്നോട്ടു വെച്ചു. ഈ നയം കേന്ദ്രകമ്മിറ്റി വീണ്ടും തള്ളിക്കളഞ്ഞു. കോൺഗ്രസിന്റെ അധികാരക്കുത്തക തകർക്കാൻ യോഗം ഇപ്രകാരം ആഹ്വാനം നൽകി:

> കോൺഗ്രസ് ഗവൺമെന്റിനെതിരെ ഒരു പൊതു മുന്നണിയിൽ ഒന്നിക്കാനും എല്ലാ തലങ്ങളിലും കോൺഗ്രസ് സ്ഥാനാർഥികളുമായി മത്സരിക്കാനും ഇന്ത്യൻ കമ്മ്യൂണിസ്റ്റ് പാർട്ടി രാജ്യത്തെ എല്ലാ സോഷ്യലിസ്റ്റുകാരോടും ജനാധിപത്യവാദികളോടും ദേശാഭിമാനികളോടും പുരോഗമനവാദികളായ ജനങ്ങളോടും അഭ്യർഥിക്കുന്നു.

1957 ജനുവരിയിലെ തെരഞ്ഞെടുപ്പ് വിജ്ഞാപനം കോൺഗ്രസ് ഗവൺമെന്റിന്റെ ജനവിരുദ്ധ നയങ്ങൾക്കെതിരെ അതിനിശിതമായ വിമർശനം നടത്തി. അമിതാധികാര പ്രവണതകളുടെ ആവിർഭാവത്തെ അടിവരയിട്ടുകാട്ടി.

തെരഞ്ഞെടുപ്പിൽ സി പി ഐ ഗംഭീരവിജയം നേടി. തുടർന്ന് കേരളത്തിൽ അത് ഗവൺമെന്റ് രൂപീകരിച്ചു. കോൺഗ്രസ് കഴിഞ്ഞാൽ രാജ്യത്തെ ഏറ്റവും വലിയ പാർട്ടിയായി സീറ്റിന്റെ കാര്യത്തിൽ മാത്രമല്ല വോട്ടിന്റെ കാര്യത്തിലും ഈ വിജയം നിലനിർത്തി. കോൺഗ്രസ് ഗവൺമെന്റിനെതിരെ സമരമെന്ന നയത്തെ അങ്ങനെ ജനങ്ങൾ അംഗീകരിച്ചു.

ജനാധിപത്യ പ്രസ്ഥാനം ദുർബലമായിടങ്ങളിൽ വർഗീയ-പിന്തിരിപ്പൻ ശക്തികളും നേട്ടങ്ങളുണ്ടാക്കി. വർഗസഹകരണ നയത്തിന്റെ വക്കാലത്തുകാർ ആപൽസൂചകമായി ഇതിനെ ഉയർത്തിക്കാട്ടി.

അക്കാലത്ത് നടന്ന ഉൾപാർട്ടി സമരങ്ങളുടെ അനുഭവങ്ങളെയാകെ ക്രോഡീകരിച്ച് 1957 ജൂലായിൽ സി സി അംഗീകരിച്ച തെരഞ്ഞെടുപ്പ് റിവ്യൂ ഇപ്രകാരം പ്രസ്താവിച്ചു;

> പാലക്കാട് പ്രമേയം അവസാനം ഏകകണ്ഠമായിട്ടാണ് അംഗീകരിച്ചതെങ്കിലും പ്രമേയത്തിലെ പല നിഗമനങ്ങളോടും കോൺഗ്രസിൽ പങ്കെടുത്ത ഒട്ടേറെ സഖാക്കൾക്ക് യോജിപ്പുണ്ടായിരുന്നില്ല. ഗവൺമെന്റിന്റെ ആഭ്യന്തരനയങ്ങളിൽ പ്രത്യക്ഷപ്പെട്ട പുരോഗമനപരമായ വശങ്ങളെയും അത് ജനങ്ങളിൽ ചെലുത്തിയ സ്വാധീനത്തെയും അവർ അതിശയോക്തിപരമായി ചിത്രീകരിക്കാൻ ശ്രമിച്ചു. കേന്ദ്രകമ്മിറ്റിയുടെ തെരഞ്ഞെടുപ്പുനയം പാർട്ടിയെ ജനങ്ങളിൽ നിന്ന് ഒറ്റപ്പെടുത്തുമെന്നും പാർട്ടിയെ കോൺഗ്രസിനകത്തെ പരിവർത്തന പ്രക്രിയയെ മന്ദീഭവിപ്പിക്കുമെന്നും ജനാധിപത്യ ഐക്യം കെട്ടിപ്പടുക്കുന്നതിൽനിന്ന് പാർട്ടിയെ തടയുമെന്നും അവർ കരുതി. പാർട്ടിയെ ഒരു പ്രതിപക്ഷ പാർട്ടിയായി ചിത്രീകരിക്കുന്നതും ഇടതുപക്ഷ ഐക്യത്തിന് ഊന്നൽ നൽകുന്നതും സമീപനത്തിലും അടവുകളിലും ഇടതുപക്ഷ വിഭാഗീയ ചിന്താഗതി നിലനിൽക്കാനിടവരുത്തുകയും പാർട്ടിയുടെ കീഴിലുള്ള ബഹുജനങ്ങളും കോൺഗ്രസിന് പിന്നിൽ അണിനിരന്ന ബഹുജനങ്ങളും തമ്മിലുള്ള വിടവ് വർദ്ധിക്കുന്നതിന് ഇടയാക്കുകയും ചെയ്യുമെന്ന് അവർ ഭയപ്പെട്ടു.
>
> ഈ ധാരണയുടെ അടിസ്ഥാനത്തിലാണ് അവർ വ്യത്യസ്തമായ ഒരു പ്രമേയം തയ്യാറാക്കിയത്. മർമ പ്രധാനമായ പ്രശ്നങ്ങളിൽ പാർട്ടി കോൺഗ്രസ് അംഗീകരിച്ച പ്രമേയത്തിൽ നിന്ന് വ്യത്യസ്തമായിരുന്നു ഇത്. ചില സംസ്ഥാനങ്ങളിൽ ബദൽ ഗവൺമെന്റുകൾ രൂപീകരിക്കുക; എല്ലാ സംസ്ഥാനങ്ങളിലും ജനാധിപത്യ പ്രതിപക്ഷത്തെ ശക്തിപ്പെടുത്തുക ഇതായിരുന്നു കേന്ദ്ര കമ്മകമ്മിറ്റി മുദ്രാവാക്യത്തിന്റെ സത്ത. ബദൽ പ്രമേയം ഈ മുദ്രാവാക്യത്തോട് യോജിച്ചില്ല. ജനാധിപത്യ പ്രസ്ഥാനം ശക്തമായ സംസ്ഥാനങ്ങളിൽ അനേകം പാർട്ടികളടങ്ങിയ ഒരു ഗവൺമെന്റുണ്ടാക്കണമെന്ന് അവർ ആഗ്രഹിച്ചു. അതിൽ

കോൺഗ്രസ് അവശ്യം ഉണ്ടായിരിക്കണമെന്നില്ല. എന്നാൽ പുരോഗമനപരമായ നയങ്ങൾക്കുവേണ്ടി നിലകൊള്ളുന്നവരുടെ നില ശക്തിപ്പെടുത്തുന്നതിനോട് അത് പ്രതിജ്ഞാബദ്ധമായിരിക്കണം. അതിന്റെ അർത്ഥം തെരഞ്ഞെടുപ്പു കാലത്ത് കോൺഗ്രസിലെ പുരോഗമനശക്തികൾക്കും പിന്തുണ നൽകുകയെന്നാണ്.

തങ്ങൾ മുന്നോട്ടുവെച്ച നയം തെറ്റായിരുന്നുവെന്നും ആ നയം അംഗീകരിച്ചിരുന്നുവെങ്കിൽ പാർട്ടിക്കും ജനാധിപത്യപ്രസ്ഥാനത്തിനും കനത്ത തിരിച്ചടി നേരിടേണ്ടിവരുമായിരുന്നുവെന്നും മുകളിൽ സൂചിപ്പിച്ച സഖാക്കൾ ഉൾപ്പെടെ (നാലാം കോൺഗ്രസിൽ ബദൽ പ്രമേയം കൊണ്ടുവന്ന സഖാക്കളുൾപ്പെടെ) എല്ലാവർക്കും ഇപ്പോൾ ബോധ്യമയായിട്ടുണ്ടാകും. ഇടതുപക്ഷ വാചകമടി നടത്തുന്ന പാർട്ടികളും വലതുപക്ഷ പിന്തിരിപ്പൻ പാർട്ടികൾ പോലും ജനങ്ങളുടെ അസംതൃപ്തിയിൽ നിന്ന് മുതലെടുപ്പ് നടത്തി സ്വന്തം നില ശക്തിപ്പെടുത്താൻ ഈ അവസരം ഉപയോഗിക്കുമായിരുന്നു.

ഈ സഖാക്കൾ ഐക്യത്തിന്റെ പ്രശ്നത്തെ അമൂർത്ത രൂപത്തിലാണ് സമീപിച്ചത്. അത്തരമൊരു ഐക്യത്തിന് മുമ്പിലുള്ള ഏറ്റവും വലിയ തടസം കോൺഗ്രസിന്റെ ജനാധിപത്യ വിരുദ്ധ–ജനവിരുദ്ധ നയങ്ങളാണെന്ന് കാണുന്നതിൽ അവർ പരാജയപ്പെട്ടു. ജനകീയാഭിപ്രായത്തെ, സ്വന്തം പാർട്ടിയിൽ തന്നെയുള്ള ജനാധിപത്യ ശക്തികളുടെ അഭിപ്രായത്തെപ്പോലും, അവഗണിച്ചുകൊണ്ട് കോൺഗ്രസിന് ഇമ്മാതിരി നയം പിന്തുടരാൻ കഴിയുന്നത് അവരുടെ അധികാര കുത്തക മൂലമാണെന്ന് കാണാനും അവർക്ക് കഴിഞ്ഞില്ല. ഈ തെരഞ്ഞെടുപ്പിലെ മർമപ്രധാനമായ കടമ കോൺഗ്രസിന്റെ അധികാരക്കുത്തക ദുർബലമാക്കുകയും തകർക്കുകയുമാണെന്ന് മനസിലാക്കാനും അവർക്ക് സാധിച്ചില്ല. നിലവിലുള്ള പരിതസ്ഥിതിയിൽ ഇത് ആവശ്യപ്പെട്ടത് ഇടതുപക്ഷ ഐക്യത്തിന്റെ അടവുകളാണ്.

ഈ കാലയളവിൽ സോവിയറ്റ് കമ്മ്യൂണിസ്റ്റ് പാർട്ടിയും ചൈനീസ് കമ്മ്യൂണിസ്റ്റ് പാർട്ടിയും ഇന്ത്യയിലെ ആഭ്യന്തര സ്ഥിതിഗതികളെക്കുറിച്ച് സമാനമായ വിലയിരുത്തലാണ് നടത്തിയതെന്ന കാര്യം വിസ്മരിക്കരുത്. സി പി എസ് യു വിന്റെ ഇരുപതാം കോൺഗ്രസിലും സി പി സിയുടെ എട്ടാം കോൺഗ്രസിലും അവതരിക്കപ്പെട്ട റിപ്പോർട്ടുകളിൽ അവരുടെ ഈ വിലയിരുത്തലുകൾ കാണാം. എന്നാൽ നമ്മുടെ കേന്ദ്രകമ്മിറ്റി ഇന്ത്യയിലെ ആഭ്യന്തര പരിതസ്ഥിതിയെക്കുറിച്ച് ഈ രണ്ട് പാർട്ടികളും നടത്തിയ വിലയിരുത്തലുകളോട് വിയോജിച്ചു.

9

പാർട്ടിയിലെ പിളർപ്പ്: ഉത്തരവാദി ആര്?

ഉൾപാർട്ടി സമരത്തിന്റെ ചരിത്രവും വർഗസഹകരണനയം പിന്തുടരുന്നതിന് തങ്ങളാണ് പാർട്ടിയുടെമേൽ ഒരു പിളർപ്പ് അടിച്ചേൽപ്പിച്ചതെന്ന വസ്തുതയും കമ്മ്യൂണിസ്റ്റ് അനുഭാവികൾ മറക്കണമെന്നാണ് സി പി ഐ നേതാക്കൾ ആഗ്രഹിക്കുന്നത്. എങ്കിലും പാർട്ടിയിൽ ഭൂരിപക്ഷത്തെ തങ്കൾക്കു പിന്നിൽ അണിനിരത്താൻ അവർക്ക് കഴിഞ്ഞില്ല.

1958 ഏപ്രിലിൽ അഞ്ചാം പാർട്ടി കോൺഗ്രസ് നടന്നു. മോസ്കോവിൽ 61 പാർട്ടികൾ സമ്മേളിക്കുകയും 12 പാർട്ടികളുടെ പേരിൽ ഒരു പ്രഖ്യാപനം അംഗീകരിക്കുകയും ചെയ്തതിനുശേഷമായിരുന്നു അത്. ഈ പ്രഖ്യാപനം ലോകപരിതസ്ഥിതികൾ വിലയിരുത്തുകയും പുതുയുഗത്തെ സംബന്ധിച്ച വിപ്ലവകരമായ കാഴ്ചപ്പാട് നൽകുകയും ലോകസംഭവഗതികളിൽ അത് ചെലുത്തുന്ന സ്വാധീനം വ്യക്തമാക്കുകയും ചെയ്തു.

വരട്ടുതത്വവാദത്തിനെതിരെ മുന്നറിയിപ്പ് നൽകിയെങ്കിലും ലോക കമ്മ്യൂണിസ്റ്റ് പ്രസ്ഥാനം നേരിടുന്ന മുഖ്യ വിപത്ത് റിവിഷനിസമാണെന്ന് പ്രഖ്യാപനത്തിൽ പ്രത്യേകം പറഞ്ഞു.

കേരളത്തിലെ കമ്മ്യൂണിസ്റ്റ് മന്ത്രിസഭ രാജ്യത്താകെ സ്വാധീനം ചെലുത്തി. ആ മന്ത്രിസഭക്കെതിരെ ഭരണകക്ഷി ഗൂഢാലോചന തുടങ്ങി. ഈ രണ്ട് ഘടകങ്ങളുടെയും ഫലമായി റിവിഷനിസ്റ്റ് ധാരണ പിന്തുടരുക എന്നത് റിവിഷനിസ്റ്റ് നേതാക്കൾക്ക് എളുപ്പമല്ലാതായിത്തീർന്നു.

എങ്കിലും സി പി എസ് യു വും സി പി സിയും ജവഹർലാൽ നെഹ്റു പുരോഗമന നയമാണ് പിന്തുടരുന്നതെന്നും അതുകൊണ്ട് ആ നയത്തിന് എല്ലാ ജനാധിപത്യശക്തികളും പിന്തുണ നൽകേണ്ടതാണെന്നും പരസ്യമായി വാദിച്ചുകൊണ്ടിരുന്നു. ഇത് മുതലെടുത്ത് സി പി ഐയിലെ റിവിഷനിസ്റ്റ് വിഭാഗം ഇങ്ങനെ അഭിപ്രായപ്പെട്ടു: വലതുപക്ഷ

പിന്തിരിപ്പൻമാരിൽനിന്നുള്ള ആപത്ത് വർധിച്ചുകൊണ്ടിരിക്കുകയാണ്; അതുകൊണ്ട് എതിർപ്പിന്റെ കുന്തമുന അവർക്കെതിരെ തിരിച്ചുപിടിക്കണം. ഈ തർക്കത്തിനുള്ള ഒരു പരിഹാരമെന്ന നിലയിൽ ഒരേസമയത്ത് രണ്ട് ശക്തികൾക്കുമെതിരെ സമരം ചെയ്യുകയെന്ന മുദ്രാവാക്യമുയർത്തുന്നതിന് തീരുമാനിച്ചു. അമൃതസർ കോൺഗ്രസ് പ്രമേയം പ്രസ്താവിച്ചു.

> ജനവിരുദ്ധ നയങ്ങളെ പരാജയപ്പെടുത്തുന്നതിന് ദൃഢനിശ്ചയത്തോടെയും ഊർജസ്വലമായും ഏകകാലികമായ സമരം ചെയ്യാതെ അങ്ങേയറ്റത്തെ വലതുപക്ഷക്കാരെ പരാജയപ്പെടുത്താൻ കഴിയില്ല.

1959 അവസാനത്തോടെ ഇന്ത്യയും ചൈനയും തമ്മിലുള്ള ബന്ധം വഷളാകാൻ തുടങ്ങി ആ സമയത്താണ് ചൈനീസ് കമ്മ്യൂണിസ്റ്റ് പാർട്ടി നെഹ്റുവിന്റെ ദർശനം 'നെഹ്റുവിന്റെ ദർശനത്തെക്കുറിച്ച് കുറേക്കൂടി' എന്നീ ലേഖനങ്ങൾ പ്രസിദ്ധീകരിച്ചത്. ഇന്ത്യാ ഗവൺമെന്റിന്റെ സ്വഭാവം വിലയിരുത്തുന്നതിൽ ചൈനീസ് കമ്മ്യൂണിസ്റ്റ് പാർട്ടി തകിടംമറിഞ്ഞതിന് തെളിവായിരുന്നു ആ രണ്ട് ലേഖനങ്ങൾ. നേരത്തെയുണ്ടായിരുന്ന ധാരണയിൽ നിന്ന് വ്യത്യസ്തമായി അവ ഇന്ത്യൻ ബൂർഷ്വാസിയെ കോമ്പ്രദോർ ബൂർഷ്വാസിയായും നെഹ്റു ഗവൺമെന്റിന്റെ പാവഗവൺമെന്റായും ചിത്രീകരിച്ചു. അങ്ങനെ ഇന്ത്യൻ വിപ്ലവത്തിന്റെ ഘട്ടം സാമ്രാജ്യവിരോധത്തിന്റേതാണെന്ന് അവ വിലയിരുത്തി. നമ്മുടെ പാർട്ടി ഈ അഭിപ്രായം (ചൈനീസ് ലേഖനങ്ങളിലെ അഭിപ്രായം) തള്ളിക്കളഞ്ഞു. രാജ്യത്തൊട്ടാകെ പാർട്ടിക്ക് മുന്നേറുന്നതിനുള്ള മാർഗം കേരള മാർഗമാണെന്ന് പരിഷ്കരണവാദികൾ വാദിച്ചു. എങ്കിലും 'തൊഴിലാളിവർഗം അധികാരം കൈക്കലാക്കുകയും തൊഴിലാളിവർഗ നേതൃത്വത്തിൽ ജനകീയ ജനാധിപത്യം സ്ഥാപിക്കുക'യും ചെയ്യുകയെന്ന ലക്ഷ്യം അഞ്ചാം കോൺഗ്രസ് ആവർത്തിച്ചു. എന്നിരുന്നാലും അഭിപ്രായവ്യത്യാസം അത്യന്തം രൂക്ഷമായിരുന്നു. അതിനാൽ പാർട്ടി കോൺഗ്രസിലെ സംഘടനാ പ്രമേയത്തിന് ഇങ്ങനെ പറയേണ്ടിവന്നു.

> കോൺഗ്രസിനുമുമ്പ് നമ്മുടെ പാർട്ടിയിൽ രൂക്ഷമായ അഭിപ്രായവ്യത്യാസം വളർന്നുവന്നു. ഈ അഭിപ്രായവ്യത്യാസങ്ങളും അതിനെച്ചൊല്ലി പാർട്ടിക്കകത്തുനടന്ന സമരവും പാർട്ടി ഐക്യം ദുർബലമാകുന്നതിന് ഇടയാക്കി. പല പ്രദേശങ്ങളിലും സംഘടനാ പ്രവർത്തനം സ്തംഭിച്ചു. തൻനിമിത്തം ബഹുജനരംഗത്തെ, പ്രത്യേകിച്ചും കൃഷിക്കാർക്കിടയിലെ, നമ്മുടെ പ്രവർത്തനത്തെ അത് ഗുരുതരമായി ബാധിച്ചു.

റിപ്പോർട്ട് തുടരുന്നു.

ഇരുപതാം കോൺഗ്രസിന്റെ തീരുമാനത്തെപ്പറ്റി, സമാധാനപരമായ മാർഗത്തിലൂടെ സോഷ്യലിസത്തിലേക്കുള്ള പരിവർത്തന സാധ്യതയുടെ പ്രായോഗികതയെപ്പറ്റി, വിവിധ സഖാക്കൾക്കിടയിൽ വ്യത്യസ്തവും, പരസ്പരവിരുദ്ധവുമായ ആശയങ്ങൾ വളർന്നുവന്നു, പൊതുതെരഞ്ഞെടുപ്പിനുശേഷം കേരള സംസ്ഥാന കമ്മിറ്റി അംഗീകരിച്ച പ്രമേയം അവിടത്തെ നമ്മുടെ വിജയത്തെയും കമ്മ്യൂണിസ്റ്റ് ഗവൺമെന്റിന്റെ രൂപീകരണത്തെയും സമാധനപരമായ പരിവർത്തനത്തിന്റെ വിശാലപ്രശ്നവുമായി ബന്ധപ്പെടുത്താൻ ശ്രമിച്ചു. ആ രേഖ തെറ്റാണെന്ന് ചില സി സി അംഗങ്ങൾ കരുതി. ചിലർ അതിനോട് യോജിച്ചു. പക്ഷെ; കേന്ദ്രകമ്മിറ്റി അത് ചർച്ചചെയ്തുപോലുമില്ല.

എങ്കിലും ഇവ ഒറ്റപ്പെട്ട ഉദാഹരണങ്ങളല്ല. മൗലികമായ ആശയപ്രശ്നങ്ങളോട് താൽപര്യരാഹിത്യം കാണിക്കുകയെന്ന സമീപനം പാർട്ടിക്കകത്ത് വളർന്നുവന്നു. സോഷ്യലിസം കെട്ടിപ്പടുക്കുന്നതിന് തൊഴിലാളിവർഗസർവാധിപത്യം അനുപേക്ഷണീയമാണെന്ന മാർക്സിസം-ലെനിനിസത്തിന്റെ മൗലിക സങ്കൽപ്പത്തോടുതന്നെ ചില സഖാക്കൾ അഭിപ്രായ വ്യത്യാസം പ്രകടിപ്പിച്ചു.

റിപ്പോർട്ടിൽ ഇതുകൂടി പറഞ്ഞു:

പഞ്ചവത്സരപദ്ധതിയുടെ ഫലത്തെക്കുറിച്ച് ബൂർഷ്വാസി നിരന്തരം നടത്തുന്ന ആശയപ്രചാരണത്തിന്റെ വലയിൽ ബഹുജനങ്ങൾ-പാർട്ടി അംഗങ്ങൾപോലും-അകപ്പെട്ടുപോകുന്നു. തെരഞ്ഞെടുപ്പിനുമുമ്പുള്ള രാഷ്ട്രീയ സ്ഥിതിഗതികൾ വിലയിരുത്തിയപ്പോൾ കേന്ദ്രകമ്മിറ്റിയെപ്പോലും അത് സ്വാധീനിച്ചു.

1959-ലെ റിപ്പബ്ലിക് ദിനത്തെക്കുറിച്ച് പാർട്ടി കേന്ദ്ര മുഖപത്രം *ന്യൂ ഏജ്* മുഖപ്രസംഗമെഴുതി. അതിനെച്ചൊല്ലി കേന്ദ്ര എക്സിക്യൂട്ടീവ് കമ്മിറ്റിക്കകത്ത് അഭിപ്രായ വ്യത്യാസമുണ്ടായി. അതിനാൽ സി ഇ സിക്ക് താഴെപ്പറയുന്ന പ്രമേയം അംഗീകരിക്കേണ്ടിവന്നു:

1. ജനങ്ങൾ നടത്തിയ സമരങ്ങളെക്കുറിച്ച് അതിൽ യാതൊരു പരാമർശവുമുണ്ടായിരുന്നില്ല.
2. നാഗ്പൂരിൽ കാർഷിക പരിഷ്കരണം സംബന്ധിച്ച് കോൺഗ്രസ് അംഗീകരിച്ച പ്രഖ്യാപനങ്ങളെ യാതൊരു വിമർശനവും കൂടാതെ അംഗീകരിച്ചു.
3. തൊഴിലാളിവർഗ നേതൃത്വത്തിന് അധ്വാനിക്കുന്ന ജനങ്ങൾ അധികാരം പിടിച്ചെടുക്കാതെ ചൈനയിലുണ്ടായതുപോലുള്ള മുന്നേറ്റം ഇന്ത്യയിലും സാധ്യമാണെന്ന തെറ്റായ പ്രതീതി ജനിപ്പിക്കാൻ പര്യാപ്തമായിരുന്നു ലേഖനത്തിലെ ചില വാചകങ്ങൾ.
4. അറബ് രാജ്യങ്ങളിലെ ആഭ്യന്തര അഭിപ്രായ വ്യത്യാസങ്ങൾ

> പരാമർശിക്കുമ്പോൾ യു എ ആർ ഗവൺമെന്റ് കമ്മ്യൂണിസ്റ്റ്കാർക്കെതിരെ സ്വീകരിച്ച അടിച്ചമർത്തൽ നടപടികൾ ദേശീയ ഐക്യം ശിഥിലമാക്കുകയും അറബ് ജനതയുടെ സാമ്രാജ്യത്വവിരുദ്ധ സമരം ദുർബലമാക്കുകയും ചെയ്ത കാര്യം പ്രത്യേകം എടുത്തു പറഞ്ഞില്ല.

ഭാവിയിൽ ജാഗരൂകരായിരിക്കാനും പാർട്ടിയുടെ കേന്ദ്ര മുഖപത്രത്തിൽ ഇത്തരം ഗുരുതരമായ പിശകുകൾ മേലിൽ ഉണ്ടാകാതെ നോക്കാനും കേന്ദ്ര എക്സിക്യൂട്ടീവ് കമ്മിറ്റി പത്രാധിപസമിതിയെയും മുഖ്യപത്രാധിപരെയും അറിയിക്കുന്നു.

1959 അവസാനം കേന്ദ്രം കമ്മ്യൂണിസ്റ്റ് മന്ത്രിസഭ പിരിച്ചുവിട്ടു. രാജ്യമെമ്പാടുമുള്ള ജനാധിപത്യവാദികളെ ഇത് രോഷംകൊള്ളിച്ചു. ഇത് കോൺഗ്രസിന്റെ കള്ളക്കളി തുറന്നുകാട്ടി. വലതുപക്ഷവുമായി കൂട്ടുകൂടിയ ആ പാർട്ടി ഇടതുപക്ഷത്തെ, പ്രത്യേകിച്ചും സി പി ഐയെ, പൊറുപ്പിക്കാൻ തയ്യാറായിരുന്നില്ല.

1960 ലെ സി സി യോഗം

നാഷണൽ കൗൺസിൽ യോഗത്തിൽ അവതരിപ്പിക്കുന്നതിന് സമകാലീന സ്ഥിതിഗതികളെക്കുറിച്ചുള്ള കരടു പ്രമേയം 1960 ഏപ്രിൽ 10 ന് സി ഇ സി അംഗീകരിച്ചു. പാലക്കാട്-അമൃത്സർ കോൺഗ്രസുകളുടെ രാഷ്ട്രീയ നിലപാടുതന്നെ ആ പ്രമേയത്തിൽ ആവർത്തിച്ച് എടുത്തുകാട്ടി. സി ഇ സി യിലെ ഒരു വിഭാഗം അതിനോട് യോജിച്ചില്ല. എസ് ജി സർ ദേസായി, ഭവാനി സെൻ, സെഡ് എ അഹമ്മദ്, കെ ദാമോദരൻ എന്നിവരുടെ പേരിൽ അവർ ബദൽ കരടുപ്രമേയം വിതരണം ചെയ്തു. ഭരണവർഗങ്ങൾക്കകത്തെ ചേരിതിരിവ് വളർന്നുകൊണ്ടിരിക്കയാണെന്നും അതിന്റെ അടിസ്ഥാനത്തിൽ പാർട്ടി നയം കരുപ്പിടിപ്പിക്കണമെന്നുമുള്ള സിദ്ധാന്തം അവർ മുന്നോട്ടുവെച്ചു. ബദൽ കരടുപ്രമേയത്തിൽ അവർ പ്രസ്താവിച്ചു:

> കഴിഞ്ഞ ഏതാനും വർഷങ്ങൾക്കിടയിൽ കോൺഗ്രസിനകത്തും പുറത്തും വലതുപക്ഷ പിന്തിരിപ്പൻ സ്വാധീനം വളർന്നുകൊണ്ടിരിക്കുകയാണ്. ഭരണവർഗങ്ങൾക്കകത്ത് രാഷ്ട്രീയ ചേരിതിരിവ് നടന്നുകൊണ്ടിരിക്കയാണെന്നാണ് ഇത് കാണിക്കുന്നത്. ഒരു വർഗമെന്ന നിലയിൽ ഇന്ത്യൻ ബൂർഷ്വാസി വ്യവസായവൽകരണത്തിനും സ്വതന്ത്ര മുതലാളിത്ത വികസനത്തിനുമാണ് നിലകൊള്ളുന്നത്. അതേസമയം കുത്തകകളിൽ ഒരു വിഭാഗത്തിന് ഇന്ത്യൻ സമ്പദ് വ്യവസ്ഥയെയാകെ വളർത്തിയെടുക്കുന്നതിനേക്കാൾ തങ്ങളുടെ സങ്കുചിത സ്വാർഥതാൽപര്യം സംരക്ഷിക്കുന്നതിനാലാണ് വ്യഗ്രത. വൻകിട ഭൂപ്രഭുക്കളോടൊപ്പം അവരാണ് കോൺഗ്രസിനകത്തും പുറത്തുമുള്ള വലതുപക്ഷ പിന്തിരിപ്പൻമാരുടെ പിന്നിലെ നിയാമകശക്തി. ഈ ചേരിതിരിവ് ഇപ്പോഴും അതിന്റെ പ്രാഥമിക

> ഘട്ടത്തിലാണ്. അതുകൊണ്ട് ബൂർഷ്വാ വർഗത്തിനകത്ത് ഇപ്പോഴും ധ്രുവീകരണം നടന്നിട്ടില്ല. എങ്കിൽതന്നെയും ഈ ചേരിതിരിവ് ഇതിനകം നയങ്ങളുടെ കാര്യത്തിൽ സംഘട്ടനങ്ങൾക്കിടയാക്കി. അത് ജനാധിപത്യപ്രസ്ഥാനത്തിന് വളരെയധികം ആക്കം കൂട്ടി.

ഈ ആശയങ്ങളെ സി ഇ സി തുറന്നുകാട്ടുകയും നിരാകരിക്കുകയും ചെയ്തു. അക്കാലത്ത് അജയ്ഘോഷ് പാർട്ടി നയത്തിന്റെ വിമർശകർക്ക് കരടു റിപ്പോർട്ടിൽ ഇങ്ങനെ മറുപടി നൽകി:

> തെറ്റായ മാർക്സിസ്റ്റ് വിരുദ്ധ സങ്കൽപനങ്ങൾ, റിവിഷനിസ്റ്റ് സങ്കൽപനം പോലും, പാർട്ടിക്കകത്ത് നുഴഞ്ഞുകയറി വന്നിട്ടുണ്ട്. അത് പാർട്ടിയുടെ മുന്നേറ്റത്തെ പിറകിലേക്ക് വലിക്കുകയും വർത്തമാന പരിസ്ഥിതിയിൽ ശരിയായ പങ്ക് വഹിക്കുന്നതിൽനിന്ന് അതിനെ തടയുകയുമാണ്. ഈ നാഷ്ണൽ കൗൺസിൽ യോഗത്തിൽ അത് തുറന്നുകാട്ടണം. എതിരാളികളുടെ വായ മൂടിക്കെട്ടുകയല്ല, ഈയിടെ കൂടി വന്ന ദൗർബല്യങ്ങൾ ഇല്ലാതാക്കുകയാണ് അതിന്റെ ലക്ഷ്യം. അതൊരു ഭാരിച്ച കടമയാണ്. അമൃതസറിൽ വെച്ച് അതിനൊരു തുടക്കം കുറിച്ചുവെന്നാണ് നാം കരുതിയത്. പക്ഷെ, അതെത്തുടർന്ന് നാം അക്കാര്യം ശ്രദ്ധിച്ചില്ല. അത് ഇപ്പോൾ ചെയ്യേണ്ടിയിരിക്കുന്നു.
>
> പാർട്ടിയുടെ വീക്ഷണത്തിലും പ്രവർത്തനത്തിലും അനുക്രമവാദം എന്ന സങ്കൽപനം ആധിപത്യം ചെലുത്താൻ തുടങ്ങിയത് പരിഷ്കരണവാദത്തിന്റെ ഏറ്റവും പ്രകടമായ പ്രതിഫലനമാണ്. കമ്മ്യൂണിസ്റ്റ് നേതൃത്വത്തിലുള്ള ഗവൺമെന്റിനുനേരെ സ്വീകരിക്കേണ്ട സമീപനവുമായി ബന്ധപ്പെട്ട് 1958 ഒക്ടോബറിൽ മദിരാശിയിൽ ഇക്കാര്യം ചർച്ച ചെയ്തതാണ്. കേരളത്തിലെ നമ്മുടെ വിജയത്തെ തുടർന്ന് പശ്ചിമബംഗാളിൽനിന്നും ആന്ധ്രയിൽനിന്നും തുടർന്ന് മറ്റ് സംസ്ഥാനങ്ങളിൽനിന്നും കോൺഗ്രസിനെ പുറന്തള്ളാൻ കഴിയുമെന്നും അങ്ങനെ പടിപ്പടിയായും അനായാസേനയും അധികാരം കൈയടക്കാമെന്നുമുള്ള ചിന്താഗതി പാർട്ടിക്കുള്ളിൽ ശക്തിപ്രാപിച്ചുവന്നു. ആരും ഇക്കാര്യം അങ്ങനെ വെട്ടിത്തുറന്ന് പറഞ്ഞിട്ടുണ്ടാവില്ല. എങ്കിലും നാം അങ്ങനെയൊരു സങ്കൽപത്തിൽ വിശ്വസിക്കാൻ തുടങ്ങിയെന്നാണ് നമ്മുടെ പ്രവർത്തനം കാണിച്ചത്.
>
> ഗാന്ധിയൻ പാരമ്പര്യങ്ങളിൽ വളർന്നുവന്ന നമ്മുടെ ബൂർഷ്വാസിക്ക് അസാധാരണമായ ചില ഗുണങ്ങളൊക്കെയുണ്ടെന്ന നിലയിലാണ് നാം ചിലപ്പോൾ പ്രവർത്തിച്ചത്. അതുകൊണ്ട് അക്രമാസക്തമായ മാർഗങ്ങളിലൂടെ കേരള ഗവൺമെന്റിനെ അട്ടിമറിക്കുന്നതിനുള്ള സമരം (1959 ജൂലായിൽ) അദ്ഭുതകരമായാണ് നമുക്ക്

> തോന്നിയത്. ഈ തെറ്റ് പിന്നീട് നാം തിരുത്തി എന്നത് ശരിതന്നെ. അതുകൊണ്ടാണ് വിമോചനസമരകാലത്ത് നമുക്ക് കടുത്ത ചെറുത്തുനിൽപ് നടത്താനും അഖിലേന്ത്യതലത്തിൽ ഒരു ക്യാമ്പെയ്ൻ വളർത്തിയെടുക്കാനും കഴിഞ്ഞത്.
>
> ആദ്യഘട്ടത്തിൽ കേരളത്തോടുള്ള നമ്മുട സമീപനം പരിഷ്കരണവാദപരമായ ഈ വീക്ഷണത്തിന്റെ സൂചന മാത്രമായിരുന്നില്ല. അതിന് മറ്റ് പ്രത്യാഘാതങ്ങളുമുണ്ടായിരുന്നു.
>
> ഒരു പരിപ്രേക്ഷ്യവുമില്ലാതെ ഏതൊരു കമ്മ്യൂണിസ്റ്റ് പാർട്ടിക്കും പ്രവർത്തിക്കാൻ കഴിയില്ല. പാർട്ടിക്കുമുമ്പിൽ ശരിയായൊരു പരിപ്രേക്ഷ്യം നേതൃത്വം അവതരിപ്പിക്കുന്നില്ലെങ്കിൽ സമൂഹത്തിൽ ആധിപത്യം ചെലുത്തുന്ന ബൂർഷ്വാസിയുടെ ആശയങ്ങൾ അനിവാര്യമായും അതിന്റെ സ്ഥാനം കരസ്ഥമാക്കുകയും പാർട്ടി അംഗങ്ങളുടെ പ്രായോഗിക പ്രവർത്തനത്തിന് മാർഗദർശനം നൽകി തുടങ്ങുകയും ചെയ്യും. അതാണ് നമ്മുടെ പാർട്ടിയിൽ സംഭവിച്ചുകൊണ്ടിരിക്കുന്നത്.

1960 മേയിൽ കൽക്കത്തയിൽ ചേർന്ന നാഷ്ണൽ കൗൺസിൽ യോഗം ഈ കരടുരേഖകൾ ചർച്ചചെയ്യേണ്ടതായിരുന്നു. സി ഇ സിക്ക് നാഷണൽ കൗൺസിലിൽ വമ്പിച്ച ഭൂരിപക്ഷമുണ്ടായിരുന്നെങ്കിലും വലതുപക്ഷക്കാരിൽനിന്നുള്ള സമ്മർദംമൂലം ഇന്ത്യൻ പരിതസ്ഥിതികൾ കുറേക്കൂടി മൂർത്തമായി പഠിക്കാനുണ്ടെന്നതിന്റെ പേരിൽ ചർച്ച മറ്റൊരവസരത്തിലേക്ക് മാറ്റിവച്ചു.

നേരത്തെ, 1959 നവംബറിൽ, ഡാങ്കെ തന്റെ കുറിപ്പ് നാഷണൽ കൗൺസിലിനുമുമ്പിൽ അവതരിപ്പിച്ചു. അതിൽ നെഹ്റുവിന് പാർട്ടി പിന്തുണ നൽകണമെന്ന് വാദിച്ചു. അദ്ദേഹം പ്രസ്താവിച്ചു:

> ഇക്കാര്യത്തിൽ ഏത് ഗ്രൂപ്പിനാണ് നാം പിന്തുണ കൊടുക്കേണ്ടത് എന്ന ചോദ്യം ഇത് ഉയർത്തുന്നു. നെഹ്റുവിനോടും വിദേശനയത്തിലും അതുപോലെതന്നെ ദേശീയ വികസനത്തിലും അദ്ദേഹത്തിന്റെ നയങ്ങളോടും യോജിപ്പ് പ്രകടിപ്പിക്കുന്ന വിഭാഗങ്ങൾക്ക് നാം പിന്തുണ കൊടുക്കും എന്നതായിരിക്കണം അതിന്റെ ഉത്തരം. നാം കൊടുക്കുന്ന പിന്തുണ വിമർശനാത്മകമായ പിന്തുണയാണെങ്കിലും നാം നടത്തുന്ന വിമർശനം സഖ്യശക്തികൾ തമ്മിൽ നടത്തുന്ന വിമർശനംപോലെ ആയിരിക്കണം. വിദേശനയത്തിന്റെ കാര്യത്തിൽ മാത്രമല്ല നാം പിന്തുണ കൊടുക്കേണ്ടത്; പിന്നെയോ? സമ്പദ്വ്യവസ്ഥയിലെ ആഭ്യന്തര സംഭവവികാസങ്ങളുടെ കാര്യത്തിലും നാം പിന്തുണ കൊടുക്കണം.

പാർട്ടി പരിപാടിയെയും നയത്തെയും സംബന്ധിച്ച ചർച്ചകൾ അന്തമില്ലാതെ നീണ്ടുപോയി. വർഗസഹകരണവും വർഗസമരവുമായിരുന്നു ചർച്ചയുടെ കേന്ദ്രബിന്ദു.

10

ആറാം പാർട്ടി കോൺഗ്രസ്

ഈ സമയമായപ്പോഴേക്കും പരിപാടിയെയും വർത്തമാനകാല നയ പ്രശ്നങ്ങളെയുംക്കുറിച്ചും ലോകകമ്മ്യൂണിസ്റ്റ് പ്രസ്ഥാനം നേരിട്ട പ്രത്യയശാസ്ത്ര പ്രശ്നങ്ങളെക്കുറിച്ചും ഗുരുതരമായ അഭിപ്രായവ്യത്യാസങ്ങൾ ഉയർന്നുവന്നു. ആറാം കോൺഗ്രസിന് (വിജയവാഡ) മുമ്പാകെ അവതരിപ്പിക്കേണ്ട പരിപാടിയും രാഷ്ട്രീയ പ്രമേയവും തയ്യാറാക്കുന്നതിന് നാഷണൽ കൗൺസിൽ നിയോഗിച്ച രണ്ട് കമ്മീഷനുകൾക്ക് ഒരു പൊതു ധാരണയിൽ എത്തിച്ചേരാൻ കഴിഞ്ഞില്ല. അതുകൊണ്ട് പാർട്ടി കോൺഗ്രസിന് മുമ്പാകെ രണ്ട് കരടുപരിപാടികളും രണ്ട് പ്രമേയങ്ങളും വന്നു. നാഷണൽ കൗൺസിലിലെ 21 അംഗങ്ങൾ അവതരിപ്പിച്ച കരടുപ്രമേയത്തിൽ അഭിപ്രായവ്യത്യാസങ്ങൾ ഇപ്രകാരം ക്രോഡീകരിച്ചു.

1. തൊഴിലാളിവർഗത്തിന്റെയും അതിന്റെ പ്രത്യയശാസ്ത്രമായ മാർക്സിസം–ലെനിനിസത്തിന്റെയും വീക്ഷണത്തിലൂടെ രാജ്യത്തിലെ രാഷ്ട്രീയ–സാമ്പത്തിക സ്ഥിതിഗതികളെ വിലയിരുത്തൽ.
2. 81 കമ്മ്യൂണിസ്റ്റ് പാർട്ടികളുടെയും തൊഴിലാളി പാർട്ടികളുടെയും പ്രസ്താവനയിൽ അടങ്ങിയ ധാരണയെ പ്രത്യേകിച്ചും പ്രത്യയശാസ്ത്രത്തിന്റെയും തത്വങ്ങളുടെയും പ്രശ്നത്തിൻമേലുള്ള ധാരണയെ, ഇന്നത്തെ നമ്മുടെ സ്ഥിതിഗതികൾക്കനുയോജ്യമായ രാഷ്ട്രീയ പ്രമേയത്തിന് രൂപംകൊടുക്കാൻ എങ്ങനെ ഉപയോഗിക്കാം.
3. ഇന്ത്യയുടെ വിദേശനയവും ആഗോളസംഭവ വികാസങ്ങളിൽ ഇന്ത്യ വഹിക്കുന്ന പങ്കും വിലയിരുത്തൽ.

4. അമേരിക്കയിൽനിന്നും പടിഞ്ഞാറൻ രാജ്യങ്ങളിൽനിന്നുമുള്ള 'വിദേശ സഹായ'ത്തിന്റെയും നമ്മുടെ സമ്പദ് വ്യവസ്ഥയിൽ വിദേശസ്വകാര്യ മൂലധനത്തിന് ഇന്നുള്ള സ്ഥാനത്തിന്റെയും പുതിയ നുഴഞ്ഞുകയറ്റത്തിന്റെയും മോസ്കൊ സമ്മേളനത്തിന്റെ വെളിച്ചത്തിൽ ഇക്കാര്യം അവതരിപ്പിക്കുന്നതിന്റെയും പ്രശ്നം.
5. തൊഴിലാളിവർഗത്തിന്റെ അപേക്ഷികമായ പങ്കും തൊഴിലാളി -കർഷക സഖ്യവും ഒരു ദേശീയ ജനാധിപത്യമുന്നണി കെട്ടിപ്പടുക്കുന്നതിൽ യോജിച്ച ബഹുജനസമരത്തിന്റെ പ്രാധാന്യവും.
6. വികസനപാതയെ സംബന്ധിച്ച തന്ത്രപരമായ സങ്കൽപനത്തിന്റെ അടിസ്ഥാനത്തിൽ വർത്തമാന രാഷ്ട്രീയനയം (അടവുപരമായ നയം) ആവിഷ്കരിക്കൽ ഈ സങ്കൽപനത്തിനനുസൃതമായും ലോകത്തുയർന്നുവന്ന പുതിയ അവസരങ്ങൾ കണക്കിലെടുത്തും പ്രസ്ഥാനത്തിന്റെ ദിശ തിരിച്ചുവിടൽ.

റിവിഷനിസ്റ്റുകളുടെ നയം

ഡാങ്കെ, ജോഷി, അധികാരി എന്നിവർ അവതരിപ്പിച്ച കരടുപരിപാടി അധികാരക്കൈമാറ്റ സമയത്തും അധികാരം കൈയാളാൻ തുടങ്ങിയതിനുശേഷവും ഇന്ത്യൻ ബൂർഷ്വാസി സ്വീകരിച്ച വർഗസഹകരണ നയത്തെ പാടേ അവഗണിച്ചു. അതിനുപകരം അവർ കരടുപരിപാടിയിൽ ഇങ്ങനെയെഴുതി:

> സാമ്രാജ്യത്വത്തിന്റെയും ചൂഷകവർഗങ്ങളുടെയും ആഗ്രഹങ്ങൾക്ക് വിരുദ്ധമായി ഇന്ത്യയും തങ്ങളുടെ സാമൂഹിക വികാസത്തിന്റെ അന്തിമലക്ഷ്യമെന്ന നിലയിൽ സോഷ്യലിസം അംഗീകരിച്ചിരിക്കയാണ്.

ഇന്ത്യൻ ഭരണകൂടത്തിന്റെയും ഇന്ത്യൻ വിപ്ലവപാതയുടെയും സ്വഭാവത്തെ സംബന്ധിച്ച് വർഗസഹകരണത്തിലധിഷ്ഠിതമായ ഒരു ധാരണ അത് വെച്ചുപുലർത്തുകയും അതിനുവേണ്ടി വാദിക്കുകയും ചെയ്തു.

ദേശീയ ബൂർഷ്വാസി ഫ്യൂഡലിസവുമായി കൂട്ടുകൂടിയിരിക്കുകയാണെന്നും അവരുമായി അവർ യഥാർത്ഥത്തിൽ അധികാരം പങ്കിടുകയാണെന്നുമുള്ള വസ്തുതയുടെ കാര്യത്തിൽ കരടുപരിപാടി നിശബ്ദത പാലിച്ചു. ദേശീയ ബൂർഷ്വാസിയെ സംബന്ധിച്ച ഈ വിലയിരുത്തലിനനുസൃതമായി കോൺഗ്രസ് പാർട്ടിയെക്കുറിച്ച് അവർ ഇങ്ങനെയൊരു നിഗമനത്തിലെത്തി. ബൂർഷ്വാസിയുടെ അങ്ങേയറ്റത്തെ പിന്തിരിപ്പൻ വിഭാഗം കോൺഗ്രസിൽ നിന്ന് പുറത്തുപോയി സ്വതന്ത്രാപാർട്ടി സംഘടിപ്പിച്ചിരിക്കുകയാണ്. അതേസമയം ആ പിന്തിരിപ്പൻമാർക്ക് പിന്തുണ നൽകുന്നവരിൽ പലരും ഇപ്പോഴും കോൺഗ്രസ് പാർട്ടിയിൽ അവശേ

ഷിക്കുന്നുമുണ്ട്. മുഖ്യമായും പുരോഗമനസ്വഭാവമുള്ള ഒരു പാർട്ടിയെന്ന നിലയിലാണ് കരടുപരിപാടി കോൺഗ്രസിനെ ചിത്രീകരിച്ചത്. അങ്ങനെ പാർട്ടി കോൺഗ്രസ് ഈ കരടുപരിപാടി അംഗീകരിച്ചിരുന്നുവെങ്കിൽ അത് പാർട്ടിയെ തികഞ്ഞ വർഗസഹകരണത്തിന്റെ പാതയിലേക്ക് നയിക്കുമായിരുന്നു.

സാർവദേശീയ കമ്മ്യൂണിസ്റ്റ് പ്രസ്ഥാനത്തിന്റെ ധാരണക്ക് വിരുദ്ധമായി പടിഞ്ഞാറൻ രാജ്യങ്ങളുടെ സഹായത്തിന് പിറകേ പോകുന്ന ബൂർഷ്വാസിയുടെ വക്കാലത്തുപിടിക്കുകയാണ് കരടുപരിപാടി ചെയ്യുന്നത്. നോക്കുക:

> ഇന്ത്യൻ സമ്പദ്വ്യവസ്ഥയെ അതിവേഗം വളർത്തിയെടുക്കാനുള്ള വ്യഗ്രതയിൽ സമ്പദ്വ്യവസ്ഥയുടെ മർമപ്രധാന മേഖലകളിൽ ആംഗ്ലോ–അമേരിക്കൻ മൂലധനം നുഴഞ്ഞുകയറുന്നതിന്റെ ആപത്ത് അത് ചുരുക്കിക്കാണുന്നു. ഈ ആപത്ത് തടഞ്ഞുനിർത്താൻ കഴിയുമെന്ന ആത്മവിശ്വാസം അതിനുണ്ട്. കാരണം, സാമ്രാജ്യത്വത്തിന് ഏതാനും കോടി രൂപ രാജ്യത്തുനിന്ന് കടത്തിക്കൊണ്ടുപോകാമെന്നിരിക്കിലും അതിന് നമ്മുടെ സ്വാതന്ത്ര്യത്തെ കവർന്നെടുക്കാൻ കഴിയില്ല. സാമ്രാജ്യത്വം ഈജിപ്തിലും ഇറാഖിലും ആ പണി നോക്കിയതാണ്, പക്ഷേ, അതിൽ അവർ പരാജയപ്പെട്ടു ആവശ്യപ്പെടുമ്പോൾ സഹായം കിട്ടുന്ന ചേരി എന്ന നിലയിൽ സോഷ്യലിസ്റ്റ് ചേരിയെ അതുപയോഗിക്കുന്നു. അതിന്റെ അടവുകളുടെയും ആത്മവിശ്വാസത്തിന്റെയും അടിത്തറ അതാണ്.

വിദേശസഹായത്തെയും വിദേശ കമ്പനികളുമായുള്ള സഹകരണ കരാറുകളെയും എതിർക്കണമെന്ന് പറഞ്ഞവരുടെ ഇതേ ന്യായവാദം തന്നെയാണ് കോൺഗ്രസിന് മുന്നോടിയായി നടന്ന ചർച്ചകളിൽ എസ് എ ഡാങ്കെയും നടത്തിയതെന്നത് പ്രസിദ്ധം.

അദ്ദേഹം പറഞ്ഞു:

> നിങ്ങൾ എന്തുകൊണ്ട് ഡോളറിന്റെ വരവുമാത്രം കാണുന്നു? റൂബിളും ഇങ്ങോട്ടേക്ക് വരുന്നുണ്ടെന്ന് കാണുക.

വിദേശനിക്ഷേപത്തെ "ഓ, ബേബി പൗഡറിലെ ഒരു നിക്ഷേപം" എന്നാണ് അദ്ദേഹം പുച്ഛിച്ചുതള്ളിയത്.

പാർട്ടി കോൺഗ്രസിൽ അവതരിപ്പിച്ച റിപ്പോർട്ടിൽ അജയ്ഘോഷും പാർട്ടിക്കകത്തെ അഭിപ്രായവ്യത്യാസങ്ങളുടെ ഗൗരവം എടുത്തുകാട്ടി.

അദ്ദേഹം പറഞ്ഞു:

> കുറച്ചുനാളായി നമുക്കിടയിലും അഭിപ്രായവ്യത്യാസങ്ങൾ നിലനിൽക്കുന്നുണ്ടെന്ന് നമ്മുടെ സഖാക്കൾക്കറിയാം. ഈ അഭിപ്രായവ്യത്യാസങ്ങളുടെ ഫലമായി ഒരു വർഷം മുമ്പ് കൽക്കത്തയിൽ

ചേർന്ന ദേശീയ കൗൺസിൽ യോഗത്തിൽ ഒരു രാഷ്ട്രീയ പ്രമേയം അംഗീകരിക്കാൻപോലും നമുക്ക് കഴിഞ്ഞില്ല.

അദ്ദേഹം തുടർന്നു:

1960–ൽ ബോംബെയിൽ ചേർന്ന നാഷണൽ കൗൺസിൽ യോഗം ഒരു കമ്മീഷൻ രൂപീകരിച്ചു. എങ്കിലും ആ കമ്മീഷന് എല്ലാവർക്കും സ്വീകാര്യമായ ഒരു വിലയിരുത്തൽ നടത്താനോ അല്ലെങ്കിൽ ഒരു പൊതുനിഗമനത്തിലെത്തിച്ചേരാനോ കഴിഞ്ഞില്ല. നാഷണൽ കൗൺസിൽ യോഗത്തിനു മുമ്പാകെ രണ്ട് കരടുരേഖകൾ പ്രത്യേകം പ്രത്യേകമായി അവതരിപ്പിക്കപ്പെട്ടു.

അഭിപ്രായവ്യത്യാസങ്ങളെക്കുറിച്ച് അദ്ദേഹം ഇങ്ങനെ പറഞ്ഞു:
താഴെപറയുന്ന പ്രശ്നങ്ങളിലാണ് അഭിപ്രായവ്യത്യാസങ്ങളെന്ന് വ്യക്തമായി.

1. നവസ്വതന്ത്ര രാജ്യങ്ങളെക്കുറിച്ച് മോസ്കൊ പ്രസ്താവനയിലെ നിഗമനങ്ങൾ പ്രായോഗികമാക്കൽ.
2. നമ്മുടെ രാജ്യത്തെ രാഷ്ട്രീയ–സാമ്പത്തികസ്ഥിതി
3. പാർട്ടിയുടെ മുമ്പിലുള്ള അടിയന്തര കടമകൾ.

ഈ അഭിപ്രായ ഭിന്നതകൾമൂലം ഞങ്ങൾക്കൊരു പൊതുരാഷ്ട്രീയ പ്രമേയം ഉണ്ടാക്കാൻ കഴിഞ്ഞില്ല.

പാർട്ടി കോൺഗ്രസിനു മുമ്പിൽ നാഷണൽ കൗൺസിലിലെ ഭൂരിപക്ഷം അവതരിപ്പിച്ച രാഷ്ട്രീയ പ്രമേയം വർഗസഹകരണനയം പ്രതിഫലിപ്പിച്ചു. അതുകൊണ്ട് വിജയവാഡയിൽ ചേർന്ന ആറാം കോൺഗ്രസിൽ അങ്ങേയറ്റം ഗുരുതരമായ ഒരു കുഴപ്പത്തെയാണ് പാർട്ടി നേരിട്ടത്. ഒരു റിപ്പോർട്ട് മാത്രം അവതരിപ്പിച്ചുകൊണ്ടും രാഷ്ട്രീയ പ്രമേയം ഭേദഗതി ചെയ്യുന്നതിനുള്ള അടിസ്ഥാനമെന്ന നിലയിൽ ജനറൽ സെക്രട്ടറിയുടെ പ്രസംഗം അംഗീകരിച്ചുകൊണ്ടും ഒരു പിളർപ്പ് ഒഴിവാക്കി. പരിപാടിയുടെ കരട് അവതരിപ്പിച്ചുവെങ്കിലും അത് ചർച്ചചെയ്യാതെ ദേശീയ കൗൺസിലിന്റെ പരിഗണനക്ക് വിടുകയാണുണ്ടായത്.

വിജയവാഡാ കോൺഗ്രസ് തീർച്ചയായും ഒരു ഒത്തുതീർപ്പ് കോൺഗ്രസായിരുന്നു. പാർട്ടിയെ ഭിന്നിപ്പിച്ചു നിർത്തിയ ആശയപരവും രാഷ്ട്രീയവുമായ അഭിപ്രായ വ്യത്യാസങ്ങൾ പരിഹരിക്കപ്പെടാതെ കിടന്നു. എട്ടുമാസത്തിനകം നടക്കാനിരിക്കുന്ന തെരഞ്ഞെടുപ്പിൽ സ്വീകരിക്കേണ്ട വിശാലമായ അടവിനെക്കുറിച്ചുമാത്രം യോജിപ്പുണ്ടാക്കാൻ കഴിഞ്ഞു. പാർട്ടി യന്ത്രം പിടിച്ചടക്കുന്നതിന് സകല മാർഗങ്ങളും റിവിഷനിസ്റ്റ് വിഭാഗം സ്വീകരിച്ചു. നാഷണൽ കൗൺസിലിലേക്കുള്ള പാനൽ സംസ്ഥാനങ്ങളിൽനിന്ന് വരുന്ന പ്രതിനിധിസംഘാംഗങ്ങളുമായി ചർച്ചചെയ്ത് തയ്യാറാക്കുകയെന്ന രീതി ഉപേക്ഷിച്ചു. അതുകൊണ്ട് പുതിയ കേന്ദ്ര

എക്സിക്യൂട്ടീവ് കമ്മിറ്റിയെ തെരഞ്ഞെടുത്തപ്പോൾ പി സുന്ദരയ്യ, ജ്യോതിബസു, സുർജിത് എന്നിവർ പുറത്തുനിൽക്കാൻ തീരുമാനിച്ചു.

പൊതുതെരഞ്ഞെടുപ്പ്

കോൺഗ്രസിന്റെ അധികാരക്കുത്തക തകർക്കുകയെന്ന മുദ്രാവാക്യവുമായി പാർട്ടി തെരഞ്ഞെടുപ്പുരംഗത്തിറങ്ങി. ഇതിനിടയിൽ അജയ്ഘോഷ് അന്തരിച്ചു. തെരഞ്ഞെടുപ്പു ഫലം വിലയിരുത്തുന്നതിന് നാഷണൽ കൗൺസിൽ സമ്മേളിച്ചപ്പോൾ ചർച്ചക്കായി രണ്ട് രേഖകൾ അതിന് മുന്നിലെത്തി. അതിലൊന്ന് ഭൂപേശ് ഗുപ്തയും മറ്റൊന്ന് പി ജോഷിയുമായിരുന്നു തയ്യാറാക്കിയത്. തന്റെ രേഖയിൽ ജോഷി ഇപ്രകാരമെഴുതി:

> വലതുപക്ഷത്തേക്കുള്ള ഒഴുക്കുമൂലം കോൺഗ്രസിനുണ്ടായ നഷ്ടം കമ്മ്യൂണിസ്റ്റ്-കോൺഗ്രസ് നേതാക്കൾ തമ്മിലെന്നതുപോലെ അവരുടെ കാഡർമാർ തമ്മിലും മെച്ചപ്പെട്ടതും കൂടുതൽ സൗഹൃദപൂർവവുമായ ബന്ധം കെട്ടിപ്പടുക്കുന്നതിന് വഴിവെച്ചു. ഈ പുതിയ മാറ്റം ഉണ്ടാക്കിയെടുക്കുന്നതിനുള്ള മുൻകൈ കോൺഗ്രസിനകത്തുനിന്ന് ഉണ്ടാകാൻ കഴിയില്ല. അതുണ്ടാക്കിയെടുക്കേണ്ടത് പാർട്ടിയാണ്. ഒന്നും രണ്ടും പൊതുതെരഞ്ഞെടുപ്പുകളിൽ ഇടത്തേക്ക്, പ്രത്യേകിച്ചും നമ്മുടെ പാർട്ടിയുടെ ഭാഗത്തേക്ക്, നീങ്ങുകയായിരുന്നു കോൺഗ്രസ് ഭരണത്തിൽ അസംതൃപ്തരായ ജനങ്ങൾ. അവരിപ്പോൾ വലത്തേക്ക് നീങ്ങാൻ തുടങ്ങിയിരിക്കുന്നു. ആ ഒറ്റക്കാരണത്തിന്റെ പേരിൽ സെക്ടേറിയനിസത്തിന്റെ ചളിക്കുണ്ടിൽ അമർന്നിരിക്കാൻ പാർട്ടിക്ക് കഴിയില്ല. അതുകൊണ്ട് പാർട്ടിക്ക് സ്വന്തം നിലനിൽപിനുവേണ്ടി ഒരു പുതിയ നീക്കം നടത്തേണ്ടതുണ്ട്. അതെത്ര വേഗം നടത്തുന്നുവോ അത്രയും ശക്തമായി പാർട്ടി വളരും.

തെരഞ്ഞെടുപ്പു ഫലത്തിൽനിന്ന് ഭൂപേശ്ഗുപ്ത എത്തിച്ചേർന്ന നിഗമനം ഇതാണ്. 'തെരഞ്ഞെടുപ്പുഫലം നാഷണൽ കൗൺസിലിന്റെ സമീപനത്തിന്റെയും ധാരണയുടെയും ശരിമ സ്ഥിരീകരിച്ചിരിക്കുന്നു.' വലതുപക്ഷ പിന്തിരിപ്പൻ ശക്തികൾക്കുണ്ടായ വിജയം ചൂണ്ടിക്കാണിച്ച് അദ്ദേഹം ഇങ്ങനെ മുന്നറിയിപ്പ് നൽകി:

> വലതുപക്ഷ പിന്തിരിപ്പൻമാർക്കുണ്ടായ വിജയത്തെ ചുരുക്കിക്കാണരുത്. അതിനെ അതിശയോക്തിപരമായോ ഭയാനകമായോ ചിത്രീകരിക്കുകയുമരുത്. ആദ്യത്തേത് സെക്ടേറിയനിസത്തിലേക്ക് നയിക്കും. വലതുപക്ഷ പിന്തിരിപ്പൻ ശക്തികൾക്കെതിരായ സമരത്തിൽ സമസ്ത മതനിരപേക്ഷ-പുരോഗമന ശക്തികളെയും ആകർഷിച്ചണിനിരത്തുകയെന്ന കടമ അവഗണിക്കുന്നതിന് അതിടയാക്കും. രണ്ടാമത്തേതാകട്ടെ, കോൺഗ്രസിന്റെയും ബൂർഷ്വാ

നേതാക്കളുടെയും വാലിൽതൂങ്ങി നടക്കുന്നതിലേക്കാണ് നയിക്കുക.

കമ്മ്യൂണിസ്റ്റ് പാർട്ടി എതിർപ്പിന്റെ കുന്തമുന തിരിച്ചുവെക്കേണ്ടത് ആർക്കെതിരെയാണ്-കോൺഗ്രസിനെതിരെയോ, അതോ വലതുപക്ഷ ശക്തികൾക്കെതിരെയോ? ഈ പ്രശ്നത്തെച്ചൊല്ലി രണ്ട് പതിറ്റാണ്ടോളമായി ആവർത്തിച്ചുയർന്ന അഭിപ്രായവ്യത്യാസങ്ങൾ തന്നെയാണ് ഇപ്പോഴും ഉയർന്നുവന്നതെന്ന് ഈ രണ്ട് രേഖകളിൽനിന്ന് വ്യക്തം. ആ സമയത്ത് വലതുപക്ഷശക്തികൾ വലിയ വെല്ലുവിളി ഉയർത്തിയിരുന്നില്ലെന്ന് മനസ്സിലാക്കേണ്ടിയിരിക്കുന്നു. ഇങ്ങനെ നിശിതമായ അഭിപ്രായവ്യത്യാസം ഉയർന്നുവന്നതിനെത്തുടർന്ന് പൊതുതെരഞ്ഞെടുപ്പിനെ സംബന്ധിച്ച സമഗ്രവിശകലനം അടുത്ത യോഗത്തിലേക്ക് മാറ്റിവച്ചു. എന്നാൽ പിന്നീട് അതും നടത്താൻ കഴിയുംവിധത്തിലായിരുന്നില്ല സംഗതികളുടെ പോക്ക്. തങ്ങളുടെ നയത്തിന് നാഷണൽ കൗൺസിലിൽ പിന്തുണ ലഭിക്കില്ലെന്ന് കണ്ട റിവിഷനിസ്റ്റുകൾ തെരഞ്ഞെടുപ്പുഫലത്തെക്കുറിച്ച് ഒരു ശവപരിശോധന നടത്തേണ്ട ആവശ്യമില്ലെന്ന് വാദിച്ചു.

ഈ യോഗത്തിന്റെ കാര്യപരിപാടിയിലെ ഒരിനമായിരുന്നു പുതിയ ജനറൽ സെക്രട്ടറി തെരഞ്ഞെടുപ്പ്. നാഷണൽ കൗൺസിലിലെ ചില വിഭാഗങ്ങളുടെ ചാഞ്ചാട്ടത്തിന്റെ ഫലമായി ചെയർമാൻ എന്ന പുതിയൊരു തസ്തിക സൃഷ്ടിക്കുന്നതിന് ഞങ്ങൾക്ക് സമ്മതിക്കേണ്ടിവന്നു. പാർട്ടി ഭരണഘടനയിൽ അങ്ങനെ ഒരു തസ്തിക ഇല്ലെന്നോർക്കണം. ഒരൊത്തുതീർപ്പെന്ന നിലയിൽ ഡാങ്കെ ചെയർമാനായി. യോഗം ഇ എം എസിനെ ജനറൽ സെക്രട്ടറിയായി തെരഞ്ഞെടുത്തു. ഇതോടൊപ്പം ഒമ്പതംഗ സെക്രട്ടറിയേറ്റിനേയും തെരഞ്ഞെടുത്തു. സുന്ദരയ്യ, ജ്യോതിബസു, ഹർകിഷൻസിംഗ് സുർജിത് എന്നിവർ അതിലെ അംഗങ്ങളായി.

അനേക മാസങ്ങൾക്കുശേഷം വീണ്ടും, 1963 മാർച്ചിൽ, ഈ രണ്ട് വീക്ഷണഗതികൾ തമ്മിൽ ഏറ്റുമുട്ടി. കേന്ദ്രനേതൃത്വത്തിന് ഒട്ടേറെ ഉപതെരഞ്ഞെടുപ്പുകൾ നേരിടേണ്ടി വന്ന സമയമായിരുന്നു അത്. തങ്ങളുടെ നയത്തിനുവേണ്ടി പരസ്യമായി വാദിക്കാൻ ആ സമയത്ത് റിവിഷനിസ്റ്റുകൾക്ക് കഴിഞ്ഞു. 1962 ഒക്ടോബറിനും 1963 ഏപ്രിലിനും മദ്ധ്യേ ഉൾപാർട്ടി സ്ഥിതിഗതികളിൽവന്ന മാറ്റമായിരുന്നു അതിനു കാരണം. സോഷ്യലിസ്റ്റ് നേതാവ് റാം മനോഹർ ലോഹ്യക്കെതിരെ മത്സരിച്ച കോൺഗ്രസ് സ്ഥാനാർഥിക്ക് പിന്തുണ നൽകാൻപോലും അവർ മടിച്ചില്ല.

കേരളത്തിൽ മൂന്ന് തെരഞ്ഞെടുപ്പുകളെക്കുറിച്ച് ചർച്ച നടത്തിയതിനുശേഷം സംസ്ഥാന സെക്രട്ടറി ഒരു പ്രസ്താവന പുറപ്പെടുവിച്ചു. മൂന്ന് ഉപതെരഞ്ഞെടുപ്പുകളിൽ സീറ്റിന്റെ കാര്യത്തിൽ കോൺഗ്രസുമായി കമ്മ്യൂണിസ്റ്റ് പാർട്ടി നീക്കുപോക്കുകൾ നടത്തുന്നതാണെന്ന് ആ പ്രസ്താവനയിൽ അദ്ദേഹം വ്യക്തമാക്കി. 'ചേരിചേരാനയവും ആസൂത്രിത വികസനവും സോഷ്യലിസവും' സംരക്ഷിക്കുന്നതിന് കോൺഗ്രസ്

പാർട്ടിക്ക് പിന്തുണ നൽകേണ്ടതാണെന്നും അദ്ദേഹം പറഞ്ഞു. പക്ഷെ, അണികളിൽനിന്നുണ്ടായ എതിർപ്പിനെ തുടർന്ന് ഈ നയം നടപ്പാക്കാൻ കഴിഞ്ഞില്ല. എങ്കിലും കോൺഗ്രസിന് പിന്നിൽ അണിനിരക്കുകയെന്ന നയം ഡാങ്കെ ഗ്രൂപ്പിന്റെ പൊതുനയമായി അപ്പോഴേക്കും മാറിക്കഴിഞ്ഞിരുന്നു. അങ്ങനെ വിജയവാഡാ പാർട്ടി കോൺഗ്രസ് നയം പാടേ വലിച്ചെറിയപ്പെട്ടു.

പാർട്ടി ഐക്യത്തെപ്പോലും വെല്ലുവിളിക്കത്തക്ക നിലയിൽ നിശിതമായ ഒരു ഭിന്നിപ്പ് അതേവരെ വർഗസഹകരണത്തിന്റെ പേരിലല്ലാതെ മറ്റൊരു നയത്തിന്റെ പേരിലും നാഷണൽ കൗൺസിലിൽ ഉണ്ടായതായി ഒരൊറ്റ ഉദാഹരണംപോലും ചൂണ്ടിക്കാണിക്കാൻ കഴിയില്ല.

ഇന്ത്യാ-ചൈന അതിർത്തിതർക്കത്തിന്റെ ഫലമായുണ്ടായ സ്ഥിതിഗതികൾ തങ്ങളുടെ വർഗസഹകരണനയം പിന്തുടരുന്നതിന് ഉപയോഗിക്കാൻ ഡാങ്കേയിസ്റ്റ് നേതൃത്വത്തിന് കഴിഞ്ഞു. നേതൃത്വത്തിൽ ഒരു വിഭാഗത്തിനെതിരെ ഗവൺമെന്റ് കടന്നാക്രമണം നടത്തി അവരിൽ നിരവധി പേരെ അറസ്റ്റ് ചെയ്ത് കാരാഗൃഹത്തിലേക്കയച്ചു. പാർട്ടി നേതൃത്വം അതിൽ പ്രതിഷേധിച്ചില്ല. അറസ്റ്റിലായ നേതാക്കളെ വിട്ടയക്കണമെന്നാവശ്യപ്പെട്ട് പ്രക്ഷോഭം സംഘടിപ്പിച്ചില്ല. മാത്രമല്ല, അവരെ അപലപിക്കുന്നതിൽ അങ്ങേയറ്റത്തെ സങ്കുചിത ദേശീയവാദികളോടൊപ്പം കൂട്ടുകൂടി.

സംഘടനാ രീതികൾ

ഗവൺമെന്റിന്റെ കടന്നാക്രമണം സൃഷ്ടിച്ച പരിതസ്ഥിതി ഉപയോഗിച്ച് വിവിധ സംസ്ഥാനങ്ങളിലെ പാർട്ടിയെ പിടിച്ചടക്കാൻ കേന്ദ്രനേതൃത്വം നടത്തിയ ശ്രമം ലോകത്തിലെ മറ്റൊരു കമ്മ്യൂണിസ്റ്റ് പാർട്ടിയുടെ ചരിത്രത്തിലും കാണാനാവില്ല. പാർട്ടി പശ്ചിമബംഗാൾ കമ്മിറ്റിയിലെ പ്രമുഖ നേതാക്കൾ തടവറകളിൽ കഴിയുമ്പോൾ കേന്ദ്രനേതൃത്വം അവിടത്തെ സംസ്ഥാന കൗൺസിൽ പിരിച്ചുവിട്ട് താൽക്കാലിക സംഘടനാ കമ്മിറ്റി രൂപീകരിച്ചു. പഞ്ചാബിൽ 'സംസ്ഥാന എക്സിക്യൂട്ടീവ് കമ്മിറ്റി' യിലെ ഭൂരിപക്ഷം ജയിലിലായിരുന്നപ്പോൾ കേന്ദ്രനേതൃത്വം പ്രത്യേക സമ്മേളനം വിളിച്ചുകൂട്ടി പുതിയ സംസ്ഥാന കമ്മിറ്റിയെ തെരഞ്ഞെടുത്തു. പാർട്ടിക്കെതിരെ കടന്നാക്രമണം ആരംഭിച്ച ഉടൻ തന്നെയായിരുന്നു ഈ നടപടി. ഭൂപേശ് ഗുപ്തക്കുപോലും ഈ നടപടി ശരിവെക്കാൻ കഴിഞ്ഞില്ല. 1963 മാർച്ച് 14 ന് കേന്ദ്ര സെക്രട്ടറിയേറ്റിന് നൽകിയ കുറിപ്പിൽ അദ്ദേഷം മുന്നറിയിപ്പ് നൽകി:

> പാർട്ടിയിലെ അഭിപ്രായ വ്യത്യാസങ്ങൾ പരിഹരിക്കുന്നതിനും സംഘടനയെ ഊർജ്ജസ്വലമാക്കുന്നതിനും അസാധാരണമായ ഒരു സമ്മേളനം നടത്തേണ്ടത് ആവശ്യമായിത്തീർന്നു എന്നാണ് പ്രമേയത്തിൽ പറഞ്ഞിരിക്കുന്നത്. എന്നാൽ അതിന്റെ ഫലം നേരേ

വിപരീതമായിരിക്കുമെന്ന് ഞാൻ ഭയപ്പെടുന്നു. പ്രമേയത്തിൽ വിഭാവനം ചെയ്യുന്നതും നിർദ്ദേശിക്കുന്നതുമായ പ്രക്രിയ നടക്കുകയാണെങ്കിൽ അത് സ്ഥിതിഗതികൾ കൂടുതൽ വഷളാക്കും. പാർട്ടിയെ ഭിന്നിപ്പിച്ചുനിർത്താനുള്ള ഭാവിശ്രമങ്ങൾ കൂടുതൽ പ്രയാസകരമാക്കും. ഇപ്പോൾ പാർട്ടി നേരിട്ടുകൊണ്ടിരിക്കുന്ന പ്രതിസന്ധിയുടെ ആഴം നമ്മുടെ പഞ്ചാബ് സഖാക്കൾ കുറച്ചുകാണുകയാണെന്ന് പറയേണ്ടിവന്നതിൽ എനിക്ക് ഖേദമുണ്ട്.

അദ്ദേഹം തുടർന്നു:

ഇന്നത്തെ പരിതസ്ഥിതിയിൽ പ്രത്യേകിച്ചും ഇത്രയധികം പഞ്ചാബ് നേതാക്കൾ രാജ്യരക്ഷാ നിയമത്തിന്റെ നിസഹായ ഇരകളായി തടവറകൾക്കുള്ളിൽ കഴിയുമ്പോൾ ഒരസാധാരണ സമ്മേളനം തെരഞ്ഞെടുത്ത സംസ്ഥാന കൗൺസിലിനെ പഴയ കൗൺസിലിനുപകരം വെക്കുന്നത് അങ്ങേയറ്റം തെറ്റാണ്. അത് ബുദ്ധീപൂർവമായ ഒരു നടപടിയല്ല.

തന്റെ കുറിപ്പ് അദ്ദേഹം ഇങ്ങനെ ഉപസംഹരിച്ചു:

അസാധാരണമായ സംസ്ഥാന സമ്മേളനം നടത്താനുള്ള തീരുമാനം.

1. ഇന്നത്തെ പരിതസ്ഥിതിയിൽ രാഷ്ട്രീയമായി തെറ്റാണ്. അഭിപ്രായവ്യത്യാസങ്ങൾ പരിഹരിക്കുന്നതിനുപകരം വർധിപ്പിക്കാനേ അത് സഹായിക്കൂ.
2. സംഘടനാപരമായി തെറ്റും ബുദ്ധിപൂർവ്വമല്ലാത്തതുമായ നടപടി പഞ്ചാബിലെ പാർട്ടിക്കും, പാർട്ടിക്ക് ഒട്ടാകെയും വിനാശകരമായ ഫലം അതുളവാക്കും.
3. പാർട്ടി ഭരണഘടനയുടെ നിലപാടിൽനിന്ന് നോക്കുമ്പോൾ അങ്ങേയറ്റം സംശയകരമായ ഒരു നടപടി.
4. നിഷേധാത്മകമായ പ്രത്യാഘാതങ്ങൾകൊണ്ട് നിറഞ്ഞ നടപടി. അതുകൊണ്ടുണ്ടാകുന്ന ദൂഷ്യം നേട്ടങ്ങളെക്കാൾ എത്രയോ വലുതായിരിക്കും.

ഭൂപേശ് ഗുപ്തയുടെ ഈ അഭിപ്രായം ആരും ചെവിക്കൊണ്ടില്ല. കാരണം, ഗവൺമെന്റിന്റെ അടിച്ചമർത്തൽ നടപടികളെ ഉപയോഗിച്ച് പാർട്ടിയെ ശിഥിലമാക്കാൻതന്നെ കച്ചകെട്ടിയിറങ്ങിയതായിരുന്നു ഡാങ്കേയിസ്റ്റ് നേതൃത്വം. തങ്ങളുടെ വർഗസഹകരണ നയത്തെ എതിർക്കുന്നവരെയെല്ലാം നേതൃസ്ഥാനത്തുനിന്ന് പുറത്താക്കണമെന്നായിരുന്നു അവരുടെ ആഗ്രഹം.

നാഷണൽ കൗൺസിലിൽ ഡാങ്കെയുടെ പ്രമേയത്തെ എതിർക്കുകയും പി രാമമൂർത്തിയുടെയോ ഇ എം എസിന്റെയോ പ്രമേയത്തിന്

പിന്തുണ നൽകുകയും ചെയ്തവർ ചൈനാ അനുകൂലികളാണെന്ന ഒരു പ്രചാരണം ബൂർഷ്വാ പത്രങ്ങളിലൂടെ അവർ നിരന്തരം നടത്തി. ഇതേ തരത്തിലുള്ളൊരു പ്രചാരണം: ബൂർഷ്വാ പത്രങ്ങളും കമ്മ്യൂണിസ്റ്റ് വിരുദ്ധ പാർട്ടികളും നടത്തിക്കൊണ്ടിരുന്ന സന്ദർഭത്തിലാണ് അവരും അത് ചെയ്തത്. അനേകം പാർട്ടി അംഗങ്ങളും പാർട്ടി ഘടകങ്ങളും ഈ പ്രചാരണം ഏറ്റുപാടി അത് ജനസംഘത്തെയും ആർ എസ് എസിനെയും സ്വതന്ത്രാപാർട്ടിയെയുംപോലുള്ള കമ്മ്യൂണിസ്റ്റ് വിരോധികൾക്കും ഗവൺമെന്റിനും പാർട്ടിക്കെതിരെ കടന്നാക്രമണം നടത്തുന്നതിന് ഒരു മറയായിത്തീർന്നു.

മാർക്സിസ്റ്റുകാർക്കെതിരെ ആദ്യആക്രമണം

ഈ ദുഷ്പ്രചാരണം മൂർധന്യത്തിലെത്തിയ മഹാരാഷ്ട്രയിൽ നവംബർ ഏഴിന് ഗവൺമെന്റ് ആദ്യപ്രഹരമേൽപിച്ചപ്പോൾ നാഷണൽ കൗൺസിലിന് പിന്തുണ നൽകിയവർ അതിനോട് പ്രതികരിക്കാതിരുന്നതിൽ അദ്ഭുതത്തിന് വകയുണ്ടോ? മഹാരാഷ്ട്രയിൽ 'ചൈനാ അനുകൂലി'കളെ അറസ്റ്റുചെയ്തത് അവർക്ക് എത്രത്തോളം പിന്തുണ ലഭിക്കും എന്ന് മനസ്സിലാക്കുന്നതിന് ഗവൺമെന്റ് കൈക്കൊണ്ട ആദ്യ നടപടിയായിരുന്നു. ഈ അറസ്റ്റിൽ പ്രതിഷേധിക്കുന്നതും അറസ്റ്റുചെയ്തവരെ വിട്ടയക്കണമെന്നാവശ്യപ്പെട്ടതുമായ പ്രമേയം കേന്ദ്ര എക്സിക്യൂട്ടീവ് കമ്മിറ്റിയോ പത്ത് ദിവസത്തിനകം ചേർന്ന എ ഐ ടി യു സി ജനറൽ കൗൺസിലോ പാസാക്കുന്നത് തടയാൻ ഡാങ്കെ തന്നെക്കൊണ്ട് കഴിയുന്നതെല്ലാം ചെയ്തു. വലതുപക്ഷ പിന്തിരിപ്പൻമാരുടെയും കോൺഗ്രസുകാരുടെയും മാത്രമല്ല, കമ്മ്യൂണിസ്റ്റ് പാർട്ടിയിലെ ഡാങ്കെയെപ്പോലുള്ളവരുടെയും പിന്തുണ തങ്ങൾക്ക് ലഭിക്കുമെന്ന് മനസിലാക്കിയ ഗവൺമെന്റിന് നവംബർ 21 ന് രാജ്യവ്യാപകമായി ഒരു കടന്നാക്രമണം നടത്താനുള്ള കരുത്തും ആത്മവിശ്വാസവും ലഭിച്ചു.

ഇങ്ങനെയൊരു കടന്നാക്രമണം നേരിടേണ്ടിവന്നിട്ടുപോലും അതിനെതിരെ ജനങ്ങളെ തട്ടിയുണർത്താൻ പാർട്ടി നേതൃത്വം ജാഗ്രതകാട്ടിയില്ല. ഈ നടപടിയിൽനിന്ന് പിറകോട്ടുപോകാൻ ഗവൺമെന്റിനെ നിർബന്ധിക്കുന്നതിന് ഒരു ബഹുജന പ്രക്ഷോഭമാരംഭിക്കാൻ അവർ യാതൊരു പരിപാടിയും തയ്യാറാക്കിയില്ല. ഗവൺമെന്റിന്റെ നയത്തിലുള്ള പ്രതിഷേധം ഇന്ത്യൻ പാർട്ടി നേതൃത്വത്തിൽനിന്നല്ല, നേരെമറിച്ച് സഹോദര പാർട്ടികളിൽനിന്നാണ് ഉണ്ടായതെന്നതിൽ ലജ്ജിച്ച് തലതാഴ്ത്തേണ്ടിയിരിക്കുന്നു. സഹോദര പാർട്ടികൾ ആവർത്തിച്ചാവർത്തിച്ച് പ്രതിഷേധം പ്രകടിപ്പിച്ചിട്ടും നേതൃത്വം കയ്യാളിയിരുന്ന ഡാങ്കെ ഗ്രൂപ്പ് അടിച്ചമർത്തലിനെതിരെ ഒരു ബഹുജന പ്രക്ഷോഭമാരംഭിക്കാൻ തയ്യാറായില്ല. പാർട്ടിയിൽ ഒരു വിഭാഗത്തെ ഗവൺമെന്റ് കടന്നാക്രമിച്ചപ്പോൾ അതിനെതിരെ പ്രക്ഷോഭമാരംഭിക്കാൻ പാർട്ടി നേതൃത്വം വിസമ്മതിച്ച സംഭവം ഒരുപക്ഷെ, ലോകത്തിലെ കമ്മ്യൂണിസ്റ്റ് പാർട്ടികളുടെ ചരിത്രത്തിൽ ആദ്യമായിരിക്കും.

അറസ്റ്റിനെ അപലപിക്കുന്നതും അറസ്റ്റുചെയ്തവരെ വിട്ടയക്കണ മെന്നാവശ്യപ്പെടുന്നതുമായ പോസ്റ്ററുകൾ തമിഴ്നാട്ടിൽ ചില പാർട്ടി ജില്ലാ ഘടകങ്ങൾ പതിച്ചത് നീക്കം ചെയ്യാൻപോലും സംസ്ഥാന സെക്രട്ടറി ഉത്തരവ് നൽകി. *ന്യൂ ഏജ്* വാരികയുടെ പത്രാധികർ എന്ന നിലയിൽ 1963 ജനുവരിയിലെ ഒരു ലക്കത്തിലേക്ക് ഇ എം എസ് മുഖപ്രസംഗം എഴുതിയയച്ചു. അറസ്റ്റുചെയ്തവരെ വിട്ടയക്കണമെന്ന് അദ്ദേഹമതിൽ ആവശ്യപ്പെട്ടിരുന്നു. പത്രാധിപസമിതിയിലെ മറ്റ് രണ്ടംഗങ്ങൾ ഭൂരിപക്ഷ തീരുമാനപ്രകാരം അതിലെ ചില ഭാഗങ്ങൾ നീക്കം ചെയ്തു. അറസ്റ്റിനെ അപലപിക്കുന്നതും അറസ്റ്റുചെയ്തവരെ വിട്ടയക്കണമെന്നാവശ്യപ്പെടു ന്നതുമായ ഭാഗങ്ങളായിരുന്നു അവ.

1963 ജൂണിൽ ഹൈദരാബാദിൽ എ ഐ ടി യുസിയുടെ ഒരു യോഗം നടന്നു. അറസ്റ്റിലായ നേതാക്കളെ മോചിപ്പിച്ചുകിട്ടുന്നതിനായി നേതൃ ത്വം ഫലപ്രദമായ നടപടികൾ സ്വീകരിക്കണമെന്ന് തൊഴിലാളികൾ ആവ ശ്യപ്പെട്ടു. യോഗത്തിൽ പങ്കെടുത്ത ഡാങ്കെ ഇതു കേട്ടപാടേ ക്രുദ്ധനായി. എന്നിട്ടലറി: 'ഈ മഹാൻമാർ ജയിലിൽ കിടന്നാൽ ആകാശമൊന്നും ഇടിഞ്ഞ് താഴെ വീഴില്ല.' ഡൽഹിയിൽ നടന്ന ഗ്രേറ്റ് മാർചിൽ 'ബി ടി രണദിവെ സിന്ദാബാദ്' എന്ന മുദ്രാവാക്യം വിളിച്ചതിന് ഡാങ്കെയുടെ നേരിട്ടുള്ള നേതൃത്വത്തിൽ പ്രവർത്തിച്ചുപോന്ന ബോംബെ കമ്മിറ്റി ചില സഖാക്കളെ സസ്പെൻഡ് ചെയ്തു.

അതിർത്തി സംഘട്ടനങ്ങൾ അവസാനിച്ചതിനുശേഷമാണ് ഇതൊ ക്കെ നടന്നതെന്ന് ഓർക്കണം. അടിയന്തരാവസ്ഥ പിൻവലിക്കണമെന്ന് നീണ്ട ആറുമാസത്തോളം കമ്മ്യൂണിസ്റ്റ് പാർട്ടി ആവശ്യപ്പെട്ടില്ല. മറിച്ച് മറ്റ് പ്രതിപക്ഷ പാർട്ടികൾ ഈ ആവശ്യമുന്നയിച്ചപ്പോൾ അവരിൽ പലരും അതിനെ പരസ്യമായെതിർത്തു. 1963 ജൂൺ ആയപ്പോഴേക്കും ഈ പ്ര ശ്നത്തിൽ നിന്നൊഴിഞ്ഞുമാറാൻ നാഷ്ണൽ കൗൺസിലിന് കഴിയാ തായി. അതേക്കുറിച്ച് അതിനൊരു പ്രമേയം അംഗീകരിക്കേണ്ടിവന്നു. പക്ഷേ, അതിൽപോലും അടിയന്തരാവസ്ഥ എടുത്തുകളയണമെന്ന് ഖണ്ഡിതമായി എഴുതിവെക്കാൻ അവർ വിസമ്മതിച്ചു. അടിയന്താരാ വസ്ഥ തുടരേണ്ടതുണ്ടോ എന്ന് പ്രതിപക്ഷപാർട്ടികളുമായി ആലോചിച്ച് തീരുമാനമെടുക്കണമെന്ന് മാത്രമാണ് പ്രമേയത്തിലൂടെ പാർട്ടി ആവശ്യ പ്പെട്ടത്. ഈ പ്രമേയം അംഗീകരിച്ച് രണ്ടു ദിവസം കഴിഞ്ഞപ്പോൾ എ ഐ ടി യു സിയുടെ ജനറൽ കൗൺസിൽ യോഗം നടന്നു. തന്റെ അഭി പ്രായത്തിൽ അടിയന്തരാവസ്ഥ തുടരേണ്ടതാണെന്ന് ആ യോഗത്തിൽ ഡാങ്കെ പ്രസ്താവിച്ചു.

പാർട്ടി ഐക്യത്തിനുള്ള ശ്രമം

ആ വർഷാവസാനം ചില സഖാക്കൾ മോചിതരായി. അവർ പാർട്ടി ഐക്യം സംരക്ഷിക്കാൻ ശ്രമിച്ചു. 1963 ഒക്ടോബറിൽ ചേർന്ന നാഷണൽ കൗൺസിൽ യോഗത്തിൽ പാർട്ടി ഐക്യം നിലനിർത്തണമെന്ന ഉദ്ദേ

ശ്യത്തോടെ എം ബസവ പുന്നയ്യയും മറ്റുള്ളവരും താഴെക്കൊടുക്കുന്ന നിർദേശം മുന്നോട്ടുവെച്ചു.

(എ) പശ്ചിമബംഗാളിലെ പ്രൊവിൻഷ്യൽ ഓർഗനൈസിംഗ് കമ്മിറ്റി പിരിച്ചുവിട്ട് സംസ്ഥാന കൗൺസിൽ പുനസ്ഥാപിക്കുക.

(ബി) 1962 ൽ അടിയന്തരാവസ്ഥ പ്രഖ്യാപിച്ചതോടെ പഞ്ചാബിൽ പ്രമുഖരായ മിക്ക നേതാക്കളേയും അറസ്റ്റ് ചെയ്തു. ആ സമയത്ത് കേന്ദ്രനേതൃത്വം ധൃതിപിടിച്ച് –അസാധാരണ നിലയിൽ–ഒരു പ്രത്യേക സംസ്ഥാന സമ്മേളനം നടത്തുകയും ആ പുതിയ സംസ്ഥാന കൗൺസിലിനെ തെരഞ്ഞെടുക്കുകയുമുണ്ടായല്ലോ. ഈ പ്രശ്നത്തെക്കുറിച്ച് ഗുണദോഷവിചിന്തനം നടത്താതെ ജയിലിൽ കിടക്കുന്ന ഭൂരിപക്ഷം നേതാക്കളും പുറത്തുവന്നാലുടനെ സംസ്ഥാനത്ത് സാധാരണ നിലയിൽ പാർട്ടി സമ്മേളനം നടത്തണം. ആ സമ്മേളനം തെരഞ്ഞെടുക്കുന്ന സംസ്ഥാന കൗൺസിലിനാവണം സാധുത നൽകേണ്ടത്. നേരത്തെ പ്രത്യേക സമ്മേളനം തെരഞ്ഞെടുത്ത കൗൺസിൽ നിലവിൽ ഇല്ലാതാക്കണം.

(സി) എ കെ ഗോപാലനെയും സുന്ദരയ്യയെയുംപോലുള്ള നേതാക്കളുടെ പ്രവർത്തനത്തെ സംബന്ധിച്ച് അന്വേഷണം നടത്താനുള്ള എല്ലാ നീക്കങ്ങളും ഉപേക്ഷിക്കുക. മുകളിൽ സൂചിപ്പിച്ച പ്രശ്നവുമായി ബന്ധപ്പെട്ട് കൂടുതൽ പ്രവർത്തനങ്ങൾ നടത്തേണ്ടതില്ലെന്ന് കേന്ദ്ര കൺട്രോൾ കമ്മീഷനോട് ശുപാർശ ചെയ്യുക.

നേതാക്കൾ മോചിതരാവുകയും ഏറെക്കുറെ സാധാരണനില പുനസ്ഥാപിക്കപ്പെടുകയും ചെയ്ത ജില്ലകളിലും സംസ്ഥാനങ്ങളിലും പൂർണമായ ഉൾപാർട്ടി ചർച്ചകൾക്കുശേഷം സമ്മേളനം നടത്തുന്നതിന് ദേശീയ കൗൺസിൽ പരിപാടി തയ്യാറാക്കണം. ബംഗാൾ, പഞ്ചാബ്, ആസാം, മഹാരാഷ്ട്ര, ത്രിപുര, മണിപ്പൂർ യു പി തുടങ്ങിയ സംസ്ഥാനങ്ങളിൽ നിന്നുള്ള പ്രമുഖ നേതാക്കൾ മോചിതരാകുന്നതുവരെ പാർട്ടി കോൺഗ്രസ് നടത്തുന്നതിന് നമുക്ക് കാത്തിരിക്കാം. ഈ കോൺഗ്രസിൽ വെച്ച് നിലവിലുള്ള എല്ലാ പ്രശ്നങ്ങളും ചർച്ചചെയ്ത് തീരുമാനം കൈക്കൊള്ളാം. സാധാരണ നിലയിൽതന്നെ പാർട്ടികോൺഗ്രസ് നടത്തുന്നതിന് മതിയായ സാഹചര്യം ഇപ്പോഴും നമ്മുടെ പാർട്ടിക്കകത്തില്ല. അംഗങ്ങളെ ചേർക്കുന്നതിന്റെയും അംഗത്വം പുതുക്കുന്നതിന്റെയും കാര്യമെടുക്കുക. അക്കാര്യത്തിൽ ചിട്ടയോ ക്രമമോ ഉണ്ടായിട്ടില്ല. അവ ശരിക്ക് പരിശോധിച്ചിട്ടില്ല. വിവിധ തലങ്ങളിലെ പാർട്ടി നേതൃത്വം ഒറ്റക്കെട്ടായി നിന്ന ഘട്ടത്തിൽ അത്തരം കുറ്റങ്ങളും കുറവുകളും ഒരു പ്രശ്നമായി വന്നില്ല. എന്നാൽ പല സംസ്ഥാനങ്ങളിലെയും കേന്ദ്രത്തിലെയും പ്രമുഖനേതാക്കൾ കൂട്ടത്തോടെ അറ

സ്റ്റിലായപ്പോൾ പുതുതായി അംഗങ്ങളെ ചേർക്കുന്നതോ അംഗത്വം പുതുക്കുന്നതോ തൃപ്തികരമായി നടത്താൻ സാധിച്ചില്ല. നമ്മുടെ പാർട്ടിയുടെ ശരിയായ ഏകീകരണത്തിനും പാർട്ടിയുടെ മുന്നേറ്റത്തെ സഹായിക്കുന്നതിനും പറ്റിയ വിധത്തിൽ നീതിപൂർവകവും ജനാധിപത്യപരവുമായ രീതിയിൽ കോൺഗ്രസ് നടത്തുന്നതിന് ഊതിപ്പെരുപ്പിച്ച അംഗത്വത്തെക്കുറിച്ചുള്ള എല്ലാ ഭയപ്പാടുകളും ഇല്ലാതാക്കണം. അംഗത്വം പുതുക്കുന്നതിനുള്ള അവസരം അന്യായമായി നിഷേധിക്കരുത്. ഈദൃശ ലക്ഷ്യത്തോടെ താഴെപ്പറയുന്ന നിർദേശങ്ങൾ ഞങ്ങൾ മുന്നോട്ടുവെക്കുന്നു:

(എ) വിജയവാഡാ കോൺഗ്രസ് നടത്തുന്നതിന് അടിസ്ഥാനമായി എടുത്ത അതേ അംഗത്വ പട്ടിക തന്നെ അടുത്ത പാർട്ടി കോൺഗ്രസിന്റെയും അടിസ്ഥാനമായി അംഗീകരിക്കുക. കാരണം, ആ പട്ടിക ചോദ്യം ചെയ്യാതെ എല്ലാവരും അംഗീകരിച്ചതാണ്.

(ബി) നിശ്ചിത സമയത്തിനകം തങ്ങളുടെ പാർട്ടി കാർഡ് പുതുക്കുന്നതിന് എല്ലാ പാർട്ടി അംഗങ്ങൾക്കും പൂർണമായ അവസരം നൽകുക. അടിച്ചമർത്തലിൽ അയവുണ്ടായിട്ടില്ലാത്ത സ്ഥലങ്ങളിൽ കാർഡ് പുതുക്കുന്നതിനുള്ള കാലാവധി കുറച്ചുകൂടി നീട്ടിക്കൊടുക്കുക.

(സി) പുതുതായി അംഗങ്ങളെ റിക്രൂട്ട് ചെയ്ത സ്ഥലങ്ങളിൽ അവ ശരിയായ പരിശോധനക്ക് വിധേയമാക്കണം. അതിനായി സംസ്ഥാനതലത്തിലും ദേശീയ തലത്തിലും എല്ലാവർക്കും സ്വീകാര്യമായ സബ് കമ്മിറ്റികൾ രൂപീകരിക്കണം. ശരിക്കുമുള്ള അംഗങ്ങളാണോ അല്ലയോ എന്ന് ഈ കമ്മിറ്റികൾ പരിശോധിച്ച് അവരെ പൂർണമായും അംഗീകരിക്കണോ വേണ്ടയോ എന്ന് ബന്ധപ്പെട്ട കമ്മിറ്റികളെ അറിയിക്കണം. അങ്ങനെ അവർ ശുപാർശ ചെയ്യുന്ന അംഗങ്ങൾക്കു മാത്രമേ സമ്മേളനങ്ങളിലും കോൺഗ്രസിലും പ്രതിനിധികളാകാൻ അവകാശം നൽകാവൂ. ഒരു കാരണവശാലും ഈ പ്രശ്നം ഗുരുതരമായ അഭിപ്രായവ്യത്യാസങ്ങൾക്കും വിയോജിപ്പിനും ഇടവരുത്തരുത്.

എന്നാൽ പാർട്ടിക്കകത്ത് ശരിയായ ചർച്ച നടത്തുന്നതിന് മുന്നോട്ടുവെച്ച ഈ നിർദേശങ്ങളൊക്കെ നേതൃത്വം തള്ളിക്കളഞ്ഞു. പാർട്ടി ഐക്യം പുനസ്ഥാപിക്കുക എന്ന ലക്ഷ്യത്തോടെ 1964 ജൂലായ് 4 ന് നാഷണൽ കൗൺസിൽ നേതാക്കളും ഞങ്ങളും പങ്കെടുത്ത ഒരു യോഗം നടന്നു. അവരെ പ്രതിനിധീകരിച്ചവർ, ഭൂപേശ് ഗുപ്തയടക്കം, നേരത്തെ മുന്നോട്ടുവെച്ച എല്ലാ നിർദേശങ്ങളെയും ആവർത്തിക്കുക മാത്രമാണ് ചെയ്തത്. ഡാങ്കേയിസ്റ്റുകൾക്ക് ആധിപത്യമുള്ള നാഷണൽ കൗൺസിലിന് മുന്നിൽ കീഴടങ്ങണമെന്ന് അവർ ശാഠ്യം പിടിച്ചു. പാർട്ടി ഐക്യം

സ്ഥാപിക്കുന്നതിന് ഞങ്ങൾ മുന്നോട്ടുവെച്ച നിർദേശങ്ങൾ ഒന്നൊന്നായി അവർ നിരാകരിച്ചു. അങ്ങനെ തങ്ങളുടെ വർഗ സഹകരണനയം പിന്തുടരുന്നതിനുവേണ്ടി അവർ രണ്ടും കൽപ്പിച്ചിറങ്ങി. റിവിഷനിസ്റ്റുകൾ പാർട്ടി യന്ത്രം കൈയടക്കിയതോടെ ജനാധിപത്യ കേന്ദ്രീകരണത്തിന്റേതായ യാതൊരു തത്വവും അംഗീകരിക്കാൻ പോകുന്നില്ലെന്ന് വ്യക്തമായി. അതുകൊണ്ട് പ്രത്യയശാസ്ത്രപരവും രാഷ്ട്രീയവുമായ വ്യത്യസ്ത നിലപാടുകൾമൂലം പൊട്ടിപ്പുറപ്പെട്ട ഉൾപാർട്ടി വൈരുധ്യങ്ങൾ പരിഹരിക്കാൻ കഴിയാത്ത ഒരു പരിതസ്ഥിതി സംജാതമായി. മാർക്സിസ്റ്റ്–ലെനിനിസ്റ്റ് സിദ്ധാന്തത്തിന്റെ അടിസ്ഥാനത്തിൽ പാർട്ടിയെ പുനസംഘടിപ്പിച്ചില്ലെങ്കിൽ മാത്രമേ വൈരുധ്യങ്ങൾ പരിഹരിക്കപ്പെടുകയുള്ളൂ എന്ന സ്ഥിതി വന്നുചേർന്നു. അതുകൊണ്ടാണ് തെനാലിയിൽ ഒത്തുചേർന്നവർ ഏഴാം പാർട്ടി കോൺഗ്രസ് വിളിച്ചുകൂട്ടാൻ തീരുമാനിച്ചത്.

ഇതേവരെ വിശദീകരിച്ചതിൽ നിന്ന് ഒരു കാര്യം വ്യക്തമാകുന്നു. ഇന്ത്യൻ കമ്മ്യൂണിസ്റ്റ് പ്രസ്ഥാനത്തിന് പിളർപ്പുണ്ടായത് പുറത്തുനിന്നുള്ള ആരുടെയും ഇടപെടൽകൊണ്ടല്ല. പിന്നെയോ? അവിഭക്ത കമ്മ്യൂണിസ്റ്റ് പാർട്ടിക്കകത്ത് ഒരു പതിറ്റാണ്ടോളം നടന്ന ഉൾപാർട്ടി സമരത്തിന്റെ പരിണിതഫലമായിരുന്നു അത്. ആർക്കും ഈ യാഥാർത്ഥ്യത്തെ ചോദ്യം ചെയ്യാൻ കഴിയില്ല.

11

സി പി ഐ (എം) രൂപീകരണം: ഏഴാം പാർട്ടി കോൺഗ്രസ്

സാർവദേശീയ-ദേശീയ സ്ഥിതിഗതികളെയും ഇന്ത്യയിലെ വിപ്ല വശക്തികളുടെ മുന്നിലുള്ള കടമകളെയുംകുറിച്ച് ശരിയായ ഒരു മാർ ക്സിസ്റ്റ്-ലെനിനിസ്റ്റ് ധാരണക്കുവേണ്ടി അവിഭക്ത കമ്മ്യൂണിസ്റ്റ് പാർട്ടി ക്കകത്ത് നടന്ന നീണ്ട സമരത്തിനിടയിലാണ് സി പി ഐ (എം) രൂപംകൊണ്ടത്. 1947 ആഗസ്റ്റിൽ ഇന്ത്യക്ക് സ്വാതന്ത്ര്യം കിട്ടിയതുമു തൽ 1964 ജൂണിൽ ഇന്ത്യൻ കമ്മ്യൂണിസ്റ്റ് പാർട്ടി പിളരുന്നതുവരെയുള്ള കാലയളവിൽ പാർട്ടി അഞ്ച് കോൺഗ്രസുകൾ നടത്തി. 1948-ൽ കൽക്ക ത്തയിൽ ചേർന്ന രണ്ടാം കോൺഗ്രസ്, 1954-ൽ മധുരയിൽ ചേർന്ന മൂന്നാം കോൺഗ്രസ്, 1956-ൽ പാലക്കാട്ട് ചേർന്ന നാലാം കോൺഗ്രസ്, 1958-ൽ അമൃത്സറിൽ ചേർന്ന അഞ്ചാം കോൺഗ്രസ്, 1961-ൽ വിജയവാഡയിൽ ചേർന്ന ആറാം കോൺഗ്രസ് എന്നിവയായിരുന്നു അവ. സാർവദേശീയ കമ്മ്യൂണിസ്റ്റ് പ്രസ്ഥാനത്തിൽ പുതിയ പ്രശ്നങ്ങൾ ഉയർന്നുവന്ന പശ്ചാ ത്തലത്തിലാണ് അവസാനം പറഞ്ഞ രണ്ട് കോൺഗ്രസുകൾ നടന്നത്.

നിശിതമായ അഭിപ്രായവ്യത്യാസങ്ങളുണ്ടായിരുന്നെങ്കിൽതന്നെയും 1957-ൽ മോസ്കൊവിൽ ചേർന്ന 12 പാർട്ടികളുടെ സമ്മേളനത്തിനും അവിടെത്തന്നെ 1960-ൽ ചേർന്ന 81 പാർട്ടികളുടെ സമ്മേളനത്തിനും പൊതുസമ്മതിനേടിയ രേഖകൾ അംഗീകരിക്കാൻ കഴിഞ്ഞു. 1957-ലെ മോസ്കൊ പ്രഖ്യാപനത്തിന്റെയും 1960-ലെ 81 പാർട്ടികളുടെ പ്രസ്താ വനയുടെയും വിപ്ലവകരമായ സത്തയെച്ചൊല്ലിയായിരുന്നു അവിഭക്ത കമ്മ്യൂണിസ്റ്റ് പാർട്ടിക്കകത്ത് അഭിപ്രായവ്യത്യാസങ്ങൾ രൂക്ഷമായത്.

അവിഭക്ത കമ്മ്യൂണിസ്റ്റ് പാർട്ടിയിൽ റിവിഷനിസത്തിനെതിരെ ഞങ്ങൾ നടത്തിയ പോരാട്ടത്തിന്റെ പരിസമാപ്തിയായിരുന്നു 1964 ഒക്ടോ ബർ-നവംബറിൽ കൽക്കത്തയിൽ നടന്ന സി പി ഐ(എം) ഏഴാം

കോൺഗ്രസ്. അതോടെ അവിഭക്ത കമ്മ്യൂണിസ്റ്റ് പാർട്ടിക്കകത്തെ ഇടതുപക്ഷക്കാർ പരിപാടിയുടെ കാര്യത്തിലും സംഘടനാപരമായും പ്രത്യയശാസ്ത്രപരമായും റിവിഷനിസ്റ്റുകളുമായി ബന്ധം വിച്ഛേദിച്ചു. അടവിന്റെ കാര്യത്തിലും അവർ റിവിഷനിസ്റ്റുകാരിൽ നിന്ന് തങ്ങളെ സ്വയം വേർതിരിച്ചു നിർത്തി. രാജ്യത്തിലെ കമ്മ്യൂണിസ്റ്റ് പ്രസ്ഥാന ചരിത്രത്തിലെ ഒരു വഴിത്തിരിവായിരുന്നു ഏഴാം പാർട്ടി കോൺഗ്രസ്. ഒരു പുതിയ പരിപാടിയും കടമകളെ സംബന്ധിച്ച ഒരു പ്രമേയവും ആ കോൺഗ്രസ് അംഗീകരിച്ചു. ആ രണ്ടു രേഖകളിലും ഇന്ത്യൻ വിപ്ലവത്തിന്റെ തന്ത്രവും അടവുകളും ആവിഷ്കരിക്കുകയും വിശദീകരിക്കുകയും ചെയ്തു. ഇന്ത്യൻ പരിതസ്ഥിതിയുമായി ബന്ധപ്പെട്ട എല്ലാ റിവിഷനിസ്റ്റ് നിഗമനങ്ങളെയും പരിപാടി നിരാകരിച്ചു. ഇന്ത്യൻ ഭരണകൂടം ബൂർഷ്വാസി നയിക്കുന്ന ബൂർഷ്വാ–ഭൂപ്രഭു ഭരണകൂടമാണെന്ന് സ്വഭാവനിർണയം ചെയ്തു. ഇന്ത്യാ ഗവൺമെന്റ് ദേശീയ ബൂർഷ്വാസിയെയാണ് പ്രതിനിധാനം ചെയ്യുന്നതെന്നും അതുകൊണ്ടതിന് പിന്തുണ നൽകണമെന്നുള്ള സി പി എസ് യു നിലപാടിനെ അത് തള്ളിക്കളഞ്ഞു. ചൈനീസ് കമ്മ്യൂണിസ്റ്റ് പാർട്ടി എടുത്ത നിലപാടും പാർട്ടി കോൺഗ്രസ് അംഗീകരിച്ചില്ല. ജവഹർലാൽ നെഹ്റുവിന്റെ നേതൃത്വത്തിലുള്ള ഇന്ത്യാഗവൺമെന്റ് കോമ്പ്രദോർ ബൂർഷ്വാസിയെ പ്രതിനിധീകരിക്കുന്ന പാവഗവൺമെന്റ് ആണെന്നായിരുന്നു ആ നിലപാട്. ചേരിചേരാനയത്തിന്റെ മറവിൽ ഇന്ത്യാഗവൺമെന്റ് അമേരിക്കൻ സാമ്രാജ്യത്വത്തെ ആശ്രയിക്കുകയാണെന്ന നിലപാടിനോടും ഏഴാം കോൺഗ്രസ് വിയോജിച്ചു..

മാർക്സിസ്റ്റ്–ലെനിനിസ്റ്റ് നയത്തിനുവേണ്ടി പാർട്ടി പോരാടിയത് അങ്ങേയറ്റം ക്ലേശം നിറഞ്ഞ പരിതസ്ഥിതിയിലായിരുന്നു. 1962–ലെ ഇന്ത്യാ–ചൈനായുദ്ധത്തിന്റെ പശ്ചാത്തലത്തിൽ അന്ന് അവിഭക്തപാർട്ടിയിലായിരുന്ന നമ്മുടെ പാർട്ടിനേതാക്കളെ ഗവൺമെന്റ് അറസ്റ്റ് ചെയ്ത് ദീർഘകാലം തടവിലിട്ടു. 1964–ൽ ഏഴാം പാർട്ടി കോൺഗ്രസ് കഴിഞ്ഞ് കഷ്ടിച്ച് ആറാഴ്ച പിന്നിട്ടപ്പോൾ ഇന്ത്യാഗവൺമെന്റ് പാർട്ടിക്കെതിരെ അഖിലേന്ത്യാ തലത്തിൽ അടിച്ചമർത്തൽ നടപടികളാരംഭിച്ചു. പല തലത്തിലുള്ള ആയിരത്തിൽപരം നേതാക്കളെ രാജ്യരക്ഷാനിയമപ്രകാരം തടവറകളിലാക്കി. നമ്മുടെ പാർട്ടിക്കും നേതാക്കൾക്കുമെതിരെ സ്വന്തം മാധ്യമങ്ങളിലൂടെയും കുത്തകകളുടെ നിയന്ത്രണത്തിലുള്ള സ്വതന്ത്ര പത്രങ്ങൾ വഴിയും (അവക്കുമേൽ സമ്മർദ്ദം ചെലുത്തിയിരുന്നു) അവർ അങ്ങേയറ്റം ഹീനമായ പ്രചാരണം അഴിച്ചുവിട്ടു. പാർട്ടി നേതാക്കളെ ബെയ്ജിങ് ഏജന്റുമാരായും ദേശീയ വിരുദ്ധരായും ചിത്രീകരിച്ചു. ഇതിനുപുറമെ പാർട്ടി നേതാക്കൾക്കും പാർട്ടി നയത്തിനുമെതിരെ സി പി ഐ നേതൃത്വവും നിരന്തരം കടന്നാക്രമണം നടത്തി. ഇക്കാര്യത്തിൽ അവർക്ക് സി പി ഐ നേതൃത്വത്തിന്റെ പിന്തുണ കിട്ടി. കമ്മ്യൂണിസ്റ്റ് പ്രസ്ഥാനത്തിന്റെ ഏകീകരണത്തിനുവേണ്ടി ശ്രമിക്കുന്നവർ എന്ന വ്യാജേന ഇന്ത്യൻ പരിഷ്കരണവാദികൾ ഞങ്ങളെ പളർപ്പൻമാരായി മുദ്ര

കുത്തി ഞങ്ങളെ വരട്ടുതത്വവാദികളായും അതിസാഹസികൻമാരായും ചിത്രീകരിച്ച് തങ്ങളെ സർഗാത്മ മാർക്സിസ്റ്റുകാരായി ഇന്ത്യൻ പരിഷ്കരണവാദികൾ ഉയർത്തിക്കാട്ടി. അടിച്ചമർത്തലിലൂടെയും നാനാമുഖമായ പ്രചാരണത്തിലൂടെയും നമ്മെ നിശബ്ദരാക്കാമെന്നും കമ്മ്യൂണിസ്റ്റ് പാർട്ടിയുടെ പിളർപ്പിന്റെ പശ്ചാത്തലത്തിൽ ഭൂരിപക്ഷത്തെ തങ്ങൾക്കുപിന്നിൽ അണിനിരത്താൻ റിവിഷനിസ്റ്റുകൾക്ക് സാധിക്കുമെന്നും ഗവൺമെന്റ് കണക്കുകൂട്ടി. പക്ഷേ ഈ പ്രതീക്ഷകളൊക്കെ തകർന്നുപോയി.

1965 സപ്തംബറിൽ പാകിസ്താൻ ഇന്ത്യയെ ആക്രമിച്ചു. അന്ന് പാർട്ടിനേതാക്കളും കേഡർമാരും ജയിലിലായി. പാർട്ടിയുടെ സാർവദേശീയ വീക്ഷണം വീണ്ടും പരീക്ഷിക്കപ്പെട്ടു. സി പി ഐ ഉൾപ്പെടെ മറ്റെല്ലാ പാർട്ടികളും സങ്കുചിത ദേശീയവാദപരമായ വീക്ഷണം സ്വീകരിച്ചു. സമധാനത്തിനും ഇന്തോ-പാക് സൗഹാർദത്തിനുംവേണ്ടി നില കൊണ്ട ഒരേയൊരു പാർട്ടി നമ്മുടേതായിരുന്നു. ജയിലിനു പുറത്തുള്ള നമ്മുടെ സഖാക്കളും കമ്മിറ്റികളും ഉശിരോടെ പ്രവർത്തനം തുടർന്നു. ബംഗാളി, മലയാളം, തെലുങ്ക്, തമിഴ്, പഞ്ചാബി, കന്നഡ, മറാത്തി എന്നീ ഭാഷകളിൽ ആ സമയത്ത് പാർട്ടി മുഖപത്രങ്ങൾ പ്രസിദ്ധീകരണമാരംഭിച്ചു. പാർട്ടി ഏതാണ്ട് പകുതി ഒളിവിലായിരുന്ന ആ അവസ്ഥയിൽ ബംഗാളിലും കേരളത്തിലും വമ്പിച്ച ബഹുജനസമരങ്ങൾ നടന്നു. കേരളത്തിൽ നടന്ന തെരഞ്ഞെടുപ്പിൽ പാർട്ടിക്ക് വമ്പിച്ച ബഹുജന പിന്തുണ കിട്ടി. റിവിഷനിസത്തിനെതിരെ നടത്തിക്കൊണ്ടിരുന്ന പ്രത്യയശാസ്ത്രപരമായ പോരാട്ടത്തിൽ പാർട്ടി ഒരയവും വരുത്തിയില്ല.

1966–ൽ മാത്രമേ പാർട്ടി നേതാക്കളെ മോചിപ്പിച്ചുള്ളൂ. മോചന പ്രക്രിയ പൂർത്തിയായത് ആ വർഷം മേയിൽ മാത്രം. അപ്പോഴാണ് പാർട്ടിയും ബഹുജന മുന്നണികളും പുനസംഘടിപ്പിക്കുകയെന്ന കടമ പാർട്ടി ശരിക്കും ഏറ്റെടുത്തത്. ഏഴാം കോൺഗ്രസ് രേഖകളെ ആസ്പദാക്കി കിസാൻമുന്നണി, ട്രേഡ് യൂണിയൻ മുന്നണി തുടങ്ങിയ വിവിധ മുന്നണികളിലെയും സംഘടനാ രംഗത്തെയും കടമകൾ പാർട്ടി ആവിഷ്കരിച്ചു. താമസിയാതെ പാർട്ടിക്ക് ഒരു പൊതുതെരഞ്ഞെടുപ്പിനെ നേരിടേണ്ടിയിരുന്നു.

പാർട്ടിയെ സംബന്ധിച്ചിടത്തോളം 65–66 ലെ സാഹചര്യത്തിൽ ബഹുജനസമരങ്ങൾ സംഘടിപ്പിക്കുകയെന്നത് പ്രയാസകരമായിരുന്നു. എന്നിരുന്നാലും ബഹുജന സമരങ്ങൾ നയിക്കുന്നതിനുള്ള കഴിവിലൂടെ മാത്രമേ പാർട്ടിക്ക് പുതിയ വ്യക്തിത്വം സ്ഥാപിച്ചെടുക്കാൻ കഴിയൂ. അതിനാവട്ടെ, പാർട്ടിയുടെ ശക്തമായ യൂണിറ്റുകൾ നേതൃത്വം നൽകുകയും ചെയ്തു.

1965–66 കാലത്തുടനീളം പശ്ചിമബംഗാളിലെ വിവിധവിഭാഗം ജനങ്ങൾ വമ്പിച്ച സമരങ്ങൾ നടത്തി ആ സമരങ്ങൾ അതിന്റെ ഉച്ചകോടിയിലെത്തിയത് 1966 ഫെബ്രുവരി–ഏപ്രിൽ മാസങ്ങളിലാണ്. ആ മാസ

ങ്ങളിൽ ഭക്ഷണത്തിനും മണ്ണെണ്ണക്കുംവേണ്ടി വംഗജനത നടത്തിയ സമരം ആ സംസ്ഥാനത്തെ പിടിച്ചു കുലുക്കുകതന്നെ ചെയ്തു. ബംഗാളിൽ പി സി സെൻ ഗവൺമെന്റിന്റെ അങ്ങേയറ്റം ജനവിരുദ്ധമായ ഭക്ഷ്യനയം ജനങ്ങൾക്കിടയിൽ വ്യാപകമായ അസംതൃപ്തി സൃഷ്ടിച്ചു. ആ അസംതൃപ്തിയെ പാർട്ടി സമരത്തിന്റേതായ ചാലുകളിലേക്ക് തിരിച്ചുവിട്ടു. സമരം മുമ്പോട്ടുകൊണ്ടുപോകുന്നതിനും വ്യാപിപ്പിക്കുന്നതിനും അതിന്റെ ആഴം കൂട്ടുന്നതിനും സമരം ചെയ്യുന്ന ജനങ്ങളുടെ ഉശിരൻ വിശാലവേദി പാർട്ടി ഊട്ടിയുണ്ടാക്കി. മാത്രമല്ല, ആ വേദി സജീവമാക്കുകയും ചെയ്തു. സമരത്തിനിടയിൽ ഇടതുപക്ഷ ഐക്യവും രാഷ്ട്രീയ സംഗ്രാംസമിതിയും രൂപംകൊണ്ടു. മാർച്ചിലും ഏപ്രിലിലും ഓരോ പണിമുടക്കുകൾ സംഘടിപ്പിച്ചു. അതിനെത്തുടർന്ന് 1966 സപ്തംബറിൽ 48 മണിക്കൂർ സമയത്തെ പൊതുപണിമുടക്ക് നടത്തി. ഈ പ്രക്ഷോഭത്തിൽ കൂടുതൽ കൂടുതൽ വിഭാഗങ്ങൾ അണിനിരക്കുന്നത് പ്രസ്ഥാനങ്ങൾ കരുത്താർജിച്ചുകൊണ്ടിരിക്കയാണെന്ന് കാണിക്കുന്നു. പോലീസിന്റെ വെടിയുണ്ടകൾക്കും മറ്റു രൂപത്തിലുള്ള തച്ചമർത്തലുകൾക്കും ഇരയായി എൺപതോളം പ്രവർത്തകരും നേതാക്കളും രക്തസാക്ഷികളായി.

ബംഗാളിനു പുറമെ രാജ്യത്തിന്റെ ഇതരഭാഗങ്ങളിലും സമരങ്ങൾ നടന്നു. അവയിൽ ഏറ്റവും പ്രധാനപ്പെട്ടതാണ് 1966 ആഗസ്റ്റിൽ ബോംബെയിൽ നടന്ന പൊതുപണിമുടക്ക്.

ഭക്ഷ്യപ്രശ്നത്തിന്റെ പേരിൽ മാത്രമല്ല സമരങ്ങൾ നടന്നത്. അപ്പോഴത്തെ സുപ്രധാന രാഷ്ട്രീയ പ്രശ്നത്തെ ജനാധിപത്യാവകാശങ്ങൾ–മുൻനിർത്തിയും ഒട്ടേറെ സമരങ്ങൾ നടന്നു. ജനാധിപത്യാവകാശങ്ങളിൽ രാഷ്ട്രീയ തടവുകാരെ വിട്ടയക്കുക, അടിയന്തരാവസ്ഥ വ്യവസ്ഥ റദ്ദാക്കുക, സി ഐ ആർ പിൻവലിക്കുക എന്നീ മൂർത്തമായ ആവശ്യങ്ങളുൾപ്പെട്ടു.

അമേരിക്കൻ സാമ്രാജ്യത്വത്തിന്റെ മൃഗീയാക്രമണത്തിനെതിരെ വിയറ്റ്നാം ജനത നടത്തിയ ഐതിഹാസിക പോരാട്ടത്തോട് ഐക്യദാർഢ്യം പ്രകടിപ്പിച്ചുകൊണ്ടുള്ള പ്രസ്ഥാനവും ഈ ഘട്ടത്തിൽ ശക്തിപ്പെട്ടു. വിയറ്റ്നാം യുദ്ധത്തിന്റെയും വിമോചനപ്പോരാട്ടത്തിന്റെയും പ്രശ്നം ഏറ്റവും താഴ്ന്ന തലത്തിൽപോലും പാർട്ടി എത്തിച്ചു. നൂറുകണക്കിന് ഐക്യദാർഢ്യ യോഗങ്ങളും പ്രകടനങ്ങളും സംഘടിപ്പിച്ചു.

ഈ സമരങ്ങളെല്ലാം കോൺഗ്രസിനോടുള്ള നമ്മുടെ നയം ശരിവെച്ചു. മാത്രമല്ല, പൊതുതെരഞ്ഞെടുപ്പിൽ അതിന്റെ പ്രതിഫലനവും പ്രകടമായി.

1967–ലെ പൊതുതെരഞ്ഞെടുപ്പ് രാജ്യത്തൊരു പുതിയ സ്ഥിതിവിശേഷം സൃഷ്ടിച്ചു. സമ്മതിദായകർ ഭരണകോൺഗ്രസ് പാർട്ടിക്ക് കനത്ത പ്രഹരമേൽപ്പിച്ചു. എട്ടു സംസ്ഥാനങ്ങളിൽ കോൺഗ്രസിനെ അധികാരത്തിൽ നിന്നു പുറന്തള്ളി. ആ സംസ്ഥാനങ്ങളിൽ കോൺഗ്രസിതര ഗവൺമെന്റുകൾ അധികാരത്തിൽവന്നു. കേരളത്തിലെയും പശ്ചിമബം

ഗാളിലെയും ഗവൺമെന്റുകളിൽ നമ്മുടെ പാർട്ടി മുഖ്യസ്ഥാനം നേടി യെടുത്തു. ചേരിപ്പോരിൽ കുടുങ്ങിക്കിടന്ന കോൺഗ്രസ് പാർട്ടിക്ക് പാർല മെന്റിൽ നേരിയ ഭൂരിപക്ഷം മാത്രമേ കിട്ടിയുള്ളൂ. തെരഞ്ഞെടുപ്പിൽ പ്രതി പക്ഷത്തിനും ജനാധിപത്യ പാർട്ടികൾക്കും കിട്ടിയ വിജയം ഭരണകക്ഷി ക്കുള്ള ആദ്യത്തെ കനത്ത തിരിച്ചടിയായിരുന്നു. ഒരു പ്രത്യേക കമ്മ്യൂ ണിസ്റ്റ് പാർട്ടിയെന്ന നിലയിൽ നമ്മൾ മത്സരിച്ച ആദ്യത്തെ തെരഞ്ഞെ ടുപ്പും ഇതായിരുന്നു. കേരളത്തിനും പശ്ചിമബംഗാളിനും പുറമെ ത്രിപു രയിലും പ്രബലശക്തിയായി നാം ഉയർന്നുവന്നു. സി പി ഐക്ക് പോൾ ചെയ്ത വോട്ടിന്റെ 6.2 ശതമാനം ലഭിച്ചപ്പോൾ കന്നിമത്സരം കാഴ്ചവെച്ച നമ്മൾ 5.2 ശതമാനം വോട്ട് കരസ്ഥമാക്കി.

തെരഞ്ഞെടുപ്പിനെത്തുടർന്ന് കോൺഗ്രസിതര ഗവൺമെന്റുകൾ രൂപീകരിക്കുകയെന്ന പ്രശ്നമായി. അക്കാര്യത്തിൽ നാം തത്വാധിഷ്ഠിത നിലപാട് സ്വീകരിച്ചു. അതേ സമയം സി പി ഐ കോൺഗ്രസിതര ഗവൺമെന്റുകൾക്ക് സമ്പൂർണ പിന്തുണയെന്ന നയം അനുവർത്തിച്ചു. അതിന്റെ അടിസ്ഥാനത്തിൽ സ്വതന്ത്രപാർട്ടിയും ജനസംഘവും ഉൾപ്പെ ടെയുള്ള കൂട്ടുകക്ഷി ഗവൺമെന്റിൽ അവർ പങ്കാളികളായി. ഇത് അവ രുടെ സ്വന്തം പരിപാടിയുടെയും അടവുപരമായ നയത്തിന്റെയും നിരാ കരണമായിരുന്നു. ഗവൺമെന്റിന്റെ നയങ്ങളെ ഫലപ്രദമായി സ്വാധീനി ക്കാൻ കഴിയുന്ന സംസ്ഥാന ഗവൺമെന്റുകളിൽ മാത്രം പങ്കാളിയായാൽ മതിയെന്ന് നമ്മുടെ പാർട്ടി തീരുമാനിച്ചു. സി പി ഐ നമ്മുടെ പാർട്ടിയു മായി ഐക്യം ഉണ്ടാക്കിയിരുന്നെങ്കിൽ നമുക്ക് കൂടുതലായി 50 മുതൽ 60 വരെ നിയമസഭാ സീറ്റുകളും അഞ്ചുമുതൽ പത്തുവരെ ലോകസഭാ സീറ്റുകളും കിട്ടുമായിരുന്നു. അതുപോലെ സി പി ഐക്കുമുണ്ടാകുമാ യിരുന്നു നേട്ടം.

ഏഴാം പാർട്ടി കോൺഗ്രസ് അംഗീകരിച്ച നമ്മുടെ പാർട്ടി പരിപാടി യിലെ വർഗവിശകലനത്തിന്റെ ശരിമ നാലാം പൊതുതെരഞ്ഞെടുപ്പു ഫലം സ്ഥിരീകരിച്ചു. തെരഞ്ഞെടുപ്പ് ഫലവും അനന്തര സംഭവവികാ സങ്ങളും ഏഴാം കോൺഗ്രസിന്റെ രാഷ്ട്രീയ-അടവുപരനയം പൂർണ മായും സാധൂകരിച്ചു. വ്യാപകമായ തോതിൽ സഖ്യ ശക്തികളെ നേടു ന്നതിന് നിശ്ചയദാർഢ്യത്തോടെ സമരം നടത്തിയും ബൂർഷ്വാ -ഭൂപ്രഭു വർഗ വാഴ്ചയുടെ മുഖ്യ ഉപകരണമായി തുടരുന്ന കോൺഗ്രസിനും അതിന്റെ ഗവൺമെന്റിനുമെതിരെ എതിർപ്പിന്റെ കുന്തമുന പായിച്ചും തെരഞ്ഞെടുപ്പിൽ ജനങ്ങളുടെ വിജയത്തിന് ഗണ്യമായ സംഭാവന നൽകുന്നതിൽ നാം ജയിച്ചുവെന്ന നിഗമനത്തിൽ പാർട്ടി ചെന്നെത്തി. എങ്കിലും കോൺഗ്രസ് പാർട്ടി ഇപ്പോഴും ബൂർഷ്വാ-ഭൂപ്രഭു വർഗങ്ങളു ടെ ശക്തമായ പാർട്ടിയാണെന്ന വസ്തുത കാണാതിരുന്നുകൂടാ. അതേ സമയം കോൺഗ്രസിതര വലതു പിന്തിരപ്പൻ ഭീതിപരത്തി അതിന്റെ മറവിൽ കോൺഗ്രസുമായി കൂട്ടുചേർന്ന് ഒരു ജനാധിപത്യ മുന്നണി കെട്ടി പ്പടുക്കുന്നതിന് വാദിക്കാൻ റിവിഷനിസ്റ്റുകൾക്ക് അവസരമുണ്ടാക്കിക്കൊ ടുക്കുകയും ചെയ്യരുത്.

കേരളത്തിലും പശ്ചിമബംഗാളിലും കൂട്ടുകക്ഷി ഗവണ്മെന്റുകൾ രൂപീകരിക്കുന്നതിൽ പാർട്ടി പങ്കാളിയായി. ആ ഗവണ്മെന്റുകളിൽ അനേകം ജനാധിപത്യ-പെറ്റി ബൂർഷ്വാ-ബൂർഷ്വാ പാർട്ടികളും ഗ്രൂപ്പുകളും വ്യക്തികളുമുൾപ്പെട്ടു. അപ്പോൾ കേരളത്തിലെ നമ്മുടെ ശക്തി നിർണായകമായിരുന്നു. എന്നാൽ ബംഗാളിൽ അങ്ങനെയായിരുന്നില്ല. എങ്കിലും കൂട്ടുകക്ഷി ഗവണ്മെന്റിലെ ഒരു പ്രധാന ഘടകകക്ഷിയായിരുന്നു സി പി ഐ (എം) എന്നതിൽ സംശയമില്ല.

തെരഞ്ഞെടുപ്പിൽ ഐക്യമുന്നണികൾ ഗംഭീരവിജയം കരസ്ഥമാക്കിയെങ്കിലും രണ്ട് സംസ്ഥാനങ്ങളിലെയും ജനങ്ങളിൽ വലിയ വിഭാഗം (വോട്ടർമാരിൽ 40–50 ശതമാനം) അപ്പോഴും ബൂർഷ്വാ-ഭൂപ്രഭു പാർട്ടികളുടെ, മുഖ്യമായും കോൺഗ്രസിന്റെ, സ്വാധീനവലയത്തിലായിരുന്നു. മാത്രമല്ല, കേരളത്തിലെ ഐക്യമുന്നണി വിപുലമായ ഒരു പരിപാടിയുടെ അടിസ്ഥാനത്തിലാണ് സമ്മതിദായകരെ സമീപിച്ചത്. പശ്ചിമബംഗാളിൽ സംഭവിച്ചത് വ്യത്യസ്തമായിരുന്നു. അവിടെ വിവിധ പാർട്ടികൾ സമ്മതിദായകരെ സമീപിച്ചത് ഓരോരുത്തരുടെയും പ്രത്യേകമായ പ്രകടനപത്രികകളുമായാണ്. അതായത് അവിടെ സമ്മതിദായകർ തങ്ങളുടെ വോട്ടവകാശം വിനിയോഗിച്ചത് വ്യക്തമായ ഏതെങ്കിലുമൊരു കർമപരിപാടിക്കായിരുന്നില്ല. സമൂലമായ ഒരു പരിപാടിക്കെന്നതിലുപരി കോൺഗ്രസ് ദുർഭരണത്തിനെതിരായ ജനങ്ങളുടെ അസംതൃപ്തിയുടെ പ്രതിഫലനമായിരുന്നു ഐക്യമുന്നണികൾക്കനുകൂലമായി കിട്ടിയ വോട്ട്. മുന്നണികളിലെ ഘടകകക്ഷികൾ പൊതുപരിപാടി അംഗീകരിച്ചിരുന്നുവെങ്കിലും അതിലെ പല കാര്യങ്ങളും നടപ്പാക്കുന്നതിനോട് അവർക്ക് യോജിപ്പുണ്ടായിരുന്നില്ല. അതുകൊണ്ട് ഓരോ പ്രശ്നവും ഉയർന്നുവരുന്നതിനനുസരിച്ച് അവർക്ക് പിന്നിൽ ജനസാമാന്യത്തെ അണിനിരത്തേണ്ടിയിരുന്നു. അതേസമയം ഗവണ്മെന്റിലെയും മുന്നണികളിലെയും ഘടകക്ഷികളുടെ ഐക്യം മുന്നോട്ടുകൊണ്ടു പോവുകയെന്നത് പാർട്ടിയുടെ മുമ്പിലുള്ള പ്രധാന കടമയായിത്തീർന്നു.

സംസ്ഥാനങ്ങളിലെ അധികാരം അതിന്റെ എല്ലാ പരിമിതികളോടെയും വർഗപരമായ അർഥത്തിൽ മനസിലാക്കണമെന്ന് പാർട്ടി വ്യക്തമാക്കി. വർഗവീക്ഷണത്തിൽ, ഘടനയിൽ, മറ്റനേകം കാര്യങ്ങളിൽ ഭരണയന്ത്രം ജനങ്ങൾക്കനുകൂലമായ പല നയങ്ങളും നടപ്പാക്കുന്നതിന് പറ്റിയ ഉപകരണമല്ല. അപ്പോൾപ്പിന്നെ അതിന്റെ വർഗനയം നിർണായകമായും സ്ഥാപിതതാൽപ്പര്യങ്ങൾക്കെതിരാണെന്ന് പറയുന്ന പ്രശ്നമേ ഉദിക്കുന്നില്ലല്ലോ. ഈ ഗവണ്മെന്റുകളുടെ യഥാർഥ കാലാവധിയും അവ ഭരണത്തിലിരിക്കുന്ന കാലത്ത് അവർക്ക് കടക്കേണ്ട കടമ്പകളും മുൻകൂട്ടി പ്രവചിക്കാൻ കഴിയില്ലെന്നും പാർട്ടി വ്യക്തമാക്കി. സമൂലമായ പരിഷ്കാരങ്ങൾ ഏർപ്പെടുത്താനും വലിയ തോതിൽ ജനങ്ങൾക്ക് ആശ്വാസം പകർന്ന് നൽകാനും കഴിയുമെന്ന വ്യാമോഹമോ നിലവിലുള്ള സംവിധാനത്തിൽ ഒന്നും ചെയ്യാൻ കഴിയില്ലെന്ന നിരാശാബോധമോ നമ്മുടെ

മന്ത്രിമാർ വെച്ചുപുലർത്തരുത്. അവർ, പാർട്ടിയുടെ മന്ത്രിമാരെന്ന നിലയിൽ, ജനങ്ങൾക്കിടയിൽ വിശ്വാസ്യത സ്ഥാപിച്ചെടുക്കാൻ ശ്രമിക്കണം. ഇക്കാര്യത്തിലുണ്ടാകുന്ന ഏത് പരാജയവും ജനങ്ങളുടെ കണ്ണിൽ പാർട്ടിയുടെ നയം മോശമായി കാണുന്നതിനിടയാക്കും.

1967 ഏപ്രിലിൽ "പുതിയ പരിത:സ്ഥിതിയും പുതിയ കടമകളും" എന്ന രാഷ്ട്രീയ റിപ്പോർട്ട് കേന്ദ്രകമ്മിറ്റി അംഗീകരിച്ചു. ആ റിപ്പോർട്ട് ഏഴാം കോൺഗ്രസിനുശേഷമുള്ള സംഭവവികാസങ്ങൾ വിലയിരുത്തി അതിന്റെ ധാരണകൾ മുമ്പോട്ടുകൊണ്ടുപോയി. സാമ്പത്തിക പ്രതിസന്ധിയുടെ ആഴം കൂടിക്കൊണ്ടിരിക്കുകയാണെന്നും രാഷ്ട്രീയക്കുഴപ്പത്തിന്റെ ആരംഭഘട്ടത്തിലേക്ക് അത് കടന്നിരിക്കയാണെന്നുമുള്ള കാര്യം റിപ്പോർട്ടിൽ കണക്കിലെടുത്തു. സമൂലമായ കാർഷിക പരിഷ്കാരമേർപ്പെടുത്താതെയും വിദേശ കുത്തകമൂലധനത്തെ വൻതോതിൽ ആശ്രയിച്ചും മുതലാളിത്ത വികസനപാത പിന്തുടരുന്ന ഗവൺമെന്റിന്റെ നയം എങ്ങനെയാണ് അമേരിക്കൻ സാമ്രാജ്യത്വത്തിനുകീഴിൽ പുത്തൻ കൊളോണിയൽ ആധിപത്യത്തിന്റെ ആപത്തിലേക്ക് രാജ്യത്തെ നയിക്കുന്നതെന്ന് റിപ്പോർട്ടിൽ വ്യക്തമാക്കി. ആ നയം രാജ്യത്തിന്റെ ദേശീയ സ്വാതന്ത്ര്യത്തെ അപകടപ്പെടുത്തുകയും സാമ്രാജ്യത്വവാദികളുടെയും ഇന്ത്യൻ കുത്തകകളുടെയും ഭൂപ്രഭുക്കളുടെയും ക്രൂരമായ ചൂഷണത്തിനുമുമ്പിൽ ജനങ്ങളെ വലിച്ചെറിഞ്ഞുകൊടുക്കുകയും ചെയ്തു. നാലാം പഞ്ചവത്സര പദ്ധതി ഗവൺമെന്റ് പൂർണമായും ഉപേക്ഷിച്ചു. സ്വകാര്യ വിദേശമൂലധനത്തിന് രാജ്യത്തെ സമ്പദ്‌വ്യവസ്ഥയിൽ കടന്നുകയറാൻ വാതിലുകൾ മലർക്കെ തുറന്നിട്ടു. വിദേശ കുത്തകകൾക്ക് ഇന്ത്യൻ വൻകിട കുത്തകകളുമായി കരാറുകളുണ്ടാക്കുന്നതിന് അന്തരീക്ഷം സൃഷ്ടിച്ചു. ഈ നടപടികളും ഇന്ത്യാ ഗവൺമെന്റിന്റെ ആഭ്യന്തര-വൈദേശികനയം നേരിടുന്ന പ്രതിസന്ധിയും പാർട്ടിയുടെ വിലയിരുത്തലിന്റെ ശരിമ വാചാലമായി തെളിയിച്ചു.

1967 ഏപ്രിലിലെ കേന്ദ്രകമ്മിറ്റി യോഗം തെരഞ്ഞെടുപ്പിനുശേഷമുള്ള സ്ഥിതിഗതികളുടെ വെളിച്ചത്തിൽ പാർട്ടിയുടെ കടമകൾ ആവിഷ്കരിച്ചു. ഇക്കാലത്താണ് 'ഇടതുപക്ഷ' അതിസാഹസികർ പാർട്ടിക്കെതിരെ കടന്നാക്രമണം നടത്തിയത്. പശ്ചിമബംഗാളിൽ നക്സലൈറ്റുകൾ പാർട്ടി പരിപാടിക്കും അടവുപരമായ നയത്തിനും എതിരെ ആക്രമണം അഴിച്ചുവിട്ടു. ചൈനീസ് കമ്യൂണിസ്റ്റ് പത്രങ്ങളും റേഡിയോവും അതിന് പിന്തുണ നൽകി. ഈ 'ഇടതുപക്ഷ' ബാലാരിഷ്ടത മറ്റ് ചില സംസ്ഥാന-ജില്ലാ ഘടകങ്ങളിലേക്ക് പടർന്നുപിടിച്ചു. അത് പാർട്ടിക്കെതിരെ ഗുരുതരമായ വെല്ലുവിളിയായി ഉയർന്നുവന്നു. രാഷ്ട്രീയകടമകൾ നിറവേറ്റുന്നതിൽ നിന്ന് അത് പാർട്ടിയുടെ ശ്രദ്ധ തിരിച്ചുവിട്ടു. 1967-ലെ കേന്ദ്രകമ്മിറ്റി യോഗ റിപ്പോർട്ടിന്മേൽ ആരും ഭിന്നാഭിപ്രായം പ്രകടിപ്പിച്ചില്ലെന്നോർക്കണം. ആ വർഷം മെയ്-ജൂൺ മാസത്തെ നക്സലൈറ്റ് കലാപത്തിന്റെയും അതിന് ചൈനീസ് കമ്യൂണിസ്റ്റ് പാർട്ടി നൽകിയ പിന്തുണയുടെയും പശ്ചാത്ത

ലത്തിൽ പാർട്ടിക്കെതിരെ കലാപം നടത്താനുള്ള അതിന്റെ ആഹ്വാനം, 'ഇടതുപക്ഷ' സാഹസികത്വത്തെ അടിസ്ഥാനമാക്കിയ അതിന്റെ ഭിന്നാഭിപ്രായം, ഒരു വേർപിരിയൽ ഘട്ടത്തിലെത്തി.

1967 ജൂണിൽ ഇന്ത്യൻ സ്ഥിതിഗതികളെക്കുറിച്ചുള്ള നമ്മുടെ ധാരണയെ നിശിതമായി വിമർശിച്ചുകൊണ്ട് ചൈനീസ് കമ്യൂണിസ്റ്റ് പാർട്ടി രംഗത്തുവന്നു. ഇന്ത്യൻ വിപ്ലവവുമായി ബന്ധപ്പെട്ട ഒട്ടേറെ പ്രശ്നങ്ങളിൽ അവർക്ക് ഗുരുതരമായ അഭിപ്രായവ്യത്യാസമുണ്ടെന്ന് വ്യക്തമായി. നമ്മുടെ പരിപാടിയും ഇന്ത്യൻ സ്ഥിതിഗതിയെപ്പറ്റിയുള്ള നമ്മുടെ വിലയിരുത്തലും മൗലികമായും തെറ്റാണെന്നും നമ്മുടെ രാഷ്ട്രീയവും അടവുപരവുമായ നയം പരിഷ്കരണവാദപരമാണെന്നും ചൈനീസ് കമ്യൂണിസ്റ്റ് പാർട്ടി കണക്കാക്കി. ചൈനീസ് പാർട്ടിപത്രങ്ങളിൽ വന്ന ലേഖനങ്ങളും ചൈനീസ് റേഡിയോവിലെ പ്രക്ഷേപണങ്ങളും ഇക്കാര്യം വ്യക്തമാക്കി. ഇന്ത്യൻ ഭരണകൂടം വൻകിട ബൂർഷ്വാസി നയിക്കുന്ന ബൂർഷ്വാ–ഭൂപ്രഭു വർഗ ഭരണകൂടമല്ല, കോമ്പ്രദോർ ബ്യൂറോക്രാറ്റിക് ബൂർഷ്വാസി നയിക്കുന്ന ഒരു പാവഗവണ്മെന്റാണ് ഇന്ത്യയിൽ അധികാരത്തിലിരിക്കുന്നത്, മുഖ്യമായും സാമ്രാജ്യത്വതാൽപ്പര്യങ്ങളെയാണ് അത് സേവിക്കുന്നത്, തങ്ങളുടെ വിദേശ യജമാനന്മാർ വലിച്ചെറിയുന്ന എച്ചിൽ തിന്നുന്ന പരാന്ന ജീവികളായിട്ടാണ് അത് കഴിയുന്നത് – സി പി സി ഇങ്ങനെയൊരു നിഗമനത്തിൽ ചെന്നെത്തി. നമ്മുടേത് ശരിയായ കമ്യൂണിസ്റ്റ് പാർട്ടിയല്ലെന്നും അതിസാഹസികമായ പാർട്ടിവിരുദ്ധ നയം പിന്തുടർന്നതിന്റെ പേരിൽ പാർട്ടിയിൽനിന്ന് പുറത്താക്കുകയും പിന്നീട് കമ്യൂണിസ്റ്റ് പാർട്ടി (മാർക്സിസ്റ്റ്–ലെനിനിസ്റ്റ്) രൂപീകരിക്കുകയും ചെയ്ത തീവ്രവാദികളാണ് വാസ്തവത്തിൽ യഥാർഥ വിപ്ലവകാരികളെന്നും പറയുന്നിടത്തോളം ചെന്നെത്തി സി പി സി പ്രചാരണം.

സി പി സി കടന്നാക്രമണം നമ്മുടെ പാർട്ടിയെയും നമ്മുടെ രാജ്യത്തെ വിപ്ലവപ്രസ്ഥാനത്തെയും സംബന്ധിച്ചിടത്തോളം ഗുരുതരമായ സംഭവവികാസമായിരുന്നു. എങ്കിലും അതിനെ നേരിടേണ്ടിയിരുന്നു. ഈ അഭിപ്രായ വ്യത്യാസങ്ങൾ കണ്ടില്ലെന്ന് നടിക്കുക നമ്മുടെ പാർട്ടിയെ സംബന്ധിച്ചിടത്തോളം തെറ്റാകുമായിരുന്നു. അതുകൊണ്ട് കേന്ദ്രകമ്മിറ്റി പ്രശ്നങ്ങൾ കൂലങ്കഷമായി ചർച്ചചെയ്തു. തത്വത്തിലും പ്രയോഗത്തിലും സി പി സിയുടെ നിലപാട് തെറ്റാണെന്ന് പാർട്ടിയെയാകെ പഠിപ്പിക്കാൻ നടപടികൾ സ്വീകരിച്ചു.

സി പി സിയുമായുള്ള നമ്മുടെ അഭിപ്രായവ്യത്യാസങ്ങൾ മൂന്ന് വിഭാഗത്തിൽപ്പെടുന്നതാണെന്ന് കേന്ദ്രകമ്മിറ്റി വിലയിരുത്തി. അതിലൊന്ന് പരിപാടിയെ സംബന്ധിച്ചാണ്. അതായത് ഭരണകൂടത്തിന്റെയും ഗവൺമെന്റിന്റെയും വർഗസ്വഭാവം, ഇന്ത്യൻ ബൂർഷ്വാസിയുടെ വിവിധ വിഭാഗങ്ങളുടെ സ്വഭാവവും പങ്കും സാമ്രാജ്യത്തോടുള്ള അതിന്റെ സമീപനവും–ഇവയെക്കുറിച്ചാണ്. ഇന്ത്യയിലെ സാമ്പത്തിക രാഷ്ട്രീയ പരിതസ്ഥിതി തൊഴിലാളിവർഗത്തിനും കൃഷിക്കാർക്കുമിടയിൽ വർഗ വൈരു

ധ്യങ്ങളുടെയും വർഗബോധത്തിന്റെയും വളർച്ച, മൂർത്തമായ അടവുകളും സമരരൂപങ്ങളും-ഇവയെക്കുറിച്ചുള്ള യഥാർത്ഥ വിലയിരുത്തലാണ് രണ്ടാമത്തേത്. മൂന്നാമത്തേത് കമ്മ്യൂണിസ്റ്റ് പാർട്ടികൾ തമ്മിലുള്ള ബന്ധങ്ങളെ നിയന്ത്രിക്കുന്ന രാഷ്ട്രീയ സംഘടനാ തത്വങ്ങളാണ്.

സി പി സിയുടെ നിലപാടിനെ ഖണ്ഡിച്ചുകൊണ്ട് നാം നമ്മുടെ നിലപാട് വ്യക്തമാക്കി. ഇന്ത്യാ ഗവൺമെന്റ് സാമ്രാജ്യത്വത്തിന്റെ പാവയോ തുണക്കാരനോ പിണിയാളോ അല്ലെന്നും ഇന്ത്യൻ വൻകിട ബൂർഷ്വാസി സാമ്രാജ്യത്വത്തിന്റെ ഒരു പരാന്ന ജീവിയല്ലെന്നും നമ്മുടെ പാർട്ടി ഊന്നിപ്പറഞ്ഞു. ഒരു വർഗവിപ്ലവം അടുത്തെത്തിക്കഴിഞ്ഞെന്നോ ഏറ്റവും ഉയർന്ന രൂപത്തിലുള്ള വിപ്ലസമരമാവശ്യപ്പെടുന്ന വിപ്ലവ പരിതസ്ഥിതി പക്വമായിക്കഴിഞ്ഞെന്നോ ഉള്ള അഭിപ്രായത്തെ പാർട്ടി തള്ളിക്കളഞ്ഞു. ഇന്ത്യൻ സ്ഥിതിഗതികളെക്കുറിച്ചുള്ള സി പി സിയുടെ അഭിപ്രായത്തെ അങ്ങേയറ്റത്തെ അതിശയോക്തി നിറഞ്ഞതായും അത്യന്തം ആത്മനിഷ്ഠമായതായും പാർട്ടി ചിത്രീകരിച്ചു. നമ്മുടെ പാർട്ടിയുടെ ആഭ്യന്തര കാര്യങ്ങളിൽ സി പി സി ഇടപെട്ടതിനെ വിമർശിച്ചു; നമ്മുടെ ധാരണക്ക് വിരുദ്ധമായ ഒരു പരിപാടിയും രാഷ്ട്രീയ നയവും നമ്മുടെ മേൽ അടിച്ചേൽപിക്കാനുള്ള ശ്രമത്തെ തള്ളിക്കളഞ്ഞു.

ബർദ്വാൻ പ്ളീനം

ഏഴാം കോൺഗ്രസ് പരിപാടിയും മറ്റു രേഖകളും ആവിഷ്കരിക്കുമ്പോൾ ആശയ പ്രശ്നങ്ങളെക്കുറിച്ചുള്ള സമ്പൂർണചർച്ച പിന്നീടൊരവസരത്തിലേക്ക് മാറ്റിവെച്ചു. സി പി സിയുടെ പ്രചാരണം നിമിത്തം മൂന്നു വർഷത്തിനകം രണ്ടാമതൊരു പിളർപ്പിന്റെ ഭീഷണിയുയർന്നു. സാർവദേശീയ കമ്മ്യൂണിസ്റ്റ് പ്രസ്ഥാനത്തിലെ ആശയ പ്രശ്നങ്ങൾ കൂലങ്കഷമായി ചർച്ചചെയ്യുന്നതിന് ഒരു കേന്ദ്രപ്ലീനം വിളിച്ചുകൂട്ടാൻ പാർട്ടി തീരുമാനിച്ചു. അതാണ് 1968 ഏപ്രിലിൽ ബർദ്വാനിൽ ചേർന്ന പ്ളീനം. അതിന്റെ മുന്നോടിയായി എല്ലാ സംസ്ഥാനങ്ങളിലും പ്ലീനങ്ങൾ നടത്തി. ബർദ്വാൻപ്ലീനം സി സി തയ്യാറാക്കിയ കരടുരേഖ ചർച്ചചെയ്തു. ആ രേഖ അതിനുമുമ്പ് സംസ്ഥാനതല പ്ലീനങ്ങളിലുൾപ്പെടെ പാർട്ടിയിലാകെ ചർച്ച ചെയ്തിരുന്നു. ബർദ്വാനിൽ ചില സഖാക്കൾ അതിനൊരു ബദൽ രേഖ അവതരിപ്പിച്ചു. ആ രേഖ പാർട്ടി പരിപാടിയെ വെല്ലുവിളിച്ചു. അന്തിമമായി റിവിഷനിസം തള്ളിക്കളയുകയെന്ന ഉദ്ദേശ്യത്തോടെയാണ് പ്ലീനം വിളിച്ചുകൂട്ടിയതെങ്കിലും ഇടതുപക്ഷ സെക്ടേറിയനിസത്തിനും ഇടതുപക്ഷ അവസരവാദത്തിനും എതിരെ പോരാടുന്നതിനുള്ള-അവയെക്കുറിച്ച് സി സി രേഖ മുന്നറിയിപ്പ് നൽകിയിരുന്നു-ഒരു യുദ്ധക്കളമായി അത് മാറി. അങ്ങനെ പ്ലീനം രണ്ട് വ്യതിയാനങ്ങൾക്കും എതിരെ പോരാടി. പ്ലീനത്തിന് ആധുനിക റിവിഷനിസത്തിന്റെ നയം നിരാകരിക്കുമ്പോൾ തന്നെ മറുവശത്തുനിന്ന് മാർക്സിസം-ലെനിനിസത്തിനെതിരെ ഉയർന്നുവന്ന ഇടതുപക്ഷ സെക്ടേറിയനിസത്തിന്റെ കടന്നാക്രമണത്തെ നേരിട്ട്

പരാജയപ്പെടുത്തേണ്ടിവന്നു. ആധുനിക റിവിഷനിസത്തിന്റെ നയത്തെ പ്ലീനം വൻ ഭൂരിപക്ഷത്തോടെ നിരാകരിച്ചു. കമ്യൂണിസ്റ്റ് വിരുദ്ധ ബദൽ രേഖയും തള്ളിക്കളഞ്ഞു. ചില ആന്ധ്രാ സഖാക്കൾ ബദൽരേഖയിലൂടെ ഈ ഇടതുപക്ഷ സെക്ടേറിയൻ നയം മുമ്പോട്ടുവെച്ചു. ആ രേഖ പ്ലീനം ബഹുഭൂരിപക്ഷത്തോടെ തള്ളിക്കളഞ്ഞു. അതിനനുകൂലമായി 22 വോട്ടും എതിരായി 158 വോട്ടും കിട്ടി. 13 പേർ വോട്ടുചെയ്തില്ല. ഭേദഗതിചെയ്ത സി സി രേഖ 27–നെതിരെ 162 വോട്ടോടെ (ഒമ്പതു പേർ നിഷ്പക്ഷത പാലിച്ചു) പാസായി.

ബർദ്വാനിൽ രൂപപ്പെടുത്തിയെടുക്കാൻ കഴിഞ്ഞ പൊതുധാരണ– അതിന് സി സിയുടെ കരടുരേഖ അടിത്തറ പാകിയിരുന്നു–റിവിഷനിസം അവതരിപ്പിച്ച പ്രശ്നങ്ങളിൻമേൽ ഒരു മാർക്സിസ്റ്റ്–ലെനിനിസ്റ്റ് ധാരണ ഉരുത്തിരിച്ചെടുക്കുന്നതിന് നടത്തിയ സമരത്തിൽ പാർട്ടിക്കുണ്ടായ സുപ്രധാന നേട്ടമാണ് റിവിഷനിസ്റ്റ് നയം നിരാകരിച്ചതിന്–അത് സംബന്ധിച്ച ഒരു പൊതുധാരണ അതിനകം പാർട്ടിക്കകത്തുണ്ടായിക്കഴിഞ്ഞിരുന്നു– അംഗീകാരം നൽകിയ ബർദ്വാൻ പ്ലീനം റിവിഷനിസത്തിനും അതുയർത്തിയ പ്രശ്നങ്ങൾക്കും എതിരായ പോരാട്ടത്തിന്റെ പേരിൽ വളച്ചൊടിക്കപ്പെട്ട, ഇടതുപക്ഷ സെക്ടേറിയൻ ധാരണയിൽനിന്ന് പാർട്ടിയെ വേർതിരിച്ചു നിർത്തി. ഇടതുപക്ഷ സെക്ടേറിയൻ ധാരണ ഒട്ടേറെ പാർട്ടി അംഗങ്ങളുടെ ചിന്താശക്തി നശിപ്പിച്ചിരുന്നു. ബർദ്വാൻ പ്ലീനത്തിനുമുമ്പ് നടന്ന ചർച്ചകളിലും, ബർദ്വാൻ ചർച്ചകളിൽതന്നെയും പ്ലീനത്തിനു ശേഷമുള്ള പിളർപ്പുകളിലും ഇത് കാണാൻ കഴിഞ്ഞു. ബർദ്വാൻ ചർച്ച എല്ലാ രൂപത്തിലുമുള്ള റിവിഷനിസത്തെ പൂർണമായും തള്ളിക്കളഞ്ഞു. പാർട്ടിയുടെ സ്വതന്ത്ര നിലപാടിനെ അത് അടിവരയിട്ടു കാട്ടി.

ബർദ്വാൻ പ്ലീനവും തുടർന്ന് പാർട്ടിയോട് വിടപറഞ്ഞുകൊണ്ടുള്ള പോക്കും ചില സഖാക്കൾക്കിടയിൽ ഇടതുപക്ഷ വ്യതിയാനം എത്ര ആഴത്തിൽ വേരോടിയിരുന്നുവെന്ന് വ്യക്തമാക്കി. പാർട്ടി അംഗങ്ങളിൽ മഹാഭൂരിപക്ഷത്തെയും സി പി സിയുടെ പിന്തുണയുണ്ടായിട്ടുപോലും ഇടതുപക്ഷ സെക്ടേറിയൻ വീക്ഷണം സ്വാധീനിച്ചില്ല. എങ്കിലും ചില സഖാക്കൾ അതിൽ തെറ്റില്ലെന്ന് വിചാരിച്ചു. ബർദ്വാനിൽ പരാജയം സംഭവിച്ചപ്പോൾ ഭൂരിപക്ഷത്തിന്റെ തീരുമാനമനുസരിക്കാൻ തങ്ങൾ തയ്യാറല്ലെന്ന് അവർ വ്യക്തമാക്കി. പാർട്ടിയെ ഒരു വിപ്ലവ പാർട്ടിയായി അവർ കണക്കാക്കിയില്ല. ഇത് ആന്ധ്രയിലും കാശ്മീരിലും പാർട്ടിക്ക് കനത്ത പ്രഹരമേൽപിച്ചു. യു പിയിലും കേരളത്തിലും പാർട്ടിയെ ശിഥിലമാക്കാനും അവർക്ക് സാധിച്ചു.

സി പി ഐ (എം) ഉം സാർവദേശീയ ഉത്തരവാദിത്തങ്ങൾ നിറവേറ്റലും

തുടക്കം മുതൽ മാർക്സിസം–ലെനിനിസത്തിൽ വിശ്വാസം വെച്ചുപുലർത്തിയ ഞങ്ങൾ തൊഴിലാളിവർഗ സാർവദേശീയത എന്ന തത്വ

ത്തിലും ലോക കമ്മ്യൂണിസ്റ്റ് പ്രസ്ഥാനത്തിലും അടിയുറച്ചുനിന്നു. സോഷ്യലിസ്റ്റ് രാജ്യങ്ങളുമായും സാമ്രാജ്യത്വത്തിനെതിരായും സാമൂഹ്യ വിപ്ലവത്തിനുവേണ്ടിയും സമരം ചെയ്യുന്ന ജനങ്ങളുമായും–വിയത്നാം, നിക്കരാഗ്വ, അംഗോള, മൊസാമ്പിക്ക്, പലസ്തീൻ, ദക്ഷിണാഫ്രിക്ക എന്നീ രാജ്യങ്ങളിലെയോ ലോകത്തിലെ മറ്റ് രാജ്യങ്ങളിലെയോ ജനങ്ങളുമായി–ഐക്യദാർഢ്യം പ്രകടിപ്പിച്ചു. ലോകത്തിലെ കമ്മ്യൂണിസ്റ്റ് പാർട്ടികളുമായി ബന്ധം സ്ഥാപിക്കുന്നതിന് ഞങ്ങളെ സംബന്ധിച്ചിടത്തോളം കടുത്ത സമരം തന്നെ നടത്തേണ്ടി വന്നു. ഞങ്ങളുടെ പാർട്ടി രൂപംകൊണ്ടുകഴിഞ്ഞ ഉടൻ സി പി ഐ ഏഴാം കോൺഗ്രസ് നടത്തി. ലോകത്തിലെ മിക്ക രാജ്യങ്ങളിലെയും കമ്മ്യൂണിസ്റ്റ് പാർട്ടി പ്രതിനിധികൾ ഇദംപ്രഥമമായി ഈ കോൺഗ്രസിൽ സംബന്ധിച്ചു. സി പി ഐക്ക് പിന്തുണ സമാഹരിക്കുന്നതിൽ സി പി എസ് യു നേതൃത്വപരമായ പങ്കു വഹിച്ചു. പത്രങ്ങൾ ഇക്കാര്യം പ്രത്യേകം ശ്രദ്ധിച്ചു.

കോൺഗ്രസ് കഴിഞ്ഞയുടൻ ഞങ്ങൾക്കെതിരെ ഗവൺമെന്റ് ആഞ്ഞടിച്ചു. ഞങ്ങളെയൊക്കെ പിടിച്ചു തടവിലിട്ടു. ഇ എം എസിനെയും ജ്യോതിബസുവിനെയും മാത്രമാണ് പുറത്തുനിർത്തിയത്. സി പി ഐക്ക് വമ്പിച്ച സാർവദേശീയ അംഗീകാരം കിട്ടുമ്പോൾ ഞങ്ങൾക്ക് ആരാണ് പിന്തുണ നൽകുന്നതെന്ന് അന്ന് കേരളത്തിലായിരുന്ന ഇ എം എസിനോട് പത്രപ്രതിനിധികൾ ചോദിച്ചു. തൊഴിലാളി വർഗം, കൃഷിക്കാർ, മറ്റധ്വാനിക്കുന്ന ജനവിഭാഗങ്ങൾ–ഇതായിരുന്നു അദ്ദേഹത്തിന്റെ മറുപടി. കേരളത്തിൽ നടന്ന തെരഞ്ഞെടുപ്പിന്റെ ഫലം അത് സാധൂകരിച്ചു. നാൽപതോളം പേർ തെരഞ്ഞെടുക്കപ്പെട്ടു. അവരിൽ ഭൂരിപക്ഷവും ജയിലിലായിരുന്നു.

1966–നുശേഷം ചൈനീസ് കമ്മ്യൂണിസ്റ്റ് പാർട്ടിയും പേരെടുത്തു പറഞ്ഞ് ഞങ്ങളെ അധിക്ഷേപിക്കാൻ തുടങ്ങി. ഞങ്ങളുടെ പാർട്ടിയെ ശിഥിലമാക്കുന്നതിന് നക്സലൈറ്റ് ഗ്രൂപ്പുകളെ അവർ പ്രോത്സാഹിപ്പിച്ചു. 1966 ആരംഭത്തിൽ ഞങ്ങൾ ജയിലിൽ നിന്നു പുറത്തുവന്നപ്പോൾ മാത്രമാണ് റുമാനിയൻ കമ്മ്യൂണിസ്റ്റ് പാർട്ടി ഞങ്ങളുടെ പാർട്ടിയുമായി ഔദ്യോഗിക ബന്ധം സ്ഥാപിച്ചത്. തുടക്കം മുതൽ വിയറ്റ്നാം കമ്മ്യൂണിസ്റ്റ് പാർട്ടി ഞങ്ങളുമായി ബന്ധം നിലനിർത്തിയിരുന്നു. അമേരിക്കൻ സാമ്രാജ്യത്വത്തിന്റെ പട്ടാളക്കാരിൽ നിന്ന് ദക്ഷിണ വിയറ്റ്നാമിനെ മോചിപ്പിക്കാനുള്ള പോരാട്ടത്തിലായിരുന്നു അവരപ്പോൾ. സാമ്രാജ്യത്വത്തിനെതിരായ വിമോചന സമരത്തിൽ വിയറ്റ്നാം ജനതയോട് ഞങ്ങൾ ഐക്യദാർഢ്യം പുലർത്തിയിരുന്നു. അതേ സമയം ആ ബന്ധം ഉപയോഗിക്കാനോ അത് ഔപചാരികമാക്കാനോ തദ്വാരാ ആഭ്യന്തര സ്ഥിതിഗതി കൂടുതൽ സങ്കീർണ്ണമാക്കാനോ ഞങ്ങൾ ആഗ്രഹിച്ചില്ല. കാരണം അവരുമായി ഐക്യദാർഢ്യം പ്രകടിപ്പിക്കുന്നതിൽ നമ്മുടെ രാജ്യത്ത് വിപുലമായ പിന്തുണ വളർത്തിയെടുക്കുന്നതിലായിരുന്നു ഞങ്ങൾക്ക് താൽപര്യം. ക്യൂബൻ പാർട്ടിക്കും അങ്ങേയറ്റം വിഷമം നിറഞ്ഞ പരിതസ്ഥിതി

നേരിടേണ്ടിവന്നു. അവിടെ ആഭ്യന്തര അട്ടിമറി സംഘടിപ്പിക്കുന്നതിന് അമേരിക്കൻ സാമ്രാജ്യത്വം പതിനെട്ടടവും പയറ്റി. ക്യൂബൻ ജനതയോടും ഞങ്ങൾ ഐക്യദാർഢ്യം പ്രകടിപ്പിച്ചു.

ഞങ്ങളുടെ ആഭ്യന്തരകാര്യത്തിലിടപെടില്ലെന്നും ഞങ്ങളുമായി ബന്ധം നിലനിർത്തുന്നതാണെന്നും ആദ്യം സമ്മതിച്ച സി പി ജി പി 1966 ആയപ്പോഴേക്ക് നിലപാട് മാറ്റി. അവർ സി പി ഐയുടെ ഒരു പ്രതി നിധിസംഘത്തെ സ്വന്തം രാജ്യത്തേക്ക് ക്ഷണിച്ചു. ഞങ്ങളുടെ പ്രതിനി ധിസംഘം 1966–ൽ സി പി ജി പി നേതാക്കളെ കണ്ടു. അവരിൽ നിന്ന് കാര്യമായ പ്രതികരണമുണ്ടായില്ല. പിളർപ്പിന് ഒരു ദശകം മുമ്പ് ഞങ്ങൾ നടത്തിയിരുന്ന സമരത്തെക്കുറിച്ച് നല്ല അവഗാഹമുണ്ടായിരുന്ന രജനി പാംദത്തിന് ഞങ്ങളോട് അനുഭാവമുണ്ടായിരുന്നു. ഞങ്ങളുടെ ചില രാഷ്ട്രീയ നിലപാടുകളോടും അദ്ദേഹത്തിന് യോജിപ്പായിരുന്നു. വിവിധ കമ്മ്യൂണിസ്റ്റ് പാർട്ടികളുമായി ബന്ധം സ്ഥാപിക്കാൻ ശ്രമിച്ച് സമയം നഷ്ടപ്പെടുത്തേണ്ടതില്ലെന്നും സി പി എസ് യു വിന്റെ സമ്മർദ്ദം അത്ര മാത്രം ശക്തമാണെന്നും അദ്ദേഹം ഞങ്ങളോട് വെട്ടിത്തുറന്നു പറഞ്ഞു. തൊഴിലാളി വർഗത്തിന്റെയും കൃഷിക്കാരുടെയും മറ്റധ്വാനിക്കുന്ന ജന വിഭാഗങ്ങളുടെയും പ്രസ്ഥാനങ്ങൾ വളർത്തിയെടുക്കാനും പാർട്ടിയെ ശക്തിപ്പെടുത്താനും മുഴുവൻ ഊർജവും വിനിയോഗിക്കാൻ അദ്ദേഹം ഞങ്ങളെ ഉപദേശിച്ചു. ഞങ്ങളുടെ പാർട്ടിക്ക് ശക്തി തെളിയിക്കാൻ കഴി ഞ്ഞാൽ വിവിധ കമ്മ്യൂണിസ്റ്റ് പാർട്ടികൾ അതുമായി ബന്ധം സ്ഥാപി ക്കാൻ തീർച്ചയായും മുമ്പോട്ടുവരുമെന്ന് അദ്ദേഹം അഭിപ്രായപ്പെട്ടു.

1966–ൽ സുർജിത് ജി ഡി ആർ സന്ദർശിച്ചു. അവിടത്തെ പാർട്ടി പൊളിറ്റ്ബ്യൂറോയുമായി ചർച്ച ചെയ്തു. പാർട്ടിപരിപാടി അവർക്ക് വിശ ദീകരിച്ചുകൊടുത്തു. ഞങ്ങളുടെ രാഷ്ട്രീയ നിലപാടുമായി വിശാലാടി സ്ഥാനത്തിൽ അവർക്ക് യോജിപ്പാണെന്നും പാർട്ടിയെ അംഗീകരിക്കാൻ അവർക്ക് താൽപര്യമുണ്ടെന്നും, അഭിപ്രായ വിനിമയത്തിനും ചർച്ചക്കു മുള്ള കവാടങ്ങൾ തുറന്നിട്ടിരിക്കയാണെന്നും ജർമൻ സോഷ്യലിസ്റ്റ് യൂണിറ്റി പാർട്ടി (എസ് യു പി ജി) തലവൻ വ്യക്തമാക്കി. സി പി എസ് യുവിന്റെ സമ്മർദ്ദം നിമിത്തം പരസ്യമായി അങ്ങനെ ചെയ്യാൻ അവർക്ക് വിഷമം നേരിട്ടു. 1969–ൽ സാർവദേശീയ കമ്മ്യൂണിസ്റ്റ് പാർട്ടികളുടെ സമ്മേളനം മോസ്കോവിൽ ചേർന്നു. സമ്മേളനത്തിന് സി പി ഐ (എം) നെ ക്ഷണിക്കണമെന്ന് എസ് യു പി ജിയും റുമാനിയൻ കമ്മ്യൂണിസ്റ്റ് പാർട്ടിയും നിർദ്ദേശിച്ചു. ഞങ്ങളുമായി ചർച്ച നടത്തുന്നതിന് സി പി എസ് യു ഒരു പ്രതിനിധിയെ ഇന്ത്യയിലേക്ക് അയച്ചു. സമ്മേളനത്തിന് ഞങ്ങളെ ക്ഷണിച്ചാൽ എന്തു നിലപാട് സ്വീകരിക്കുമെന്നറിയുകയായിരുന്നു അവ രുടെ ഉദ്ദേശ്യം. ഒരുപാധിയും സ്വീകരിക്കാൻ ഞങ്ങൾ തയ്യാറായില്ല. കൊറി യൻ വർക്കേഴ്സ് പാർട്ടി ഞങ്ങളുമായി ബന്ധം സ്ഥാപിച്ചു.

എങ്കിലും എല്ലാ സോഷ്യലിസ്റ്റ് രാജ്യങ്ങളുമായും കമ്മ്യൂണിസ്റ്റ് പാർട്ടി കളുമായും സാമ്രാജ്യത്വത്തിനെതിരെ പോരാടുന്ന ദേശീയ വിമോ ചനപ്രസ്ഥാനങ്ങളുമായും ഞങ്ങൾ ഐക്യദാർഢ്യം പ്രകടിപ്പിച്ചു. ഇങ്ങനെ

ചെയ്യുമ്പോൾ വിവിധ കമ്മ്യൂണിസ്റ്റ് പാർട്ടികൾ ഞങ്ങളോട് എന്ത് നില പാടാണ് സ്വീകരിക്കുന്നത് എന്ന് നോക്കിയില്ല. സമാധാനത്തിനുവേണ്ടി യുള്ള ആഗോള സമരത്തിനും ഞങ്ങൾ സമ്പൂർണ പിന്തുണ നൽകി. അതിനുവേണ്ടി സംഘടിപ്പിച്ച എല്ലാ വേദികളിലും ഞങ്ങൾ പങ്കെടുത്തു. കൂടാതെ, ഇതേക്കുറിച്ച് പാർട്ടിയുടെ സ്വതന്ത്ര പ്രവർത്തനവും നടത്തി.

ഇന്ത്യയിലെ മൂർത്തമായ യാഥാർഥ്യങ്ങളെ സംബന്ധിച്ചിടത്തോളം മറ്റൊരു കമ്മ്യൂണിസ്റ്റ് പാർട്ടിയുടെയും ഉപദേശം ഞങ്ങൾ സ്വീകരിച്ചില്ല. മൂർത്തമായ ഇന്ത്യൻ യാഥാർത്ഥ്യം മറ്റാരെക്കാളും നന്നായി ഞങ്ങൾക്ക് വിലയിരുത്താൻ കഴിയും; ഇന്ത്യൻ വിപ്ലവത്തിന് അതിന്റേതായ മാർഗം കരുപ്പിടിപ്പിച്ചെടുക്കേണ്ടതുണ്ട്-അനുഭവത്തിന്റെ വെളിച്ചത്തിൽ സി പി ഐ (എം) രൂപീകരണ സമയത്തുതന്നെ ഞങ്ങൾ ഇങ്ങനെയൊരു നിഗ മനത്തിലെത്തിയിരുന്നു. കേന്ദ്ര ഗവൺമെന്റിന്റെ വർഗ സ്വഭാവത്തെക്കു റിച്ച് സി പി എസ് യുവും (ഇന്ത്യാഗവൺമെന്റ് ദേശീയ ബൂർ ഷ്വാസിയുടെ ഗവൺമെന്റാണ്. അതുകൊണ്ടതിന് പിന്തുണ നൽകണം) സി പി സിയും (ഇന്ത്യാഗവൺമെന്റ് കോമ്പ്രദോർ ബൂർഷ്വാസിയെയാണ് പ്രതിനിധീക രിക്കുന്നത്. അതിന് സാമ്രാജ്യത്വവുമായി യാതൊരു വൈരുധ്യവുമില്ല) നടത്തിയ വിലയിരുത്തലിനെ ഞങ്ങൾ അതിനകം തള്ളിക്കളഞ്ഞു.

അക്കാലത്ത് വിയറ്റ്നാം ജനതയുടെ സമരം കേന്ദ്ര വൈരുധ്യമാ യിത്തീർന്നു. അതിനാൽ വിയറ്റ്നാം ജനതക്ക് പിന്തുണ നൽകാൻ ഞങ്ങൾ ജനങ്ങളെ അണിനിരത്തി. അതുപോലെ ക്യൂബൻ ജനതയോട് ഐക്യദാർഢ്യം പ്രകടിപ്പിക്കാൻ ഞങ്ങൾ ആവുന്നത്ര ശ്രമിച്ചു. ഇത് നമ്മുടെ രാജ്യത്തെ പോരാടുന്ന ജനങ്ങളെ സംബന്ധിച്ചടത്തോളം ആവേശത്തിന്റെ ഉറവിടമായിത്തീർന്നു.

12

എട്ടാം പാർട്ടി കോൺഗ്രസ്

ആയിരത്തിത്തൊള്ളായിരത്തി അറുപത്തിയെട്ട് ഡിസംബറിൽ എട്ടാം പാർട്ടി കോൺഗ്രസ് കൊച്ചിയിൽ ചേർന്നു. കോൺഗ്രസിനുവേണ്ടി തയ്യാറാക്കിയ കേന്ദ്രകമ്മിറ്റിയുടെ രാഷ്ട്രീയ സംഘടനാ റിപ്പോർട്ട് സാർവദേശീയ സ്ഥിതിയും ഇന്ത്യൻ സമ്പദ്വ്യവസ്ഥയിലെ പ്രതിസന്ധിയും ദേശീയ രാഷ്ട്രീയ സ്ഥിതികളും വിശദമായി ചർച്ചചെയ്തു. അയൽ രാജ്യങ്ങളുമായുള്ള തർക്കങ്ങൾ കൂടിയാലോചനയിലൂടെ പരിഹരിക്കണമെന്ന് പാർട്ടി ആവശ്യപ്പെട്ടപ്പോൾ പാർട്ടിയെ രാഷ്ട്രീയമായി ഒറ്റപ്പെടുത്താൻ സങ്കുചിത ദേശീയ വികാരം ഇളക്കി വിടുകയാണ് കേന്ദ്ര ഗവൺമെന്റ് ചെയ്തത്. പക്ഷേ, അതിലവർ വിജയിച്ചില്ല. തൊട്ടുമുമ്പത്തെ കോൺഗ്രസിനു ശേഷമുള്ള സംഭവഗതികൾ ഇന്ത്യാഗവൺമെന്റിന്റെ സ്വഭാവം സംബന്ധിച്ച പാർട്ടിയുടെ വിലയിരുത്തൽ സാധൂകരിച്ചതായി പാർട്ടി കോൺഗ്രസ് വ്യക്തമാക്കി. മാത്രമല്ല, വൻകിട ബൂർഷ്വാസി, പാർട്ടി പരിപാടി അഭിപ്രായപ്പെട്ടതുപോലെ, സാമ്രാജ്യത്വവുമായി വൻതോതിൽ സഹകരിക്കാനും തുടങ്ങി. അതേസമയം ദേശീയ ജനാധിപത്യത്തിന്റെ മുതലാളിത്തേതര വികസന പരിപാടി രാജ്യത്തെ സംഭവവികാസങ്ങൾ നിരാകരിക്കുകയും ചെയ്തു. ഗവൺമെന്റിന്റെ വിദേശനയത്തെ സംബന്ധിച്ചുള്ള പാർട്ടി പരിപാടിയുടെ വിശകലനവും മുന്നറിയിപ്പും അനന്തര സംഭവവികാസങ്ങൾ ശരിവെച്ചു.

ബഹുജന മുന്നണികളിലെ, പാർലമെന്ററി രംഗത്തെ പാർട്ടിയുടെ പ്രവർത്തനം കോൺഗ്രസ് അവലോകനം ചെയ്തു. പാർട്ടി സംഘടനയുടെ അവസ്ഥ പരിശോധിച്ചു. പാർട്ടി പരിപാടിയും നയവും അടവുകളും മാർക്സിസ്റ്റ് ലെനിനിസ്റ്റ് തത്വങ്ങളിൽ അടിയുറച്ചതു തന്നെ എന്ന നിഗമനത്തിൽ ചെന്നെത്തി. തൊഴിലാളിവർഗ സാർവ ദേശീയതയുടെ പതാക പാർട്ടി ഉയർത്തിപ്പിടിച്ചു. ഇന്ത്യാ ചൈനാ അതിർത്തി സംഘട്ടനം നടന്നപ്പോഴും 1965 ൽ ഇന്ത്യാ പാക് യുദ്ധം നടന്നപ്പോഴും അഴിച്ചുവിട്ട സങ്കു

ചിത ദേശീയ വാദത്തിനെതിരെ വിജയപൂർവ്വം പോരാടി. വലതുപക്ഷ റിവിഷനിസത്തിനെതിരായ പോരാട്ടത്തിലൂടെ പിറന്നുവീണ പാർട്ടി തുടർന്ന് 'ഇടതുപക്ഷ' അതിസാഹസികർ ഉയർത്തിയ വെല്ലുവിളിയെ നേരിട്ടു. ജനാധിപത്യ ശക്തികളിൽനിന്ന് പാർട്ടിയെ ഒറ്റപ്പെടുത്താനുള്ള കോൺഗ്രസ് ഗവൺമെന്റിന്റെ ഗൂഢാലോചനയും അത് പരാജയപ്പെടുത്തി. ശരിയായ അടവുപര മുദ്രാവാക്യങ്ങളാവിഷ്കരിച്ചും ബഹുജനസമരങ്ങളിൽ സജീവമായി പങ്കെടുത്തും ജനങ്ങളെ അഭിമുഖീകരിക്കുന്ന സുപ്രധാന രാഷ്ട്രീയ പ്രശ്നങ്ങളിൽ എല്ലാ ജനാധിപത്യ പാർട്ടികളുമായും ഗ്രൂപ്പുകളുമായും പ്രവർത്തനൈക്യം ഊട്ടിയുണ്ടാക്കിയുമാണ് പാർട്ടി ഇതു സാധിച്ചത്.

കേരളത്തിലെയും പശ്ചിമബംഗാളിലെയും ഐക്യമുന്നണി ഗവൺമെന്റുകളിൽ പങ്കാളികളാകുന്നതിന് പാർട്ടി ആവിഷ്കരിച്ച അടവ് ശരിയായിരുന്നുവെന്ന് കോൺഗ്രസ് വിലയിരുത്തി. ഈ സ്ഥാനമുപയോഗിച്ച് പരിമിതമാണെങ്കിൽ പോലും കഴിയാവുന്നത്ര ആനുകൂല്യങ്ങൾ പാർട്ടി ജനങ്ങൾക്ക് നൽകി. അതേസമയം ബൂർഷ്വാ ഭൂപ്രഭു സംവിധാനത്തിനെതിരെ ബഹുജന പ്രസ്ഥാനങ്ങൾ വളർത്തിയെടുക്കാൻ ബഹുജനങ്ങളെയും ജനാധിപത്യശക്തികളെയും സഹായിച്ചു. ജനസംഘവും സ്വതന്ത്രാപാർട്ടിയും മറ്റു പിന്തിരിപ്പൻ പാർട്ടികളുമടങ്ങിയ കോൺഗ്രസേതര മന്ത്രിസഭകളിൽ ചേരാതെ പാർട്ടി അതിന്റെ തത്വാധിഷ്ഠിത നിലപാട് തെളിയിച്ചു കാട്ടി. ആ മന്ത്രി സഭകളുടെ പരിപാടിയുടെയും അടവുകളുടെയും പാപ്പരത്തം പാർട്ടി ജനങ്ങളുടെ മുന്നിൽ തുറന്നുകാട്ടി.

മാർക്സിസ്റ്റ് ലെനിനിസ്റ്റ് ധാരണയുടെയും ബോധത്തിന്റെയും നിലവാരം ഉയർത്താൻ അണികളെയും നേതാക്കളെയും പാർട്ടി കോൺഗ്രസ് ആഹ്വാനം ചെയ്തു. കേഡർമാരുടെയും അണികളുടെയും വിദ്യാഭ്യാസം കേന്ദ്രകമ്മിറ്റി മർമപ്രധാന കടമയായി ഏറ്റെടുക്കുകയും അത് നൽകുന്നതിന് ഉറപ്പുവരുത്താൻ നടപടികൾ സ്വീകരിക്കുകയും ചെയ്യേണ്ടത് അവശ്യം ആവശ്യമായിരുന്നു.

ഈ ഘട്ടത്തിൽ വമ്പിച്ച സാർവദേശീയ പ്രാധാന്യമുള്ള ഒരു പ്രശ്നമായിരുന്നു അമേരിക്കൻ ആക്രമണകാരികൾക്കെതിരെ വിയത്നാം ജനത നടത്തിയ ഐതിഹാസികമായ ചെറുത്തുനിൽപ്പ്. അമേരിക്കൻ ആക്രമണകാരികളുടെ അഞ്ചുലക്ഷം സൈന്യം, അമേരിക്കൻ സഖ്യശക്തികളുടെ പത്തുലക്ഷത്തിൽപരം സൈന്യം– ഇവർക്കെതിരെയാണ് വിയത്നാം ജനത പൊരുതിയത്. ആപോരാട്ടത്തിൽ സോഷ്യലിസ്റ്റ് രാജ്യങ്ങളും ലോകമെങ്ങുമുള്ള സ്വാതന്ത്ര്യപ്രേമികളും അവർക്ക് പിന്തുണ നൽകി. എട്ടാം കോൺഗ്രസ് വിയത്നാം വർകേഴ്സ് പാർട്ടിക്കും ദക്ഷിണ വിയത്നാം വിമോചന മുന്നണിക്കും അവരുടെ മഹാനായ നേതാവ് ഹോ ചി മിനും അഭിവാദ്യമർപ്പിച്ചു. ഇന്ത്യാ ഗവൺമെന്റ് അമേരിക്കൻ ആക്രമണത്തെ അസന്ദിഗ്ധമായ ഭാഷയിൽ അപലപിക്കണം. സൈഗോണിലെ പാവകളുമായുള്ള കച്ചവടം അവസാനിപ്പിക്കണം, വിയത്നാം ജനാധിപത്യ റിപ്പബ്ളിക്കുമായി കച്ചവടബന്ധം പുനഃസ്ഥാപിക്കണം– പാർട്ടി കോൺഗ്രസ് ആവശ്യപ്പെട്ടു.

13

ഇടക്കാല നിയമസഭാ തെരഞ്ഞെടുപ്പുകളും കോൺഗ്രസിലെ പ്രതിസന്ധിയും

എട്ടാം കോൺഗ്രസ് ചൂണ്ടിക്കാണിച്ച പാതയിലൂടെ സി പി ഐ (എം) മുമ്പോട്ടുപോയി. കോൺഗ്രസിന്റെ ഗൂഢാലോചനകൾ പരാജയപ്പെടുത്തുന്നതിനും പശ്ചിമ ബംഗാളിലെയും കേരളത്തിലെയും ഐക്യമുന്നണി ഗവൺമെന്റുകൾക്കെതിരെ അവർ നടത്തുന്ന കടന്നാക്രമണങ്ങൾക്ക് തിരിച്ചടി നൽകുന്നതിനും പാർട്ടി അടിയന്തിര പ്രാധാന്യം കൽപ്പിച്ചു. ഈ കടന്നാക്രമണങ്ങൾ സംസ്ഥാന സ്വയംഭരണത്തിനും ജനാധിപത്യ പ്രസ്ഥാനത്തിനും സാധാരണ ജനങ്ങളുടെ ജീവിതത്തിനും സ്വാതന്ത്ര്യത്തിനും നേരെ വരാനിരിക്കുന്ന വമ്പിച്ച കടന്നാക്രമണങ്ങളുടെ മുന്നോടിയായിരുന്നു കോൺഗ്രസും ജനസംഘവും സ്വതന്ത്രാപാർട്ടിയും ചേർന്നുള്ള ദേശീയ കൂട്ടുകക്ഷി ഗവൺമെന്റ് എന്ന മുദ്രാവാക്യം അങ്ങേയറ്റത്തെ ചില പിന്തിരിപ്പൻ കക്ഷികൾ അന്ന് മുന്നോട്ടുവെച്ചു. ആ മുദ്രാവാക്യം പാർട്ടി പരിശോധിച്ചു. ജനാധിപത്യ പ്രസ്ഥാനത്തെ കടന്നാക്രമിച്ച് നശിപ്പിക്കുന്നതിന്, കേരളത്തിലെയും പശ്ചിമബംഗാളിലെയും ഗവൺമെന്റുകളെ ഒറ്റപ്പെടുത്തി നശിപ്പിക്കുന്നതിന്, പ്രതിവിപ്ലവം നടത്താനുള്ള ആഹ്വാനമല്ലാതെ മറ്റൊന്നുമല്ല ഈ മുദ്രാവാക്യമെന്ന നിഗമനത്തിൽ പാർട്ടി ചെന്നെത്തി.

ജനങ്ങളുടെ താൽപര്യങ്ങൾക്കുവേണ്ടി നിർഭയമായും വിട്ടുവീഴ്ചകൂടാതെയും വാദിച്ച്, രാജ്യത്താകമാനം സമരം ചെയ്യുന്ന ജനങ്ങൾ അണിനിരക്കുന്ന ഒരു കേന്ദ്രബിന്ദുവായി ഐക്യമുന്നണി ഗവൺമെന്റുകൾ മാറണമെന്ന് പാർട്ടി അഭിപ്രായപ്പെട്ടു. അവ ജനങ്ങളുടെ ജനാധിപത്യാവകാശങ്ങൾ വിപുലമാക്കണം. ട്രേഡ് യൂണിയനുകളെ അംഗീകരിക്കാൻ നിയമനിർമാണം നടത്തണം. നിലവിലുള്ള തൊഴിൽ തർക്കങ്ങൾ പരിഹരിക്കണം. തൊഴിലാളികൾക്കും അഭ്യസ്തവിദ്യരായ യുവാക്കൾക്കും

തൊഴിലോ തൊഴിലില്ലായ്മാ വേതനമോ നൽകണം. ഭൂമി പുനർവിതരണം നടത്തുന്നതിന് അടിയന്തിരമായും സമൂലമായ ഭൂപരിഷ്കരണ നിയമം പാസാക്കണം. ഒഴിപ്പിക്കൽ തടയണം. കുടിയാൻമാർക്ക് കുടികിടപ്പവകാശം നൽകണം. കർഷക തൊഴിലാളികൾക്ക് ന്യായമായ കൂലിയും പഞ്ഞമാസങ്ങളിൽ ആശ്വാസവും നൽകണം. രണ്ട് സംസ്ഥാനഗവൺമെന്റുകളും കേന്ദ്ര സംസ്ഥാന ബന്ധങ്ങളുടെ പ്രശ്നം കേന്ദ്രഗവൺമെന്റിന്റെ മുമ്പിൽ അവതരിപ്പിക്കണം. ജനങ്ങൾക്ക് നൽകിയ പ്രതിജ്ഞ നിറവേറ്റാൻ കഴിയത്തക്കവിധത്തിൽ ഭരണഘടനയിൽ മാറ്റങ്ങൾ വരുത്തണമെന്ന് അവരോടാവശ്യപ്പെടണം.

1969 ആദ്യം ചില സംസ്ഥാന നിയമസഭകളിലേക്ക് ഇടക്കാല തെരഞ്ഞെടുപ്പ് നടന്നു. പശ്ചിമബംഗാളിൽ തങ്ങളുടെ പാർട്ടിക്ക് പ്രധാന പങ്കുള്ള ഐക്യമുന്നണി കോൺഗ്രസിനെ പരാജയപ്പെടുത്തി. 280 അംഗ നിയമ സഭയിൽ അഞ്ചിലൊന്നുമാത്രം പ്രാതിനിധ്യമുള്ള ന്യൂനപക്ഷകക്ഷിയായി കോൺഗ്രസ് മാറി. ഈ വിജയത്തിലൂടെ പശ്ചിമബംഗാളിലെ ജനങ്ങളും ജനാധിപത്യപാർട്ടികളും ഇന്ത്യൻ ജനതകളുടെയാകെ ജനാധിപത്യ സമരത്തെ മുന്നോട്ടുകൊണ്ടുപോയി. പക്ഷേ പി എസ് പി, എസ് എസ് പി തുടങ്ങിയ ഇടതുപക്ഷ പാർട്ടികളും സി പി ഐയും 1967ലെ പൊതുതെരഞ്ഞെടുപ്പിൽ അവസരവാദപരമായ കോൺഗ്രസ് വിരുദ്ധ മുന്നണിയുണ്ടാക്കുകയും കൂട്ടുകക്ഷി ഗവൺമെന്റ് രൂപീകരിക്കുകയും ചെയ്ത ബിഹാറിലും യു പി യിലും ഇടതുപക്ഷ ജനാധിപത്യ പ്രസ്ഥാനത്തിന് തിരിച്ചടിയേറ്റു. അങ്ങേയറ്റത്തെ പാർലമെന്ററി വ്യാമോഹത്തെയും വിലകുറഞ്ഞ തെരഞ്ഞെടുപ്പ് അവസരവാദത്തെയും അടിസ്ഥാനപ്പെടുത്തിയ രാഷ്ട്രീയ നയത്തിന്റെ പാപ്പരത്തമാണ് ഇത് കാണിച്ചത്.

ജനാധിപത്യ പാർട്ടികൾക്കേറ്റ കനത്ത പ്രഹരത്തിനു കാരണം അവ പിന്തുടർന്ന അവസരവാദപരമായ നയങ്ങളാണെന്ന് ഇടക്കാല തെരഞ്ഞെടുപ്പിനെക്കുറിച്ച് പാർട്ടിയുടെ കേന്ദ്രകമ്മിറ്റി അംഗീകരിച്ച പ്രമേയത്തിൽ പറഞ്ഞു. ഈ സംസ്ഥാനങ്ങളിലെ ഈ പാർട്ടികൾ കോൺഗ്രസിനെതിരായ അസംതൃപ്തി വർഗീയ സാമുദായിക വിജ്ഞാന വിരുദ്ധ പാർട്ടികളും ഗ്രൂപ്പുകളും തങ്ങളുടെ സ്വാർത്ഥതാൽപര്യത്തിനായി യഥേഷ്ടം ചൂഷണം ചെയ്യാൻ അനുവദിച്ചു. കോൺഗ്രസിനെതിരെ ആത്മാർത്ഥമായി പോരാടാതിരിക്കുകയെന്ന നയം പഞ്ചാബിൽ ബോധപൂർവ്വം സി പി ഐ പിന്തുടർന്നതായി കേന്ദ്രകമ്മിറ്റി മനസിലാക്കി. അവിടെ കോൺഗ്രസേതര പാർട്ടികളുമായി സീറ്റിന്റെ കാര്യത്തിൽ നീക്കുപോക്കുണ്ടാക്കാൻ അവർ വിസമ്മതിച്ചു. ജയിക്കാൻ യാതൊരു സാധ്യതയുമില്ലാത്ത വേണ്ടുവോളം വോട്ട് കിട്ടുമെന്ന് പ്രതീക്ഷിക്കാൻ കഴിയാത്ത പലേടങ്ങളിലും യാതൊരു വിവേചനവും കൂടാതെ സ്ഥാനാർത്ഥികളെ നിർത്തി. അതിലൂടെ ഒട്ടേറെ സീറ്റുകൾ കോൺഗ്രസിനു സമ്മാനിച്ചു. മാർക്സിസം–ലെനിനിസത്തിൽ അടിയുറച്ച ആ സിദ്ധാന്തം മൂർത്തമായ പരിതഃസ്ഥിതിയിൽ ശരിയായി പ്രയോഗിക്കുന്ന, ബഹുജന പ്രസ്ഥാനവും സംഘട

നകളും വളർത്തിയെടുക്കുന്ന ശക്തമായൊരു കമ്യൂണിസ്റ്റ് പ്രസ്ഥാനത്തിനു മാത്രമേ ഒരു ജനാധിപത്യമുന്നണി വിജയപൂർവ്വം രൂപീകരിക്കാൻ കഴിയൂ എന്നാണ് തെരഞ്ഞെടുപ്പുഫലം തെളിയിക്കുന്നത്– കേന്ദ്രകമ്മിറ്റി അഭിപ്രായപ്പെട്ടു. അതാണ് കേരളത്തിന്റെയും പശ്ചിമബംഗാളിന്റെയും അനുഭവം. ആ രണ്ടു സംസ്ഥാനങ്ങളിലും ഐക്യമുന്നണിക്ക് നേതൃത്വം നൽകുന്ന പാർട്ടിയായി മാറാൻ സി പി ഐ (എം) നു കഴിഞ്ഞു.

1969 മധ്യത്തിൽ ഗുരുതരമായ ഒരു ഉൾപ്പാർട്ടി കുഴപ്പം ഭരണകക്ഷിയായ ഇന്ത്യൻ നാഷണൽ കോൺഗ്രസിനെ ബാധിച്ചു. ഇന്ത്യൻ യൂണിയൻ പ്രസിഡന്റ് സ്ഥാനത്തേക്കുള്ള പാർട്ടി സ്ഥാനാർത്ഥിയെ നിശ്ചയിക്കുന്നതിൽ അതിനകത്ത് അഭിപ്രായവ്യത്യാസം പൊട്ടിപ്പുറപ്പെട്ടു. അതിനെത്തുടർന്ന് പ്രധാനമന്ത്രി ഇന്ദിരാഗാന്ധി മൊറാർജി ദേശായിയെ ധനമന്ത്രി സ്ഥാനത്തു നിന്ന് നീക്കം ചെയ്തു. അതിൽ പ്രതിഷേധിച്ച് കേന്ദ്ര ഗവൺമെന്റിൽ നിന്ന് അദ്ദേഹം രാജിവെച്ചു. അപ്പോഴേക്കും ഏതാനും ഷെഡ്യൂൾഡ് ബാങ്കുകൾ ദേശസാൽക്കരിച്ചുകൊണ്ടുള്ള ഓർഡിനൻസ് നിലവിൽവന്നു. ഇന്ത്യൻ യൂണിൻ പ്രസിഡന്റ് തെരഞ്ഞെടുപ്പിന്റെയും കേന്ദ്രഗവൺമെന്റിൽവന്ന മാറ്റത്തിന്റെയും നേരെ ജനങ്ങൾക്കും ജനാധിപത്യ പ്രസ്ഥാനത്തിനും പുറംതിരിഞ്ഞു നിൽക്കാൻ കഴിയാത്ത സ്ഥിതിയായി. കോൺഗ്രസിനകത്തെ കലഹവും കണ്ടില്ലെന്നു നടിക്കാൻ ജനാധിപത്യ പാർട്ടികൾക്ക് കഴിയില്ലെന്നുവന്നു. കാരണം, ഉൾപ്പാർട്ടി കുഴപ്പത്തിനിടയിൽ ഉയർന്നുവന്നത് ചില നയപ്രശ്നങ്ങളായിരുന്നു. കോൺഗ്രസ് നേതൃത്വത്തിൽ കുത്തകകൾക്കുവേണ്ടി വീറോടെ വാദിച്ചവരായിരുന്നു സിൻഡിക്കേറ്റ് വിഭാഗം. അവർ ജനാധിപത്യ മന്ത്രിസഭകളെ, പ്രത്യേകിച്ചും കേരളത്തിലെയും പശ്ചിമബംഗാളിലെയും മന്ത്രിസഭകളെ, താഴത്തിറക്കാൻ പരസ്യമായി ആഹ്വാനം ചെയ്തു. അതിനായി കുത്തിത്തിരിപ്പുകൾ നടത്തി. സ്വകാര്യ മേഖലയ്ക്കുമേൽ ഏതുതരം നിയന്ത്രണവും കൊണ്ടുവരുന്നതിനെ എതിർത്തു. സ്വകാര്യ വിദേശമൂലധനം യഥേഷ്ടം ഇന്ത്യയിൽ കടന്നുവരാനനുവദിക്കുന്നതിന് പിന്തുണ നൽകി. സർവോപരി ഇന്ത്യയുടെ വിദേശനയത്തിൽ അമേരിക്കയ്ക്കു അനുകൂലമായ മാറ്റം വരുത്തണമെന്ന് ശക്തിയായി വാദിച്ചു. അതിനാൽ അവരെയും ഇന്ദിരാഗന്ധി മാർഗദർശനം നൽകുന്ന കോൺഗ്രസ് നേതൃത്വത്തെയും ഒരുപോലെ കാണാൻ കഴിയില്ല.

കുത്തക ബൂർഷ്വ താൽപര്യങ്ങൾക്കുവേണ്ടി വിട്ടുവീഴ്ച കൂടാതെ വാദിക്കുന്ന രണ്ടു തുല്യവിഭാഗങ്ങൾ നടത്തുന്ന കലഹമായി ചിത്രീകരിച്ച് ഭരണ കോൺഗ്രസ് പാർട്ടിയിലെ ഉൾപ്പാർട്ടി പ്രതിസന്ധിയെ തള്ളിക്കളയാൻ പാർട്ടിക്കു കഴിഞ്ഞില്ല. അതേസമയം ഇന്ദിരാഗാന്ധിയുടെ നേതൃത്വത്തിലുള്ള വിഭാഗത്തിൽ പാർട്ടി വ്യാമോഹമൊന്നും വെച്ചുപുലർത്തിയതുമില്ല. എങ്കിലും സിൻഡിക്കേറ്റുവിഭാഗത്തെ പരാജയപ്പെടുത്താൻ സഹായിക്കുന്നതിൽ പാർട്ടിക്ക് താൽപര്യമുണ്ടായിരുന്നു. ഓരോ ഘട്ടത്തിലും തന്ത്രപ്രധാനസ്ഥാനം നേടിയെടുക്കുന്നതിന് അങ്ങേയറ്റത്തെ

പിന്തിരിപ്പൻമാർ നടത്തുന്ന ശ്രമങ്ങളെ പരാജയപ്പെടുത്തേണ്ടത് ജനാധിപത്യ ശക്തികളുടെ താൽപര്യത്തിന് അനുഗുണമാണ്. ഈ സാഹചര്യത്തിൽ സിൻഡിക്കേറ്റ് പിന്തുണയുള്ള കോൺഗ്രസിന്റെ ഔദ്യോഗിക പ്രസിഡന്റ് സ്ഥാനാർത്ഥിയെ പരാജയപ്പെടുത്തേണ്ടത് ആവശ്യമായിരുന്നു.

കോൺഗ്രസേതര ഇടതുപക്ഷ ജനാധിപത്യ പാർട്ടികൾ ഇന്ദിരാഗാന്ധിയുടെ നേതൃത്വത്തിലുള്ള കോൺഗ്രസ് ഗ്രൂപ്പിനു നൽകിയ പിന്തുണയുടെ ഫലമായി പ്രസിഡന്റ് തെരഞ്ഞെടുപ്പിൽ വി വി ഗിരി വിജയിച്ചു. കോൺഗ്രസേതര ജനാധിപത്യ പാർട്ടികളെ പാർട്ടി അഭിനന്ദിച്ചു. വിവി ഗിരിയോടൊപ്പം നിൽക്കുകയും സിൻഡിക്കേറ്റിനും അതിന്റെ സ്വതന്ത്രാ–ജനസംഘം സഖ്യശക്തികൾക്കും പരാജയമേൽപിക്കുകയും ചെയ്ത നൂറുകണക്കിന് കോൺഗ്രസ് നിയമസഭാ സാമാജികരുടെയും പാർലമെന്റംഗങ്ങളുടെയും ധീരോദാത്തമായ നിലപാടിനെ പാർട്ടി സ്വാഗതം ചെയ്തു.

ബാങ്ക് ദേശസാൽക്കരണവും പ്രസിഡന്റ് തെരഞ്ഞെടുപ്പിൽ സിൻഡിക്കേറ്റ് സ്ഥാനാർത്ഥിക്കെതിരെ നേടിയ വിജയവും പ്രധാനപ്പെട്ടതാണെങ്കിലും സാമ്പത്തിക കുഴപ്പത്തിൽ നിന്ന് അത് രാജ്യത്തെ കരകയറ്റുകയോ ഇന്ത്യൻ ജനത ആഭിമുഖീകരിക്കുന്ന ഏതെങ്കിലുമൊരു മൗലിക പ്രശ്നം പരിഹരിക്കുകയോ ചെയ്യുകയില്ലെന്ന് പാർട്ടി വ്യക്തമാക്കി. വിദേശ ബാങ്കുകൾ ദേശസാൽക്കരിക്കുക പൊതുമേഖലാ വിപുലമാക്കുക, കുത്തകകളുടെ ലാഭം നിയന്ത്രിക്കുക, ശീഘ്രഗതിയിലുള്ള വ്യവസായ വികസനത്തിനും കാർഷികമേഖല മെച്ചപ്പെടുത്തുന്നതിനും സഹായിക്കും വിധത്തിൽ നാലാം പഞ്ചവത്സര പദ്ധതിയുടെ ദിശ തിരിച്ചുവിടുക, വിദേശവ്യാപാരം ഏറ്റെടുക്കുക ശരിയായ ഭൂപരിഷ്കരണമേർപ്പെടുത്തുക, വിദേശ വായ്പയിൻമേലുള്ള ആശ്രിതത്വം അവസാനിപ്പിക്കുക തുടങ്ങി ദൂരവ്യാപകമായ ഫലമുളവാക്കുന്ന സമൂല നടപടികൾ കൈക്കൊള്ളണമെന്ന് പാർട്ടി ഗവൺമെന്റിനോട് ആവശ്യപ്പെട്ടു. ഇന്ത്യാ ഗവൺമെന്റിന്റെ വിദേശനയത്തിൽ പുരോഗനപരമായ മാറ്റം വരുത്തണമെന്നും പാർട്ടി ആവശ്യപ്പെട്ടു. ആ നയം എല്ലാ സാമ്രാജ്യത്വ വിരുദ്ധ നീക്കങ്ങൾക്കും നടപടികൾക്കും പിന്തുണ നൽകുന്നതും സാമ്രാജ്യത്വത്തിനെതിരെ നിർണായക നിലപാട് കൈക്കൊള്ളുന്നതുമായിരിക്കണം.. ദക്ഷിണവിയത്നാമിലെ വിപ്ലവ ഗവൺമെന്റിനെയും ജർമൻ ജനാധിപത്യ റിപ്പബ്ളിക്കിനെയും അംഗീകരിക്കണമെന്ന് പാർട്ടി ആവശ്യപ്പെട്ടു.

ആ സമയത്ത് വർഗസമരം മൂർഛിക്കുകയായിരുന്നു. സിൻഡിക്കേറ്റിനെ പരാജയപ്പെടുത്തുന്നതിനും കോൺഗ്രസ് പാർട്ടിയുടെ ചാഞ്ചാട്ടങ്ങൾ അവസാനിപ്പിക്കുന്നതിനും ജനങ്ങളുടെ യോജിച്ച ശക്തി ആവശ്യമായിരുന്നു. അപ്പോൾ കോൺഗ്രസിനോട് കൂട്ടുചേർന്ന് സി പി ഐ (1969 ഒക്ടോബറിൽ) കേരളത്തിലെ ഐക്യമുന്നണി ഗവൺമെന്റിനെ താഴത്തിറക്കി, പശ്ചിമബംഗാളിലും സി പി ഐ ബംഗ്ലാകോൺഗ്ര

സിനോടും മറ്റ് പാർട്ടികളോടും ചേർന്ന് ക്രമസമാധാന പ്രശ്നമുയർത്തി. ഐക്യമുന്നണി ഗവൺമെന്റിനെ കരിതേച്ചു കാണിക്കുകയെന്നതായിരുന്നു ലക്ഷ്യം. രണ്ടാം ഐക്യമുന്നണി ഗവൺമെന്റിനെയും പതിമൂന്ന് മാസത്തിലധികം പ്രവർത്തിക്കാൻ അനുവദിച്ചില്ല. അതിനിടയിൽ അവിടെ കേന്ദ്ര ഗവൺമെന്റ് പ്രസിഡന്റ് ഭരണം അടിച്ചേൽപ്പിച്ചു. ഐക്യമുന്നണിയിലെ ഏറ്റവും വലിയ പാർട്ടിയായ, 83 എം എൽ എ മാരുള്ള, ഞങ്ങളുടെ പാർട്ടിയെ മന്ത്രിസഭ രൂപീകരിക്കാൻ ക്ഷണിക്കണമെന്നും ഭൂരിപക്ഷം നിയമസഭയിൽ പരീക്ഷിക്കാമെന്നുമുള്ള ഞങ്ങളുടെ ആവശ്യം തള്ളിക്കളഞ്ഞുകൊണ്ടാണ് രാഷ്ട്രപതിഭരണം ഏർപ്പെടുത്തിയത്.. ഗവർണർ ഭരണം അടിച്ചേൽപ്പിച്ചതിനും ബൂർഷ്വ–ഭൂപ്രഭു വർഗങ്ങളുടെ ഗൂഢാലോചനക്കും എതിരെ പോരാടുന്നതിനുപകരം സി പി ഐ (എം) നെതിരെ വിഷലിപ്തമായ പ്രചാരണം നടത്തുന്നതിലായിരുന്നു സി പി ഐ മുഴുവൻ ശ്രദ്ധയും കേന്ദ്രീകരിച്ചത്. കടുത്ത അടിച്ചമർത്തലുകളെ നേരിട്ട് കൊണ്ടുതന്നെ ഞങ്ങളുടെ പാർട്ടി തൊഴിലാളികളെയും കൃഷിക്കാരെയും ഇടത്തരക്കാരെയും ഫലപ്രദമായി സംഘടിപ്പിച്ചു. അങ്ങനെ ഗവർണർ ഭരണത്തിൽ പ്രതിഷേധിച്ചു. നിയമസഭ പിരിച്ചുവിട്ട് ഇടക്കാല തെരഞ്ഞെടുപ്പിന് ഉത്തരവിടണമെന്ന് ആവശ്യപ്പെട്ടു. ആയിരക്കണക്കിന് ജനങ്ങൾ പാർട്ടി ആഹ്വാനത്തിനനുകൂലമായി പ്രതികരിച്ചു.

1967–69 കാലഘട്ടം സംഭവബഹുലമായിരുന്നു ബഹുജനസമരങ്ങൾ ഇരമ്പിക്കയറി. രാഷ്ട്രീയരംഗമാകെ അതിവേഗം മാറി. കമ്യൂണിസ്റ്റ് പ്രസ്ഥാനം ശക്തമായ സംസ്ഥാനങ്ങളെ സംബന്ധിച്ചിടത്തോളം ഇത് വളരെയധികം പ്രകടമായി. പശ്ചിമബംഗാളിൽ കർഷകസമരങ്ങൾ വൻതോതിൽ വളർന്നു. ആ സമരങ്ങൾക്ക് പാർട്ടി നേതൃത്വം നൽകി. തൽഫലമായി ബംഗാൾ ഗ്രാമങ്ങൾ പാർട്ടിയുടെ ശക്തികേന്ദ്രങ്ങളായി വളർന്നു.

നാട്ടിൻപുറങ്ങളിലെ മുന്നേറ്റം മുഖ്യമായും ഭൂമി എന്ന കേന്ദ്രമുദ്രാവാക്യത്തെ ആസ്പദമാക്കിയായിരുന്നു. ഈ സമരങ്ങൾ വളർന്നുവരാനിടയാക്കിയത് ചുരുങ്ങിയ കാലം നിലനിന്ന രണ്ട് ഐക്യമുന്നണി ഗവൺമെന്റുകളാണ്. ജോത്തേദാർമാർക്കും ഭൂപ്രഭുക്കൾക്കുമെതിരെ ദ്വിമുഖാക്രമണം നടന്നു – ഒരു ഭാഗത്തുകൂടെ ഈ ഗവൺമെന്റുകളും മറുഭാഗത്തുകൂടി കർഷക പ്രസ്ഥാനവും. ഇത് ഭൂരഹിതർക്കും നാട്ടിൻപുറത്തെ പട്ടിണിപ്പാവങ്ങളുടെ മറ്റ് വിഭാഗങ്ങൾക്കും ഇടയിൽ പുതിയൊരു ആത്മവിശ്വാസം ജനിപ്പിച്ചു. ഈ പശ്ചാത്തലത്തിലാണ് ഈ സമരങ്ങളിൽ നമ്മുടെ ഒരു കൂട്ടം നേതാക്കൾ നൽകിയ സുപ്രധാന സംഭാവന നാം കണക്കിലെടുക്കേണ്ടത്. അവരിൽ ഏറ്റവും ശ്രദ്ധേയനാണ് ഹരേകൃഷ്ണ കോനാർ.

ആദ്യത്തെ ഐക്യമുന്നണി ഗവൺമെന്റിന്റെ കാലത്തു തന്നെ 40 ലക്ഷം ബീഗാസ് മിച്ചഭൂമി കണ്ടെത്താൻ കർഷക പ്രസ്ഥാനത്തിനു കഴിഞ്ഞു. അതിൽ സുമാർ 18 ലക്ഷം ബീഗാസ് നാട്ടിൻപുറത്തെ പട്ടണിപ്പാ

വങ്ങൾക്കിടയിൽ വിതരണം ചെയ്തു. നിലവിലുള്ള ഭൂപരിധി നിയമത്തിൽ നിന്നൊഴിഞ്ഞുമാറുന്നതിന് ഭൂമികളെ കൈമാറ്റം നടത്തുന്നതിനെതിരെയും സമരങ്ങൾ സംഘടിപ്പിച്ചു. ഈ സമരത്തിന്റെ പ്രത്യേകത അത് സംസ്ഥാനത്തിന്റെ എല്ലാ ഭാഗങ്ങളിലും പടർന്നു പിടിച്ചില്ല എന്നതാണ്. കൂടുതൽ പ്രകടമായത് കർഷക പ്രസ്ഥാനം ശക്തമായ പ്രദേശങ്ങളിൽ, പ്രത്യേകിച്ചും 24 പർഗാനയിൽ, ആയിരുന്നു.

ആദ്യത്തെ ഐക്യമുന്നണി ഗവൺമെന്റിനെ കേന്ദ്രം പിരിച്ചുവിട്ടു. പി ഡി എഫ് ഗവൺമെന്റിനെ അധികാരത്തിലേറ്റി. ആ പശ്ചാത്തലത്തിൽ ഐക്യമുന്നണി ഭരണകാലത്തെ നേട്ടങ്ങൾ സംരക്ഷിച്ചുകൊണ്ട് ഒരു വശത്ത് കർഷകപ്രസ്ഥാനം മുന്നേറി. മറുവശത്ത് പുതിയ മേഖലകളിലേക്ക് കർഷക സമരങ്ങൾ വ്യാപിച്ചു. ഒട്ടേറെ ജില്ലകളിൽ ശക്തമായ ഭൂസമരങ്ങൾ വളർന്നുവന്നു.

ഈ സമരങ്ങളുടെ ഫലം നിയമസഭാ തെരഞ്ഞെടുപ്പിൽ കാണാൻ കഴിഞ്ഞു. സഭയിൽ പാർട്ടിയുടെ സാന്നിദ്ധ്യം ഏതാണ്ട് ഇരട്ടിച്ചു. ഇത് സംസ്ഥാന വ്യാപകമായ അതിശക്തമായൊരു ഭൂസമരത്തിന് തിരികൊളുത്തി. കൃഷിക്കാർ ഭൂമി പിടിച്ചെടുക്കുകയും കൃഷിചെയ്യുകയും മാത്രമല്ല ചെയ്തത്. വിളവ് കാത്തുരക്ഷിക്കുന്നതിന് ഉശിരൻ സമരങ്ങളും നടത്തി. ഈ ഘട്ടത്തിൽ 2,32,000 ഏക്കർ ഭൂമി പിടിച്ചെടുക്കുകയും ഭൂരഹിതരോ നാമമാത്ര കൃഷിക്കാരോ ആയ 2,38,000 പേർക്കിടയിൽ വിതരണം നടത്തുകയും ചെയ്തു. ഇതിനു പുറമെ 1,50,000 ഏക്കർ ബിനാമി ഭൂമി കണ്ടുപിടിച്ച് ഗവൺമെന്റിന്റെ പക്കൽ നിക്ഷിപ്തമാക്കി. 70–80 ലക്ഷം മോണ്ട് ഉൽപ്പന്നങ്ങൾ സംരക്ഷിച്ചെടുക്കാനും ഈ ഘട്ടത്തിൽ കർഷക പ്രസ്ഥാനത്തിനുകഴിഞ്ഞു.

പിന്നീട് രണ്ടാം ഐക്യമുന്നണി ഗവൺമെന്റിനെ പിരിച്ചുവിട്ടതിനെ തുടർന്ന് അരങ്ങേറിയ അർധഫാസിസ്റ്റ് ഭീകരവാഴ്ചയുടേതായ ഘട്ടത്തിൽ, നേരത്തേ പുനർവിതരണം ചെയ്ത ഭൂമിയുടെ ഉടമാവകാശം വീണ്ടെടുക്കാൻ ഗ്രാമീണ ബംഗാളിലെ പിന്തിരിപ്പൻ ശക്തികൾ തങ്ങൾക്കാവുന്നതൊക്കെ ചെയ്തു. എങ്കിലും ശക്തമായ കർഷക പ്രസ്ഥാനത്തിനുകീഴീൽ അണിനിരന്ന പട്ടിണിപ്പാവങ്ങളും ഭൂരഹിതരും അങ്ങേയറ്റത്തെ ഭീകരതയെ നേരിട്ട് ഈ നീക്കങ്ങളെ ചെറുത്തു. ഭൂവുടമകൾക്ക് ഭാഗികമായി വിജയിക്കാനേ കഴിഞ്ഞുള്ളൂ.

1970 ൽ കേരളാ നിയമസഭയിലേക്കു നടന്ന ഇടക്കാല തെരഞ്ഞെടുപ്പിൽ കോൺഗ്രസ്, സി പി ഐ, പി എസ് പി, ആർ എസ് പി, മുസ്ലീം ലീഗ് എന്നിവയുൾപ്പെട്ട ഐക്യജനാധിപത്യ മുന്നണിക്ക് ഭൂരിപക്ഷം കിട്ടി. 1967 ൽ ഊട്ടിയുണ്ടാക്കിയ ഐക്യമുന്നണിയിലെ ഘടകകക്ഷികൾക്കിടയിൽ ആഴമേറിയ പിളർപ്പുണ്ടാക്കാൻ സി പി ഐ നേതൃത്വത്തിലുള്ള കുറുമുന്നണിയുമായി കോൺഗ്രസ് നടത്തിയ ഗൂഡാലോചന വിജയിച്ചതിന്റെ ഫലമായാണ് യു ഡി എഫിന് ഭൂരിപക്ഷം കിട്ടിയത്. ഞങ്ങളുടെ പാർട്ടി രൂപീകരിച്ച തെരഞ്ഞെടുപ്പു മുന്നണിയിൽ ഞങ്ങളെക്കൂടാതെ

എസ് എസ് പി, ഐ എസ് പി, കെ എസ് പി, കെ ടി പി എന്നിവയും സ്വതന്ത്രരുമാണുണ്ടായിരുന്നത്. ഈ മുന്നണിക്ക് 30 ലക്ഷം വോട്ടുകിട്ടി. 1967 മായി താരതമ്യപ്പെടുത്തുമ്പോൾ ഞങ്ങളുടെ സഖ്യത്തിന് ഒമ്പതു ലക്ഷം വോട്ട് കൂടുതൽ കിട്ടി. കുറുമുന്നണി സഖ്യശക്തികൾക്ക് മൊത്തം 17 ലക്ഷം വോട്ടേ കിട്ടിയുള്ളൂ. സംസ്ഥാനത്തെ ഏറ്റവും വലിയ ഒറ്റ രാഷ്ട്രീയ ശക്തി എന്ന സ്ഥാനം ഞങ്ങളുടെ പാർട്ടി നിലനിർത്തി. ഞങ്ങളുടെ പാർട്ടിക്ക് അതിന്റെ സഖ്യശക്തികളോടൊപ്പം നിയമസഭയിൽ 49 സീറ്റും 40 ശനമാനം വോട്ടും കിട്ടി.

1971 ൽ നടന്ന പാർലമെന്റ് തെരഞ്ഞെടുപ്പിൽ ഭരണ കോൺഗ്രസ് തകർപ്പൻ വിജയം നേടി. അവർക്ക് പാർലമെന്റിൽ മൂന്നിൽ രണ്ട് ഭൂരിപക്ഷം കിട്ടി. പിരിച്ചുവിട്ട പാർലമെന്റിൽ 135 സീറ്റ് ഉണ്ടായിരുന്ന സിൻഡിക്കേറ്റ്, ജനസംഘം, സ്വതന്ത്രാ എന്നീ അങ്ങേയറ്റത്തെ വലതുപക്ഷ പാർട്ടികളുടെ സീറ്റ് 46 ആയി ചുരുങ്ങി. പിരിച്ചുവിട്ട അതേ സഭയിൽതന്നെ സി പി ഐ, പി എസ് പി, എസ് എസ് പി, ആർ എസ് പി എന്നീ പാർട്ടികൾക്കെല്ലാം ചേർന്ന് 62 സീറ്റുണ്ടായിരുന്നത് 32 ആയി കുറഞ്ഞു. അതിൽതന്നെ 24 എണ്ണം സി പി ഐ കരസ്ഥമാക്കിയതാണ്. അവർക്കുതന്നെ അത്രയും സീറ്റ് കിട്ടിയതാവട്ടെ, കോൺഗ്രസുമായി സഖ്യത്തിലേർപ്പെട്ടതുകൊണ്ടാണുതാനും.

സി പി ഐ (എം) മാത്രമായിരുന്നു പരിക്കൊന്നും കൂടാതെ രക്ഷപ്പെട്ടത്. തെരഞ്ഞെടുപ്പിൽ ഒട്ടേറെ പ്രതിബന്ധങ്ങളെ നേരിടേണ്ടിവന്നുവെങ്കിലും ലോകസഭയിലെ ഏറ്റവും വലിയ പ്രതിപക്ഷ ഗ്രൂപ്പായി അതുയർന്നു. സഭയിലെ അതിന്റെ അംഗസംഖ്യ 19 ൽ നിന്ന് 25 ആയി വർധിച്ചു. പശ്ചിമബംഗാൾ, കേരളം, ത്രിപുര, എന്നീ സംസ്ഥാനങ്ങളിലെ ജനങ്ങളുടെ മുമ്പിൽ സി പി ഐ (എം) പ്രവർത്തനക്ഷമമായ ഒരു ബദൽ വിജയമുണ്ടായത് പശ്ചിമബംഗാളിലാണ്. സംസ്ഥാനത്തെ നാൽപത് പാർലമെന്റ് സീറ്റുകളിൽ ഇരുപതെണ്ണം പാർട്ടിക്ക് കിട്ടി. കോൺഗ്രസിന് പതിമൂന്നും അവരുടെ പിന്തുണയോടെ സി പി ഐ ക്ക് മൂന്നും സീറ്റ് കിട്ടി. പി എസ് പി, ആർ എസ് പി, ബംഗ്ലാ കോൺഗ്രസ്, മുസ്ലീം ലീഗ് എന്നീ പാർട്ടികൾ ഓരോ സീറ്റിൽ വിജയിച്ചു.

പശ്ചിമബംഗാൾ നിയമസഭാ തെരഞ്ഞെടുപ്പിൽ പാർട്ടിക്ക് സ്വന്തമായി 115 സീറ്റ് ലഭിച്ചു. കോൺഗ്രസിന് ലഭിച്ചത് 105. ഈ തെരഞ്ഞെടുപ്പിൽ പശ്ചിമബംഗാളിൽ ഞങ്ങളുടെ നില വളരെയധികം മെച്ചപ്പെട്ടു. 1967 ൽ കോൺഗ്രസ് വിരുദ്ധ ജനാധിപത്യ ശക്തികൾ രണ്ട് ഐക്യമുന്നണികളിലായി വിഭജിച്ച് കിടക്കുകയായിരുന്നു – അന്ന് പാർട്ടി 44 സീറ്റിൽ വിജയിച്ചു. 1969 ൽ കോൺഗ്രസിനെതിരെ ഒറ്റ ഐക്യമുന്നണി മാത്രമുണ്ടായപ്പോൾ ഞങ്ങൾക്ക് 83 സീറ്റ് കിട്ടി. 1971 ൽ സി പി ഐ ഐക്യമുന്നണി തകർക്കുകയും ഞങ്ങളെ പരാജയപ്പെടുത്താൻ കോൺഗ്രസുമായി കൈകോർത്ത് പിടിക്കുകയും ചെയ്തപ്പോൾ ഞങ്ങൾ സ്വന്തമായി 115 സീറ്റ് കരസ്ഥമാക്കി. ഞങ്ങളുടെ സഖ്യശക്തികൾക്ക് പത്ത് സീറ്റും. 61

നിയോജകമണ്ഡലങ്ങളിൽ വോട്ടിന്റെ കാര്യത്തിൽ കേവല ഭൂരിപക്ഷവും 125 മണ്ഡലങ്ങളിൽ 40.1 ശതമാനമോ അതിൽ കൂടുതലോ വോട്ടും ലഭിച്ചു. ഞങ്ങളുടെ വോട്ടിന്റെ ശതമാനം 1967 ൽ 18 ആയിരുന്നത് 1971 ൽ 35 ആയി.

ഒരു സാധാരണ തെരഞ്ഞെടുപ്പായിരുന്നില്ല പശ്ചിമബംഗാളിലേത്. ഗവർണർ ഭരണകാലത്ത് നൂറുകണക്കിന് സജീവ പ്രവർത്തകർ ഗുണ്ടകളുടെ കടന്നാക്രമണങ്ങൾക്കോ പോലീസിന്റെ വെടിയുണ്ടകൾക്കോ ഇരയായി. തെരഞ്ഞെടുപ്പ് പ്രചാരണാർത്ഥം പല പ്രദേശങ്ങളിലും കടക്കാൻ ഞങ്ങളുടെ പ്രവർത്തകരെ ഗുണ്ടകൾ അനുവദിച്ചില്ല. ഇവർക്ക് സഹായത്തിന് പോലീസും കൂടി. പത്രങ്ങളും സി പി ഐ, ഫോർവേഡ് ബ്ലോക്ക്, ബംഗ്ലാ കോൺഗ്രസ് എന്നിവയുൾപ്പെടെ മിക്ക പാർട്ടികളും ഞങ്ങൾക്കെതിരെ അപവാദം പ്രചരിപ്പിക്കുന്നതിൽ ഒന്നിച്ചുനിന്നു.

കേരളത്തിൽ 19 ലോകസഭാ മണ്ഡലങ്ങളിലേക്കാണ് തെരഞ്ഞെടുപ്പ് നടന്നത്. സർവ പാർട്ടികളും ഞങ്ങൾക്കെതിരെ ഒന്നിച്ചു. 1971 മാർച്ചിൽ കോൺഗ്രസിനനുകൂലമായി പൊതുവായ ഒരു നീക്കമുണ്ടായെങ്കിലും പാർട്ടി 41 ശതമാനം സമ്മതിദായകരുടെ പിന്തുണ നിലനിർത്തി, രണ്ട് സീറ്റിലേ ജയിക്കാൻ കഴിഞ്ഞുള്ളൂ. ഞങ്ങളുടെ പിന്തുണയോടെ ഒരു സ്വതന്ത്രനും ജയിച്ചു. ബാക്കിയുള്ള പതിനാറ് സീറ്റുകളിൽ മറ്റ് പാർട്ടി സ്ഥാനാർത്ഥികൾ വിജയം വരിച്ചു. മറ്റ് പാർട്ടികളെല്ലാം ചേർന്ന് നടത്തിയ ആഞ്ഞടിയെ നേരിടാനും കേരളത്തിലെ ബഹുജനാടിത്തറ നിലനിർത്താനും പാർട്ടിക്ക് കഴിഞ്ഞു. വ്യവസായ തൊഴിലാളികളുടെ പണിമുടക്കും കർഷകതൊഴിലാളി സമരങ്ങളും ഉൾപ്പെടെ ബഹുജനസമരങ്ങൾ നടത്തിയതിന്റെ ഫലമായിട്ടാണ് വോട്ടിന്റെ ശതമാനം കൂടിയതെന്ന് പാർട്ടി വിലയിരുത്തി. തങ്ങൾക്ക് വോട്ട് ചെയ്തവരിൽ ഏറിയകൂറും കർഷകതൊഴിലാളികളും നാട്ടിൻപുറത്തെയും പട്ടണപ്രദേശത്തെയും പട്ടിണിപ്പാവങ്ങളും തൊഴിലാളികളുമാണെന്ന നിഗമനത്തിൽ പാർട്ടി ചെന്നെത്തി.

ത്രിപുരയിലെ രണ്ട് സീറ്റിലും പാർട്ടി വിജയിച്ചു. 42 ശതമാനം വോട്ടും നേടി.

വലതുപക്ഷ പാർട്ടികളുടെ മഹാസഖ്യം രാജ്യത്തിന്റെ ഐക്യത്തിന് ഭീഷണിയാണെന്ന് പ്രചരിപ്പിച്ചതുകൊണ്ടാണ് 1971 ലെ പാർലമെന്റ് തെരഞ്ഞെടുപ്പിൽ ഇന്ദിരാഗാന്ധിക്ക് അഭൂതപൂർവമായ വിജയം കരസ്ഥമാക്കാൻ കഴിഞ്ഞത്. ഈ പാർട്ടികളുടെ വർഗീയ സാമുദായിക വീക്ഷണം തുറന്നുകാട്ടുന്നതിൽ അവർ വിജയിച്ചു. രണ്ട് വൻ ബൂർഷ്വ കൂട്ടുകെട്ടുകളാണ് തെരഞ്ഞെടുപ്പിൽ മുഖ്യമായും ഏറ്റുമുട്ടിയത്. കൂടാതെ ബാങ്ക് ദേശസാൽക്കരണം, പ്രിവിപെഴ്സ് നിർത്തലാക്കൽ അദിയായ നടപടികൾ കൈകൊണ്ട്, കോൺഗ്രസ് പാർട്ടിയെ സംബന്ധിച്ച് ഒരു ഉൽപതിഷ്ണു പ്രതിച്ഛായ സമ്മതിദായകർക്കിടയിൽ സൃഷ്ടിച്ചെടുക്കുന്നതിന് ഇന്ദിരാഗാന്ധിക്ക് സാധിച്ചു. പാർട്ടിയുടെയും ജനാധിപത്യപ്രസ്ഥാനത്തിന്റെയും

ദൗർബല്യവും കോൺഗ്രസിന്റെ വിജയത്തിന് ചെറുതല്ലാത്ത സംഭാവ നൽകി. ഇടതുപക്ഷ ശക്തികൾക്ക് ഒരു ഐക്യമുന്നണി രൂപീകരിക്കാൻ കഴിഞ്ഞില്ല. സി പി ഐ സഹായത്തോടെ പടിപടിയായി ഇടതുപക്ഷ ജനാധിപത്യ ഐക്യം കോൺഗ്രസ് ശിഥിലമാക്കി.

1971 ലെ പാർലമെന്റ് തെരഞ്ഞെടുപ്പിന്റെയും ബംഗ്ലാദേശ് സ്വാതന്ത്ര്യ സമരത്തിന്റെ വിജയകരമായ പരിസമാപ്തിയുടെയും പശ്ചാത്തലത്തി ലുണ്ടായ പ്രധാനപ്പെട്ടൊരു സംഭവവികാസമാണ് 1972 ലെ നിയമസഭാ തെരഞ്ഞെടുപ്പുകളിൽ ഇന്ദിരാകോൺഗ്രസിനുണ്ടായ വിജയം. മിക്കവാറും എല്ലാ സംസ്ഥാനങ്ങളിലും ബഹുഭൂരിപക്ഷവും പാർലമെന്റ് തെരഞ്ഞെ ടുപ്പിൽ വിജയവും കരസ്ഥമാക്കിയ കോൺഗ്രസ് പാർട്ടി, 1967 നു മുമ്പെ ന്നപോലെ രാജ്യത്ത് അധികാരക്കുത്തക സ്ഥാപിച്ചു. ഇടതുപക്ഷ ഐക്യ ത്തിന്റെ ശിഥിലീകരണം, ഇടതുപക്ഷത്തുനിന്ന് കാര്യമായൊരു വെല്ലു വിളി ഉയർന്നുവരായ്ക, വിജയകരമായ ഇന്ത്യാ-പാക് യുദ്ധത്തിന്റെ നേട്ടം, ദേശീയ വികാരത്തെയും സാമ്രാജ്യത്വവിരുദ്ധ വികാരത്തെയും തങ്ങൾക്ക നുകൂലമായി തിരിച്ചുവിടാൻ കഴിഞ്ഞത്— ഇവയെല്ലാം പശ്ചിമബംഗാളും ത്രിപുരയുമൊഴികെ മറ്റെല്ലാ സംസ്ഥാനങ്ങളിലും വൻ ഭൂരിപക്ഷം കര സ്ഥമാക്കാൻ ഭരണ കോൺഗ്രസിനെ സഹായിച്ചു.

1972 ലെ പശ്ചിമബംഗാൾ നിയമസഭാ തെരഞ്ഞെടുപ്പിന്റെ കഥ അസാ ധാരണമായിരുന്നു. കോൺഗ്രസ് പാർട്ടിയുടെ വികൃതമുഖം ആ തെരഞ്ഞെടുപ്പ് അനാവരണം ചെയ്തു. പോലീസിന്റെയും സി ആർ പി യുടെയും ഭരണയന്ത്രത്തിന്റെയാകെയും സമ്പൂർണ്ണ പിന്തുണയോടെ കോൺഗ്രസുകാരും സാമൂഹ്യവിരുദ്ധരും നടത്തിയ കടന്നാക്രമണങ്ങളെ ജനങ്ങൾക്ക് നേരിടേണ്ടിവന്നു. ഞങ്ങൾക്കെതിരെ അഴിച്ചുവിട്ട അർദ്ധ ഫാസിസ്റ്റ് ഭീകരവാഴ്ചയുടെ ഫലമായി പാർട്ടിയുടെ 650 ൽ പരം കേഡർമാർ കൊല്ലപ്പെട്ടു. ആയിരക്കണക്കിന് പേർ തടവറക്കുള്ളിലായി. മൃഗീയമായ ഈ ഭീകരവാഴ്ചക്കിടയിലും ഇടതുപക്ഷമുന്നണി സ്ഥാനാർത്ഥികൾക്ക് 45 ലക്ഷം വോട്ടു കിട്ടി. 50 നിയോജകമണ്ഡലങ്ങ ളിൽ പതിനായിരക്കണക്കിന് വോട്ടർമാരെ വോട്ടുചെയ്യാൻ അനുവദിക്കാ തിരുന്നിട്ടുപോലുമാണ് ഇത്രയും കിട്ടിയത്. തെരഞ്ഞെടുപ്പിൽ നഗ്നമായ കൃത്രിമം നടന്നു. ഭരണയന്ത്രത്തിന്റെ സജീവ പിന്തുണയോടെ കോൺഗ്ര സുകാർ പലതരം തിരിമറികളും നടത്തി. അങ്ങനെ 216 സീറ്റിൽ കോൺഗ്ര സുകാർ വിജയിച്ചതായി പ്രഖ്യാപനമുണ്ടായി. പാർട്ടിക്ക് 14 സീറ്റേ കിട്ടി യുള്ളൂ. പാർട്ടിയുടെ സഖ്യശക്തികൾക്ക് ആറും. പൂർണമായും നിയമ സാധുതയില്ലാത്തതെന്ന് പറഞ്ഞ് പാർട്ടി തെരഞ്ഞെടുപ്പിനെ തള്ളിക്ക ളഞ്ഞു. തുടർന്ന് കാലാവധി മുഴുവൻ പാർട്ടി നിയമസഭ ബഹിഷ്കരിച്ചു ഇത് പശ്ചിമബംഗാളിൽ മാത്രമല്ല രാജ്യത്തൊട്ടാകെ കോൺഗ്രസിന്റെ അമിതാധികാര മുഖം തുറന്നുകാട്ടി.

1972 ലെ നിയമസഭാ തെരഞ്ഞെടുപ്പിന്റെ ഫലമെന്തായിരുന്നു? 1971 ൽ പാർലമെന്റിൽ കിട്ടിയ വൻ ഭൂരിപക്ഷവും സംസ്ഥാന നിയമസഭാ

തെരഞ്ഞെടുപ്പുകളിലെ തകർപ്പൻ വിജയവും മൂലം ഇടതുപക്ഷത്തുനിന്ന് കോൺഗ്രസിന് കാര്യമായ എതിർപ്പൊന്നും നേരിടേണ്ടിവന്നില്ല. ഈ സംഭവവികാസത്തിൽ ഏക കക്ഷി സ്വേച്ഛാധിപത്യം, സംസ്ഥാനങ്ങളുടെ അവകാശങ്ങളിൻമേലും അധികാരങ്ങളിൻമേലും കൂടുതൽ ശക്തമായ കടന്നാക്രമണം, കേന്ദ്രത്തിന്റെ കൈകളിൽ കൂടുതൽ അധികാരങ്ങൾ കേന്ദ്രീകരിക്കൽ എന്നീ ആപത്തുകൾ ഒളിഞ്ഞിരിക്കുന്നത് പാർട്ടി കണ്ടു.

14

ഒമ്പതാം കോൺഗ്രസ്

ആയിരത്തിത്തൊള്ളായിരത്തി എഴുപത്തിരണ്ട് ജൂൺ-ജൂലായിൽ ഒമ്പതാം കോൺഗ്രസ് മധുരയിൽ ചേർന്നു. എട്ടാം കോൺഗ്രസിനുശേഷമുള്ള മൂന്നരവർഷത്തെ പ്രവർത്തനഫലം കോൺഗ്രസ് വിലയിരുത്തി. പാർട്ടിയുടെ നേതൃത്വത്തിലുള്ള ഐക്യമുന്നണി ഗവൺമെന്റുകളുടെ ഉയർച്ചയും തകർച്ചയും, ഭരണകക്ഷിയിലെ പിളർപ്പ്, ഇടതുപക്ഷ ഐക്യത്തിന്റെ ശിഥിലീകരണം, പാർലമെന്റിൽ ഇന്ദിരാകോൺഗ്രസിന്റെ വിജയം, ഇന്ത്യാ പാക് യുദ്ധത്തിൽ ബംഗ്ലാദേശ് ജനതയുടെ വിജയം, 1972 ലെ നിയമസഭാ തെരഞ്ഞെടുപ്പുഫലം-ഇവയെല്ലാം അവലോകനം ചെയ്തു. സാമ്പത്തികക്കുഴപ്പത്തിന് ആഴമേറിക്കൊണ്ടിരിക്കുകയാണെന്ന വസ്തുതക്ക് കോൺഗ്രസ് അടിവരയിട്ടു. എട്ടാം കോൺഗ്രസിനുശേഷം രാജ്യത്ത് കഷ്ടപ്പാടുകളും തൊഴിലില്ലായ്മയും പെരുകി. വിവിധ വിഭാഗം ജനങ്ങൾ അസാധാരണമാം വിധം സ്വയമേവ സമരത്തിനിറങ്ങി. സാമ്പത്തിക പ്രശ്നങ്ങളെ മുൻനിർത്തി സംഘടിതസമരങ്ങളും നടന്നു. പാർട്ടി അതിന്റെ സഖ്യശക്തികളോടൊപ്പം പതിനായിരക്കണക്കിന് ജനങ്ങൾ പങ്കെടുത്ത രാഷ്ട്രീയ സമരങ്ങൾക്കും പ്രക്ഷോഭങ്ങൾക്കും പ്രവർത്തനങ്ങൾക്കും നേതൃത്വം നൽകി. ആർത്തിരമ്പിവരുന്ന ജനരോഷം തടയാൻ ഭരണകോൺഗ്രസ് വ്യാപകമായ നിലയിൽ അടിച്ചമർത്തൽ നടപടികൾ അവലംബിച്ചു. കോൺഗ്രസ് പാർട്ടിയുടെ അമിതാധികാരത്തിന്റെയും ഏകാധിപത്യത്തിന്റെയും വളർന്നുവരുന്ന ആപത്ത് തുറന്നുകാട്ടാനും അതിനെതിരെ പോരാടാനും പാർട്ടികോൺഗ്രസ് ആഹ്വാനം നൽകി.

മൗലികമായി പാർട്ടിയുടെ നയം ശരിയായിരുന്നുവെങ്കിലും സിൻഡിക്കേറ്റിന്റെ ശക്തിയെ പാർട്ടി അമിതമായും അതിശയോക്തിപരമായും ചിത്രികരിച്ചു. കോൺഗ്രസിലെ പിളർപ്പിനെക്കുറിച്ചുള്ള പാർട്ടിയുടെ വിലയിരുത്തൽ പരിശോധിച്ചതിനുശേഷം ഒമ്പതാം കോൺഗ്രസ് ഇങ്ങനെ

യൊരു നിഗമനത്തിൽ ചെന്നെത്തി. വലതുപക്ഷ അട്ടിമറിയുടെ ആപത്ത് യാഥാർത്ഥ്യമല്ലാതായിത്തീർന്നു എന്ന് മനസിലാക്കുന്നതിൽ കേന്ദ്രനേതൃത്വം മന്ദഗതിയിലായിപ്പോയി.

'പ്രതിസന്ധി' എന്ന സങ്കൽപ്പനവും ഒരു പ്രത്യേക രാഷ്ട്രീയ പരിതഃസ്ഥിതി വിശദീകരിക്കുന്നതിനുള്ള അതിന്റെ ഉപയോഗവും സംബന്ധിച്ചായിരുന്നു മറ്റൊരു സുപ്രധാന സൈദ്ധാന്തിക ചർച്ച ഒമ്പതാം കോൺഗ്രസിൽ നടന്നത്. 1967 മുതൽ പാർട്ടിരേഖകളിൽ ഇന്ത്യയിലെ രാഷ്ട്രീയ പ്രതിസന്ധിയെക്കുറിച്ച് എഴുതാറുണ്ടായിരുന്നു. എന്നാൽ രാഷ്ട്രീയ റിപ്പോർട്ടിൽ അതിനെക്കുറിച്ച് യാതൊരു പരാമർശവുമുണ്ടായിരുന്നില്ല. അതെന്തുകൊണ്ടെന്ന പ്രശ്നം 1971 ആഗസ്തിൽ ബാംഗ്ലൂരിൽ ചേർന്ന യോഗത്തിൽ ചില സഖാക്കൾ ഉന്നയിച്ചു.

ഈ പ്രശ്നം പി ബി ചർച്ചചെയ്തു. 'പ്രതിസന്ധി' എന്ന സങ്കൽപനം നിർണയിക്കുന്നതിന്റെ അളവുകോൽ എന്തെന്ന് വ്യക്തമാക്കി. ഒമ്പതാം കോൺഗ്രസിന്റെ രാഷ്ട്രീയ സംഘടനാ റിപ്പോർട്ടിൽ അതുൾക്കൊള്ളിച്ചു അതിൽ പറഞ്ഞു:-

ഇതിനുമുമ്പത്തെ രേഖകളിൽ രാഷ്ട്രീയ പ്രതിസന്ധി എന്ന പദമുപയോഗിച്ചത് ഒരു പ്രത്യേക അർഥത്തിലായിരുന്നു. രാഷ്ട്രീയ പ്രതിസന്ധി ഒരു വിപ്ലവ പ്രതിസന്ധിയായി രൂപാന്തരം പ്രാപിച്ചിട്ടില്ലെന്ന് അവയിൽ പ്രത്യേകം പ്രസ്താവിച്ചിരുന്നു.

സാമ്പത്തിക പ്രതിസന്ധിക്ക് ആഴമേറിവരുംതോറും ബൂർഷ്വാ-ഭൂപ്രഭുവർഗങ്ങളുടെ ദുർഭരണത്തെ ചെറുക്കാനും അതിന് തിരിച്ചടി നൽകാനും ജനങ്ങൾ നിർബന്ധിക്കപ്പെടുകയാണ്. ഭരണവർഗങ്ങളുടെ രാഷ്ട്രീപാർട്ടികളും ഗ്രൂപ്പുകളും അങ്ങേയറ്റം അവതാളത്തിലാണ്. അവർ പരസ്പരം പോരടിക്കുകയാണ്. അവരുടെ പ്രധാന രാഷ്ട്രീയപാർട്ടിയായ കോൺഗ്രസാകട്ടെ— കഴിഞ്ഞ എത്രയോ ദശകങ്ങളിലൂടെ കെട്ടിപ്പടുത്ത പാർട്ടിയാണത് - ശിഥിലമായിക്കൊണ്ടിരിക്കുകയാണ്. വളർന്നുവരുന്ന ബഹുജനസമരങ്ങളുടെയും ജനങ്ങൾക്കിടയിൽ ശക്തിപ്രാപിച്ചുവരുന്ന കോൺഗ്രസ് വിരുദ്ധ മനോഭാവത്തിന്റെയും ഫലമായി ഇടതുപക്ഷ ജനാധിപത്യപാർട്ടികളും ഗ്രൂപ്പുകളും തങ്ങൾക്കിടയിൽ ഐക്യം വളർത്തിയെടുക്കേണ്ടതിന്റെ ആവശ്യകതയും അടിയന്തരസ്വഭാവവും കൂടുതൽ കൂടുതൽ മനസിലാക്കി വരികയാണ്. അങ്ങനെ ചെയ്തെങ്കിൽ മാത്രമേ വളർന്നുവരുന്ന ബഹുജനസമരങ്ങളെ നയിക്കാനും സംസ്ഥാനങ്ങളിൽ കോൺഗ്രസേതര ബദൽ ഗവൺമെന്റുകൾ രൂപീകരിക്കുനും തെരഞ്ഞെടുപ്പിലെ വിജയമുപയോഗിക്കാനും അങ്ങനെ മുന്നേറാനും കഴിയൂ എന്നും അവർക്ക് ബോധ്യമായി വരികയാണ്.

ഈ ഉദ്ധരണിയിൽനിന്ന് വ്യക്തമാകുന്നതുപോലെ രാഷ്ട്രീയ പ്രതിസന്ധി നിർവചിക്കുന്നതിന് ഒട്ടേറെ ഘടകങ്ങൾ ഇവിടെ സൂചിപ്പിച്ചിരിക്കുകയാണ്. സ്വാതന്ത്ര്യലബ്ധിമുതൽ അധികാരക്കുത്തക നിലനിർത്തിയ കോൺഗ്രസിലെ ചേരിപ്പോരിനെക്കുറിച്ച് പ്രത്യേകം സൂചിപ്പി

ക്കേണ്ടിയിരിക്കുന്നു. ഭരണകക്ഷിയുടെ ശിഥിലീകരണം അടിയന്തരമായും രാഷ്ട്രീയ പ്രതിസന്ധിയിലെ ഒരു ഘടകമാവണമെന്നില്ല. എങ്കിലും ഇന്ത്യയിലെ പ്രത്യേക പരിതഃസ്ഥിതിയിൽ— ഇവിടെ കോൺഗ്രസിന്റെ കുത്തകവാഴ്ചയിലൂടെയാണ് സ്വാതന്ത്ര്യലബ്ധിമുതൽ ബൂർഷ്വാ— ഭൂപ്രഭൂവാഴ്ച പ്രകടമായത്— ഇതിന് വലിയ പ്രധാന്യം കൈവന്നു. ഇവിടെ സൂചിപ്പിക്കേണ്ട മറ്റൊരു ഘടകം ഇടതുപക്ഷ ജനാധിപത്യപാർട്ടികൾ ഐക്യത്തിന്റ ആവശ്യകതയും മറ്റും മനസിലാക്കി വരുന്നു എന്നുള്ളതാണ്.

ഈ അർഥത്തിലാണ് രാഷ്ട്രീയ പ്രതിസന്ധിയെ നിർവചിച്ചത്. ഇന്നത്തെ സ്ഥിതിയെന്താണ്? ബൂർഷ്വാ-ഭൂപ്രഭു ഗവൺമെന്റിന്റെ ദുർഭരണത്തെ ജനങ്ങൾ നിശിതമായി എതിർക്കുകയും അതിനെതിരായ പോരാട്ടം തുടരുകയുമാണ്. അതേസമയം കഴിഞ്ഞ തെരഞ്ഞെടുപ്പിൽ ഭരണകക്ഷി സ്വയം ശക്തിപ്പെട്ടു. 1967 ലെ തെരഞ്ഞെടുപ്പിനുശേഷമുള്ള പ്രതിസന്ധിയുടേതായ അവസ്ഥയിലല്ല ഇപ്പോഴത്. മാത്രമല്ല ജനസാമാന്യത്തിന്റ മനോഗതി പോരാട്ടത്തിന്റേതാണെങ്കിലും ഭരണകക്ഷി കുറച്ചുകാലത്തേക്കെങ്കിലും അവരുടെ വോട്ടും വിശ്വാസവും ആർജിക്കുന്നതിൽ വിജയിച്ചിരിക്കുകയാണ്.

മൂന്നാമതായി ഇതേ ഭരണകക്ഷിതന്നെ സമർഥമായ കുത്തിത്തിരിപ്പുകളിലൂടെ ഇടതുപക്ഷ ജനാധിപത്യ ശക്തികളുടെ ഐക്യം തുരങ്കം വെക്കുന്നതിൽ വിജയിച്ചിരിക്കുന്നു. അങ്ങനെ അത് ജനങ്ങളുടെ പ്രഹരശേഷിയെ തകർത്തു; കുത്തിത്തിരിപ്പുകൾ നടത്താനുള്ള തങ്ങളുടെ കഴിവ് കൂട്ടി. ശിഥിലീകരണശക്തികളുടെ ശ്രമം ഒന്നിനൊന്ന് പ്രയാസകരമായിത്തീരുന്നു എന്നതിൽ സംശയമില്ല. എങ്കിലും 1967 നെ അപേക്ഷിച്ച് ഇടതുപക്ഷപാർട്ടികൾ അവതാളത്തിലായിരിക്കുന്നു എന്ന വസ്തുത നിലനിൽക്കുന്നു. അവയിൽ ചിലതാകട്ടെ, ഭരണകക്ഷിക്ക് ചുറ്റും അണിനിരക്കുകപോലും ചെയ്തിരിക്കുന്നു. ഈ പ്രതിഭാസം എത്രത്തോളം താൽക്കാലികമായിരുന്നാലും ഇപ്പോഴത്തെ അവസ്ഥയിൽ ഭരണകക്ഷി പ്രതിസന്ധിയിലാണെന്ന് വിശേഷിപ്പിക്കാൻ കഴിയില്ല.

ഭരണവർഗങ്ങൾ നേടിയെടുത്ത വിജയം സുസ്ഥിരമാക്കാൻ കഴിയില്ലെന്ന് പാർട്ടിയുടെ ഒമ്പതാം കോൺഗ്രസ് അഭിപ്രായപ്പെട്ടു. കോൺഗ്രസിന്റെ നിമയസഭാ തെരഞ്ഞെടുപ്പു വിജയത്തിനുശേഷമുള്ള ചുരുങ്ങിയ കാലയളവിൽ സമ്മതിദായകർക്കു നൽകിയ വാഗ്ദാനങ്ങളുടെ പൊള്ളത്തരം തെളിയിച്ചുകാട്ടുന്ന സംഭവവികാസങ്ങളാണുണ്ടായത്. കൈവശഭൂമിയുടെ പരിധിക്ക് നിർദേശിച്ച ഒഴിവുകളും പഴുതുകളും, ഭൂപരിഷ്കരണത്തോടുള്ള ശക്തമായ എതിർപ്പ്, ഇതുമായി ബന്ധപ്പെട്ട മുഖ്യമന്ത്രിമാർക്കുള്ള പ്രയാസങ്ങൾ മനസിലാക്കണമെന്ന ഇന്ദിരാഗാന്ധിയുടെ അഭ്യർത്ഥന— ഇവയെല്ലാം സംഗതികൾ ഏതു ദിശയിലേക്കാണ് നീങ്ങുന്നത് എന്നതിലേക്ക് വിരൽ ചൂണ്ടി.

ജനങ്ങൾക്കിടയിൽ അടിയന്തിരമായും ജനാധിപത്യപരമായ ഐക്യം ഉണ്ടാവേണ്ടതിന്റെ ആവശ്യകത ഒമ്പതാം കോൺഗ്രസ് പ്രമേയത്തിൽ

രേഖപ്പെടുത്തി. ജനാധിപത്യ സമരത്തിന്റെ ആവശ്യകതയിൽനിന്ന് ഐക്യമുന്നണിയുടെ ആവശ്യകത വളർന്നു— പ്രമേയം ചൂണ്ടിക്കാട്ടി. ജനങ്ങൾ എത്രത്തോളം സമരത്തിലേക്കു നീങ്ങുന്നുവോ അത്രത്തോള മായിരിക്കും യോജിച്ച ഒരു ഐക്യമുന്നണി ഊട്ടിയുണ്ടാക്കാൻ ഇടതു പക്ഷ ജനാധിപത്യപാർട്ടികളുടെ മേലുള്ള സമ്മർദ്ദം. 1971 ൽ പ്രധാന ഇടതുപക്ഷ പാർട്ടികളിൽ പലതും മുന്നണിയിൽ നിന്ന് പിന്തിരിഞ്ഞു. ആ പാർട്ടികളും പാർട്ടിയുടെ നേതൃത്വത്തിലുള്ള ഇടതുപക്ഷ മുന്നണിയും തമ്മിൽ കടുത്ത ഏറ്റുമുട്ടലുകളുണ്ടായി- പശ്ചിമബംഗാളിലെ അനുഭ വത്തെ പരാമർശിച്ച് പ്രമേയം പറഞ്ഞു.

എങ്കിലും നമ്മുടെ അടവുപരമായ നയത്തിലുണ്ടായിരിക്കേണ്ട പരി ഗണനകൾ പ്രമേയം വ്യക്തമായും ആവിഷ്കരിച്ചുനോക്കുക:

ഭരണഘടനയെപ്പിടിച്ച് ആണയിടുന്നവർ, പാർലമെന്ററി പാതയോ ടൊപ്പം നിൽക്കുന്നവർ, അതുപോലെതന്നെ മറ്റുള്ളവർ - ഇവരെല്ലാം ഒരു കാര്യം മനസിലാക്കുന്നു; വോട്ടുചെയ്യാനുള്ള അവകാശമുൾപ്പെടെ ഭരണഘടനാപരമായ സ്വാതന്ത്ര്യങ്ങൾ കോൺഗ്രസ് ഭരണത്തിൽ സുര ക്ഷിതമല്ല. ഏകകക്ഷി സ്വേച്ഛാധിപത്യത്തിലേക്കുള്ള മുന്നേറ്റം ചെറു ക്കുന്നതിന് എല്ലാ ജനാധിപത്യ പാർട്ടികളുടെയും ഗ്രൂപ്പുകളുടെയും വ്യക്തികളുടെയും ഏറ്റവും വിപുലമായ ഒരു മുന്നണി ഇതാവശ്യപ്പെടു ന്നു. ഞങ്ങൾക്കുനേരെയുള്ള ആക്രമണം ജനാധിപത്യ പ്രസ്ഥാനത്തിനു നേരെയുള്ള ആക്രമത്തിന്റെ മുന്നോടിയാണെന്ന് മറ്റുള്ളവരെ ബോധ്യ പ്പെടുത്താൻ ഞങ്ങളുടെ പാർട്ടി നിരന്തരം പരിശ്രമിച്ചു.

അതുകൊണ്ട് ഫാസിസ്റ്റ് പ്രവണതകളുടെ ഉയർച്ചക്കും ഏകകക്ഷി വാഴ്ചക്കും എതിരെ പോരാടാനും പൗരസ്വാതന്ത്ര്യങ്ങളും ജനങ്ങളുടെ ജനാധിപത്യാവകാശങ്ങളും സംരക്ഷിക്കാനും എല്ലാ ജനാധിപത്യ ഗ്രൂപ്പു കളും വ്യക്തികളും ഒന്നിച്ചുനിൽക്കേണ്ടത് ആവശ്യമാണ്. തെര ഞ്ഞെടുപ്പിൽ ഭരണകക്ഷി അനുവർത്തിക്കുന്ന രീതി ജനങ്ങളെ മനസി ലാക്കിക്കാനും പശ്ചിമബംഗാളിലെ ക്രൂരമായ സംഭവവികാസങ്ങൾക്കെ തിരെ ബഹുജനാഭിപ്രായം സമാഹരിക്കാനും തെരഞ്ഞെടുപ്പിനുശേഷ മുള്ള സംഭവപരമ്പരകൾ കണക്കിലെടുത്ത് എല്ലാ ജനാധിപത്യശക്തി കളും ഒന്നിക്കേണ്ടിയിരിക്കുന്നു.

കോൺഗ്രസ് പ്രമേയത്തിലെ നിരീക്ഷണം കൂടുതൽ പ്രവചനാത്മ കമാകുകയായിരുന്നു. 1972 ൽ വളർന്നുകൊണ്ടിരുന്ന യാഥാർത്ഥ്യങ്ങളുടെ പശ്ചാത്തലത്തിൽ മുന്നണി പുനഃസ്ഥാപിക്കപ്പെട്ടു. എല്ലാ പാർട്ടികളു ടെയും അണികളിൽ മുമ്പത്തേക്കാളും സഹഭാവവും സൗഹൃദവും പ്രക ടമായി. അതുകൊണ്ട് ഇടതുപക്ഷ- ജനാധിപത്യ ഐക്യത്തിനു വേണ്ടി യുള്ള സമരം അടിയന്തിര പ്രാധാന്യത്തോടെ തുടരണം - പ്രമേയം അഭി പ്രായപ്പെട്ടു. ഏക കക്ഷി സ്വേച്ഛാധിപത്യത്തിലേക്കുള്ള മുന്നേറ്റം ചെറു ക്കുന്നതിന് എല്ലാ ജനാധിപത്യപാർട്ടികളുടെയും ഗ്രൂപ്പുകളുടെയും വ്യക്തികളുടേയും കഴിയാവുന്നത്ര വിപുലമായ മുന്നണി കെട്ടിപ്പടുക്ക

ണമെന്ന് പ്രമേയം ആഹ്വാനം ചെയ്തു. ബൂർഷ്വാ ഭൂപ്രഭു ഗവൺമെന്റിനും വർഗങ്ങൾക്കും എതിരെ മൂർത്തമായ രാഷ്ട്രീയ പോരാട്ടം നടത്താതെ ബദൽമാർഗം തെളിഞ്ഞുവരില്ലെന്നും ഗവൺമെന്റും ആ വർഗങ്ങളും സൃഷ്ടിച്ച വ്യാമോഹങ്ങളിൽ നിന്ന് ജനങ്ങളെ രക്ഷിക്കാൻ കഴിയില്ലെന്നും പ്രമേയം പാർട്ടിയെ ഓർമിപ്പിച്ചു.

ഭരണകൂട ഘടനയുടെ പ്രശ്നം സംബന്ധിച്ച പാർട്ടി പരിപാടിയിലെ ഭാഗം ഒമ്പതാം കോൺഗ്രസ് ഭേദഗതി ചെയ്തു. കേന്ദ്രീകരണം, സംസ്ഥാന സ്വയംഭരണ നിഷേധം എന്നിവയിലേക്കുള്ള ഭരണവർഗങ്ങളുടെ നീക്കത്തോട് പാർട്ടി എതിർപ്പ് പ്രകടിപ്പിച്ചു. എല്ലാ ശിഥിലീകരണ- വിഘടന പ്രസ്ഥാനങ്ങളോടും പാർട്ടി എതിർപ്പ് പ്രകടിപ്പിക്കുകയുണ്ടായി. ദേശീയ പ്രശ്നം സംബന്ധിച്ച ചർച്ച ദീർഘകാലമായി നടന്നുവരികയായിരുന്നു. ഒമ്പതാം കോൺഗ്രസ് അതും ചർച്ചചെയ്തു. ആ വിഷയം സംബന്ധിച്ച 'ഒരു കുറിപ്പ്' കോൺഗ്രസ് അംഗീകരിച്ചു. ഏഴാം കോൺഗ്രസ് അംഗീകരിച്ച പാർട്ടി പരിപാടിയിൽനിന്ന് "എല്ലാ ദേശീയ ജനവിഭാഗങ്ങളുടെയും സ്വയം നിർണയാവകാശം" എടുത്തുകളഞ്ഞു. ഇന്ത്യയിലെ സ്ഥിതി സോവിയറ്റ് യൂണിയനിൽനിന്ന് വ്യത്യസ്തമാണെന്ന് ഒമ്പതാം കോൺഗ്രസ് വിശദീകരിച്ചു. ഇന്ത്യൻ യൂണിയൻ ബഹുഭാഷാ -ബഹുദേശീയ സ്വഭാവത്തോടുകൂടിയതാണ്. ദേശീയ സ്വയം നിർണ്ണയാവകാശം, ബ്രിട്ടീഷ് സാമ്രാജ്യത്തിൽ നിന്നുള്ള വിഘടനം, ഒരു പ്രത്യേക ഇന്ത്യൻ ഭരണകൂടസ്ഥാപനം, ഇന്ത്യയിൽ ഭാഷാടിസ്ഥാനത്തിൽ സംസ്ഥാന രൂപീകരണം- ഈ ആവശ്യങ്ങൾ, വ്യക്തമായ വർഗാടിസ്ഥാനത്തിൽ നോക്കിയാൽ, സാമ്രാജ്യത്വത്തിനെതിരെ ദേശീയ മോചനത്തിനുവേണ്ടി വളർന്നുവന്ന ബൂർഷ്വാ ജനാധിപത്യ പ്രസ്ഥാനത്തിന്റെ പ്രതിഫലനമായിരുന്നു.

1947 ൽ രാഷ്ട്രീയ സ്വാതന്ത്ര്യം ലഭിച്ചതോടെ ദേശീയ പ്രശ്നത്തിന്റെ സ്വഭാവം വളരെയധികം മാറി. വ്യത്യസ്ത ഭാഷാ-ഉപദേശീയ ധാരകളും സാമ്പത്തിക വളർച്ചക്കുള്ള സമരങ്ങളും ഒന്നല്ലെങ്കിൽ മറ്റൊരു മർദക രാഷ്ട്രത്തിനെതിരായ ഇന്ത്യൻ യൂണിയനിലെ സമരമായിരുന്നാലും സാമ്പത്തിക പിന്നോക്കാവസ്ഥയും പരാശ്രയത്വവും അവസാനിപ്പിക്കുന്നതിന് രാജ്യത്തെ എല്ലാ ദേശീയ ജനവിഭാഗങ്ങളും നടത്തുന്ന പൊതു സമരത്തിന്റെ ഭാഗമായിരുന്നു. ഇന്ത്യൻ ഐക്യം നിലനിർത്തിക്കൊണ്ട് ഈ പൊതുസമരം സുസാധ്യമാക്കും - മറുവശത്ത് സമരം ചെയ്യുന്ന ജനങ്ങളുടെ ഐക്യം വിഘടിപ്പിക്കാനും ശിഥിലമാക്കാനും ഛിദ്രശക്തികളുടെ വളർച്ച സഹായിച്ചു. ഏതെങ്കിലും മർദക രാഷ്ട്രം ഒന്നോ അതിലധികമോ മർദിത രാഷ്ട്രങ്ങളുടെ മേൽ സാമ്പത്തികമായും രാഷ്ട്രീയമായും ആധിപത്യം ചെലുത്തുന്നു എന്നതല്ല ഇന്ത്യയിൽ പ്രശ്നം. മറിച്ച് വിവിധ ഇന്ത്യൻ സംസ്ഥാനങ്ങളിലെ വൻകിടബൂർഷ്വാ ഭൂപ്രഭുവർഗ്ഗക്കാർ രാഷ്ട്രീയാധികാരം കൈയാളി വിദേശമൂലധനവുമായി കൂട്ടുകൂടിയും

ഭൂപ്രഭുക്കളുമായി സഖ്യത്തിലേർപ്പെട്ടും മുതലാളിത്ത വികസനപാത പിന്തുടരുന്നു എന്നുള്ളതാണ്.

ഇന്ത്യൻ യൂണിയനിലെ സംസ്ഥാനങ്ങളുടെ യഥാർത്ഥ തുല്യതയ്ക്കും സ്വയംഭരണത്തിനും വേണ്ടി പാർട്ടി വാദിക്കണം. ദേശീയ മർദനത്തിന്റെ ഏതുതരം വെളിപ്പെടലിനെയും എതിർക്കണം. വിവിധ ദേശീയ ജനവിഭാഗങ്ങളുടെ ഇടുങ്ങിയ ദേശീയ വാദവും ഷോവനിസവും തൊഴിലാളി വർഗത്തിന്റെ ഐക്യത്തിനു ഭീഷണിയുയർത്തിയിരിക്കുന്ന ഇന്നത്തെ സാഹചര്യത്തിൽ ആപൽക്കരമായ ആ സംഭവവികാസത്തെ പാർട്ടിക്ക് ഗൗരവപൂർവ്വം കണക്കിലെടുക്കാതിരിക്കാൻ ആവില്ല.

15

പാർട്ടി അടിയന്തരാവസ്ഥക്കാലത്ത്

ആയിരത്തിത്തൊള്ളായിരത്തി എഴുപത്തിയൊന്ന് ലെയും 72 ലെയും തെരഞ്ഞെടുപ്പുകാലത്ത് കോൺഗ്രസ് നൽകിയ വാഗ്ദാനങ്ങളിൽ മയങ്ങിവീണ ഇന്ത്യൻ ജനത യാഥാർത്ഥ്യത്തിലേക്കുണരാൻ അധികകാലം വേണ്ടിവന്നില്ല. ബൂർഷ്വാ ഭൂപ്രഭുസഖ്യത്തിന്റെ രണ്ട് രാഷ്ട്രീയ വിഭാഗങ്ങളായ കോൺഗ്രസ് പാർട്ടിക്കും 'മഹാസഖ്യ'ത്തിലെ പാർട്ടികൾക്കും എതിരെ ഒരു യഥാർത്ഥ ദേശീയ ബദൽശക്തിയെന്ന നിലയിൽ ഇടതുപക്ഷ ജനാധിപത്യശക്തികളുടെ ഐക്യം വീണ്ടും ഊട്ടിയുണ്ടാക്കുന്നതിൽ പാർട്ടി മുൻകൈ എടുത്തു. ഇടതുപക്ഷ പാർട്ടികളുടെ ഐക്യത്തിനുവേണ്ടിയുള്ള ഈ സമരം മൂലമാണ് 1973 ആഗസ്തിലും 1974 മേയിലെ റയിൽവെ പണിമുടക്കുകാലത്തും നടന്ന യോഗങ്ങളിൽ പങ്കെടുക്കാൻ സി പി ഐ നിർബന്ധിതമായിത്തീർന്നത്. 1973–74 ൽ നടന്ന തൊഴിലാളിവർഗത്തിന്റെ യോജിച്ച പണിമുടക്ക് പരമ്പരകൾക്ക് ഇടതുപക്ഷപാർട്ടികളുടെ ഐക്യം വലിയ ഉത്തേജനം നൽകി. ഐതിഹാസികമായ റയിൽവെ പണിമുടക്കും, അതിന് പിന്തുണ നൽകിക്കൊണ്ടുള്ള ഏകദിന അഖിലേന്ത്യാ പൊതുപണിമുടക്കും സാധ്യമായത് ഈ ഐക്യം മൂലമാണ്.

റയിൽവെ പണിമുടക്ക് തച്ചമർത്താൻ കോൺഗ്രസ് ഗവൺമെന്റ് ബലപ്രയോഗം നടത്തി. ഇരുപത്തൊന്ന് ദിവസത്തിനുശേഷം പണിമുടക്ക് പിൻവലിക്കേണ്ടിവന്നു. ഇതിനർഥം ഇടതുപക്ഷ ജനാധിപത്യശക്തികൾ പരാജയപ്പെട്ടുവെന്നല്ല. പണിമുടക്ക് പൻവലിച്ചതിനെ തുടർന്ന് ദേശീയ രാഷ്ട്രീയരംഗത്ത് സുപ്രധാനമായൊരു സംഭവവികാസമുണ്ടായി. തൊഴിലാളികൾ, കൃഷിക്കാർ, വിദ്യാർത്ഥികൾ, ഇടത്തരക്കാർ എന്നിങ്ങനെ വിവിധ വിഭാഗങ്ങൾക്കിടയിൽ പടർന്നുപിടിച്ച വ്യാപകമായ അസംതൃപ്തിയെ കോൺഗ്രസ് ഗവൺമെന്റിനെ അധികാരത്തിൽനിന്ന് നീക്കം

ചെയ്യുന്നതിനുള്ള രാജ്യവ്യാപകമായ ഒരു പ്രക്ഷോഭത്തിന്റെ ചാലിലേക്ക് തിരിച്ചുവിടാൻ ജയപ്രകാശ് നാരായണൻ മുൻകൈ എടുത്തു. കോൺഗ്രസ് ദുർഭരണത്തിനെതിരായ ചെറുത്തുനിൽപ്പ് പ്രസ്ഥാനമായി ജെ പി പ്രസ്ഥാനത്തെ പാർട്ടി ചിത്രീകരിച്ചു. ആ നിലയിൽ അതിന് പിന്തുണനൽകി. അതേസമയം ജെ പി യുടെ നേതൃത്വത്തിലുള്ള ജനസംഘർഷ സമിതിയിലോ നാഷണൽ കോ-ഓർഡിനേഷൻ കമ്മിറ്റിയിലോ പാർട്ടി ചേർന്നില്ല. ജെ പി പ്രസ്ഥാനത്തെ ഫാസിസ്റ്റ് പ്രസ്ഥാനമായി വിലയിരുത്തിയ സി പി ഐ യുടെ നിലപാട് പാർട്ടി തള്ളിക്കളഞ്ഞു. ഗുജറാത്ത് പ്രസ്ഥാനത്തിനും ബിഹാർ പ്രസ്ഥാനത്തിനും ജെ പി യുടെ രാജ്യവ്യാപകമായ ചെറുത്തുനിൽപ്പ് പ്രസ്ഥാനത്തിനും പാർട്ടി പൊളിറ്റ് ബ്യൂറോയും കേന്ദ്രകമ്മിറ്റിയും പൊതുപിന്തുണ നൽകി. അതൊടൊപ്പം ഒരേസമയത്ത് സ്വതന്ത്രമായ രാഷ്ട്രീയ സമരം നടത്താമെന്ന പാർട്ടിയുടെ വാഗ്ദാനം ഫലത്തിൽ പ്രായോഗികമായില്ല.

തൊഴിലാളികളുടെയും നാട്ടിൻപുറത്തെ പട്ടിണിപ്പാവങ്ങളുടെയും കാര്യത്തിൽ ജെ പി പരിപാടിയുടെ അപര്യാപ്തതക്ക് പാർട്ടി അടിവരയിട്ടു. ജനസംഘം, സ്വതന്ത്രപാർട്ടി, കോൺഗ്രസ് (ഒ) എന്നിവയുടെ വലതുപക്ഷ പിന്തിരിപ്പൻ സ്വഭാവത്തിന് ഊന്നൽ നൽകി. ജെ പി പ്രസ്ഥാനത്തിനനുകൂലമായി സർവശക്തിയും എടുത്ത് പ്രയോഗിക്കുന്നതിൽനിന്ന് ഞങ്ങളെ തടഞ്ഞുനിർത്തിയതിന്റെ പ്രധാന കാരണങ്ങളിലൊന്ന് ഇതാണ്.

ബഹുജനസമരങ്ങളുടെ ആക്കം കൂടിവരുന്നത്കണ്ട് പരിഭ്രാന്തമായിത്തീർന്ന അലഹബാദ് ഹൈക്കോടതി വിധിയുടെ പശ്ചാത്തലത്തിൽ അധികാരം നഷ്ടപ്പെട്ടുപോയേക്കുമെന്ന് ഭയന്ന പ്രധാനമന്ത്രി ഇന്ദിരാഗാന്ധി 1975 ജൂണിൽ രാജ്യത്ത് അടിയന്തരാവസ്ഥ പ്രഖ്യാപിച്ചു. ഉടൻതന്നെ അതിനെതിരെ സമരം ചെയ്യുന്ന ജനങ്ങളുടെ വിശാലമായ ഒരു മുന്നണി കെട്ടിപ്പടുക്കാൻ സി സി ആഹ്വാനം ചെയ്തു. 1972 ൽ പശ്ചിമബംഗാളിലെന്നതുപോലെ സി പി ഐ (എം) മാത്രമല്ല കടന്നാക്രണത്തിനിരയായിത്തീർന്നത്. പിന്നെയോ? ഇന്ത്യൻ സമൂഹത്തിന്റെ നാനാതുറകളിൽപെട്ടവരും ഗവൺമെന്റിനെ എതിർക്കുന്ന എല്ലാ പ്രതിപക്ഷ കക്ഷികളും, അതിനിരയായിത്തീർന്നു. അർധ ഫാസിസ്റ്റ് ഭീകരവാഴ്ച, പ്രത്യേകിച്ചു പശ്ചിമബംഗാളിൽ നിലനിന്നു. അവിടെ പാർട്ടിയെ ഒറ്റപ്പെടുത്താനും നശിപ്പിക്കാനുമായിരുന്നു ശ്രമം. നൂറുകണക്കിന് കേഡർമാരുടെ വിലപ്പെട്ട ജീവൻ നഷ്ടമായി. ആയിരക്കണക്കിനാളുകൾ ദീർഘകാലം കാരാഗൃഹത്തിനകത്താവുകയോ വീടുകളിൽ നിന്നോ ജോലിസ്ഥലങ്ങളിൽനിന്നോ ആട്ടിപ്പായിക്കപ്പെടുകയോ ചെയ്തു.

ഞങ്ങളുടെ നിലപാടിന് വിരുദ്ധമായി വലതുപക്ഷ പിന്തിരിപ്പൻമാരെ എതിർക്കുന്നതിന്റെ പേരിൽ സി പി ഐ അടിയന്തരാവസ്ഥക്ക് പിന്തുണ നൽകി. 'ആഭ്യന്തര പിന്തിരിപ്പൻമാരുടെയും സാമ്രാജ്യത്വത്തിന്റെയും നീചമായ പദ്ധതികൾക്കെതിരെ' 'ജനാധിപത്യശക്തികളു'ടെ പ്രത്യാക്ര

മണമായി അടിയന്തരാവസ്ഥയെ അവർ ചിത്രീകരിച്ചു. അടിയന്തരാവസ്ഥക്ക് പിന്തുണ പ്രഖ്യാപിച്ച് ഒട്ടേറെ ലഘുലേഖകൾ പുറത്തിറക്കി. അവരുടെ വർഗസഹകരണ നയമാണ് അമിതാധികാരവാഴ്ചയ്ക്ക് പിന്തുണ നൽകുന്നതിലേക്ക് അവരെ കൊണ്ടുചെന്നെത്തിച്ചത്. അടിയന്തരാവസ്ഥ ഏർപ്പെടുത്തിക്കൊണ്ട് തൊഴിലാളിവർഗത്തെയും ജനാധിപത്യ പ്രസ്ഥാനത്തെയും കടന്നാക്രമിക്കണമെന്നാണ് ഭരണവർഗങ്ങളുടെ ആഗ്രഹം; ഇരുപതിനപരിപാടി ജനങ്ങളുടെ കണ്ണിൽപൊടിയിടാനുള്ള അവരുടെ ഒരടവാണ്— ആദ്യം മുതൽക്കുതന്നെ പാർട്ടി വ്യക്തമാക്കി. പട്നയിൽ ഒരു സാർവദേശീയ ഫാസിസ്റ്റ് വിരുദ്ധ സമ്മേളനം സംഘടിപ്പിക്കുന്നതിൽ അഖിലേന്ത്യാ സമാധാന കൗൺസിലിലൂടെ സി പി ഐ സുപ്രധാന പങ്കുവഹിച്ചു. ഇത് അവരുടെ വർഗസഹകരണനയത്തിന്റെ പ്രതിഫലനമാണ്. "അടിയന്തരാവസ്ഥക്ക് ധൃതിപിടിച്ച് പിന്തുണ നൽകുന്നതിനുപകരം അതിന്റെ പൂർണമായ പ്രത്യാഘാതം മനസിലാകുന്നതുവരെ കാത്തുനിൽക്കുകയായിരുന്നു നമ്മെ സംബന്ധിച്ചിടത്തോളം ബുദ്ധിപൂർവകം"--സി പി ഐ അവരുടെ പതിനൊന്നാം കോൺഗ്രസിൽ സമ്മതിച്ചു. സാമ്രാജ്യത്വാനുകൂല-സാമ്രാജ്യത്വവിരുദ്ധ വിഭാഗങ്ങൾ തമ്മിൽ പിളർപ്പുണ്ടായിക്കഴിഞ്ഞു എന്ന നിഗമനത്തിൽ എത്തിച്ചേർന്നത് അവർക്കുപറ്റിയ തെറ്റുതന്നെയായിരുന്നു.

കോൺഗ്രസ് ഗവൺമെന്റിന്റെ പിന്തിരിപ്പൻ ആഭ്യന്തരനയങ്ങൾ വിസ്മരിച്ച് വിദേശനയത്തിന്റെ അടിസ്ഥാനത്തിലാണ് തങ്ങൾ അതിന് പിന്തുണ നൽകിയതെന്നും അവർക്ക് സമ്മതിക്കേണ്ടിവന്നു. തങ്ങൾ ബൂർഷ്വാസിയുടെ പിന്നിലണിനിരക്കുകയും ഇടതുപക്ഷ ഐക്യം ശിഥിലമാക്കുകയും ചെയ്തത് തെറ്റായ നിഗമനത്തിന്റെ അടിസ്ഥാനത്തിലാണെന്ന്, അങ്ങനെ, സി പി ഐ സമ്മതിച്ചു. പശ്ചിമബംഗാളിലെയും കേരളത്തിലെയും ഐക്യമുന്നണി ഗവൺമെന്റുകളെ തകർക്കുകയെന്ന അവരുടെ നയവും ഈ തെറ്റായ ധാരണയുടെ ഫലയായിട്ടായിരുന്നു. അവരുടെ നയങ്ങളുടെ അടിവേര് കിടക്കുന്നത് ദേശീയ ബൂർഷ്വാസിയെ സംബന്ധിച്ച് അവരുടെ പരിപാടിയിലടങ്ങിയ നിഗമനത്തിലാണ്. അതാണവരെ വർഗസഹകരണ നിലപാടെടുക്കാൻ പ്രേരിപ്പിച്ചത്.

1976–ന്റെ രണ്ടാം പകുതിയിൽ വിളിച്ചുകൂട്ടിയ പൗരസ്വാതന്ത്ര്യ കൺവൻഷനും തികച്ചും ജനാധിപത്യവിരുദ്ധമായ 42–ാം ഭരണഘടനാ ഭേദഗതിക്കെതിരെ വിളിച്ചുചേർത്ത രണ്ടാമത്തെ കൺവൻഷനും വമ്പിച്ച വിജയമായിരുന്നു. 42–ാം ഭരണഘടനാ ഭേദഗതിക്കെതിരെ ഞങ്ങളുടെ പാർട്ടി കേരളം, പശ്ചിമബംഗാൾ, തമിഴ്നാട്, ആന്ധ്ര മഹാരാഷ്ട്ര എന്നിവിടങ്ങളിൽ നടത്തിയ ക്യാമ്പെയിൻ ഞങ്ങളുടെ രാഷ്ട്രീയമായ അന്തസുയർത്തി. തൻമൂലം 1977 മാർച്ചിലെ പൊതുതെരഞ്ഞെടുപ്പിൽ കോൺഗ്രസിന്റെ അടിയന്തരാവസ്ഥാ വാഴ്ചയുടെ പരാജയത്തിന് കളമൊരുക്കുന്നതിൽ ഞങ്ങളുടെ പാർട്ടിക്ക് ശരിയായ പങ്കുവഹിക്കാൻ കഴിഞ്ഞു. തെരഞ്ഞെടുപ്പിനുശേഷം രാഷ്ട്രീയ വേദിയിൽ ജനതാപാർട്ടിയു

ടെയും കോൺഗ്രസിന്റെയും ദ്വികക്ഷി സംവിധാനം എന്ന് വിളിക്കപ്പെടുന്ന പിന്തിരിപ്പൻ സങ്കൽപനം—രണ്ട് ബൂർഷ്വാ--ഭൂപ്രഭുവർഗ കൂട്ടുകെട്ടുകൾ മാറി മാറി യഥേഷ്ടം ഭരണം നടത്തുക എന്ന സങ്കൽപനം--ഉയർന്നുവന്നു. ഇതിനൊരു യഥാർഥ ബദൽ എന്ന നിലക്ക് ഇടതുപക്ഷ-ജനാധിപത്യശക്തികളുടെ ഐക്യം ഊട്ടിയുണ്ടാക്കുന്നതിനുള്ള ആശാകേന്ദ്രമായി ഞങ്ങളുടെ പാർട്ടി ഉയർന്നു.

അർധ ഫാസിസ്റ്റ് ഭീകരവാഴ്ചയെയും ഏകകക്ഷി സ്വേച്ഛാധിപത്യത്തിലേക്കുള്ള പോക്കിനെയും പരാജയപ്പെടുത്തുന്നതിന് ഒരു വിശാല സഖ്യം ഊട്ടിയുറപ്പിക്കുകയെന്ന മുദ്രാവാക്യം 1972 ജൂൺ-ജൂലായ് കാലത്തുതന്നെ ഉയർത്തി. എങ്കിലും അത് 1977 മാർചിലെ തെരഞ്ഞെടുപ്പുവരെ വ്യക്തമായി ഗ്രഹിക്കുകയോ ദൃഢതയോടെ പിന്തുടരുകയോ ഉണ്ടായില്ല. കോൺഗ്രസിന്റെ അമിതാധികാര വാഴ്ചക്കെതിരായ തെരഞ്ഞെടുപ്പു സമരം ആവശ്യമായി വരികയും അതിന് നിർബന്ധിതമാവുകയും ചെയ്തതോടെ ചില സംസ്ഥാനങ്ങളിൽ യോജിച്ച തെരഞ്ഞെടുപ്പ് പ്രചാരണങ്ങളിലേക്കും ഫലത്തിൽ സഖ്യത്തിലേക്കും സയുക്തികമായി അത് ചെന്നെത്തി. എങ്കിലും രാഷ്ട്രീയാവശ്യത്തിന് ഉതകത്തക്കവിധം വിപുലമായ സഖ്യം ദേശീയതലത്തിൽ സാക്ഷാത്കരിച്ചില്ല. ജനതാപാർട്ടിയുമായി തെരഞ്ഞെടുപ്പ് ധാരണയിലെത്തുകയും തെരഞ്ഞെടുപ്പുസഖ്യം ഊട്ടിയുണ്ടാക്കുകയും ചെയ്തുവെങ്കിലും അത് നിലനിന്നില്ല. പശ്ചിമ ബംഗാൾ, തമിഴ്നാട്, ത്രിപുര, ഒറീസ--ഇവിടങ്ങളിലെല്ലാം അതാണ് കണ്ടത്. യു.പി, മധ്യപ്രദേശ്, ദൽഹി, ബിഹാർ, കർണാടകം തുടങ്ങി മിക്ക സംസ്ഥാനങ്ങളിലും പാർലമെന്റ് തെരഞ്ഞെടുപ്പിലും നിയമസഭാ തെരഞ്ഞെടുപ്പുകളിലും തെരഞ്ഞെടുപ്പുസഖ്യം പോയിട്ട് തെരഞ്ഞെടുപ്പ് ധാരണയിൽപോലും എത്താൻ സാധിച്ചില്ല. എങ്കിലും അമിതാധികാര ശക്തികളെ പരാജയപ്പെടുത്താൻ വിശാലമായ സഖ്യം പടുത്തുയർത്തുകയെന്ന മുദ്രാവാക്യം ശരിയായിരുന്നു.

പരസ്പര മത്സരം ഒഴിവാക്കുന്നതിന് സീറ്റുകളുടെ കാര്യത്തിൽ നീക്കുപോക്ക്, സി പി ഐ (എം)-ജനതാസ്ഥാനാർഥികൾക്ക് അന്യോന്യം പിന്തുണ നൽകൽ, യോജിച്ച വേദിയിൽ പ്രചാരണം നടത്തൽ എന്നിവ സ്വേച്ഛാധിപത്യശക്തികളെ തോൽപ്പിക്കാൻ രാഷ്ട്രീയമായി അവശ്യം കൈക്കൊള്ളേണ്ട നടപടികളായിരുന്നു. അതുപോലെ ജനതാ പാർട്ടിക്ക് വേണ്ടത്ര അംഗസംഖ്യയില്ലെങ്കിൽ കേന്ദ്രത്തിൽ ഗവൺമെന്റ് രൂപീകരിക്കാൻ അതിന് പിന്തുണ നൽകുകയെന്നതും രാഷ്ട്രീയമായി അനുപേക്ഷണീയമായിരുന്നു. പശ്ചിമബംഗാൾ നിയമസഭാ തെരഞ്ഞെടുപ്പിൽ തെരഞ്ഞെടുപ്പുസഖ്യത്തിനും ചില യോജിച്ച പരിപാടികളോടെ ഒരു കൂട്ടുകക്ഷി ഗവൺമെന്റുണ്ടാക്കാനും ഞങ്ങളുടെ പാർട്ടി മുന്നോട്ടുവെച്ച നിർദേശം, എതിരാളികൾ പറഞ്ഞുപരത്തിയപോലെ ഒരു തന്ത്രമായിരുന്നില്ല. ഗൗരവബോധത്തോടുകൂടി രാഷ്ട്രീയവും അടവുപരവുമായ നീക്കമായിരുന്നു.

1977 മാർചിലെ പൊതുതെരഞ്ഞെടുപ്പിൽ കോൺഗ്രസ് പരാജയപ്പെട്ടു. ജനതാപാർട്ടി വിജയിച്ചു. ജനതാപാർട്ടി അധികാരം കയ്യാളിയപ്പോൾ ഒരു ബൂർഷ്വാ പാർട്ടിയിൽ നിന്ന് മറ്റൊരു ബൂർഷ്വാ പാർട്ടിയിലേക്ക് അധികാരം കൈമാറുകയായിരുന്നില്ല. കോൺഗ്രസ് (ഇ) യുടെ അമിതാധികാരവാഴ്ചക്ക് കനത്ത പ്രഹരമേൽപിച്ച ഇന്ത്യൻ ജനത ജനാധിപത്യാവകാശം, പത്രസ്വാതന്ത്ര്യം, സമ്മേളിക്കുന്നതിനും സംഘടിക്കുന്നതിനും പണിമുടക്കും മറ്റു ബഹുജനസമരങ്ങളും നടത്തുന്നതിനുമുള്ള സ്വാതന്ത്ര്യം എന്നിവ നിഷേധിക്കുന്ന നയം തള്ളിക്കളയുകയായിരുന്നു. പത്രങ്ങളുടെ സെൻസർഷിപ്പിനും നീതിനിർവഹണവിഭാഗത്തെ ഭരണനിർവഹണ വിഭാഗത്തെ കീഴ്പ്പെടുത്തുന്നതിനും അമിതാധികാരത്തിൽ നിന്നുളവായ എല്ലാ നയങ്ങൾക്കും എതിരായ ജനങ്ങളുടെ വിധിയെഴുത്തായിരുന്നു കോൺഗ്രസിന്റെ പരാജയം. ജനതാഗവൺമെന്റിന്റെ അധികാരാരോഹണത്തിന്റെ അർഥം ഇന്ത്യയിലെ വിപുലമായ ജനസാമാന്യത്തിന്റെ ജീവിത–തൊഴിൽ പരിതഃസ്ഥിതികളിൽ കാര്യമായ എന്തെങ്കിലും മാറ്റം സംഭവിക്കുമെന്നല്ല. അമിതാധികാരത്തെ പരാജയപ്പെടുത്തിയെങ്കിലും ജനതാ ഗവൺമെന്റിന്റെ സാമൂഹ്യ–സാമ്പത്തിക നയങ്ങളിൽ ജനങ്ങൾക്ക് വലിയ പ്രതീക്ഷ വെച്ചുപുലർത്താൻ കഴിയില്ലെന്ന് താമസിയാതെ വ്യക്തമായി.

സാർവദേശീയരംഗത്തെ ചില പ്രവർത്തനങ്ങൾ

യൂറോപ്യൻ കമ്യൂണിസ്റ്റ് പാർട്ടികളുടെ ബർലിൻ സമ്മേളനത്തിൽ യൂറോ–കമ്യൂണിസം പ്രധാന പ്രവണതയായി ഉയർന്നുവന്നു. അവരുടെ രേഖകൾ ഞങ്ങൾ പരിശോധിച്ചു. പ്രത്യയശാസ്ത്ര പ്രശ്നങ്ങളെക്കുറിച്ചുള്ള ഞങ്ങളുടെ മൗലിക നിലപാട് ഞങ്ങൾ ആവർത്തിച്ചു. വർണവിവേചനത്തിനെതിരെ പോരാടുന്ന ദക്ഷിണാഫ്രിക്കൻ ജനതയോട് ഐക്യദാർഢ്യം പ്രഖ്യാപിച്ച് ഞങ്ങൾ യോഗങ്ങൾ നടത്തി. പലസ്തീനിയൻ ജനതക്ക് മാതൃഭൂമി എന്ന അവകാശത്തിനുവേണ്ടി പി എൽ ഒ നടത്തുന്ന സമരത്തിന് ഞങ്ങൾ ഉറച്ച പിന്തുണ പ്രഖ്യാപിച്ചു.

1975–ലെ ആഭ്യന്തര അടിയന്തരാവസ്ഥക്ക് സി പി ഐ പിന്തുണ നൽകി. അതേസമയം ഞങ്ങൾ അതിനെ നിശിതമായി എതിർത്തു. പട്നയിൽ സി പി ഐ ഒരു ഫാസിസ്റ്റ് വിരുദ്ധ സമ്മേളനം നടത്തി. ലോകത്തിലെ പല കമ്യൂണിസ്റ്റ് പാർട്ടികളുടെയും പ്രതിനിധികൾ അതിൽ സംബന്ധിച്ചു. അവർ ഫാസിസത്തെ അപലപിക്കുന്നതിന്റെ പേരിൽ അടിയന്തരാവസ്ഥക്ക് പിന്തുണ നൽകി.

1977–ൽ ഇന്ദിരാഗാന്ധി തെരഞ്ഞെടുപ്പ് പ്രഖ്യാപിച്ചതോടെ ദേശീയരംഗത്ത് സമൂലമായ മാറ്റംവന്നു. തെരഞ്ഞെടുപ്പിൽ കോൺഗ്രസിനെ ജനങ്ങൾ തറപറ്റിച്ചു. സി പി ഐ ക്കും കനത്ത നഷ്ടമുണ്ടായി. ആ തെരഞ്ഞെടുപ്പിനുശേഷം ഏറെക്കഴിയുന്നതിനുമുമ്പ് ഞങ്ങൾക്ക് വീണ്ടും വിജയമുണ്ടായി. 1977 ജൂണിൽ പശ്ചിമബംഗാളിലും 1977 ഡിസംബർ 31–ന്

ത്രിപുരയിലും നിയമസഭാ തെരഞ്ഞെടുപ്പുകളിൽ ഞങ്ങൾക്ക് ഭൂരിപക്ഷം കിട്ടി. ആ രണ്ട് സംസ്ഥാനങ്ങളിലും ഞങ്ങളുടെ ഗവൺമെന്റുകൾ അധികാരത്തിൽ വന്നു. പാർട്ടി പിളർന്ന ഉടൻ രജനി പാംദത്ത് നൽകിയ ഉപദേശം ഓർമിപ്പിക്കുന്ന സ്ഥിതിവിശേഷമാണ് അപ്പോൾ ഉളവായത്.

ജനതാപാർട്ടിയുടെ നേതൃത്വത്തിലുള്ള ഗവൺമെന്റ് കേന്ദ്രത്തിൽ അധികാരത്തിൽ വന്നു. അടിയന്തരാവസ്ഥ ചട്ടക്കൂട് പൊളിച്ചുമാറ്റുന്നതിന് തുടക്കത്തിൽ ഞങ്ങൾ ആ ഗവൺമെന്റിന് പിന്തുണ നൽകി. ജനതാപാർട്ടിയുടെ സ്വഭാവം ഒരുതരത്തിലും കോൺഗ്രസ് പാർട്ടിയുടെ സ്വഭാവത്തിൽനിന്ന് വ്യത്യസ്തമല്ലെന്നും അമിതാധികാര ചട്ടക്കൂട് തകർക്കുന്നതിന് ഭരണവർഗങ്ങൾക്കിടയിലെ വൈരുധ്യങ്ങൾ ഉപയോഗിക്കുകയാണെന്നും ജലന്തർ കോൺഗ്രസിൽ പ്രഖ്യാപിക്കാൻ ഞങ്ങൾ മടിച്ചില്ല. ഈ സമയമായപ്പോഴേക്കും പാർട്ടിക്ക് കിട്ടിയ വോട്ട് 152 ലക്ഷമായി വർധിച്ചു. 1967–ൽ കിട്ടിയ വോട്ട് 52 ലക്ഷമായിരുന്നുവെന്ന് ഓർക്കുക. കോൺഗ്രസുമായി കൂട്ടുകൂടിയിട്ടുപോലും സി പി ഐയുടെ വോട്ട് 62 ലക്ഷത്തിൽനിന്ന് 52 ലക്ഷമായി കുറഞ്ഞു. പക്ഷേ, അപ്പോഴേക്കും സി പി ഐ തങ്ങളുടെ ഗുരുതരമായ തെറ്റുകൾ മനസ്സിലാക്കി. അതോടെ ഞങ്ങളും അവരും തമ്മിലുള്ള ബന്ധം മെച്ചപ്പെടാൻ തുടങ്ങി.

അപ്പോഴേക്കും ചൈനീസ് കമ്യൂണിസ്റ്റ് പാർട്ടിയിലും മാറ്റങ്ങൾ വന്നു. പാർട്ടിയുടെ നേതൃസ്ഥാനത്തുനിന്ന് നാൽവർ സംഘം പുറത്താക്കപ്പെട്ടു. ദെങ് സിയാവൊപിങ്ങിന്റെ കീഴിൽ ഒരു പുതിയ നേതൃത്വം നിലവിൽ വന്നു. ആ നേതൃത്വം പരിഷ്കാരങ്ങളേർപ്പെടുത്താൻ തുടങ്ങി. അവർ ഞങ്ങളുമായി ബന്ധം സ്ഥാപിക്കാനുള്ള നീക്കമാരംഭിച്ചു. 1983–ൽ ആ നീക്കം പൂർണമായും വിജയിച്ചു. അക്കൊല്ലം ഇ എം എസ് നമ്പൂതിരിപ്പാടിന്റെ നേതൃത്വത്തിൽ ബസവപുന്നയ്യയും ഞാനും ചൈന സന്ദർശിച്ച് ദെങ് സിയാവൊ പിങ്, ഹുവാ യാവൊ ബാങ്, ക്വോഷിപെങ് ചെൻ തുടങ്ങിയവരുമായി സമഗ്രമായ ചർച്ച നടത്തി. അതിനുശേഷം ഞങ്ങളുടെ ബന്ധം കുറെക്കൂടി വളരാൻ തുടങ്ങി.

16

പത്താം കോൺഗ്രസും സൽകിയാ പ്ലീനവും

ആയിരത്തി തൊള്ളായിരത്തി എഴുപത്തി എട്ട് ഏപ്രിലിൽ ജലന്തറിൽ ചേർന്ന പത്താം കോൺഗ്രസ് ജനതാപാർട്ടിയുടെ വാഗ്ദാനവും ജനതാഗവൺമെന്റിന്റെ പ്രവൃത്തിയും തമ്മിൽ വർധിച്ചുവരുന്ന വിടവിന്റെ കാര്യം കണക്കിലെടുത്തു. ജനതാഗവൺമെന്റ് പിന്തുടർന്ന സാമ്പത്തികനയങ്ങൾ കോൺഗ്രസിൽനിന്ന് വ്യത്യസ്തമായിരുന്നില്ല. ഭരണഘടനയുടെ 42-ാം ഭേദഗതിയിലൂടെ കോൺഗ്രസ് ഗവൺമെന്റ് പടുത്തുയർത്തിയ അമിതാധികാരഘടന പൂർണമായും പൊളിച്ചുമാറ്റുന്ന പ്രശ്നത്തിൽപോലും ഗവൺമെന്റ് തണുപ്പൻ നയം സ്വീകരിച്ചു. പരസ്പരപ്പൊരുത്തമില്ലാത്ത ശക്തികളടങ്ങിയതാണ് ജനതാപാർട്ടി. കെട്ടുറപ്പില്ലാത്ത ഒരു സാമ്പത്തിക-സാമൂഹിക പരിപാടി ഇല്ലാത്തതുമൂലം നേതാക്കൾ തമ്മിലുള്ള വ്യക്തിവിദ്വേഷം മുൻപന്തിയിൽ വന്നു. ബന്ധുക്കൾ നടത്തിയ അഴിമതിയെച്ചൊല്ലി പ്രധാനമന്ത്രിയും ആഭ്യന്തരമന്ത്രിയും പരസ്പരം നടത്തിയ ആരോപണ-പ്രത്യാരോപണങ്ങൾക്ക് രാജ്യം സാക്ഷ്യം വഹിച്ചു.

വരുമാനത്തിലെ അന്തരം കുറച്ചുകൊണ്ടുവരാൻ നടപടി സ്വീകരിക്കുന്നതാണെന്ന് ജനതാപാർട്ടി തെരഞ്ഞെടുപ്പ് വിജ്ഞാപനത്തിൽ വാഗ്ദാനം നൽകിയിരുന്നുവെങ്കിലും ഗവൺമെന്റ് പിന്തുടർന്ന നയം ആ പ്രതിഭാസം വർധിപ്പിക്കുകയേ ചെയ്തുള്ളൂ. പുതിയ വ്യവസായ ലൈസൻസുകളിൽ ഏറിയകൂറും വൻകിട കുത്തകകൾക്ക് നൽകി. അത്യാധുനിക സാങ്കേതികവിദ്യ ആർജിക്കുന്നതിന്റെ പേരിൽ വിദേശ ബഹുരാഷ്ട്ര കമ്പനികളുമായുള്ള കൂട്ടുകരാറുകളെ പ്രോത്സാഹിപ്പിച്ചു. തുണി, സിമന്റ്, ഉരുക്ക്, കൽക്കരി എന്നിവയുടെയും നിത്യോപയോഗ സാധനങ്ങളുടെയും വില ജനതാഭരണകാലത്ത് നിരന്തരം വർധിച്ചു. ഈ

സംഭവവികാസങ്ങളും തൻമൂലം ജനങ്ങൾക്കിടയിൽ വളർന്നുവന്ന നിരാശാബോധവും ഇന്ദിരാഗാന്ധിയുടെ നേതൃത്വത്തിലുള്ള അമിതാധികാര ശക്തികൾ ഉപയോഗപ്പെടുത്താൻ ശ്രമിച്ചു. പട്ടികജാതിക്കാരുടെയും ന്യൂനപക്ഷങ്ങളുടെയും ചാമ്പ്യൻ എന്ന നിലയിൽ തന്റെ പ്രതിഛായ ഉയർത്തിക്കാട്ടാൻ അവർ എല്ലാ ശ്രമങ്ങളും നടത്തി. ജനതാ ഗവൺമെന്റിന്റെ നയങ്ങൾക്കെതിരെ ജനകീയ സമരങ്ങൾ സംഘടിപ്പിക്കുന്നതിൽ പാർട്ടി നേതൃത്വപരമായ പങ്ക് വഹിച്ചു. വേതനം മരവിപ്പിക്കൽ അടിച്ചേൽപ്പിക്കാനും; പണിമുടക്കാനുമുള്ള തൊഴിലാളികളുടെ അവകാശം എടുത്തുകളയാനുമുള്ള ഗവൺമെന്റിന്റെ നീക്കം പരാജയപ്പെടുത്താൻ തൊഴിലാളിവർഗത്തിന്റെ പണിമുടക്ക് സമരങ്ങൾക്ക് സാധിച്ചു. ജനങ്ങളുടെ താൽപര്യങ്ങൾക്ക്--പ്രത്യേകിച്ച് കുടിയാൻമാരുടെയും കർഷകതൊഴിലാളികളുടെയും ആദിവാസികളുടെയും തൊഴിലാളിവർഗത്തിന്റെയും താൽപര്യങ്ങൾക്ക്--അനുസൃതമായി പശ്ചിമബംഗാളിലെയും ത്രിപുരയിലെയും ഇടതുപക്ഷമുന്നണി ഗവൺമെന്റുകൾ കൈക്കൊണ്ട നടപടികൾ ഇടതുപക്ഷ-ജനാധിപത്യശക്തികളുടെ അണിചേരലിന് വഴിതെളിച്ചു.

ഈ ഘട്ടത്തിൽ, പാർട്ടിയുടെ പത്താം കോൺഗ്രസിന്റെ തീരുമാനപ്രകാരം 1978 ഡിസംബറിൽ പശ്ചിമബംഗാളിലെ സൽകിയയിൽ കേന്ദ്ര കമ്മിറ്റി ഒരു പ്ലീനം സംഘടിപ്പിച്ചു. സംഘടനാപ്രശ്നം ചർചചെയ്യുകയായിരുന്നു പ്ലീനത്തിന്റെ ഉദ്ദേശ്യം. അതിന് അസാധാരണമായ ഒരു പ്രാധാന്യമുണ്ട്. കാരണം, പാർട്ടിയുടെ പ്രശസ്തിയും രാഷ്ട്രീയ സ്വാധീനവും രാജ്യത്താകെ വർധിച്ചുകൊണ്ടിരുന്ന സാഹചര്യത്തിൽ പാർട്ടി സംഘടന തികച്ചും ദുർബലമാണെന്ന യാഥാർത്ഥ്യം അംഗീകരിച്ചുകൊണ്ട് അത് പരിഹരിക്കുന്നതിനുള്ള മാർഗങ്ങളാരായാൻ വിളിച്ചുകൂട്ടിയതായിരുന്നു പ്ലീനം. 1964-ലെ പിളർപ്പും 1968-ൽ ഇടതുപക്ഷ സാഹസികർ വരുത്തിയ ശിഥിലീകരണവും നിമിത്തം രാഷ്ട്രീയമായും സംഘടനാപരമായും 'ശൂന്യത' യിൽനിന്ന് പാർട്ടി കെട്ടിപ്പടുക്കേണ്ടി വന്നു. അതേസമയം സാർവദേശീയ കമ്യൂണിസ്റ്റ് പ്രസ്ഥാനത്തിലെ രണ്ട് വൻ കമ്യൂണിസ്റ്റ് പാർട്ടികളുമായി--സി പി എസ് യുവും സി പി സിയും--പാർട്ടിക്ക് കടുത്ത പോരാട്ടത്തിലേർപ്പെടേണ്ടിവന്നു.

രാജ്യത്തെ രാഷ്ട്രീയശക്തികളുടെ സമൂലമായ പുനരണിചേരൽ --ഇടതുപക്ഷ ജനാധിപത്യശക്തികളുടെ ദേശവ്യാപകമായ ഒരു ഐക്യമുന്നണി നിലവിൽ കൊണ്ടുവരുന്നതിനുള്ള പുനരണിചേരൽ--സൃഷ്ടിച്ചെടുക്കുകയെന്നതാണ് പാർട്ടിയുടെ ഏറ്റവും വലിയ കടമയെന്ന് പത്താം കോൺഗ്രസിന്റെ രാഷ്ട്രീയ പ്രമേയം അഭിപ്രായപ്പെട്ടു. അതാണ് രണ്ട് ബൂർഷ്വാ-ഭൂപ്രഭു കൂട്ടുകെട്ടുകൾക്കുള്ള--കോൺഗ്രസും ജനതയും--ഒരേയൊരു പുരോഗമന ബദൽശക്തി. അങ്ങനെയൊരു ബദൽശക്തി വളർത്തിയെടുക്കുന്നതിന് എത്രകാലം വേണ്ടിവന്നാലും അതിന് എത്രയൊക്കെ പ്രയാസങ്ങൾ നേരിടേണ്ടി വന്നാലും ചെയ്യാതിരിക്കാനാവില്ല.

തൊഴിലാളിവർഗത്തിന്റെയും എല്ലാ വർഗങ്ങളിലും സമൂഹങ്ങളിലുംപെട്ട ദേശാഭിമാനികളുടെയും ജനാധിപത്യശക്തികളുടെയും ഉശിരൻ സംഘടനകളുടെ ശീഘ്രഗതിയിലുള്ള വളർച്ചയും ഐക്യവുമാണ് അത്തരമൊരു ജനാധിപത്യമുന്നണിയുടെ സത്ത.

1970 മേയിൽ സി ഐ ടി യു രൂപംകൊണ്ടതിനുശേഷം ട്രേഡ് യൂണിയൻ രംഗത്തുണ്ടായ വളർച്ച പ്ലീനം കണക്കിലെടുത്തു. ട്രേഡ് യൂണിയൻ പ്രസ്ഥാനത്തിന്റെ ആഭ്യന്തര ജനാധിപത്യത്തിലോ സമരോത്സുകതയിലോ സി പി ഐക്ക് താൽപര്യമില്ലെന്ന് വ്യക്തമായപ്പോഴാണ്--എ ഐ ടി യു സി യിൽ അത് നിലനിർത്തുന്നതിനാണ് ഞങ്ങൾ ശ്രമിച്ചത്--ഞങ്ങൾ സി ഐ ടി യു സ്ഥാപിച്ചത്. ആ സംഘടന നിലവിൽ വന്നതിനുശേഷം ഞങ്ങളുടെ പൊതുരാഷ്ട്രീയ സ്വാധീനവും ഞങ്ങളുടെ നേതൃത്വത്തിലുള്ള യൂണിയനുകളുടെ സംഘടിതശക്തിയും വർധിച്ചു. മറ്റ് ബഹുജനമുന്നണികളിലെയും സംസ്ഥാനങ്ങളിലെ പാർട്ടിയുടെ സംഘടനാപ്രവർത്തനത്തിലെയും ദൗർബല്യം പ്ലീനം കണക്കിലെടുത്തു.

പാർട്ടിസെന്റർ അഭിമുഖീകരിക്കുന്ന പ്രശ്നങ്ങളുടെ കാര്യത്തിൽ പ്ലീനം ഗൗരവതരമായ ശ്രദ്ധ പതിപ്പിച്ചു. സെന്റർ ദുർബലമായിരുന്നു. അതിന്റെ പ്രവർത്തനം ഫലപ്രദമായിരുന്നുമില്ല. കാരണം, പല പി ബി അംഗങ്ങളും സംസ്ഥാനങ്ങളുടെ ഉത്തരവാദിത്തങ്ങളേറ്റെടുത്ത് അവരവരുടെ സംസ്ഥാനങ്ങളിൽതന്നെ കേന്ദ്രീകരിച്ച് പ്രവർത്തിച്ചു. സംസ്ഥാനങ്ങളിലെ പാർട്ടിസംഘടനയുടെ അവസ്ഥ പ്ലീനം വിലയിരുത്തി. ഹിന്ദി സംസാരിക്കുന്ന പ്രദേശങ്ങളിൽ പാർട്ടി ശക്തിപ്പെടുത്തേണ്ട ആവശ്യകതക്ക് ഒരിക്കൽകൂടി അടിവരയിട്ടു. ഈ പ്രശ്നങ്ങളെക്കുറിച്ചെല്ലാം സവിസ്തരമായ ഒരു റിപ്പോർട്ടും സ്ഥിതിഗതികൾ ആവശ്യപ്പെടുന്നതിനനുസരിച്ച് പാർട്ടി കൈക്കൊള്ളേണ്ട മൂർത്തമായ നടപടികളടങ്ങിയ ഒരു പ്രമേയവും പ്ലീനം അംഗീകരിച്ചു. സൽകിയാ പ്ലീനം തീരുമാനത്തിന്റെ ശരിമ എൺപതുകളിൽ പാർട്ടിക്കുണ്ടായ വളർച്ച കാണിക്കുന്നു. 1982 ഫെബ്രുവരിയിൽ പതിനൊന്നാം കോൺഗ്രസ് ചേർന്നപ്പോഴേക്കും പാർട്ടി കുറേക്കൂടി ശക്തിപ്രാപിച്ചു. പാർട്ടി അംഗങ്ങളുടെയും കാൻഡിഡേറ്റ് അംഗങ്ങളുടെയും എണ്ണത്തിൽ ഗണ്യമായ വർധനവുണ്ടായി. പത്താം കോൺഗ്രസ് സമയത്ത് 1,57,000 ആയിരുന്നത് പതിനൊന്നാം കോൺഗ്രസ് ആയപ്പോഴേക്ക് 2,67,000 ആയി പെരുകി. പ്ലീനം കഴിഞ്ഞ് രണ്ടുമാസമായപ്പോഴേക്കും പാർട്ടിയുടെ ഹിന്ദി മുഖപത്രം ആരംഭിച്ചു. 1982 ഫെബ്രുവരി ആയപ്പോഴേക്കും അതിന്റെ സർകുലേഷൻ നാലായിരത്തിൽനിന്ന് 15,000 ആയി.

ജനതാപാർട്ടിയുടെ ഘടകകക്ഷികളിൽ അന്തർലീനമായ വൈരുധ്യങ്ങളും ജനതാഗവൺമെന്റ് പിന്തുടർന്ന സാമ്പത്തികനയങ്ങളുംമൂലം പ്രതീക്ഷിച്ചതിനെക്കാൾ നേരത്തെ ആ പാർട്ടിയെ പ്രതിസന്ധി ബാധിച്ചു. അത് ഗവൺമെന്റിന്റെ പതനത്തിനും ജനതാപാർട്ടിയുടെ ശിഥിലീകരണത്തിനും ഇടയാക്കി. ഈ ഘട്ടത്തിൽ ഇടതുപക്ഷ ജനാധിപത്യശ

ക്തികളും ഏകാധിപത്യത്തിനെതിരായ ചെറുത്തുനിൽപ്പിൽ വിശാലമായ ഒരു വേദി പടുത്തുയർത്തുന്നതിന് സഹായിച്ച ശക്തികളും ചെറിയ തോതിൽ മുന്നേറിയെങ്കിലും അമിതാധികാര വിരുദ്ധശക്തികളുടെ ഐക്യം നിലനിർത്താനോ കോൺഗ്രസ് (ഇ) അധികാരത്തിലേക്ക് തിരിച്ചുവരുന്നത് തടയാനോ അതിന് കഴിഞ്ഞില്ല. പത്താം കോൺഗ്രസിന്റെ രാഷ്ട്രീയ പ്രമേയത്തിൽ പറഞ്ഞു:

> നഗ്നമായ സ്വേച്ഛാധിപത്യം സ്ഥാപിക്കുന്നതിനെതിരായുള്ള സമരം ഒരു നിരന്തര സമരമായിരിക്കും. എന്തുകൊണ്ടെന്നാൽ തെരഞ്ഞെടുപ്പിൽ കോൺഗ്രസ് പരാജയപ്പെട്ടുവെങ്കിലും സ്വേച്ഛാധിപത്യത്തിന് കളമൊരുക്കുന്ന വർഗങ്ങൾ പരാജയപ്പെട്ടുകഴിഞ്ഞിട്ടില്ല. കുത്തകകളും ഭൂപ്രഭുക്കളും സ്വേച്ഛാധിപത്യത്തിൽ ജനങ്ങളുടെ അവകാശത്തെ പരിമിതപ്പെടുത്തുവാൻ ആഗ്രഹിക്കുന്നു--പ്രത്യേകിച്ചും സാമ്പത്തിക മാന്ദ്യം തീക്ഷ്ണമാവുകയും ആനുകൂല്യങ്ങൾ നൽകാനുള്ള കഴിവ് തീരെ കുറയുകയും ജനസാമാന്യം ക്ഷുബ്ധരായിരിക്കുകയും ചെയ്യുമ്പോൾ. സമ്പദ്വ്യവസ്ഥ പാശ്ചാത്യ സാമ്പത്തിക സഹായത്തെയും ലോകമുതലാളിത്ത വിപണിയെയും കൂടുതൽ ആശ്രയിക്കുകയും ബഹുരാഷ്ട്ര കുത്തകകളെ ഇങ്ങോട്ട് ക്ഷണിക്കുകയും ചെയ്യുന്നതിലൂടെ സ്വേച്ഛാധിപത്യശക്തികൾ വളരുകയാണ് ചെയ്യുന്നത്. ഇന്ത്യൻ സമ്പദ്വ്യവസ്ഥയുടെ ചുക്കാൻ കുത്തകകളുടെയും വൻകിട ബൂർഷ്വകളുടെയും ഭൂപ്രഭുക്കളുടെയും കയ്യിലിരിക്കുന്നിടത്തോളംകാലം അവരുടെ ഒന്നല്ലെങ്കിൽ മറ്റൊരു കൂട്ടുകെട്ട് സ്വന്തം വാഴ്ച സുരക്ഷിതമാക്കാൻ വേണ്ടി സ്വേച്ഛാധിപത്യം സ്ഥാപിക്കാൻ ശ്രമിക്കും.

ജനതാഗവൺമെന്റിലെ 1979 ജൂലായ് പ്രതിസന്ധിയും അതിനോട് പാർട്ടി സ്വീകരിച്ച സമീപനവും അടവുകളും പാർട്ടിക്കകത്ത് നിശിതമായ അഭിപ്രായവ്യത്യാസങ്ങൾക്കിടയാക്കി. ജനതാഗവൺമെന്റ് സ്വന്തം വൈരുധ്യങ്ങൾമൂലം തകർന്നുകൊണ്ടിരിക്കുകയാണെന്നും ആസന്നമായ തകർച്ചയിൽനിന്ന് ആർക്കും അതിനെ രക്ഷിക്കാൻ കഴിയില്ലെന്നുമായിരുന്നു സി സിയുടെയും പി ബിയുടെയും അഭിപ്രായം. നിഷ്പക്ഷ നയം അവലംബിച്ചിരുന്നുവെങ്കിൽ ജനതാഗവൺമെന്റിന്റെ തകർച്ചക്കും കോൺഗ്രസ് (ഇ) അധികാരത്തിലേക്ക് തിരിച്ചുവരുന്നതിനും സഹായിച്ചുവെന്ന കുറ്റത്തിൽനിന്നൊഴിവാകാൻ പാർട്ടിക്ക് സാധിക്കുമായിരുന്നുവെന്ന അഭിപ്രായം ശരിയല്ല. ആ വിമർശനം പതിനൊന്നാം പാർട്ടി കോൺഗ്രസ് തള്ളിക്കളഞ്ഞു.

നമ്മുടെ എതിർപ്പ് ജനതാഗവൺമെന്റിന്റെ തകർച്ചക്കും ഇന്ദിരാ ഗാന്ധി വീണ്ടും രംഗപ്രവേശം ചെയ്യുന്നതിനും പ്രാഥമിക കാരണംപോലുമായിരുന്നില്ലെന്ന് അനന്തര സംഭവങ്ങൾ തെളിയിച്ചു. തകർച്ചക്ക് ഇടയാക്കിയ പ്രശ്നം അതിനേക്കാൾ വലുതും ഗുരുതരവുമായിരുന്നു. ജന

താപാർട്ടി അതിവേഗം ശിഥിലമായിക്കൊണ്ടിരുന്ന പശ്ചാത്തലത്തിൽ അമിതാധികാര വിരുദ്ധശക്തികളെ എങ്ങനെ വീണ്ടും ഒന്നിപ്പിക്കാം, ജനതാപാർട്ടിയുടെ ഒന്നല്ലെങ്കിൽ മറ്റൊരു വിഭാഗവുമായി അമിതാധികാര കോൺഗ്രസ് (ഇ) കൂട്ടുകൂടുന്നത് തടയാൻ അടവുപരമായ എന്തൊക്കെ നടപടികളാണ് പാർട്ടി സ്വീകരിക്കേണ്ടത് – ഇതായിരുന്നു പ്രശ്നം.

പാർട്ടി വോട്ട് 1977–ൽ 81 ലക്ഷമായിരുന്നത് 1980–ൽ 152 ലക്ഷമായി വർധിച്ചുവെന്ന് 1980–ലെ തെരഞ്ഞെടുപ്പ് ഫലം തെളിയിച്ചു പശ്ചിമബംഗാളിൽ സി പി ഐ (എം) കോൺഗ്രസ് (ഇ) യെയും ജനതാപാർട്ടിയെയും തുരത്തി. ആർ എസ് എസ് ആധിപത്യമുള്ള ജനതാപാർട്ടിയുമായി 1979 ജൂലായിൽ ബന്ധം വിച്ഛേദിച്ചിരുന്നില്ലെങ്കിൽ ന്യൂനപക്ഷങ്ങൾ ഞങ്ങളിൽനിന്ന് അകന്നുപോകുമായിരുന്നു.

1981–ലെ നിയമസഭാ തെരഞ്ഞെടുപ്പ് ഫലം രണ്ട് വ്യത്യസ്ത പ്രവണതകൾ വെളിപ്പെടുത്തി. ഒന്ന് പശ്ചിമബംഗാളിൽ സി പി ഐ (എം) നേതൃത്വത്തിൽ ഇടതുപക്ഷശക്തികൾ ശ്രദ്ധേയമായ വിജയം കരസ്ഥമാക്കി. രണ്ട്, പശ്ചിമബംഗാളിന് പുറത്ത് ഒറീസ, ബിഹാർ യു പി എന്നീ സംസ്ഥാനങ്ങളിൽ കോൺഗ്രസ് (ഇ) യോട് ഏറ്റുമുട്ടിയ ബൂർഷ്വാ പ്രതിപക്ഷ പാർട്ടികൾ പരാജയപ്പെട്ടു. മറ്റ് പല ഘടകങ്ങൾക്കും പുറമെ ഈ തെരഞ്ഞെടുപ്പിൽ അധികാരത്തിൽ വരാൻ കോൺഗ്രസ് (ഇ) ഭരണയന്ത്രം ദുരുപയോഗിച്ചു കോഴ കൊടുത്തു, ബലം പ്രയോഗിച്ചു. ഇതിന് പുറമെ പലേടത്തും കൃത്രിമം നടത്തി. പശ്ചിമബംഗാളിലെയും ത്രിപുരയിലെയും ഇടതുപക്ഷമുന്നണി മന്ത്രിസഭകൾക്കും കേരളത്തിലെ ഇടതുപക്ഷ–ജനാധിപത്യമുന്നണി മന്ത്രിസഭക്കും എതിരെ ഭരണ കോൺഗ്രസ് (ഇ) കടന്നാക്രമണം നടത്തി. അമിതാധികാരശക്തികളും ജനാധിപത്യശക്തികളും തമ്മിലുള്ള പോരാട്ടം ഈ മൂന്ന് സംസ്ഥാനങ്ങളിലും ആരംഭിച്ചു. ഈ മൂന്ന് സംസ്ഥാനങ്ങളിലെയും മന്ത്രിസഭകൾക്കെതിരെ കോൺഗ്രസ് (ഇ) അപവാദങ്ങളും അസത്യങ്ങളും പ്രചരിപ്പിച്ചു. ആ ഗവണ്മെന്റുകൾക്കെതിരെ തങ്ങൾതന്നെ പിന്തിരിപ്പന്മാരെന്ന് വിശേഷിപ്പിച്ച ശക്തികളുമായി കൂട്ടുകൂടി. ക്രമസമാധാന പ്രശ്നം സൃഷ്ടിക്കാൻ സാമൂഹ്യവിരുദ്ധരുടെ സഹായത്തോടെ അക്രമപ്രവർത്തനങ്ങൾ സംഘടിപ്പിച്ചു. ആഴമേറുന്ന സാമ്പത്തിക പ്രതിസന്ധിയുടെ മധ്യത്തിലും ഇന്ദിരാഗാന്ധിയുടെ നേതൃത്വത്തിൽ കോൺഗ്രസ് അധികാരത്തിൽ തിരിച്ചുവന്നതിനുശേഷവും ഇടതുപക്ഷ മന്ത്രിസഭകൾ നിലനിന്നതും തുടർന്നതും ഭരണം കയ്യാളിയതും ജനാധിപത്യശക്തികളുടെ ശ്രദ്ധേയമായ നേട്ടമാണ്. ഇതിന് മുമ്പായിരുന്നെങ്കിൽ ഇടതുപക്ഷ നേതൃത്വത്തിലുള്ള മന്ത്രിസഭക്കോ കമ്യൂണിസ്റ്റ് മന്ത്രിസഭക്കോ ഏതാനും വർഷത്തിനപ്പുറം ഭരണം നടത്താൻ കഴിയുമായിരുന്നില്ല. ജനാധിപത്യശക്തികളുടെ വിപുലമായ പിന്തുണ കിട്ടിയതുകൊണ്ടാണ് ഈ മന്ത്രിസഭകൾക്ക് ഇപ്രകാരം ഗവണ്മെന്റിനെ നയിക്കാൻ കഴിഞ്ഞത്. അമിതാധികാര ശക്തികളെ ചെറുത്തുനിൽക്കുന്നതിനുള്ള പാർട്ടിയുടെ ശ്രമവും

ഈ മന്ത്രിസഭകളുടെ നിലനിൽപ്പും തമ്മിൽ ബന്ധപ്പെട്ടുകിടക്കുന്നു എന്ന ബോധം രാജ്യത്താകെയുള്ള പ്രബുദ്ധവിഭാഗത്തിനടിയിൽ പടർന്നുപിടിച്ചതും ഇടതുപക്ഷ മന്ത്രിസഭകളുടെ നിലനിൽപ്പിന് കാരണമായി.

മാറിയ സാഹചര്യത്തിൽ അമിതാധികാര ശക്തികൾക്കെതിരെ ജനാധിപത്യശക്തികളുടെ സമരം നടക്കുകയായിരുന്നു. അത് ജനാധിപത്യശക്തികളുടെതന്നെ ഐക്യത്തിന് പൂർണമായും അനുകൂലമായിരുന്നില്ല. അവരുടെ ഐക്യത്തിനുനേരെ ഛിദ്രശക്തികൾ നടത്തിയ കടന്നാക്രമണംമൂലം സ്ഥിതിഗതികൾ കുറേക്കൂടി സങ്കീർണമായി. ബൂർഷ്വാ പ്രതിപക്ഷകക്ഷികളിൽ ചിലത് അവസരവാദപരമായ സമീപനം സ്വീകരിച്ചതിനാൽ സങ്കീർണത കൂടുതലായി. എന്തായിരുന്നു അവ സ്വീകരിച്ച അവസരവാദപരമായ സമീപനം? തെരഞ്ഞെടുപ്പ് നേട്ടങ്ങൾക്കായി വിജ്ഞാനവിരോധം ഉപയോഗിക്കാൻ അവർ മടിച്ചില്ല. അമേരിക്കൻ സാമ്രാജ്യത്വത്തിന്റെ പ്രത്യക്ഷമായ വെല്ലുവിളിയെ നേരിടുകയായിരുന്നു രാജ്യം. ആ സാമ്രാജ്യത്വമാവട്ടെ, പാകിസ്ഥാനിലെ സൈനിക ഭരണാധികാരികളെ ആയുധമണിയിക്കുന്നതിൽ മുഴുകിയിരുന്നു.

സാമ്പത്തികസ്ഥിതി വഷളായിക്കൊണ്ടിരുന്നതിനിടയിലാണ് ദേശീയ ഐക്യത്തിനുനേരെ ഭീഷണിയിയുയർന്നത്. അഭൂതപൂർവമായ പണപ്പെരുപ്പ നിരക്കും ബഹുരാഷ്ട്ര കോർപ്പറേഷനുകളുടെയും ലോകബാങ്കിന്റെയും വർധമാനമായ പിടിയും സാമ്പത്തികരംഗത്തെ കറുത്ത ചിത്രം വെളിവാക്കി. ഈ സാഹചര്യത്തിൽ മന്ദീഭവിച്ച് കിടക്കുകയായിരുന്ന ബഹുജനസമരങ്ങൾ ഇന്ദിരാഗാന്ധി അധികാരത്തിൽ തിരിച്ചെത്തിയ ഉടനെ, ശക്തിപ്പെടാൻ തുടങ്ങി. രാജ്യത്താകെ പടർന്നുപിടിച്ച കർഷക സമരം 1982–ലെ പടുകൂറ്റൻ മാർച്ചോടെ ഉച്ചകോടിയിലെത്തി. വിദ്യാർഥികളും മറ്റ് ജനവിഭാഗങ്ങളും സമരരംഗത്തിറങ്ങി. തൊഴിലാളിവർഗ മുന്നണിയിലും മഞ്ഞുരുക്കം അനുഭവപ്പെട്ടു. ഇടതുപക്ഷ ഐക്യത്തിനുള്ള അഭിവാഞ്ഛ വർധിച്ചുവന്നു. ഇടതുപക്ഷ ഐക്യം എന്ന പ്രശ്നത്തോടുള്ള സി പി ഐ സമീപനത്തിലും കാര്യമായ മാറ്റം വന്നു. എസ് എ ഡാങ്കെയെ സി പി ഐ പുറത്താക്കി. ഇടതുപക്ഷ ഐക്യപ്രശ്നത്തിന്റെ പേരിൽ സ്വന്തം പാർട്ടി വിടുക ബുദ്ധിപൂർവകമായിരിക്കില്ലെന്ന് സി പി ഐയിലെ ഡാങ്കെ പക്ഷക്കാർ ചിന്തിച്ചു. അതുകൊണ്ടുതന്നെ വളരെയധികം ഡാങ്കെ പക്ഷക്കാർ പാർട്ടി വിട്ടില്ല. മൊത്തത്തിൽ ഇടതുപക്ഷ ഐക്യം ശക്തിപ്പെടുത്തുന്നതിനോട് സി പി ഐ കൂടുതൽ അടുത്തു.

ഈ ഘട്ടത്തിൽ ദേവരാജ് അരശിന്റെ കീഴിലുള്ള കോൺഗ്രസുകാർ ഒഴികെ ബൂർഷ്വാ പ്രതിപക്ഷ പാർട്ടികളൊക്കെ ഇന്ത്യാ ഗവണ്മെന്റിനെയും അഫ്ഗാനിസ്ഥാനോടുള്ള നയത്തിന്റെ പേരിൽ സോവിയറ്റ് യൂണിയനെയും നിരന്തരം ആക്രമിച്ചു. ബി ജെ പിയും ജനതാപാർട്ടിയും സോവിയറ്റ് വിരുദ്ധ–വിയത്നാം വിരുദ്ധ നിലപാട് സ്വീകരിച്ചു. അമേരിക്ക പാകിസ്ഥാനെ ആയുധമണിയിക്കുന്നതിന്റെ പ്രത്യാഘാതങ്ങൾ അവർ കുറച്ചു കണ്ടു. അമേരിക്കൻ പിന്തുണയുള്ള ആസാമിലെ വിഘ

ടനശക്തികളെ അവർ പൂർണമായും അനുകൂലിച്ചു. അതുകൊണ്ട് ഗവണ്മെന്റിനെതിരായ അവിശ്വാസപ്രമേയത്തെ അനുകൂലിക്കാൻ പാർട്ടി തയാറായില്ല. എന്നാൽ സ്വന്തം ഖണ്ഡനോപക്ഷേപം അവതരിപ്പിക്കുകയും ചെയ്തു.

ബൂർഷ്വാ-ഭൂപ്രഭു പ്രതിപക്ഷ പാർട്ടികൾ തങ്ങളുടെ നിലപാട് മാറ്റിക്കൊണ്ടിരുന്ന സാഹചര്യത്തിൽ അമിതാധികാരനയത്തിനെതിരെ വിപുലമായ ചെറുത്തുനിൽപ്പ് വളർത്തിയെടുക്കുന്നതിനും രാഷ്ട്രീയശക്തികളുടെ ഒരു പുതിയ പുനരണിചേരൽ സൃഷ്ടിക്കുന്നതിനുമുള്ള പാർട്ടിയുടെ സമരം വൈവിധ്യരൂപം കൈക്കൊണ്ടു. ആറ് പാർട്ടികളുടെ കൺവെൻഷൻ അത്തരത്തിലുള്ള ഒന്നായിരുന്നു. വിലക്കയറ്റത്തിനും അമിതാധികാരനയത്തിനും എതിരെ അത്തരം ഒട്ടേറെ കൺവെൻഷനുകളും സംയുക്ത പ്രകടനങ്ങളും സംഘടിപ്പിക്കപ്പെട്ടു എങ്കിലും, തുടക്കത്തിൽപ്പോലും, അത്തരം സഹകരണം എളുപ്പമായിരുന്നില്ല. പല പാർട്ടികളിലെയും യാഥാസ്ഥിതിക നേതാക്കൾ ഇടതുപക്ഷവുമായി ചേർന്നുപോകാൻ ദീർഘകാലത്തോളം തയാറായിരുന്നില്ല.

ഗുജറാത്തിൽ ആരംഭിച്ച സംവരണവിരുദ്ധ പ്രക്ഷോഭത്തോട് പാർട്ടി തത്ത്വാധിഷ്ഠിതമായ നിലപാട് സ്വീകരിച്ചു. ആ നിലപാടിന് മറ്റ് സംസ്ഥാനങ്ങളിലും പിന്തുണ കിട്ടി. അധ്വാനിക്കുന്ന മറ്റ് വിഭാഗങ്ങൾക്കിടയിൽ സൃഷ്ടിക്കാൻ കഴിയുന്ന ഹരിജനവിദ്വേഷത്തിന്റെ ആപത്ത് പാർട്ടി ചൂണ്ടിക്കാട്ടി. ബൂർഷ്വാ-ഭൂപ്രഭു ഗവണ്മെന്റ് ഉറപ്പുനൽകുന്ന ജോലി സംവരണത്തിലൂടെ ഹരിജനങ്ങളുടെ മോചനം സാധ്യമാവില്ലെന്ന് ചൂണ്ടിക്കാണിച്ചു. അധ്വാനിക്കുന്ന മറ്റ് ജനവിഭാഗങ്ങളുടെ എതിർപ്പോടെയും അത് സാധ്യമാവില്ല. അതിനുവേണ്ടത് ബൂർഷ്വാ-ഭൂപ്രഭുവർഗങ്ങൾക്കും ആ വർഗത്തെ പ്രതിനിധീകരിക്കുന്ന കോൺഗ്രസ് (ഐ)ക്കും എതിരായ പൊതുസമരത്തിൽ അവരുമായി സഖ്യത്തിലേർപ്പെടുകയാണ്.

ആർ എസ് എസ് പ്രത്യയശാസ്ത്രവും പ്രവർത്തനവും ദേശീയ ഐക്യത്തിനും അഖണ്ഡതയ്ക്കും നേരെ ഉയർത്തുന്ന ആപത്തിലേക്ക് ആദ്യമായി നിശിതശ്രദ്ധ ക്ഷണിച്ച പാർട്ടികളിലൊന്ന് ഞങ്ങളുടേതായിരുന്നു. ഇസ്ലാമിക മതമൗലികവാദം, സിഖ് റിവൈവലിസം, രാജ്യത്തിന്റെ വടക്കുകിഴക്കൻ ഭാഗത്ത് വിദേശസഹായത്തോടെ ക്രിസ്ത്യൻ മിഷനറിമാർ നടത്തുന്ന പ്രവർത്തനം എന്നിവയുയർത്തുന്ന ഭീഷണി നേരിടുന്നതിന് 'ഹിന്ദുരാഷ്ട്ര'മെന്ന സങ്കൽപ്പനം വലിയ പ്രതിബന്ധമായി നിലകൊള്ളുകയാണെന്ന് 1981 മേയിൽ പോളിറ്റ് ബ്യൂറോ കണ്ടെത്തി – ഭരണ കോൺഗ്രസ് (ഇ)ക്കുള്ള ഒരേയൊരു ബദലായിത്തീരാനാഗ്രഹിക്കുന്ന ബി ജെ പി ആപൽക്കരമായ ഈ മുദ്രാവാക്യത്തോട് പ്രതിജ്ഞാബദ്ധമാണെന്ന് പി ബി അഭിപ്രായപ്പെട്ടു.

ശരിയായ സാർവദേശീയത മുറുകെപ്പിടിച്ച സാർവദേശീയ കമ്യൂണിസ്റ്റ് പ്രസ്ഥാനത്തിന്റെ ഐക്യത്തിന് നിരന്തരം ശ്രമിച്ച സി പി ഐ (എം) അഫ്ഘാനിസ്ഥാൻ പ്രശ്നത്തിൽ സോവിയറ്റ് നിലപാടിനെ

ന്യായീകരിച്ചു; കമ്പൂച്ചിയൻ പ്രശ്നത്തിൽ വിയത്നാം നിലപാടിനെ പ്രതിരോധിച്ചു. ഈ പ്രശ്നങ്ങളിൽ ഇന്ത്യയിൽ ഞങ്ങൾ അഴകൊഴമ്പൻ നിലപാട് സ്വീകരിച്ചിരുന്നുവെങ്കിൽ അത് അമേരിക്കൻ അനുകൂലലോബിയെ ശക്തിപ്പെടുത്തുകയും സാമ്രാജ്യത്വ ഗൂഢാലോചനകൾക്കെതിരായ പോരാട്ടത്തിന് പ്രതിബന്ധം സൃഷ്ടിക്കുകയും ചെയ്യുമായിരുന്നു. ഇന്തോ-സോവിയറ്റ് സൗഹൃദകരാറിനെയും സഹകരണത്തെയും പാർട്ടി സ്വാഗതം ചെയ്തു. അമേരിക്കൻ ഗൂഢാലോചനക്കെതിരെ പോരാടുന്നതിന് അത് അത്യന്തം സഹായകമായിരുന്നു. ഇന്ത്യയുടെ സുരക്ഷിതത്വത്തിന് അമേരിക്ക ആപത്ത് സൃഷ്ടിക്കുകയായിരുന്നു. ഇന്ത്യയുടെ വിദേശനയത്തിൽ മാറ്റം വരുത്തിക്കാൻ ഗവണ്മെന്റിനുമേൽ അവർ സമ്മർദം ചെലുത്തി. സാർവദേശീയ സ്ഥിതിഗതികൾ സംബന്ധിച്ച് ഇന്ദിരാഗാന്ധി ഗവണ്മെന്റിന്റെ ധാരണയും വിദേശനയവും മറ്റ് ബൂർഷ്വാ പാർട്ടികളുടേതിനെ അപേക്ഷിച്ച് കൂടുതൽ യാഥാർഥ്യബോധത്തിലധിഷ്ഠിതമാണെന്ന് പാർട്ടി വ്യക്തമാക്കി.

17

പതിനൊന്നാം പാർട്ടി കോൺഗ്രസ്

ആയിരത്തി തൊള്ളായിരത്തി എൺപത്തി രണ്ടിൽ വിജയവാഡയിൽ സമ്മേളിച്ച പാർട്ടി പതിനൊന്നാം കോൺഗ്രസ് സാർവദേശീയ സ്ഥിതിഗതികൾ വിലയിരുത്തി. പത്താം കോൺഗ്രസിനുശേഷമുള്ള നാലിൽ കുറഞ്ഞ വർഷത്തിനിടയിൽ ലോകത്താകെ രാഷ്ട്രീയസ്ഥിതിഗതികൾ കൂടുതൽ വഷളായിട്ടുണ്ടെന്ന് കോൺഗ്രസ് കണ്ടു. മുതലാളിത്ത വ്യവ്സഥയിൽ അന്തർലീനമായ പ്രതിസന്ധിയെ ഒട്ടേറെ രാജ്യങ്ങളിലെ പ്രധാന വ്യവസായ മേഖലകളിലെ ഘടനാപരമായ പ്രതിസന്ധി മൂർഛിപ്പിച്ചു. ചില മേഖലകളിൽ ഉൽപാദനം മുരടിച്ചു. മുതലാളിത്ത രാജ്യങ്ങളിലെ തൊഴിലില്ലായ്മ 240 ലക്ഷത്തിലെത്തി.പണപ്പെരുപ്പ നിരക്ക് വളരെയധികം കൂടി. 1975 നുശേഷം വിലകൾ അമ്പത് ശതമാനം ഉയർന്നു. ജനങ്ങളുടെ ചെലവിൽ ബഹുരാഷ്ട്ര കമ്പനികളുടെയും വൻകിട കോർപ്പറേഷനുകളുടെയും താൽപര്യാർത്ഥം പ്രതിസന്ധി പരിഹരിക്കുന്നതിന് പ്രധാനപ്പെട്ട മുതലാളിത്ത രാജ്യങ്ങളിലെ ഗവൺമെന്റുകൾ ശ്രദ്ധ കേന്ദ്രീകരിച്ചു. അതിന് അവർ കണ്ടെത്തിയ ഒരു മാർഗം ആയുധനിർമാണത്തിന്, സൈനിക വ്യവസായത്തിന്, കൂടുതൽ തുക ചെലവഴിക്കുകയായിരുന്നു. അത് യുദ്ധ വിപത്ത് സൃഷ്ടിക്കുകയും വർധിപ്പിക്കുകയും ചെയ്തു.

പത്താം കോൺഗ്രസിനുശേഷം യുദ്ധവിപത്ത് വളരെയധികം കൂടിയെന്ന് പതിനൊന്നാം കോൺഗ്രസ് എടുത്തുപറഞ്ഞു. അതിനാൽ സമാധാനപ്രസ്ഥാനം ശക്തിപ്പെടുത്തുന്നതിൽ വളരെയധികം ശ്രദ്ധപതിപ്പിക്കേണ്ടതുണ്ടെന്നും സമാധാനത്തിനുവേണ്ടിയുള്ള സമരം സജീവമായി മുമ്പോട്ട് കൊണ്ടുപോകേണ്ടതുണ്ടെന്നും കോൺഗ്രസ് അഭിപ്രായപ്പെട്ടു. ചേരിചേരാ പ്രസ്ഥാനവും സമാധാനത്തിനുവേണ്ടിയുള്ള പോരാട്ടത്തിലെ

ശക്തമായ ഒരു ഘടകമാണ്. എങ്കിലും സമാധാനം കാത്തുരക്ഷിക്കുന്നതിനുള്ള മൗലിക ഉപാധി സോവിയറ്റ് യൂണിയനും മറ്റ് സോഷ്യലിസ്റ്റ് രാജ്യങ്ങളും നടത്തുന്ന സമരവും ആക്രമണകാരിയായ സാമ്രാജ്യത്വത്തിന്റെ കടന്നാക്രമണത്തെ നേരിടാനുള്ള അവരുടെ തയ്യാറെടുപ്പുമാണ്.

നവസ്വതന്ത്ര രാജ്യങ്ങളിലെ സമ്പദ്‌വ്യവസ്ഥകൾ ലോകമുതലാളിത്ത വ്യവസ്ഥയുമായി കൂട്ടിക്കെട്ടിയിരിക്കുന്നതിനാൽ വളരെയധികം വിഷമിക്കുകയാണ്. ഈ രാജ്യങ്ങളുടെ വിദേശകടം അയ്യായിരം ലക്ഷം ഡോളറായിരുന്നു. 'അങ് ടാഡിന്റെ' കണക്കനുസരിച്ച് 1970–78 ൽ സാർവദേശീയ കുത്തകകളുടെ പ്രത്യക്ഷനിക്ഷേപത്തിന്റെ ഒഴുക്ക് 42–ാം കോടി ഡോളറിന്റേതായിരുന്നു. ഇതേ കാലയളവിൽ ബഹുരാഷ്ട്ര നിക്ഷേപത്തിൽ നിന്നുള്ള ലാഭമായി ഒരു ലക്ഷം കോടി ഡോളറിലധികം കടത്തിക്കൊണ്ടുപോയി.

പകൽകൊള്ളക്കും സമ്പത്ത് ഊറ്റിയെടുക്കുന്നതിനുമെതിരായ സമരത്തിൽ നവസ്വതന്ത്ര രാജ്യങ്ങൾ ഒരു പുതിയ ലോകസാമ്പത്തിക ക്രമത്തിനുവേണ്ടിയുള്ള ആവശ്യം ഉയർത്തി. ചേരിചേരാ പ്രസ്ഥാനത്തിന് എന്തെല്ലാം വളവുകളും തിരിവുകളും ചാഞ്ചാട്ടങ്ങളുമുണ്ടെങ്കിലും അത് ഏകീകരണത്തിന്റേതായ ഘടകമെന്ന നിലയിൽ പ്രവർത്തിച്ചു. സാമ്രാജ്യത്വ മോഹങ്ങൾക്കും ഇടപെടലുകൾക്കും തടയിട്ടു.

രാജ്യത്ത് സാമ്പത്തിക സ്ഥിതി വഷളായിക്കൊണ്ടിരുന്നതുമൂലം ജനങ്ങൾക്കിടയിൽ രോഷം വളർന്നു. ആ രോഷപ്രകടനങ്ങളെ തച്ചമർത്തുകയായിരുന്നു ഗവൺമെന്റ്. പോലീസിനെയും ബ്യൂറോക്രസിയെയും ഭരണരംഗത്തെ നിയമവിധേയമല്ലാത്ത പ്രവർത്തനങ്ങളെയും ഭരണകക്ഷി കൂടുതൽ കൂടുതൽ ആശ്രയിച്ചു. ജനാധിപത്യപ്രസ്ഥാനത്തെ നിയന്ത്രിക്കാനും തച്ചമർത്താനുമുള്ള പുതിയ ആയുധങ്ങൾ അവർ കരുപ്പിടിപ്പിച്ചെടുത്തു. വ്യക്തിസ്വാതന്ത്ര്യങ്ങൾ നിയന്ത്രിക്കുകയെന്ന ലക്ഷ്യത്തോടെ അടിയന്തരാവസ്ഥാ പൈതൃകത്തിന്റെ മണമുള്ള ഒരു കാടൻ നിയമം– ദേശീയ സുരക്ഷിതത്വനിയമം– അവർ പാസാക്കിയെടുത്തു. പണിമുടക്കുകൾ നിരോധിക്കുന്ന, ട്രേഡ് യൂണിയൻ പ്രസ്ഥാനത്തിന്റെയും സംഘടിക്കാനുള്ള അവകാശത്തിന്റെയും സ്വാതന്ത്ര്യത്തിൻമേൽ കടന്നാക്രമണം നടത്തുന്ന അവശ്യസർവ്വീസ് സംരക്ഷണ നിയമവും ഗവൺമെന്റ് പാസാക്കി.

ഏകാധിപത്യത്തിലേക്കുള്ള ഭരണകക്ഷിയുടെ നീക്കം പാർട്ടി കോൺഗ്രസ് ശ്രദ്ധിച്ചു. സംസ്ഥാനങ്ങളുടെ ഭരണഘടനാപരമായ അധികാരങ്ങളിൽമേൽ കടന്നാക്രമണം നടത്തുക, കേന്ദ്രത്തിൽ അധികാരങ്ങൾ കേന്ദ്രീകരിക്കുക– ഇവ ഏകാധിപത്യത്തിലേക്കുള്ള നീക്കത്തിന്റെ ഭാഗമാണ്. സംസ്ഥാനങ്ങൾക്കുമാത്രം അധികാരമുള്ള പല പ്രശ്നങ്ങളിലും കേന്ദ്രം ഏകപക്ഷീയമായി ഇടപെട്ടു. നീതിനിർവഹണ വിഭാഗത്തെ ഒരു കീഴ് ഏജൻസിയുടെ പദവിയിലേക്ക് തരംതാഴ്ത്താനും ഭരണകക്ഷി ദൃഢനിശ്ചയം ചെയ്തു. പ്രസിഡൻഷ്യൽ ഭരണക്രമം ഏർപ്പെടുത്തുകയായിരുന്നു ഭരണകക്ഷിയുടെ മറ്റൊരു ലക്ഷ്യം.

രാജ്യത്ത് വർഗീയശക്തികൾ വളർന്നുവരുന്ന പ്രശ്നം പതിനൊന്നാം കോൺഗ്രസിന്റെ രാഷ്ട്രീയ പ്രമേയം സവിസ്തരം കൈകാര്യം ചെയ്തു. മുസ്ലീം വർഗീയതയുടെ വളർച്ചയും അതിനോടുള്ള പാർട്ടിയുടെ നിലപാടും പ്രമേയത്തിൽ വ്യക്തമാക്കി. രാജ്യത്തെ ബഹുഭൂരിപക്ഷം മുസ്ലീങ്ങളും പൊതുവർഗ–ജനാധിപത്യ പ്രസ്ഥാനങ്ങളിൽ നിന്ന് ഒറ്റപ്പെട്ട് നിൽക്കുകയാണെന്ന് പ്രമേയം ചൂണ്ടിക്കാട്ടി. അതിനെ പിന്തിരിപ്പൻ വർഗീയ നേതാക്കൾ ചൂഷണം ചെയ്യുകയാണ്. മുസ്ലീങ്ങൾക്കിടയിൽ പ്രത്യേക ദേശീയതയുടെ വികാരം സൃഷ്ടിക്കാനും തദ്വാരാ ദേശീയ ഐക്യം തുരങ്കം വെക്കാനുമാണ് ഇസ്ലാമിക മത മൗലികവാദികളുടെ ശ്രമം. ഈ ആപത്തിനെതിരെ പോരാടാൻ കോൺഗ്രസ് (ഇ) ക്ക് കഴിഞ്ഞില്ല. മുസ്ലിം ജനസാമാന്യത്തിനിടയിൽ സ്വാധീനമുള്ള ഈ വർഗീയ ശക്തികളിൽ ചിലത് വിദേശത്തുള്ള ഇസ്ലാമിക മത മൗലികവാദികളുമായി സഹകരിച്ച് പ്രവർത്തിക്കുകയായിരുന്നു. അവരിൽ നിന്ന് അക്കൂട്ടർ പണവും പറ്റി. മുസ്ലീം ന്യൂനപക്ഷം ആക്രമണങ്ങൾക്കിരയായിത്തീർന്നിടങ്ങളിലൊക്കെ അവരെ സംരക്ഷിക്കാൻ പാർട്ടി ആവുന്നതൊക്കെ ചെയ്തിട്ടുണ്ട്. എങ്കിലും പുരോഗമനവാദികളായ മുസ്ലിം ബുദ്ധിജീവികളെ അണിനിരത്താൻ പാർട്ടിക്ക് കഴിഞ്ഞില്ല. കാരണം ഈ ദിശയിൽ കാര്യമായ ശ്രമമൊന്നും നടത്തിയില്ല.

ഹിന്ദു ഷോവനിസ്റ്റുകളുടെ ശിഥിലീകരണ പ്രവർത്തനങ്ങൾ വിശദീകരിക്കവെ പതിനൊന്നാം പാർട്ടികോൺഗ്രസ് പ്രമേയം ചൂണ്ടിക്കാട്ടി:

> രണ്ട് സമുദായങ്ങളും തമ്മിൽ സ്ഥിരം ശത്രുത സൃഷ്ടിക്കുകയാണെന്നതാണ് ആർ എസ് എസ് പ്രവർത്തനങ്ങളുടെയും പ്രചാരണങ്ങളുടെയും ലക്ഷ്യം. ഒരു ഹിന്ദു രാഷ്ട്രത്തിനുവേണ്ടി വാദിക്കുന്നതിനിടയിൽ അവർ ഹിന്ദു പാരമ്പര്യവുമായും സാംസ്കാരവുമായും മറ്റും താദാത്മ്യം പ്രാപിക്കണമെന്നും ന്യൂനപക്ഷങ്ങളോട് ആവശ്യപ്പെടുന്നു. അതായത് ന്യൂനപക്ഷങ്ങൾ അവരുടെ വ്യക്തിത്വം നഷ്ടപ്പെടുത്തണം.
>
> ഈ പശ്ചാത്തലത്തിൽ ഹിന്ദുരാഷ്ട്രത്തെ സംബന്ധിച്ച ആർ എസ് എസിന്റെ ഷോവനിസ്റ്റ് അഭ്യർത്ഥന മുസ്ലിം ജനസാമാന്യത്തെ മത മൗലികവാദികളുടെ ക്യാമ്പിലേക്ക് തെളിച്ചുകൊണ്ടുപോകുന്നതിനുള്ള സാമ്രാജ്യത്വത്തിന്റെ കയ്യിലെ പ്രകോപനപരമായ ഒരു ഏജൻസിയായിത്തീരും.

സാർവദേശീയ കമ്യൂണിസ്റ്റ് പ്രസ്ഥാനം അഭിമുഖീകരിച്ച പ്രശ്നങ്ങളിൽ പതിനൊന്നാം പാർട്ടി കോൺഗ്രസ് ശ്രദ്ധപതിപ്പിച്ചു. ഓരോ സംഭവത്തെയും സ്വതന്ത്രമായ വിലയിരുത്തി സ്വന്തം നിഗമനത്തിലെത്തുമെന്ന നിലപാട് ഒരിക്കൽകൂടി ആവർത്തിച്ചു. സോഷ്യലിസ്റ്റ് ചേരിയെ ശക്തമായി പ്രതിരോധിക്കുമെന്നും വലത്തോ ഇടത്തോ നിന്ന് മാർക്സിസം–

ലെനിനിസമെന്ന ശാസ്ത്രത്തിൽ വെള്ളം ചേർക്കുന്നതിനെ വീട്ടുവീഴ്ച കൂടാതെ എതിർക്കുമെന്നും പ്രഖ്യാപിച്ചു. ഇപ്രകാരമൊരു നയം പിന്തുടരുന്നതിന്റെ ഫലമായി ഒട്ടേറെ കമ്യൂണിസ്റ്റ് പാർട്ടികളുമായുള്ള ബന്ധം മെച്ചപ്പെടുത്താൻ അതിന് കഴിഞ്ഞിട്ടുണ്ടെന്ന് കോൺഗ്രസ് കണ്ടെത്തി. മാർക്സിസം- ലെനിനിസത്തിൽ അടിയുറച്ചുനിന്ന് ലോക കമ്യൂണിസ്റ്റ് പ്രസ്ഥാനത്തിന്റെ ഐക്യത്തിനുവേണ്ടി ശ്രമിക്കുകയെന്ന നിലപാട് പാർട്ടി ഊന്നിപ്പറഞ്ഞു.

മുതലാളിത്ത സമ്പദ്വ്യവസ്ഥയിലെ പ്രതിസന്ധിയുടെ ആഴം വിജയവാഡ കോൺഗ്രസ് ശരിക്കും മനസിലാക്കി. അതിന്റെ ഫലമായി വൈരുദ്ധ്യങ്ങൾ മൂർഛിച്ചിരിക്കുകയാണെന്ന് ചൂണ്ടിക്കാട്ടി. 1983 ൽ നേരിയ വീണ്ടെടുപ്പുണ്ടായി. അത് ജപ്പാനിലൊഴികെ അമേരിക്കയുടെ പങ്കാളികളായ മറ്റ് രാജ്യങ്ങളിൽ തുല്യനിലയിൽ കാണാൻ കഴിഞ്ഞില്ല മറ്റുള്ളവർ പ്രതിസന്ധിയിൽ നിന്ന് പുറത്തുകടക്കാൻ സമരം ചെയ്യുകയായിരുന്നു. തൊഴിലില്ലായ്മ നിരക്ക് കുറച്ചുകൊണ്ടുവരാൻ അവർക്ക് കഴിഞ്ഞില്ല. അമേരിക്കൻ നയം തങ്ങളുടെ വീണ്ടെടുപ്പിന് പ്രതിബന്ധം സൃഷ്ടിക്കുകയാണെന്നും അവയെ വീറ്റോ ചെയ്യുകപോലുമാണെന്നും അവർ കണ്ടു. അതിനെതിരെ പ്രതിഷേധിച്ചേ തീരുവെന്ന് അവർ മനസിലാക്കി. ഇ ഇ സിക്ക് അകത്തും പ്രശ്നങ്ങൾ ഉയർന്നുവന്നു. ഒന്നിക്കാനും ഒരു പൊതു സമീപനം സ്വീകരിക്കാനും അവർക്ക് വളരെയധികം പ്രയാസമനുഭവപ്പെട്ടു.

പ്രതിസന്ധിക്കിരയാവുകയും മന്ദഗതിയിലും അസമമായുമുള്ള വീണ്ടെടുപ്പ് ബാധിക്കാതിരിക്കുകയും ചെയ്തത് മുതലാളിത്ത രാജ്യങ്ങളിലെ തൊഴിലാളിവർഗവും ജനങ്ങളും മാത്രമല്ല, പിന്നെയോ? മാന്ദ്യത്തിന്റെയും പിന്നീടുണ്ടായ വീണ്ടെടുപ്പിന്റെയും കനത്ത ഭാരം മൂന്നാം ലോക രാജ്യങ്ങൾക്കും വഹിക്കേണ്ടിവന്നു. കയറ്റുമതി വരുമാനത്തിലെ ഇടിവും തിരിച്ചടക്കേണ്ട വായ്പാ ഗഡുവിന്റെയും പലിശയുടെയും വർധനവും മൂലം 1981 നും 82 നുമിടയിൽ അൽപ്പവികസിത രാജ്യങ്ങൾക്ക് 140 ബില്യൺ ഡോളർ നഷ്ടമായി. ചോദനത്തിലെ കുറവ്, വിലക്കുറവ്, പടിഞ്ഞാറൻ രാജ്യങ്ങളുടെ വിവേചനപരമായ കച്ചവട നടപടികൾ എന്നിവയായിരുന്നു അതിന്റെ പ്രത്യാഘാതം.

സാമ്പത്തികരംഗത്തെ വീണ്ടെടുപ്പിന്റെ കുറഞ്ഞ നിരക്കിനോടൊപ്പം യുദ്ധസന്നാഹങ്ങളും ശക്തിപ്പെട്ടു. 1983 ഡിസംബറിൽ അമേരിക്ക യൂറോപ്പിൽ ക്രൂയിസ് മിസൈലുകളും പെർഷിംഗ് മിസൈലുകളും വിന്യസിച്ചു. അത് സോവിയറ്റ് യൂണിയന്റെ സുരക്ഷിതത്വത്തിന് ഗുരുതരമായ ഭീഷണിയുയർത്തി. ആ നടപടിയിൽ അമേരിക്കൻ ജനതതന്നെ പ്രതിഷേധിച്ചു. വമ്പിച്ച യുദ്ധവിരുദ്ധ റാലികൾ സംഘടിപ്പിച്ചു. അവയിൽ 1983 ഒക്ടോബർ വരെ പതിനഞ്ച് ലക്ഷം ജനങ്ങൾ പങ്കെടുത്തു. യൂറോപ്യൻ രാജ്യങ്ങളിൽ പ്രത്യേകിച്ചും ബൽജിയം, സ്പെയിൻ, ഫ്രാൻസ്, ഇറ്റലി എന്നിവിടങ്ങളിൽ ആയിരക്കണക്കിനാളുകൾ മിസൈൽ വിന്യസിച്ചതിൽ പ്രതിഷേധിച്ചു.

യുദ്ധവിപത്തിനെക്കുറിച്ച് ശരിക്കും ബോധ്യമുള്ള പാർട്ടി അമേരിക്കയുടെ ആക്രമണപരമായ നയങ്ങൾക്കെതിരെ ഇന്ത്യൻ പൊതുജനാഭിപ്രായം സമാഹരിക്കാൻ ശ്രമിച്ചു. മധ്യഅമേരിക്കൻ കരീബിയൻ പശ്ചിമേഷ്യൻ രാജ്യങ്ങളിൽ അമേരിക്കയുടെ സായുധ ഇടപെടലിലേക്ക് ശ്രദ്ധക്ഷണിച്ചുകൊണ്ട് സി പി ഐ യോടും മറ്റ് ഇടതുപക്ഷ ജനാധിപത്യ പാർട്ടികളോടുമൊപ്പം 1982–83 ലും പാർട്ടി വമ്പിച്ച പ്രകടനങ്ങൾ സംഘടിപ്പിച്ചു. 1983 സപ്തംബർ ഒന്നിന് യുദ്ധവിരുദ്ധ ദിനമാചരിച്ചു. ആ ദിനാചരണത്തിൽ ഇടതുപക്ഷ പാർട്ടികളും ട്രേഡ് യൂണിയനുകളും ബഹുജനസംഘടനകളും കൈകോർത്തുപിടിച്ചു.

1984 ഫെബ്രുവരിയിൽ ചേർന്ന സി സി യോഗം സ്ഥിതിഗതികൾ മൂർഛിക്കുന്നതിലേക്ക് വെളിച്ചം വീശി. യോഗം അംഗീകരിച്ച പ്രമേയത്തിൽ പറഞ്ഞു:

> നവസ്വതന്ത്ര രാജ്യങ്ങളെ ആണവായുധങ്ങൾകൊണ്ട് വളഞ്ഞിടുകയെന്ന സാമ്രാജ്യത്വനയം ഇന്ത്യാ സമുദ്രത്തിലേക്ക് വ്യാപിച്ചു. അമേരിക്കയുടെ ന്യൂക്ലിയർ സംവിധാനത്തിന്റെ പ്രധാനപ്പെട്ട ഒരു മുൻനിര താവളമായി അതിനെ മാറ്റിയിരിക്കുന്നു. ഇവിടെനിന്ന് അമേരിക്കൻ സൈന്യങ്ങൾക്ക് അണുവായുധങ്ങളുടെ സഹായത്തോടെ ഈ പ്രദേശത്തെ നാൽപത് രാജ്യങ്ങളെ ഭീഷണിപ്പെടുത്താൻ കഴിയും. മധ്യ അമേരിക്കയുടെ അടുത്ത് കിടക്കുന്ന കടലിൽ അണുവായുധങ്ങളോടുകൂടി അമേരിക്കൻ വിമാനവാഹിനിക്കപ്പൽ പ്രത്യക്ഷപ്പെട്ടത് മൂന്നാം ലോകരാജ്യങ്ങൾക്കുമേൽ അണുവായുധങ്ങളുപയോഗിച്ച് സമ്മർദതന്ത്രം പ്രയോഗിക്കുന്നതിന്റെ മറ്റൊരു തെളിവാണ്.
>
> ഈ ഭീഷണി അവഗണിക്കുന്നത് ഇന്ത്യയെ സംബന്ധിച്ചിടത്തോളം ആത്മഹത്യാപരമായിരിക്കും. ഇന്ത്യാ സമുദ്രത്തിന്റെ സൈനികവത്കരണം, ഇന്ത്യാ സമുദ്രത്തിൽ അണുവായുധ താവളം പടുത്തുയർത്തൽ, ആണവായുധങ്ങൾ നിറച്ച കപ്പൽ ഇന്ത്യൻ കടലിൽ കൊണ്ടുനിർത്തൽ, സർവോപരി പാക്കിസ്ഥാനിലെ പട്ടാളഭരണത്തിന് സഹായം നൽകി അണുവായുധങ്ങൾ നിർമിക്കൽ– ഇത്തരം നടപടികളിലൂടെ ഭീഷണി ദൈനംദിനം വർധിക്കുകയാണ്.

ഇതായിരുന്നു ഇന്ത്യയുടെ സുരക്ഷിതത്വത്തിനുനേരെയുള്ള ഭീഷണിയുടെ സ്വഭാവം. അടിയന്തിരമായി പരിഹാരം കാണേണ്ട മർമപ്രധാനമായ ചില ആഭ്യന്തരപ്രശ്നങ്ങൾ ഇന്ത്യാ ഗവൺമെന്റ് മാറ്റിവെച്ചിരുന്നു. ഈ പ്രശ്നങ്ങളിൽ ഏറ്റവും പ്രധാനം പഞ്ചാബ് പ്രശ്നം തന്നെ. സങ്കീർണ്ണമായ ഈ പ്രശ്നത്തിന്റെ പശ്ചാത്തലമായി 1967 ലും 69 ലും 77 ലും പഞ്ചാബ് നിയമസഭയിലേക്ക് നടന്ന തെരഞ്ഞെടുപ്പുകളെ കാണേണ്ടതാണ്. ആ തെരഞ്ഞെടുപ്പുകളിൽ അകാലിദളിന് ഭൂരിപക്ഷം കിട്ടി.

എന്നാൽ അവരുടെ ഗവൺമെന്റുകളെ അവയുടെ കാലാവധി പൂർത്തിയാക്കുന്നതിനുമുമ്പ് വലിച്ച് താഴെയിടാനോ പിരിച്ചുവിടാനോ കേന്ദ്രഗവൺമെന്റ് കുത്തിത്തിരിപ്പുകൾ നടത്തി. 1973 ലെ ആനന്ദ്പൂർ സാഹിബ് പ്രമേയം ഭേദഗതി ചെയ്ത് 1978 ൽ അംഗീകരിച്ച പ്രമേയത്തിൽ അകാലിദൾ സംസ്ഥാനങ്ങൾക്ക് കൂടുതൽ അധികാരങ്ങളും സ്വയംഭരണവും ആവശ്യപ്പെട്ടു. 1980 ൽ മൂന്നാം തവണ, കേന്ദ്രം അകാലിദൾ സർക്കാരിനെ വലിച്ച് താഴെയിട്ടപ്പോൾ അവർ സമരം തുടങ്ങി. മതപരമായ ചില ആവശ്യങ്ങളും നദീജലം പങ്കുവെക്കുക, പഞ്ചാബിന്റെ തലസ്ഥാനമായി ചണ്ഡീഗഢ് കൈമാറുക എന്നിവയുൾപ്പെടെ പഞ്ചാബ് ജനതയെയാകെ ബാധിക്കുന്ന മറ്റ് ചില പ്രശ്നങ്ങളുമാണ് അവരുന്നയിച്ചത്.

ഇതിനിടയിൽ അറിയപ്പെടാത്ത ഒരു സിക്ക് മതസെമിനാരിയിലെ ഒരു സാധാരണ പുരോഹിതനായ സന്ത് ജർണയിൽസിംഗ് ഭിന്ദ്രേൻവാലയെ അകാലി നേതൃത്വത്തിന് ബദലായി കോൺഗ്രസ് ഉയർത്തിക്കൊണ്ടുവന്നു. വിദ്വേഷത്തിന്റെയും അക്രമത്തിന്റെയും ഒരു ക്യാമ്പെയ്ൻ ആരംഭിച്ച അയാൾ താമസിയാതെ ഒരു മതമൗലികവാദിയായും സിക്ക് വിഘടനവാദത്തിന്റെ വക്താവായും ഉയർന്നു. രാഷ്ട്രീയക്കാരെയും ഉദ്യോഗസ്ഥൻമാരെയും പത്രപ്രവർത്തകരെയും നിരപരാധികളായ സാധാരണ ജനങ്ങളെയും ലക്ഷ്യമാക്കി അയാൾ കൊലപാതക സ്ക്വാഡുകൾ രൂപീകരിച്ചു. സിക്ക് തീവ്രവാദികൾക്ക് പരിശീലനം നൽകുന്നതിലും അവരെ ആയുധമണിയിക്കുന്നതിലും പാക്കിസ്ഥാനിലെ ഇന്റലിജൻസ് വിഭാഗം പ്രധാന പങ്ക് വഹിച്ചു. ഇങ്ങനെ പരിശീലനം കിട്ടിയ തീവ്രവാദികൾ അമൃത്സറിലെ ഹർമന്ദിർ സാഹിബ് പരിസരം കൈയടക്കി. എൺപതുകളുടെ ആദ്യം മുതൽ അക്രമാസക്തമായ ക്യാമ്പെയ്ൻ നടത്തിക്കൊണ്ടിരിക്കുന്ന ഖാലിസ്ഥാൻ വാദക്കാർക്ക് പാക്കിസ്ഥാൻ ഏജൻസികൾ ധനസഹായവും ആയുധസഹായവും നൽകുന്നുണ്ടെന്ന് ഗവൺമെന്റിന് നന്നായി അറിയാമായിരുന്നു. അതിനാൽ രാഷ്ട്രീയമായും ഭരണപരമായും അനുയോജ്യമായ നടപടികൾ കൈക്കൊള്ളുന്നില്ലെങ്കിൽ സ്ഥിതിഗതി വഷളായിത്തീരുമെന്ന് ഗവൺമെന്റിന് അറിയാത്തതല്ല. എന്നിട്ടും പ്രശ്നപരിഹാരത്തിന് അവർ യാതൊരു മുൻകൈയ്യും എടുത്തില്ല. ഞങ്ങളുടെ പാർട്ടി മുൻകൈയെടുത്ത് അകാലിദൾ ഉൾപ്പെടെ പതിനേഴ് കോൺഗ്രസേതര പാർട്ടികളുടെ ഒരു യോഗം വിളിച്ചുകൂട്ടി. ആ യോഗം പഞ്ചാബ് പ്രശ്നം പരിഹരിക്കുന്നതിനും തദ്വാരാ ആ സംസ്ഥാനത്ത് സമാധാനം പുനഃസ്ഥാപിക്കുന്നതിനും വിഘടനശക്തികളെ ഒറ്റപ്പെടുത്തുന്നതിനും മൂർത്തമായ നിർദേശങ്ങൾ മുന്നോട്ടുവെച്ചു. പക്ഷെ അതിൻമേൽ ഗവൺമെന്റ് യാതൊരു നടപടിയും സ്വീകരിച്ചില്ല. പഞ്ചാബിൽ വിദേശ പ്രചോദിത വിഘടനവാദത്തിനെതിരെ പാർട്ടി നിരന്തരം ക്യാമ്പെയ്ൻ നടത്തി. ആ ക്യാമ്പെയ്നിടയിൽ സിക്ക് രാഷ്ട്രം എന്ന സിദ്ധാന്തം പ്രചരിപ്പിച്ചതിനും രാഷ്ട്രീയത്തെ മതവുമായി കൂട്ടിക്കുഴച്ചതിനും അകാലികളെ വിമർശിക്കാൻ പാർട്ടി മടിച്ചില്ല.

അത്യന്തം സങ്കീർണമായ പഞ്ചാബിലെ സ്ഥിതിഗതികളിൽ സങ്കുചിത രാഷ്ട്രീയ ലക്ഷ്യം വെച്ചുകൊണ്ട് പിന്തുടർന്ന നയം അവസാനം 1984 ജൂണിൽ 'ഓപ്പറേഷൻ ബ്ലൂ സ്റ്റാർ' നടത്തുന്നതിന് വഴിവെച്ചു. ആ സംസ്ഥാനത്ത് വർധിച്ചുകൊണ്ടിരുന്ന അക്രമം അവസാനിപ്പിക്കുന്നതിന് കർകശമായ നടപടികൾ കൈകൊള്ളേണ്ടതാവശ്യമായിരുന്നുവെന്നതിൽ തർക്കമില്ല. പക്ഷെ അമൃത്സറിലെ സുവർണ ക്ഷേത്രത്തിലെ പട്ടാള നടപടി സിക്ക് സമുദായത്തിന്റെയാകെ വികാരത്തെ ആഴത്തിൽ മുറിവേൽപ്പിച്ചു. അതാകട്ടെ വിഘടന പ്രചാരണത്തിന് അനുഭാവപൂർവമായ അന്തരീക്ഷം സൃഷ്ടിച്ചു. പാക്കിസ്ഥാനിൽ നിന്ന് ധനസഹായവും ആയുധങ്ങളും കിട്ടിക്കൊണ്ടിരുന്ന സിക്ക് ഭീകരരിൽ നിരപരാധികളെയും രാഷ്ട്രീയ പ്രതിയോഗികളെയും കൊന്നുതള്ളിക്കൊണ്ട് കുറേക്കൂടി കുറ്റകൃത്യങ്ങൾ നടത്താൻ അത് അവസരം നൽകി. അവർ പഞ്ചാബിലെ സമാധാന ജീവിതത്തിന് മാത്രമല്ല, രാജ്യത്തിന്റെയാകെ ഐക്യത്തിനും അഖണ്ഡതയ്ക്കും ഭീഷണിയുയർത്തി. പഞ്ചാബിൽ പട്ടാളഭരണം അടിച്ചേൽപ്പിച്ചതും സിക്ക് ജനസാമാന്യത്തിന്റെ വികാരം ഗവൺമെന്റിനെതിരെ ആളിക്കത്തിയതും ഇന്ദിരാഗാന്ധിക്കെതിരായ വിദ്വേഷ പ്രചാരണത്തിനിടയായി – സുവർണക്ഷേത്രാങ്കണത്തിലെ അകാൽതഖ്ത് നശിപ്പിച്ചതിന് വ്യക്തിപരമായ ഉത്തരവാദിത്വം അവർക്കുമേൽ ആരോപിച്ചുകൊണ്ടായിരുന്നു ഈ പ്രചാരണം. ഈ പ്രചാരണത്തിന്റെ പ്രത്യാഘാതമായിരുന്നു ഇന്ദിരാഗാന്ധിയുടെ മൃഗീയമായ വധം. അവരുടെ സുരക്ഷാസേനയിൽപെട്ട രണ്ടുപേരാണ് അവർക്കുനേരെ നിറയൊഴിച്ചത്. ഇന്ദിരാഗാന്ധിയുടെ വധത്തെത്തുടർന്ന് ഒരു സിക്ക് വിരുദ്ധ കലാപം നടന്നു. അത് സാധാരണ സിക്കുകാരെ പൊതുധാരയിൽ നിന്ന് കുറെക്കൂടി അകറ്റി. കാരണം, കോൺഗ്രസ് (ഇ) യുടെ അറിയപ്പെടുന്ന ചില നേതാക്കളാണ് ഈ കലാപം സംഘടിപ്പിച്ചത്. അവരെ ഗവൺമെന്റ് ശിക്ഷിച്ചുമില്ല.

1984 ജൂണിനുമുമ്പ് ചുരുങ്ങിയത് മൂന്ന് തവണയെങ്കിലും പഞ്ചാബ് പ്രശ്നം പരിഹരിക്കാൻ ഇന്ത്യാഗവൺമെന്റ് സമ്മതിച്ചതാണ്. പക്ഷെ ഒരിക്കൽപോലും അത് ഫലവത്തായില്ല. രാഷ്ട്രീയ സംരംഭത്തിലൂടെ പ്രശ്നം പരിഹരിക്കാൻ ബ്ലൂസ്റ്റാർ ഓപ്പറേഷനുശേഷം പാർട്ടി മുൻകൈ എടുത്തു. അതേസമയം സങ്കുചിത രാഷ്ട്രീയ നേട്ടത്തിനുവേണ്ടി കോൺഗ്രസ് (ഇ) അതിനെ ഉപയോഗിക്കുന്നതിനെ വിട്ടുവീഴ്ച കൂടാതെ പാർട്ടി തുറന്നകാട്ടി. ഒപ്പം ഖാലിസ്താനി തീവ്രവാദികൾക്കുമുമ്പിൽ കീഴടങ്ങുകയെന്ന അകാലിനയത്തെയും തുറന്നുകാട്ടി. ഇന്ദിരാഗാന്ധിയുടെ വധത്തെത്തുടർന് ലോകസഭയിലേക്ക് നടന്ന തെരഞ്ഞെടുപ്പിൽ ഭരണ കോൺഗ്രസ് വമ്പിച്ച വിജയം നേടി. രാജീവ് ഗാന്ധി പുതിയ പ്രധാനമന്ത്രിയായി തെരഞ്ഞെടുക്കപ്പെട്ടു. അതിനുശേഷമാണ് സന്ത ഹർചന്ദ് സിംഗ് ലോംഗോവാളിന്റെ നേതൃത്വത്തിലുള്ള അകാലിദളുമായി ഒരു കരാറുണ്ടാക്കുന്നതിന് രാജീവ് ഗാന്ധി മുൻകൈ എടുത്തത്. ഈ കരാർ 1982 ജൂണിൽ 17 പ്രതിപക്ഷകക്ഷികൾ യോജിച്ച് ആവിഷ്കരിച്ച നിർദേശങ്ങൾ

അംഗീകരിച്ചു. ഓപ്പറേഷൻ ബ്ലൂസ്റ്റാർ, സൈനികമായ അടിച്ചമർത്തൽ, 1984 നവംബറിലെ സിക്ക് വിരുദ്ധ കലാപങ്ങൾ, ന്യായവും ജനാധിപത്യ പരവുമായ ആവശ്യങ്ങൾ അംഗീകരിക്കുന്നതിൽ കേന്ദ്ര ഗവൺമെന്റ് വരുത്തിയ കാലവിളംബരം– ഇവയുടെ ഫലമായി ആളിക്കത്തിയ സിക്ക് വികാരം ശമിപ്പിക്കുന്നതിന് ഈ നിർദേശങ്ങൾ അംഗീകരിക്കുന്നതിന് പുറമെ മറ്റ് ചില ഉറപ്പുകൾ കൂടി ഗവൺമെന്റിന് നൽകേണ്ടിവന്നു.

പാർട്ടി കരാറിനെ സ്വാഗതം ചെയ്തു. എങ്കിലും എല്ലാം ആശ്രയിച്ചുനിൽക്കുന്നത് കരാറിലെ വ്യവസ്ഥകൾ നടപ്പാക്കുന്നതിലാണെന്ന് ഗവൺമെന്റിനെ ഓർമിപ്പിച്ചു. എന്നാൽ കേന്ദ്ര ഗവൺമെന്റ് കരാർ നടപ്പാക്കിയില്ല. രാജ്യത്തിന്റെ ഐക്യത്തിനുവേണ്ടി പാർട്ടി തുടർന്നും വാദിച്ചു. പാക്കിസ്ഥാനിൽ നിന്ന് പ്രചോദനമുൾക്കൊണ്ട ഖാലിസ്താൻ വിഘടന പ്രസ്ഥാനത്തിനെതിരെ സി പി ഐ യോടൊപ്പം പാർട്ടി ഫലപ്രദമായി ക്യാമ്പെയിൻ നടത്തി വിഘടനവാദത്തിനെതിരായ ഈ പോരാട്ടത്തിൽ ഏറ്റവും നല്ല ഇരുന്നൂറോളം നേതാക്കളെയും കേഡർമാരെയും പാർട്ടിക്ക് ബലികഴിക്കേണ്ടിവന്നു.

ജമ്മു കാശ്മീർ നിയമസഭയിലേക്ക് നടന്ന തെരഞ്ഞെടുപ്പിൽ ഫറൂഖ് അബ്ദുള്ളയുടെ നേതൃത്വത്തിലുള്ള നാഷണൽ കോൺഫറൻസ് വിജയം കരസ്ഥമാക്കി. കോൺഗ്രസ് എം എൽ എ മാരുടെ പിന്തുണയോടെ ഒരു പാവ ഗവൺമെന്റ് രൂപീകരിക്കാൻ കേന്ദ്ര കോൺഗ്രസ് നേതൃത്വംചില നാഷണൽ കോൺഫറൻസ് എം എൽ എ മാരെക്കൊണ്ട് കാലുമാറ്റം നടത്തിച്ചു. ഇത് കാശ്മീർ താഴ്വരയിലെയും മറ്റുള്ളിടങ്ങളിലെയും മുസ്ലീം വികാരത്തിന് തീപിടിപ്പിച്ചു. കാരണം മുസ്ലീം ജനസാമാന്യം വിശ്വാസമർപ്പിച്ച നാഷണൽ കോൺഫറൻസിനെ മറികടക്കുന്നതിനാണ് കോൺഗ്രസ് കൂറുമാറ്റം സംഘടിപ്പിച്ചത്. ഇത് ജമ്മു–കാശ്മീർ രാഷ്ട്രീയത്തിലെ പാക് അനുകൂലശക്തികളെ മാത്രമേ സഹായിച്ചിട്ടുള്ളൂ. അവരാകട്ടെ, കാശ്മീരിനെ ഇന്ത്യൻ സമൂഹത്തിൽ നിന്ന് അടർത്തിമാറ്റണമെന്ന് ആഗ്രഹിക്കുന്നവരാണ്.

ആസാമിൽ ആസാം വിദ്യാർത്ഥി യൂണിയനും അതുമായി ബന്ധപ്പെട്ട് പ്രവർത്തിക്കുന്ന ആസാം ഗണസംഗ്രാം പരിഷത്തും എഴുപതുകളുടെ അവസാനം ആരംഭിച്ച പ്രക്ഷോഭം അനേകവർഷം സംസ്ഥാന ഭരണം സ്തംഭിപ്പിച്ചു. വാസ്തവത്തിൽ ആസാം പ്രക്ഷോഭം ഇന്ത്യൻ പൗരത്വമെന്ന സങ്കൽപനത്തിനുതന്നെ എതിരായ ഒരു കലാപമായിരുന്നു. ബംഗാളികളും അതുപോലെതന്നെ നേപ്പാളികൾ, ബീഹാറികൾ തുടങ്ങിയ ആസാമിയേതര ന്യൂനപക്ഷങ്ങളുമായിരുന്നു ആക്രമണത്തിന്റെ പ്രധാന ലക്ഷ്യം.

ഭാഗികമായി ഫ്യൂഡലും ഭാഗികമായി ട്രൈബലും ആയ ആസാമിയാ സമൂഹം ബഹുവംശീയ–ബഹുദേശീയ സ്വഭാവത്തോടുകൂടിയ ഇന്ത്യൻ സമൂഹത്തിന്റെ ഒരു യഥാർത്ഥ പരിഛേദമാണ്. ആസാമിന്റെ സങ്കീർണതയുടെ അടിവേര് മറ്റ് വടക്ക് കിഴക്കൻ പ്രദേശവുമായുള്ള

അതിന്റെ പരസ്പര ബന്ധത്തിൽ നമുക്ക് കണ്ടെത്താം. ആ പ്രദേശമാകെ പിന്നോക്കാവസ്ഥയിലാണല്ലോ കിടക്കുന്നത്. ദേശീയ മുഖ്യധാരയിൽ ലയിച്ചുചേരുകയെന്ന പ്രശ്നത്തെ അത് കുറെക്കൂടി സങ്കീർണമാക്കുന്നു.

ആസാം പ്രശ്നത്തിന്റെ മറ്റൊരു ദുഃശകുനം ആ പ്രദേശത്ത് സജീവമായി പ്രവർത്തിക്കുന്ന സാമ്രാജ്യത്വ ഏജൻസികളുടെ വർധനമായ മുൻകൈ ആണ്. ഇന്ത്യയെ തുണ്ടംതുണ്ടമാക്കുന്നതിനുള്ള സാമ്രാജ്യത്വത്തിന്റെ നീലരേഖ–പ്രോജക്ട് ബ്രഹ്മപുത്രയും – ഈ ഘട്ടത്തിൽ തുറന്നുകാട്ടപ്പെട്ടു.

സംസ്ഥാനത്തെ നാൽപ്പത് ശതമാനം വരുന്ന ന്യൂനപക്ഷങ്ങളുടെ സുരക്ഷിതത്വത്തിനും ക്ഷേമത്തിനും ആസാമിൽ സി പി ഐ (എം) തത്വാധിഷ്ഠിതമായ ഒരു പോരാട്ടം നടത്തി. ഛിദ്രശക്തികൾക്കെതിരെയും ദേശീയ ഐക്യവും അഖണ്ഡതയും കാത്തുരക്ഷിക്കുന്നതിനുമുള്ള പോരാട്ടത്തിൽ പാർട്ടിക്ക് 45 സഖാക്കളെ ബലികൊടുക്കേണ്ടിവന്നു. ഛിദ്രശക്തികൾക്കെതിരായ പോരാട്ടം പാർട്ടി പ്രവർത്തനങ്ങളുടെ അജണ്ടയിലെ ഒരു പ്രധാന ഇനമായിരുന്ന എൺപതുകളിലുടനീളം ആസാമിലെ അനുഭവം ഒരു ചൂണ്ടുപലകയായിരുന്നു.

വർഷങ്ങളായി നാഗാലാന്റിലും മണിപ്പൂരിലും മിസോറാമിലും സായുധകലാപം നടന്നുവരികയായിരുന്നു. ത്രിപുര നാഷണൽ വളണ്ടിയർമാർ നിരന്തരം സായുധാക്രമണങ്ങൾ നടത്തി. ഇക്കൂട്ടരുടെ ആസ്ഥാനം ബംഗ്ലാദേശിലാണ്. ആ രാജ്യത്തു നിന്നാണ് അവർ ആയുധമണിഞ്ഞ് പരിശീലനം നേടുന്നത്. സി പി ഐ (എം) ഉം ത്രിപുരയിലെ ഇടതുപക്ഷ മുന്നണി ഗവൺമെന്റും ഈ സായുധകലാപം അടിച്ചമർത്താൻ ആവുന്നത്ര ശ്രമങ്ങൾ നടത്തി. മൂന്നിൽ രണ്ട് ഭാഗം വരുന്ന ബംഗാളികളും മൂന്നിലൊന്ന് വരുന്ന ഗിരിവർഗക്കാരും തമ്മിലുള്ള ഐക്യത്തിന്റെ അടിസ്ഥാനത്തിൽ ത്രിപുരയെ യോജിച്ച ഒരു സംസ്ഥാനമായി നിലനിർത്തുകയെന്ന പ്രശ്നത്തിൽ പാർട്ടി പരമാവധി ശ്രദ്ധ ചെലുത്തി, സി പി ഐ (എം) നേതൃത്വത്തിലുള്ള ഗവൺമെന്റിന് കോൺഗ്രസ് (ഇ) സഹകരണം നൽകിയില്ല. കലാപകാരികളായ ടി എൻ വിക്കാരുമായി ഉറ്റ സഹകരണം പുലർത്തുന്ന ടി യു ജെ എസുമായി കൂട്ടുകൂടിക്കൊണ്ട് വിഘടനവാദികളെ അവർ യഥാർഥത്തിൽ ഉത്തേജിപ്പിച്ചു.

എൺപതുകളുടെ മധ്യത്തിൽ വർഗീയശക്തികളും ശക്തമായിത്തീർന്നു. ഈ ശക്തികൾ ദേശീയ രാഷ്ട്രീയത്തെ സ്വാധീനിക്കുന്നിടത്തോളം കരുത്താർജിച്ചു. 1984 ഫെബ്രുവരിയിൽ ചേർന്ന കേന്ദ്രകമ്മറ്റി യോഗം ഈ പ്രശ്നവും സവിസ്തരം ചർച്ചചെയ്തു. വർഗീയശക്തികളിൽനിന്ന് വളർന്നുവരുന്ന ഭീഷണിയുടെ ആഴം യോഗം അംഗീകരിച്ച പ്രമേയം ചൂണ്ടിക്കാട്ടി. പ്രമേയം ഇത് സംബന്ധിച്ച് ഇങ്ങനെ പറഞ്ഞു:

> രാജ്യം അഭിമുഖീകരിക്കുന്ന പ്രശ്നങ്ങൾ അനവധിയാണ്. അവയിൽ പ്രധാനപ്പെട്ട ഒന്ന് തികച്ചും വഷളായിത്തീർന്നിട്ടുണ്ടെങ്കിൽ അത് വർഗീയവികാരം കുറെക്കൂടി മൂർഛിച്ചതാണ്. ആർ എസ്

എസും ബി ജെ പിയും മറ്റ് ഹിന്ദു വിജ്ഞാന വിരോധികളും സജീവമായി സഹായിക്കുന്ന സംഘടനയാണ് വിശ്വഹിന്ദുപരിഷത്ത്. ആ സംഘടന ഏകതായജ്ഞത്തിന്റെ പേരിൽ നടത്തിയ പ്രവർത്തനങ്ങൾ ഹിന്ദുമത ഭ്രാന്തന്മാർ നടത്തിയ അനേകം കോമാളിത്തങ്ങളിൽ ഒന്നായി തള്ളിക്കളയാൻ കഴിയില്ല. രാജ്യത്ത് മതനിരപേക്ഷത ബലമില്ലാത്ത, സുരക്ഷിതമല്ലാത്ത, അടിത്തറയിലാണ് പടുത്തുയർത്തിയതെന്ന് വളരെയധികം വ്യക്തമായി. സ്വാതന്ത്ര്യലബ്ധിക്കുശേഷമുള്ള കഴിഞ്ഞ 37 വർഷത്തിനിടയിൽ അതിൽ കാര്യമായ പുരോഗതിയുണ്ടായില്ല. ഇന്ത്യൻ ഐക്യവും ദേശീയോദ്ഗ്രഥനവും അതീവ ലോലമായിത്തീർന്നു. നമ്മുടെ ദേശീയ സ്വാതന്ത്ര്യത്തെ തുരങ്കം വെക്കാനും രാജ്യത്തെ ഛിന്നഭിന്നമാക്കാനും അമേരിക്കൻ സാമ്രാജ്യത്വം നഗ്നമായ ശ്രമങ്ങൾ നടത്തുന്നതിന്റെ മധ്യേയാണ് ഇതൊക്കെ നടക്കുന്നതെന്നോർക്കണം.

സി സി മുന്നറിയിപ്പ് നൽകി:

വിപ്ലവതൊഴിലാളിവർഗവും മറ്റ് പുരോഗമനവാദികളും കറയറ്റ ദേശാഭിമാനികളും സാമുദായിക–വർഗീയ–ഛിദ്രശക്തികൾക്കെതിരെ സമരം നടത്തുന്നില്ലെങ്കിൽ രാജ്യത്തിന്റെ ഐക്യവും അഖണ്ഡതയും കാത്തുരക്ഷിക്കാൻ കഴിയില്ല.

18

പന്ത്രണ്ടാം കോൺഗ്രസും അതിനുശേഷവും

ആയിരത്തി തൊള്ളായിരത്തി എൺപത്തി അഞ്ച് ഡിസംബറിൽ നടന്ന പാർട്ടിയുടെ പന്ത്രണ്ടാം കോൺഗ്രസിന്റെ രാഷ്ട്രീയ സംഘടനാ റിപ്പോർട്ട് രാജ്യത്തെ വർഗീയശക്തികളുടെ വളർച്ചാ പ്രശ്നം വിലയിരുത്തി.. വർഗീയ ഭീഷണി വർധിച്ചുവരുന്നതിനെയും വർഗ ബഹുജനപ്രസ്ഥാനങ്ങളുടെ ഐക്യത്തിന്, ദേശീയൈക്യത്തിനും അഖണ്ഡതയ്ക്കും അത് വരുത്തുവെക്കുന്ന വിനകളെയും കുറിച്ച് പതിനൊന്നാം കോൺഗ്രസിന്റെ രാഷ്ട്രീയ പ്രമേയം നൽകിയ മുന്നറിയിപ്പ് റിപ്പോർട്ട് അനുസ്മരിച്ചു. ഭൂരിപക്ഷം വരുന്ന ഹിന്ദുക്കളുടെ സാമുദായിക– സങ്കുചിത വികാരങ്ങൾ ഇളക്കിവിടുന്നതിനാണ് ഹിന്ദു വർഗീയ സംഘടനകൾ ഹരിദ്വാർ മുതൽ കന്യാകുമാരി വരെ രാമജൻമഭൂമി– ഗംഗാ ജലയാത്രാ ക്യാമ്പെൻ നടത്തിയതെന്ന് റിപ്പോർട്ട് അഭിപ്രായപ്പെട്ടു.

ഇത്തരം ശക്തികൾക്ക് അമേരിക്ക, ബ്രിട്ടൻ, കനഡ തുടങ്ങിയ രാജ്യങ്ങളിൽനിന്ന് പിന്തുണ കിട്ടുന്നുണ്ടെന്ന റിപ്പോർട്ട് കണക്കിലെടുത്തു. സൗദി അറേബ്യപോലുള്ള ഗൾഫ് രാജ്യങ്ങൾ ഇന്ത്യയിലെ ഇസ്ലാമിക മത മൗലികവാദികൾക്ക് നേരിട്ട് പണം നൽകി സഹായിക്കുന്നുണ്ടെന്ന കാര്യം പ്രസിദ്ധം. കോൺഗ്രസ് ഗവൺമെന്റിന്റെ അവസരവാദനയം വിവിധ വർഗീയശക്തികളെ പ്രത്യക്ഷമായോ പരോക്ഷമായോ ശക്തിപ്പെടുത്തുന്നുണ്ട്.

പൊതുതാൽപര്യമുള്ള പ്രശ്നങ്ങളിൽ കോൺഗ്രസേതര പ്രതിപക്ഷ പാർട്ടികളെ ഒന്നിച്ചുകൊണ്ടുവരുന്നതിൽ ഈ ഘട്ടത്തിൽ പാർട്ടി പ്രധാന പങ്കുവഹിച്ചു. കോൺഗ്രസേതര പ്രതിപക്ഷകക്ഷികളുടെ പ്രഥമ സമ്മേളനം 1983 മേയിൽ വിജയവാഡയിൽ സംഘടിപ്പിച്ചു. 1984 ജനുവരി വരെ നാല് സമ്മേളനങ്ങൾ കൂടി നടന്നു. പഞ്ചാബ്, കേന്ദ്ര സംസ്ഥാന ബന്ധം തുടങ്ങി ദേശീയ പ്രാധാന്യമുള്ള പ്രശ്നങ്ങൾ ഈ സമ്മേളനങ്ങൾ ചർച്ച

ചെയ്തു. ജനങ്ങളുടെ ദുരിതങ്ങൾക്കും തൊഴിലില്ലായ്മയ്ക്കും വഴിവെക്കുന്ന കോൺഗ്രസ് (ഇ) ഗവൺമെന്റിന്റെ ജനവിരുദ്ധ സാമ്പത്തിക നയങ്ങൾക്കെതിരെ സമ്മേളനം കർമപരിപാടി തയ്യാറാക്കി. എങ്കിലും കോൺഗ്രസേതര പാർട്ടികളുടെ യോഗം കോൺഗ്രസ് (ഇ) യുടെ കുത്തകവാഴ്ചയ്ക്ക് ഒരു ദേശീയ ബദലോ കോൺഗ്രസേതര പാർട്ടികൾക്കിടയിലെ ഗൗരവതരമായ രാഷ്ട്രീയവും പരിപാടി സംബന്ധവുമായ അഭിപ്രായവ്യത്യാസങ്ങൾ—പ്രത്യേകിച്ചും വിദേശനയത്തെച്ചൊല്ലിയുള്ളത്—പരിഹരിക്കുന്നതിനുള്ള ഒരു വേദിയോ അല്ലെന്ന് പാർട്ടി പ്രത്യേകം ഓർമിപ്പിച്ചു. ബി ജെ പി യുടെ രാഷ്ട്രീയനയം പൂർണമായും ഒറ്റപ്പെട്ടിരിക്കുകയാണെന്ന് കോൺഗ്രസേതര പാർട്ടികളുടെ യോഗം തെളിയിച്ചു.

ഈ ഘട്ടത്തിൽ കേന്ദ്ര സംസ്ഥാന ബന്ധങ്ങളുടെ പ്രശ്നത്തിന് ദേശീയ പ്രാധാന്യം കൈവന്നു. 1984 ജനുവരിയിൽ കൽക്കത്തയിൽ ചേർന്ന കോൺഗ്രസേതര പാർട്ടികളുടെ യോഗത്തിൽ 18 രാഷ്ട്രീയപാർട്ടികളുടെ പ്രതിനിധികളും അഞ്ച് സംസ്ഥാന മുഖ്യമന്ത്രിമാരും പങ്കെടുത്തു. കേന്ദ്ര സംസ്ഥാന ബന്ധം സംബന്ധിച്ച ഒരു പ്രമേയം ആ യോഗം അംഗീകരിച്ചു:

> ജനവിധി നിരർഥകമാക്കിത്തീർക്കാനും രാജ്യത്തെ ജനാധിപത്യ സ്ഥാപനങ്ങൾ തകർക്കാനും കോൺഗ്രസ് (ഇ) നടത്തുന്ന ആപൽക്കരമായ നീക്കങ്ങൾ കാണാൻ എല്ലാ സ്വാതന്ത്ര്യപ്രേമികളെയും ജനാധിപത്യവാദികളെയും യോഗം ആഹ്വാനം ചെയ്തു.
>
> 1983 മേയിലാരംഭിച്ച പ്രക്രിയക്ക് കൽക്കത്താ യോഗം സുപ്രധാനമായ മാറ്റം കുറിച്ചു. ദേശീയ പ്രാധാന്യമുള്ള ചില പ്രശ്നങ്ങളെക്കുറിച്ച് ചർച്ച നടത്തുകയും അതിന്റെ അടിസ്ഥാനത്തിൽ യോജിപ്പിലെത്തുകയും ചെയ്യുന്നതിനുള്ള പാർട്ടികളുടെ ഒരു കൂടിച്ചേരൽ മാത്രമല്ലാതായിത്തീർന്നു ഇത്തരം യോഗങ്ങൾ. ജനങ്ങൾ നേരിടുന്ന അടിയന്തിര പ്രശ്നങ്ങളെ മുൻനിർത്തി തയ്യാറാക്കിയ ഒരു പതിനൊന്നിന അവകാശ പത്രികയുടെ അടിസ്ഥാനത്തിൽ പ്രക്ഷോഭമാരംഭിക്കാൻ കൽക്കത്താ യോഗം ആഹ്വാനം നൽകി. അതിന്റെ ഭാഗമായി 1984 ഫെബ്രുവരി 13 ന് രാജ്യവ്യാപകമായ പ്രതിഷേധദിനം ആചരിച്ചു. ഈ യോഗങ്ങളിലെത്തിച്ചേർന്ന സമവായം യോജിച്ച ചെറുത്തുനിൽപ്പ് വിജയപൂർവം നടത്തുന്നതിനിടയാക്കി. ഈ യോഗങ്ങളിലെ പാർട്ടിയുടെ പങ്കാളിത്തം ഇടതുപക്ഷ മതനിരപേക്ഷ പാർട്ടികളെ ബി ജെ പി യിൽനിന്നും മറ്റു വർഗീയ ഛിദ്രശക്തികളിൽനിന്നും വേർതിരിച്ചുനിർത്തുന്നതിന് സഹായിച്ചു.

പശ്ചിമബംഗാളിലെയും ത്രിപുരയിലെയും ഇടതുപക്ഷമുന്നണി ഗവൺമെന്റുകളുടെ ക്രിയാത്മകമായ പങ്ക് പന്ത്രണ്ടാം കോൺഗ്രസ് വിലയിരുത്തി. സി പി ഐ (എം) നേതൃത്വത്തിലുള്ള ഈ ഗവൺമെന്റുകൾ

1977–78 മുതൽ നിലനിന്നുവരികയായിരുന്നു. രാജ്യത്തെ പാർലമെന്ററി ജനാധിപത്യം കാത്തുരക്ഷിക്കുന്നതിനുള്ള ഔട്ട് പോസ്റ്റുകളായി അവയെ പാർട്ടി കണക്കാക്കി. ഈ സംസ്ഥാന ഗവൺമെന്റുകൾ ജനങ്ങളെ വിശ്വസ്തതയോടെ സേവിച്ചു. ന്യായമായ സാമൂഹ്യ–സാമ്പത്തിക–രാഷ്ട്രീയാവശ്യങ്ങളുയർത്തിപ്പിടിച്ച് കൃഷിക്കാർ നടത്തുന്ന സമരങ്ങളുമായി താദാത്മ്യം പ്രാപിച്ചു; മുസ്ലീം ന്യൂനപക്ഷങ്ങൾക്കും പട്ടികജാതിക്കാർക്കും സംരക്ഷണം നൽകി; വർഗീയലഹളകളിൽനിന്ന് തങ്ങളുടെ സംസ്ഥാനങ്ങളെ വിമുക്തമാക്കി ഈ രണ്ട് ഗവൺമെന്റുകളെയും താഴത്തിറക്കുന്നതിന് കേന്ദ്രത്തിലെ കോൺഗ്രസ് ഗവൺമെന്റ് പഠിച്ച പതിനെട്ടടവും പയറ്റി. എന്നാൽ അധ്വാനിക്കുന്ന ജനങ്ങളെ വൻതോതിൽ തങ്ങളുടെ പരിപാടിക്ക് ചുറ്റും അണിനിരത്താൻ ഇടതുപക്ഷമുന്നണി ഗവൺമെന്റുകൾ നടത്തിയ തീവ്രയത്നങ്ങളുടെ ഫലമായും ജനാധിപത്യം സംരക്ഷിക്കണമെന്ന ബോധം ഇന്ത്യയിൽ വളർന്നുവന്നതുകൊണ്ടും കേന്ദ്ര ഗവൺമെന്റിന്റെ ശ്രമങ്ങൾ വിജയിച്ചില്ല. രാഷ്ട്രീയശക്തികളുടെ പരസ്പര ബന്ധം ഇടതുപക്ഷ– ജനാധിപത്യസഖ്യത്തിനനുകൂലമായി മാറ്റിയെടുക്കുകയെന്ന ലക്ഷ്യത്തോടെയായിരിക്കണം ഈ സംസ്ഥാന ഗവൺമെന്റുകൾ പ്രവർത്തിപ്പിക്കേണ്ടതെന്ന നിലപാട് പാർട്ടി ഉയർത്തിപ്പിടിച്ചു. ഇടതുപക്ഷ മുന്നണി ഗവൺമെന്റുകൾ പ്രവർത്തിക്കേണ്ട ബൂർഷ്വാ–ഭൂപ്രഭു ഭരണസംവിധാനത്തിന്റെ പരിമിതികൾ സ്വന്തം അനുഭവത്തിലൂടെ ജനങ്ങൾ മനസിലാക്കി.

വിജയവാഡാ കോൺഗ്രസിനുശേഷമുള്ള നാലുവർഷത്തെ അനുഭവം പന്ത്രണ്ടാം പാർട്ടി കോൺഗ്രസ് ക്രോഡീകരിച്ചു. കോൺഗ്രസ് (ഇ) യുടെ സ്വാധീനം കുറഞ്ഞിട്ടുണ്ടെന്നത് നേരാണെങ്കിലും രാജീവ്ഗാന്ധിയുടെ നേതൃത്വത്തിൽ ആ പാർട്ടി ജനങ്ങളുടെ വിപുല വിഭാഗത്തിനിടയിൽ പ്രത്യാശ ജനിപ്പിക്കുകയാണെന്ന് പാർട്ടി കണ്ടു. പഞ്ചാബ് കരാർ, ആസാം പ്രശ്ന പരിഹാരം, ഒരു പുതിയ സ്വച്ഛമായ ഭരണം പ്രദാനം ചെയ്യുന്നതാണെന്ന വാഗ്ദാനം— ഇവയൊക്കെ പുത്തൻ പാതയിലൂടെ സഞ്ചരിക്കാനുള്ള കോൺഗ്രസ്സ് (ഇ) യുടെ നീക്കത്തിന്റെ ഭാഗമാണെന്ന് ജനങ്ങൾ കണക്കാക്കി. മുതലാളിത്ത വ്യവസ്ഥയുടെ രാഷ്ട്രീയ പ്രതിസന്ധി അമിതാധികാരത്തിലേക്കുള്ള നീക്കത്തിൽ പ്രകടമായി.

അതേസമയം സാമ്രാജ്യത്വവുമായുള്ള വൈരുധ്യം മൂർഛിച്ചു. ഇന്ത്യയെ ഛിന്നഭിന്നമാക്കാനുള്ള സാമ്രാജ്യത്വ ഗൂഢാലോചന മറച്ചുവെക്കാനാവാത്ത സ്ഥിതിയിലെത്തി. ഈ ആപത്ത് ഭരണകക്ഷിയോ ബൂർഷ്വാ പ്രതിപക്ഷ പാർട്ടികളോ മനസിലാക്കിയില്ല. അതിനെക്കുറിച്ച് അവർ ജനങ്ങൾക്ക് മുന്നറിയിപ്പും നൽകിയില്ല. മത മൗലികവാദത്തിന്റെ വെല്ലുവിളി തീക്ഷ്ണമായി എന്ന് മാത്രമല്ല സംവരണത്തിന്റെ പേരിൽ അധ്വാനിക്കുന്ന ജനങ്ങൾ രണ്ട് ശത്രു പാളയങ്ങളിലായി വിഭജിക്കപ്പെട്ടു. തൊഴിലാളിവർഗത്തിന്റെയും അധ്വാനിക്കുന്ന ജനവിഭാഗങ്ങളുടെയും ഐക്യം കാത്തുരക്ഷിക്കുകയെന്ന പ്രശ്നം അത്യന്തം രൂക്ഷമായി. കേന്ദ്ര–സംസ്ഥാന ബന്ധങ്ങളിൽ ഭരണ–പ്രതിപക്ഷ ബൂർഷ്വാപാർട്ടികൾ

തമ്മിലുള്ള വൈരുദ്ധ്യങ്ങൾ മൂർച്ഛിച്ചു. ദേശീയ ഐക്യം സംരക്ഷിക്കുന്നതിന് ഊന്നൽ നൽകിയ പാർട്ടി കോൺഗ്രസ് ഇങ്ങനെ പറഞ്ഞു:

> അമിതാധികാര വാഴ്ചയുടെ ആപത്തിനെതിരായ അടിയന്തിര സമരത്തെ ദേശീയ ഐക്യവും സാമ്പത്തികരംഗത്ത് സ്വാശ്രയത്വവും സംരക്ഷിക്കാനും ചേരിചേരാ വിദേശനയത്തെ സംരക്ഷിക്കുകയും ശക്തിപ്പെടുത്തുകയും ചെയ്യാനും വേണ്ടിയുള്ള സമരങ്ങളിൽ നിന്നും അസ്ഥിരീകരണത്തിനായുള്ള സാമ്രാജ്യത്വ ഗൂഢതന്ത്രങ്ങൾക്കെതിരായ സമരത്തിൽനിന്നും വേർപെടുത്താനാവില്ല. നമ്മുടെ അടിയന്തിര പ്രവർത്തനങ്ങൾക്കുള്ള അടവുകളെ, ജനകീയ ജനാധിപത്യം എന്ന തന്ത്രപരമായ ലക്ഷ്യവുമായി ബന്ധപ്പെടുത്തേണ്ടതുണ്ട്.

ഈ ഘട്ടത്തിലാണ് രജനി പാംദത്തിന്റെ നിരീക്ഷണങ്ങൾ എത്രമാത്രം ദീർഘദർശനത്തോടുകൂടിയതായിരുന്നുവെന്ന് തെളിഞ്ഞത്. ഒരിക്കൽ പാർട്ടിക്ക് ഇന്ത്യൻ ജനതയുടെ വിശ്വാസവും പിന്തുണയും ആർജിക്കാൻ കഴിഞ്ഞാൽ ലോകമെങ്ങുമുള്ള കമ്യൂണിസ്റ്റ് പാർട്ടികൾ ഞങ്ങളുമായി സുഹൃദ്ബന്ധം പുലർത്താൻ മുന്നോട്ട് വരുമെന്നത്രെ സി പി ഐ (എം) രൂപീകരണസമയത്ത് അദ്ദേഹം പറഞ്ഞത്. അപ്പോഴേക്കും രാജ്യത്തെ പ്രധാന ഇടതുപക്ഷ ശക്തിയായി ഞങ്ങൾ മാറിയത് കാരണം ഒട്ടേറെ പാർട്ടികൾ ഞങ്ങളുമായി ബന്ധം സ്ഥാപിച്ചു..

എൺപതുകളുടെ പകുതി സാർവദേശീയതലത്തിൽ ശീഘ്രഗതിയിലുള്ള സംഭവവികാസങ്ങൾക്ക് സാക്ഷ്യം വഹിച്ചു. അപ്പോൾ ഒരു ആണവയുദ്ധ വിപത്ത് നിലനിൽക്കുകയായിരുന്നു. അതൊഴിവാക്കാൻ ചില പുതിയ നിർദ്ദേശങ്ങൾ മുന്നോട്ടുവെക്കപ്പെട്ടു. 1987 ഫെബ്രുവരിയിൽ യൂറോപ്പിൽനിന്ന് മധ്യദൂര മിസൈലുകൾ നീക്കം ചെയ്യുന്നതിനുള്ള നിർദേശവുമായി യു എസ് എസ് ആർ മുമ്പോട്ടു വന്നു. ഈ നിർദേശങ്ങൾ ഏഷ്യാ പസഫിക് പ്രദേശത്തെ സമാധാനത്തിനും സുരക്ഷിതത്വത്തിനും കൂടി നിർണായക പ്രാധാന്യമുള്ളതായിരുന്നു. 1986 സമാധാനത്തിനുള്ള സാർവദേശീയ വർഷമായി ഐക്യരാഷ്ട്രസഭ പ്രഖ്യാപിച്ചു. ആ വർഷം ആണവ പരീക്ഷണങ്ങൾക്ക് സോവിയറ്റ് യൂണിയൻ ഏകപക്ഷീയമായി മാറട്ടോറിയം പ്രഖ്യാപിച്ചു. അമേരിക്ക, പക്ഷെ, പുതിയ പരീക്ഷണങ്ങളുമായും നക്ഷത്രയുദ്ധ പദ്ധതി പടുത്തുയർത്തുന്നതുമായും മുമ്പോട്ട് പോയി. തുടർന്ന് യൂറോപ്പിൽനിന്ന് മധ്യദൂര ഹ്രസ്വദൂര മിസൈലുകൾ ഒഴിവാക്കുന്നതിന് യു എസ് എസ് ആറും യു എസ് എ യും തമ്മിൽ ഒരു കരാറുണ്ടാക്കി. ഇതുവഴി 4–5 ശതമാനത്തിൽ കൂടുതൽ ആണവായുധങ്ങൾ ഒഴിവാക്കാൻ സാധിക്കില്ലെങ്കിലും പാർട്ടി ഈ കരാറിനെ വാഴ്ത്തി. യു എസ് എസ് ആറും മറ്റ് സോഷ്യലിസ്റ്റ് രാജ്യങ്ങളും പിന്തുടർന്ന വിട്ടുവീഴ്ചയില്ലാത്ത സമാധാന നയത്തിന്റെയും ലോകത്താകെ ആണവയുദ്ധത്തിന്റെ ആപത്തിനെക്കുറിച്ചുള്ള ബോധം വ്യാപകമാക്കുന്നതിനിടയാ

ക്കിയ ലോകവ്യാപകമായ സമാധാനപ്രസ്ഥാനത്തിന്റെയും ഫലമായി സാർവദേശീയമായി അമേരിക്കൻ സാമ്രാജ്യത്വം ഒറ്റപ്പെട്ടു. സോഷ്യലിസ്റ്റ് രാജ്യങ്ങളെയും സമാധാന പ്രേമികളായ മറ്റ് രാജ്യങ്ങളെയും സമ്മർദ്ദതന്ത്രത്തിന് വിധേയമാക്കാനുള്ള ശ്രമം അമേരിക്ക ഉപേക്ഷിച്ചില്ലെങ്കിലും സംവാദത്തിന്റെയും കൂടിയാലോചനയുടെയും ഭാഷയിൽ സംസാരിക്കാൻ അത് നിർബന്ധിതമായി. ലോക പരിതഃസ്ഥിതികൾ വിലയിരുത്തിയതിനുശേഷം പാർട്ടി ഈ നിഗമനത്തിലെത്തി:

> ആണവായുധങ്ങളുടെ കാര്യത്തിൽ മേൽകൈ നേടിയെടുക്കാൻ അമേരിക്കൻ സാമ്രാജ്യത്വം ശ്രമിച്ചിട്ടും വർഗീയശക്തികളുടെ ബലാബലത്തിൽ മാറ്റം വന്നിരിക്കുകയാണെന്നും അതിന് യുദ്ധം ഒഴിവാക്കാനുള്ള കഴിവുണ്ടെന്നും പ്രസ്താവിക്കുന്നത് തെറ്റായിരിക്കില്ല. അതിനുകാരണം സമാധാനശക്തികളുടെ കരുത്താണ്. അത് സോഷ്യലിസ്റ്റ് രാജ്യങ്ങളെയുംചേരിചേരാ പ്രസ്ഥാനത്തെയും ലോകസമാധാന പ്രസ്ഥാനത്തെയും സാമ്രാജ്യത്വരാജ്യങ്ങളിലെ ഭരണവൃത്തങ്ങളിലെ വിഭാഗങ്ങളെപ്പോലും ഒന്നിപ്പിക്കുന്നു.

സമാധാനത്തിന് അനുകൂലമായി വർഗശക്തികളുടെ ബലാബലത്തിൽ മാറ്റം വന്നതിന്റെ ഫലമായി പ്രാദേശികമായ സംഘട്ടനങ്ങൾ പരിഹരിക്കുന്നതിന് ഒട്ടേറെ നടപടികൾ സ്വീകരിക്കുവാൻ സാധിച്ചു. അഫ്ഗാനിസ്ഥാൻ പ്രശ്നത്തിൽ ജനീവ കരാർ, എട്ടുവർഷം നീണ്ടുനിന്ന ഇറാൻ–ഇറാഖ് യുദ്ധത്തിൽ വെടിനിർത്തൽ, നമീബിയയുടെ സ്വാതന്ത്ര്യം സംബന്ധിച്ച കരാർ — ഇവ ഉദാഹരണം.

സോവിയറ്റ് യൂണിയനിൽ അതിവേഗം മാറ്റം വന്നു. രാജ്യത്തെ സാമൂഹ്യ സാമ്പത്തിക ജീവിതത്തിലെ പോരിസ്ത്രോയിക്കാ പരിപാടി മാനവരാശിയുടെ ആകെ, പ്രത്യേകിച്ചും ലോകകമ്യൂണിസ്റ്റ് പ്രസ്ഥാനത്തിലെ വിവിധ വിഭാഗങ്ങളുടെ, ശ്രദ്ധ ആകർഷിച്ചു. ഈ സംഭവവികാസങ്ങളെല്ലാം ഞങ്ങളുടെ പാർട്ടി ശ്രദ്ധിച്ചു. അതിലടങ്ങിയ സാമൂഹ്യ സാമ്പത്തിക പ്രശ്നങ്ങളും രാഷ്ട്രീയ ആശയ പ്രശ്നങ്ങളും ചർച്ച ചെയ്തു. അതിനുശേഷം പാർട്ടിയുടെ അഭിപ്രായം പ്രകടിപ്പിച്ചു. 1987 ൽ പാർട്ടി സി സി യുടെ ഒരു പ്രതിനിധിസംഘം മോസ്കൊവിൽ നടന്ന ഒക്ടോബർ വിപ്ലവത്തിന്റെ എഴുപതാം വാർഷികത്തിൽ സംബന്ധിച്ചു. അവിടെ സി പി എസ് യു ജനറൽ സെക്രട്ടറി ഗോർബച്ചേവ് ഒരു റിപ്പോർട്ട് അവതരിപ്പിച്ചു. സാർവദേശീയ സ്ഥിഗതികളെക്കുറിച്ചും സാർവദേശീയ കമ്യൂണിസ്റ്റ് പ്രസ്ഥാനത്തിന്റെ കടമകളെക്കുറിച്ചും സി പി എസ് യു കേന്ദ്രകമ്മിറ്റിക്കുള്ള ധാരണയിൽനിന്നും കാര്യമായ വ്യതിയാനം കുറിക്കുന്നതാണ് റിപ്പോർട്ടെന്നായിരുന്നു ഞങ്ങളുടെ പ്രതിനിധിസംഘത്തിന്റെ അഭിപ്രായം. അതിലെ നിഗമനങ്ങളോട് ഞങ്ങൾക്കുള്ള വിയോജിപ്പ് ഞങ്ങൾ സി പി എസ് യു കേന്ദ്രകമ്മിറ്റിയെ അറിയിച്ചു. അതേക്കുറിച്ച് ഞങ്ങളുമായി ചർച്ചചെയ്യാൻ അവർ സമ്മതിച്ചു. റിപ്പോർട്ടിനെക്കുറിച്ചുള്ള ഞങ്ങളുടെ അഭിപ്രായം ഞങ്ങൾ വിയത്നാം കമ്യൂണിസ്റ്റ് പാർട്ടി,

ചൈനീസ് കമ്യൂണിസ്റ്റ് പാർട്ടി, ജാപ്പനീസ് കമ്യൂണിസ്റ്റ് പാർട്ടി, അമേരിക്കൻ കമ്യൂണിസ്റ്റ് പാർട്ടി,ക്യൂബൻ കമ്യൂണിസ്റ്റ് പാർട്ടി എന്നിവയെ അറിയിച്ചു. ഏതാനും ദിവസം കഴിഞ്ഞപ്പോൾ ഞങ്ങളുടെ ഒരു പ്രതിനിധി സംഘം മോസ്കൊ സന്ദർശിച്ചു. ഈ വിഷയത്തെക്കുറിച്ച് സി പി എസ് യു പ്രതിനിധികളുമായി ചർച്ച നടത്തി. എങ്കിലും യോജിപ്പിലെത്താൻ കഴിഞ്ഞില്ല.

ഞങ്ങളുടെ പാർട്ടി കേന്ദ്രകമ്മിറ്റി 1988 മേയിൽ 'ചില ആശയപ്രശ്നങ്ങളെപ്പറ്റി' എന്നൊരുവിശദമായ പ്രമേയം അംഗീകരിച്ചു. ഏഴാം വാർഷിക റിപ്പോർട്ടിലെ നിഗമനങ്ങളോടുള്ള ഞങ്ങളുടെ നിലപാട് ആ പ്രമേയത്തിലടങ്ങിയിരുന്നു. പ്രമേയം ഉൾപാർട്ടി ചർച്ചയ്ക്ക് വിതരണം ചെയ്തു.

1957 ലെ കമ്യൂണിസ്റ്റ് പാർട്ടികളുടെ സമ്മേളനത്തിനുശേഷം സാർവദേശീയ കമ്യൂണിസ്റ്റ് പ്രസ്ഥാനത്തിലുണ്ടായ പ്രധാനപ്പെട്ട തർക്കങ്ങൾ ഈ പ്രമേയത്തിൽ സി സി വിലയിരുത്തി. വിവിധ ഘട്ടങ്ങളിൽ സി പി ഐ (എം) എടുത്ത നിലപാട് വിശദീകരിച്ചു. സാർവദേശീയ സ്ഥിതിയെ സംബന്ധിച്ച ഗോർബച്ചേവിന്റെ വിശകലനവും അവതരണവും ലോകത്തെ വൻ ശക്തികളുടെ ബലാബലത്തെക്കുറിച്ചുള്ള വിപ്ലവകരമായ ധാരണക്ക് കടകവിരുദ്ധമാണെന്ന് കേന്ദ്രകമ്മിറ്റി പ്രമേയം അഭിപ്രായപ്പെട്ടു. നമ്മുടെ കാലഘട്ടത്തിലെ വൈരുദ്ധ്യങ്ങളിൽ വർധമാനമായ മാറ്റങ്ങൾ ഉണ്ടായിരിക്കുന്നു എന്നാണ് ഗോർബച്ചേവിന്റെ റിപ്പോർട്ടിലെ വാദം. ഈ വാദത്തിന്റെ മറവിൽ ജനങ്ങളുടെയും തൊഴിലാളിവർഗത്തിന്റെയും താൽപര്യങ്ങളും സാമ്രാജ്യത്വ മുതലാളിത്ത താൽപര്യങ്ങളും തമ്മിലുള്ള അനുരഞ്ജനത്തിന് റിപ്പോർട്ട് ഉപാധികളും മാർഗങ്ങളും നിർദേശിക്കുന്നു.. ജനങ്ങളും സാമ്രാജ്യത്വവും തമ്മിലുള്ള ഏറ്റുമുട്ടൽ ഒഴിവാക്കുക എന്നതാണ് അതിന്റെ ലക്ഷ്യം— സി സി പ്രമേയം പറഞ്ഞു. സോഷ്യലിസ്റ്റ് സാമ്രാജ്യത്വ ലോകങ്ങൾ തമ്മിലുള്ള പരസ്പര ബന്ധങ്ങളെയും വിപുലമായി വരുന്ന ആശ്രിതത്വത്തെയും സംബന്ധിച്ച് ഒരു പുതിയ സങ്കൽപനം റിപ്പോർട്ട് മുന്നോട്ടു വെച്ചു. സാമ്പത്തിക ബന്ധങ്ങളുടെ ആഗോളവൽകരണം സമത്വത്തിന്റെ അടിസ്ഥാനത്തിലല്ല നടക്കുന്നത്. അവശേഷിച്ച ലോകത്തെ കുറെക്കൂടി ചൂഷണം ചെയ്യുന്നതിന് സാമ്രാജ്യത്വവാദികൾക്ക് അവസരമൊരുക്കിക്കൊടുക്കുക മാത്രമാണ് അത് ചെയ്യുന്നത്. വികസിത രാജ്യങ്ങൾ തങ്ങളുടെ ആധിപത്യത്തിനുപയോഗിക്കുന്ന ഒരായുധമാണ് ശാസ്ത്രസാങ്കേതിക വിപ്ലവം. പുതിയ വിശകലനത്തിന്റെ അടിസ്ഥാനത്തിൽ മൂന്നാം ലോകരാജ്യങ്ങളും സാമ്രാജ്യത്വ രാജ്യങ്ങളും തമ്മിലുള്ള ബന്ധങ്ങളെക്കുറിച്ച് ചർച്ച ചെയ്യവേ റിപ്പോർട്ട് ഒരു കാര്യം ശ്രദ്ധിച്ചു. ഗോർബച്ചേവിന്റെ അഭിപ്രായപ്രകാരം സാമ്രാജ്യത്വ ചൂഷണം മൂന്നാം ലോകരാജ്യങ്ങൾ സഹിച്ചുകൊള്ളണം. ചൂഷണത്തിന്റെ ബന്ധങ്ങൾ അവസാനിപ്പിക്കുവാനുള്ള ശ്രമങ്ങൾകൊണ്ട് ആപത്ത് വിളിച്ചുവരുത്തുന്നതിനെക്കുറിച്ച് ചിന്തിക്കരുത്. പ്രമേയം ഇത്രയും കൂടി പറഞ്ഞു:

> മൂന്നാം ലോകജനതകളെ സാർവദേശീയ സ്ഥിതിഗതികളുടെ ചിത്രത്തിന് പുറത്ത് നിർത്തുകയും എല്ലാവരുടെയും താൽപര്യങ്ങളെ സമതുലനം ചെയ്ത് സുരക്ഷിതമാക്കുന്നതിന്റെ പേരിൽ ഈ രാജ്യങ്ങളിലെ ഭരണകൂടങ്ങൾക്ക് സാമ്രാജ്യത്വവുമായി സന്ധി ചെയ്യുന്നതിന് വഴിവെച്ചുകൊടുക്കുകയുമാണ് ഈ വിശകലനം (ഗോർബച്ചേവിന്റെ റിപ്പോർട്ടിലടങ്ങിയത്) ചെയ്യുന്നത്. മൂന്നാം ലോകരാജ്യങ്ങളിലെ ബഹുജന സമരങ്ങളെയും ഈ സമരങ്ങൾക്ക് നേതൃത്വം നൽകുന്ന കമ്യൂണിസ്റ്റ് പാർട്ടികൾ ഉൾപ്പെടെയുള്ള പാർട്ടികളെയും അവഗണിച്ചുകൊണ്ട് ഈ രാജ്യങ്ങളിലെ ഒത്തുതീർപ്പ് ഗവൺമെന്റുകളെ ജനങ്ങളെ പ്രതിനിധാനം ചെയ്യുന്ന ഗവൺമെന്റുകളുമായി പരിഗണിക്കുന്ന തരത്തിലുള്ള ഒരു പുതിയ കാഴ്ചപ്പാടാണ് ഈ വിശകലനം സാർവദേശീയ പ്രസ്ഥാനത്തിന് നൽകുന്നത്.

"സോവിയറ്റ് യൂണിയനിലെ സംഭവവികാസങ്ങൾ" എന്നൊരു പ്രമേയം 1988 ആഗസ്തിൽ സി സി അംഗീകരിച്ചു. സി സി എസ് യുവിന്റെ പത്തൊമ്പതാമത് കോൺഫറൻസിലെ ചർച്ചകളും പ്രമേയങ്ങളും കണക്കിലെടുത്തുകൊണ്ടാണ് ഈ പ്രമേയം തയ്യാറാക്കിയത്. സോവിയറ്റ് യൂണിയനിലെയും മറ്റ് സോഷ്യലിസ്റ്റ് രാജ്യങ്ങളിലെയും സംഭവവികാസങ്ങളെ മനസിലാക്കേണ്ടത് കമ്യൂണിസ്റ്റ് പാർട്ടികൾ നേരിടുന്ന രാഷ്ട്രീയ പ്രശ്നങ്ങളുടെ പശ്ചാത്തലത്തിൽ വേണം. സോഷ്യലിസ്റ്റ് ജനാധിപത്യ വികാസത്തിനും സാമ്പത്തിക മാനേജ്മെന്റിന്റെ പുനർനിർമാണത്തിനും സി പി എസ് യുവിന്റെ 27–ാം കോൺഗ്രസ് എടുത്ത തീരുമാനങ്ങളെ 1986 ൽ ചേർന്ന കേന്ദ്രകമ്മിറ്റി യോഗം പൊതുവിൽ പിന്തുണച്ചിരുന്നു. സി പി എസ് യു ഇതേവരെ പിന്തുടർന്ന പാതയെ പാടേ നിഷേധിച്ചുകൊണ്ടാണ് സി പി എസ് യു വിന്റെ പത്തൊമ്പതാം കോൺഫറൻസിൽ മൂർത്തമായ നിർദേശങ്ങൾ വന്നത്. മാർക്സിസം ലെനിനിസത്തിന്റെ മാർഗദർശനവും പാർട്ടിയുടെ നേതൃത്വപരമായ പങ്കും സമൂഹ്യ പരിവർത്തനത്തിൽ അവശ്യോപാധിയാണ്. കോൺഗ്രസ് ആ പങ്കിനെ നിഷേധിക്കുകയായിരുന്നു.

1988 ൽ അംഗീകരിച്ച കേന്ദ്രകമ്മിറ്റി പ്രമേയം അതിന് തൊട്ടുമുമ്പ് സോവിയറ്റ് യൂണിയനിലുണ്ടായ സംഭവവികാസങ്ങൾ വിലയിരുത്തുന്നതിന് ഒരു ചട്ടക്കൂട് പ്രദാനം ചെയ്തു. ഏതൊരു രാജ്യത്തും സോഷ്യലിസത്തിന്റെ മുന്നേറ്റത്തിന് സമ്പദ്വ്യവസ്ഥയും ഭരണവും മുമ്പോട്ട് കൊണ്ടുപോകുന്നതിന് ബഹുജന പങ്കാളിത്തം ആവശ്യമാണ് – സി പി ഐ (എം) വ്യക്തമാക്കി. സോഷ്യലിസത്തിന്റെ വളർച്ചയോടെ ജനാധിപത്യം ശക്തിപ്പെടുത്തേണ്ടതാണ്, അനുപേക്ഷണീയമാണ്. അതേസമയം മാർക്സിസം– ലെനിനിസത്തിൽ അടിയുറച്ച് നിൽക്കണം. സമൂഹത്തിലെ നേതൃശക്തിയെന്ന നിലയിൽ പാർട്ടിയുടെ പങ്ക് കാത്തുസൂക്ഷിക്കണം.

ആഭ്യന്തര രംഗത്തേക്ക് കടന്നാൽ പൊതുമേഖലയെ തകർച്ചയി

ലേക്ക് നയിച്ചുകൊണ്ടിരുന്ന രാജീവ് ഗാന്ധിയുടെ സാമ്പത്തിക നയത്തിന്റെ ആപൽക്കരമായ പോക്ക് തുറന്നുകാട്ടുന്നതിൽ പാർട്ടി മുൻപന്തിയിൽനിന്നു. സമ്മർദത്തിനു വഴങ്ങി ഇന്ത്യൻ വ്യവസായത്തിന്റെ ചെലവിൽ ഗവൺമെന്റ് വിദേശമൂലധനത്തിന് സൗജന്യങ്ങൾ അനുവദിക്കുന്നതിനെ പാർട്ടി എതിർത്തു. ഇറക്കുമതിച്ചുങ്കം കുറക്കുക, നിയന്ത്രണങ്ങളിലും ലൈസൻസ് നൽകുന്നതിലും അയവ് വരുത്തുക എന്നീ അവശ്യങ്ങളുന്നയിച്ച് ലോക ബാങ്കിന് കീഴടങ്ങുന്നതിനെതിരെ പാർട്ടി വിട്ടുവീഴ്ചകൂടാതെ നിരന്തരം ക്യാമ്പെയ്ൻ നടത്തി. പൊതുമേഖലയെ ഇകഴ്ത്തി കാണിക്കുന്നതിൽ പ്രതിഷേധിക്കാൻ പാർട്ടിയുടെ മുൻകൈയ്യോടെ, പാർട്ടി മെമ്പർമാർ പ്രവർത്തിക്കുന്ന ട്രേഡ് യൂണിയനുകൾ, അഖിലേന്ത്യാതലത്തിൽ പൊതുമേഖലാജീവനക്കാരുടെ ഒരു പണിമുടക്ക് വിജയപൂർവ്വം നടത്തി. ഈ പണിമുടക്കിൽ ഇരുപതുലക്ഷം തൊഴിലാളികളും ഓഫീസർമാരും പങ്കെടുത്തു. പണപ്പെരുപ്പത്തിന്റെ ഭാരം തൊഴിലാളികൾ, കൃഷിക്കാർ, ഇടത്തരക്കാർ എന്നിവരുടെമേൽ കയറ്റിവെക്കുകയെന്ന ഗവൺമെന്റ് നയത്തിനെതിരെ പല സംസ്ഥാങ്ങളിലും ബഹുജനസമരങ്ങൾ നടന്നു.

ഈ ഘട്ടത്തിൽ സി പി ഐ (എം) സ്വതന്ത്രമായും ഇടതുപക്ഷ പാർട്ടികളോട് ചേർന്നു. ഒട്ടേറെ ബഹുജനസമരങ്ങൾ സംഘടിപ്പിച്ചു. അഖിലേന്ത്യാ കിസാൻസഭയും അഖിലേന്ത്യാ കർഷകതൊഴിലാളി യൂണിയനും സംഘടിപ്പിച്ച ജയിൽ നിറക്കൽ സമരം, ഡി വൈ എഫ് ഐ യുടെയും എസ് എഫ് ഐ യുടെയും സംയുക്താഭിമുഖ്യത്തിൽ നടന്ന പടുകൂറ്റൻ റാലി, ദൽഹിയിൽ നടന്ന വർഗീയ വിരുദ്ധസമ്മേളനം, നാഗ്പൂരിൽ ഇടതുപക്ഷ പാർട്ടികൾ സംഘടിപ്പിച്ച പ്രകടനം, ദശലക്ഷക്കണക്കിനാളുകളുടെ പങ്കാളിത്തത്തോടെ കേരളത്തിൽ കോർത്ത മനുഷ്യച്ചങ്ങല, പല പ്രശ്നങ്ങളെയും ആസ്പദമാക്കി കേരളത്തിലും പശ്ചിമബംഗാളിലും നടന്ന പ്രക്ഷോഭങ്ങൾ, സമ്മതിദായകരെ സ്വാധീനിക്കുന്നതിന് കോൺഗ്രസ് (ഇ) നടത്തിയ നിയമ വിരുദ്ധ പ്രവർത്തനങ്ങൾക്കെതിരെ ജനങ്ങളെ അണിനിരത്തുന്നതിന് ത്രിപുരയിൽ നടത്തിയ ശ്രമങ്ങൾ, യു പി യിൽ ക്രാന്തികാരിമോർച്ച നടത്തിയ പ്രക്ഷോഭം, ഇതുപോലുള്ള മറ്റനവധി സമരങ്ങൾ ഇവ ഉദാഹരണമായി ചൂണ്ടിക്കാട്ടാവുന്നതാണ്. ഗവൺമെന്റ് സാമ്പത്തിക നയം മാറ്റണം. രാജീവ് ഗാന്ധി രാജിവെക്കണം എന്നീ ആവശ്യങ്ങളുന്നയിച്ച് 1987 ഡിസംബർ 9 ന് സി പി ഐ (എം) ഉം ഇടതുപക്ഷപാർട്ടികളും കൃഷിക്കാരുടെയും കർഷക തൊഴിലാളികളുടെയും വമ്പിച്ച റാലി നടത്തി. തലസ്ഥാന നഗരിയെ ചെങ്കടലാക്കി മാറ്റിയ ആ റാലി ഒരു മാസം നീണ്ടുനിന്ന പ്രചാരണപരിപാടിയുടെ പരിസമാപ്തി കുറിച്ചു. പ്രചാരണപരിപാടിയുടെ ഭാഗമായി രാജ്യത്തിന്റെ വിവിധ ഭാഗങ്ങളിൽ ആറ് കേന്ദ്രജാഥകൾ നടത്തി. ഇടതുപക്ഷത്തിന്റെ സ്വതന്ത്രമായ പങ്കിന്റെ തെളിവായിരുന്നു ഈ ക്യാമ്പെയ്നും റാലിയും. ഇത് പുത്തൻശക്തികളുടെ അണിചേരലിന് കാര്യമായ സംഭാവന നൽകി.

രാജീവ് ഗാന്ധി ഗവൺമെന്റിന്റെ നയങ്ങൾക്കെതിരെ ജനങ്ങളെ അണിനിരത്തുമ്പോൾത്തന്നെ ഇടതുപക്ഷ ശക്തികളോടൊപ്പം പാർട്ടി ഹിന്ദു മുസ്ലീം സിക്ക് വർഗീയതയെ പ്രതിനിധീകരിക്കുന്ന ശക്തികളെയും വർഗീയവികാരം വ്യാപിപ്പിക്കുന്ന ബി ജെ പി, മുസ്ലീംലീഗ് തുടങ്ങിയ രാഷ്ട്രീയകക്ഷികളെയും എതിർക്കുകയും തുറന്നു കാട്ടുകയും ചെയ്തു. ദേശീയ ഐക്യം സംരക്ഷിക്കുകയെന്ന കടമയ്ക്ക് പാർട്ടി ക്യാമ്പെൻ ഊന്നൽ നൽകി. വർഗീയ ഛിദ്രശക്തികൾക്കെതിരെയും രാജ്യത്തിന്റെ ഐക്യത്തിനുവേണ്ടിയുമുള്ള സമരത്തിൽ സ്വാതന്ത്ര്യലബ്ധിക്കുശേഷം ഇത്രയധികം ജനങ്ങളെ ഇടതുപക്ഷം അണിനിരത്തിയിട്ടില്ല. കൂടാതെ ഈ സമരത്തെ ജനാധിപത്യമുന്നേറ്റത്തിനും ജനാധിപത്യാവകാശങ്ങൾ വിപുലമാക്കുന്നതിനും മെച്ചപ്പെട്ട ജീവിതപരിതഃസ്ഥിതികൾക്കും വേണ്ടിയുള്ള സമരവുമായി പാർട്ടി കണ്ണിചേർത്തു. അങ്ങനെ ചെയ്യുമ്പോൾ ബി ജെ പി യുടെ വർധമാനമായ രാഷ്ട്രീയസ്വാധീനവും സംഘടനാശേഷിയും ആർ എസ് എസിന്റെ വിപുലമായിക്കൊണ്ടിരിക്കുന്ന പ്രവർത്തനമേഖലകളും പാർട്ടി കണക്കിലെടുത്തു. ഈ സാഹചര്യത്തിൽ ദേശീയ ഐക്യം കാത്തുരക്ഷിക്കണമെങ്കിൽ ബി ജെ പി യെ ഒറ്റപ്പെടുത്തുകയും അതിന്റെ വിഷലിപ്തമായ പ്രചാരണം തുറന്നുകാട്ടുന്നതിൽ ശ്രദ്ധ കേന്ദ്രീകരിക്കുകയും വേണമെന്ന് പാർട്ടി മനസിലാക്കി.

സി പി ഐ (എം) ഉം ഇടതുപക്ഷ ശക്തികളും ദേശീയ ഐക്യത്തിന്റെ അങ്ങേയറ്റത്തെ വക്താക്കളായി ഉയർന്നുവന്നു. ഛിദ്രശക്തികളുടെ സ്വാധീനം വർധിച്ചു വരുന്നതിൽ ആശങ്കാകുലരായിരുന്ന ദേശാഭിമാനികൾക്കിടയിൽ ഇത് പാർട്ടിയെപ്പറ്റി അങ്ങേയറ്റത്തെ മതിപ്പുളവാക്കി. വർഗീയതയ്ക്കെതിരായ പോരാട്ടത്തിൽ ബൂർഷ്വാപാർട്ടികളുടെ ചാഞ്ചാട്ടങ്ങളും പ്രകടമായി.

ഹിന്ദുമത മൗലികവാദികളുടെയെന്നപോലെ മുസ്ലീം മത മൗലികവാദികളുടെയും വെല്ലുവിളി നേരിടേണ്ടതുണ്ട്. മാത്രമല്ല മുസ്ലീം മത മൗലികവാദികളുടെ വെല്ലുവിളി നേരിടുമ്പോൾ ഓർത്തിരിക്കേണ്ട ഒരു കാര്യമുണ്ട്. രാജ്യത്തെ മുസ്ലീം ന്യൂനപക്ഷത്തിന് സുരക്ഷിതത്വബോധമോ സമത്വബോധമോ ഇല്ല. അവർക്കെതിരെ പലതരത്തിലുള്ള വിവേചനങ്ങളും നിലനിൽക്കുന്നുമുണ്ട്. ഒരു മത ന്യൂനപക്ഷത്തന്റെ മൗലികാവകാശം ഉറപ്പുചെയ്യാൻ ഒരു നവസ്വതന്ത്ര രാജ്യത്തിലെ ബൂർഷ്വാ-ഭൂപ്രഭു ഗവൺമെന്റിന് കഴിയാതെ പോയതാണ് ഇതിന് കാരണം. ഇതാണ് മുസ്ലീം ന്യൂനപക്ഷത്തിനിടയിൽ മത മൗലികവാദം പടർന്നുപിടിക്കാൻ കാരണം. മുസ്ലീം ന്യൂനപക്ഷത്തിന്റെ അടിസ്ഥാനാവശ്യങ്ങൾ ദൃഢമായും വിട്ടുവീഴ്ച കൂടാതെയും സംരക്ഷിക്കാതെ, കലാപങ്ങൾക്കിരയാകുന്ന മുസ്ലിങ്ങളെ രക്ഷിക്കാൻ ജനങ്ങൾ ഇടപെടാതെ, ഇസ്ലാമിക മത മൗലികവാദത്തിനെതിരെ വിജയകരമായ പോരാട്ടം നടത്താൻ കഴിയില്ലെന്ന് പാർട്ടി മനസിലാക്കി. പശ്ചിമ ബംഗാളിലും മറ്റും അങ്ങനെ ചെയ്യാൻ പാർട്ടിക്ക് കഴിഞ്ഞു. അതുകൊണ്ടാണ് പശ്ചിമബംഗാളിൽ ന്യൂനപക്ഷത്തിന്റെ വിശ്വാസമാർജിക്കാൻ പാർട്ടിക്ക് സാധിച്ചതും.

രാജ്യത്തിന്റെ ഐക്യത്തിന് ഗുരുതരമായ ഭീഷണിയുയർത്തിക്കൊണ്ട് വിഘടനവാദം ഉയർന്നുവന്നതുമുതൽ അതിനെതിരായ പോരാട്ടത്തിന്റെ മുൻപന്തിയിലായിരുന്നു പാർട്ടി. ഡാർജിലിങ് ജില്ലയിലെ വിഘടനപ്രസ്ഥാനത്തെ പാർട്ടി കൈകാര്യം ചെയ്യുകയും ദേശീയ ഐക്യത്തിന് കോട്ടം തട്ടാത്തവിധത്തിൽ അത് പരിഹരിക്കുകയും ചെയ്തു. മുഴുവൻ ദേശാഭിമാനികളും അതിനെ അഭിനന്ദിച്ചു. നമ്മുടെ പാർട്ടി മാത്രമാണ് ആ പ്രശ്നത്തിന്റെ സത്ത– പ്രസ്ഥാനത്തിന്റെ ഇരട്ട സ്വഭാവം – കണ്ടെത്തിയത്. ചില ന്യായമായ പ്രശ്നങ്ങൾ അതിന് പിന്നിലുണ്ടായിരുന്നു. അതിനെ വിഘടനവാദികൾ ഉപയോഗിക്കുകയായിരുന്നു. എങ്കിലും വിഘടനപരമായ ആവശ്യങ്ങൾ ഉപേക്ഷിക്കാൻ ജനങ്ങളെ പ്രേരിപ്പിക്കുന്നതിന് സാധിച്ചുവെന്നതാണ് ഡാർജിലിങ്ങിലെ തെരഞ്ഞെടുപ്പ് ഫലം കാണിക്കുന്നത്. പക്ഷെ വംശീയമായ അസ്തിത്വം എന്ന പ്രശ്നം ഇപ്പോഴും ജനങ്ങളിൽ സ്വാധീനം ചെലുത്തുന്നുണ്ടെന്ന പാഠം കൂടി തെരഞ്ഞെടുപ്പ് നൽകുന്നുണ്ട്.

ആസാമിലെ എ ജെ പി ഗവൺമെന്റിന്റെ സങ്കുചിത ദേശീയ ന്യൂനപക്ഷ വിരുദ്ധ, ഗിരിവർഗ വിരുദ്ധ നയത്തിനെതിരെയും പാർട്ടിപോരാടി, പഞ്ചാബിൽ ഖാലിസ്ഥാൻ വിഘടനവാദികൾക്കെതിരായ പോരാട്ടത്തിൽ ഞങ്ങളുടെ പാർട്ടിക്കും സി പി ഐക്കും കനത്ത വില കൊടുക്കേണ്ടിവന്നു. പഞ്ചാബിലെ സ്തംഭനാവസ്ഥ അവസാനിപ്പിക്കാൻ മറ്റ് രാഷ്ട്രീയ പാർട്ടികളെയും ജനാധിപത്യശക്തികളെയും അണിനിരത്തുന്നതിന് പാർട്ടി ശ്രമിച്ചു. എന്നാൽ ഭരണകക്ഷിയുടെ കുറ്റകരമായ അവസരവാദം ആ ശ്രമങ്ങൾ അട്ടിമറിച്ചു. മിതവാദി നേതാവ് എസ് എസ് ബർണാലയുടെ നേതൃത്വത്തിലുള്ള അകാലി മന്ത്രിസഭയെ കേന്ദ്ര ഗവൺമെന്റ് പിരിച്ചുവിട്ടു. ഒരു അകാൽ തഖ്ത പുരോഹിതന്റെ ആജ്ഞക്കെതിരെ ബർണാലാ മന്ത്രിസഭ പോരാട്ടം നടത്തുമ്പോഴായിരുന്നു ആ പിരിച്ചുവിടൽ. മാത്രമല്ല കോൺഗ്രസ് (ഇ) ഉൾപ്പെടെ എല്ലാ പാർട്ടികളും വിഘടനവാദത്തിനെതിരെ സംയുക്ത ക്യാമ്പെൻ നടത്തുന്ന അവസരം കൂടിയായിരുന്നു അത്. അയൽ സംസ്ഥാനമായ ഹരിയാനയിൽ കോൺഗ്രസ് (ഇ) മന്ത്രിസഭയെ പ്രതിഷ്ഠിക്കുന്നതിന് സമ്മതിദായകരെ പ്രീണിപ്പിക്കുകയെന്ന ഒരേയൊരു ലക്ഷ്യമായിരുന്നു അതിന് പിന്നിൽ. എൺപതുകളുടെ അവസാനം, വലിയൊരളവോളം ഖാലിസ്താനി പ്രചാരണത്തിന് മേൽകൈ കിട്ടാനും അക്രമപ്രവർത്തനങ്ങൾ പടർന്നുപിടിക്കാനും വഴിയൊരുക്കിയത് കോൺഗ്രസ് (ഇ) യുടെ രാഷ്ട്രീയമായ ഹ്രസ്വദൃഷ്ടിയായിരുന്നു. അത് ബർണാലാ മന്ത്രിസഭയെ പിരിച്ചുവിടുന്നതിൽചെന്ന് കലാശിച്ചു.

1987 ആദ്യം കേരളത്തിലും പശ്ചിമബംഗാളിലും നടന്ന തെരഞ്ഞെടുപ്പിൽ കോൺഗ്രസ് (ഇ) ക്ക് കനത്ത പ്രഹരമേറ്റു. രാജീവ്ഗാന്ധിയുടെ നേതൃത്വത്തിൽ കോൺഗ്രസ് (ഇ) പിന്തുടർന്ന അവസരവാദ നയങ്ങൾക്കെതിരെ ജനങ്ങൾ നൽകിയ വിധിയെഴുത്തായിരുന്നു അത്. പശ്ചിമബംഗാളിൽ ഇടതുപക്ഷമുന്നണിക്ക് നാലിൽ മൂന്ന് ഭൂരിപക്ഷം കിട്ടി.

കോൺഗ്രസ് (ഇ) ക്ക് തുടർച്ചയായി മൂന്നാം തവണയേറ്റ പരാജയമായിരുന്നു ഇത്. ഓരോ തെരഞ്ഞെടുപ്പിലും സി പി ഐ (എം) ന്റെ ശക്തി വർധിച്ചു. തൊഴിലില്ലായ്മയും, ചണമില്ലുകളും എഞ്ചിനീയറിങ്ങ് സ്ഥാപനങ്ങളും അടച്ചുപൂട്ടിയതും സൃഷ്ടിച്ച ദുർഘട സാഹചര്യത്തിലാണ് പശ്ചിമബംഗാളിലെ ഇടതുപക്ഷ മുന്നണിക്ക് ഈ വിജയം കരസ്ഥമാക്കാൻ സാധിച്ചത്. പശ്ചിമബംഗാൾ ഗവൺമെന്റിന്റെ ശ്രദ്ധേയമായ പ്രവർത്തനങ്ങൾ മൂലമാണ് ഇടതുപക്ഷമുന്നണി ഗവൺമെന്റിനെ പുറത്താക്കാൻ കോൺഗ്രസ് (ഇ) ക്ക് കഴിയാതെ പോയത്.

പശ്ചിമബംഗാൾ തെരഞ്ഞെടുപ്പ് ഫലം പാർട്ടി അവലോകനം ചെയ്തു. വോട്ടിന്റെ കണക്കുകൾ കുറെക്കൂടി ആഴത്തിൽ വിശകലനം നടത്തേണ്ടതുണ്ടെന്നും അതിൽ നിന്ന് വെളിപ്പെടുന്ന ദൗർബല്യങ്ങൾ പരിഹരിക്കേണ്ടതുണ്ടെന്നുമുള്ള നിഗമനത്തിലെത്തി. അഞ്ചുവർഷത്തെ സാമ്പത്തിക പ്രതിസന്ധിക്കുശേഷം കേവല ഭൂരിപക്ഷം നേടിയെടുക്കാൻ കഴിഞ്ഞത് ചെറിയ നേട്ടമല്ലെന്ന് പാർട്ടി കണക്കാക്കി. കോൺഗ്രസ് (ഇ) നയങ്ങളെ, പ്രത്യേകിച്ചു സാമ്പത്തികനയത്തെ, ഛിദ്രശക്തികളുമായും വിഘടനശക്തികളുമായും വിട്ടുവീഴ്ചാ മനോഭാവത്തോടെ പെരുമാറുന്ന നയത്തെ, ഗൂർഖാലാൻഡ് പ്രശ്നത്തോടുള്ള സമീപനത്തെ പാർട്ടി നിരന്തരം തുറന്നുകാട്ടി. അതിന്റെ ഫലമായി കോൺഗ്രസ് (ഇ) ക്ക് നാട്ടിൻപുറങ്ങൾ നഷ്ടമായി. പക്ഷെ, വ്യവസായ പ്രദേശങ്ങളിൽ - അവിടെയാണ് ഹിന്ദി- ഉറുദു ഭാഷക്കാരായ തൊഴിലാളികളും മറ്റ് ബംഗാളി ഇതരവിഭാഗങ്ങളും പാർക്കുന്നത് - ഇത് ഭാഗികമായി നേട്ടമുണ്ടാക്കി. പരമ്പരാഗത വ്യവസായമേഖലകളിൽ ഞങ്ങളുടെ സ്വാധീനത്തിന് തിരിച്ചടിയേറ്റു. ഹിന്ദി സംസാരിക്കുന്ന തൊഴിലാളിവർഗം രാഷ്ട്രീയവൽക്കരണത്തിന്റെ കാര്യത്തിൽ പിന്നിലാണെന്ന് പാർട്ടി മനസിലാക്കി. ഉറുദു സംസാരിക്കുന്ന ഒരു വിഭാഗം മുസ്ലിം തൊഴിലാളികളെ മത മൗലികവാദികളും കോൺഗ്രസ് (ഇ) യും സ്വാധീനിച്ചിട്ടുണ്ടെന്ന കാര്യവും വ്യക്തമായി.

പശ്ചിമബംഗാളിലും കേരളത്തിലും ഇടതുപക്ഷത്തിനുണ്ടായ വിജയം ദേശീയതലത്തിൽ ഇടതുപക്ഷ ജനാധിപത്യബദൽ കുറെക്കൂടി ഉയർത്തിക്കാട്ടുന്നതിന് സഹായിച്ചു. കോൺഗ്രസ് (ഇ) യുടെ ജനവിരുദ്ധ നടപടികൾക്കെതിരെ പോരാടാൻ മതനിരപേക്ഷ പ്രതിപക്ഷപാർട്ടികളെ ഏകോപിപ്പിക്കുന്നതിൽ കുറെക്കൂടി അർഥവത്തായ പങ്കുവഹിക്കാൻ ഈ തെരഞ്ഞെടുപ്പ് വിജയം സി പി ഐ (എം) നെ പ്രാപ്തമാക്കി.

അതുകൊണ്ടാണ് പശ്ചിമബംഗാൾ, കേരളം, ത്രിപുര എന്നിവിടങ്ങളിലെ ഇടതുപക്ഷമുന്നണി ഗവൺമെന്റുകൾക്കെതിരെ കോൺഗ്രസ് (ഇ) ആക്രമണം കേന്ദ്രീകരിച്ചത്. കേരളത്തിൽ കോൺഗ്രസ് (ഇ) പിന്തുണയോടെ ബി ജെ പിയും ആർ എസ് എസും പിന്തിരിപ്പൻ പത്രങ്ങളും ഓരോ തൊടുന്യായം പറഞ്ഞ്, ഓരോ സംഭവവും ഊതിവീർപ്പിച്ച് ഇടതുപക്ഷമുന്നണി ഗവൺമെന്റിനെതിരായ വിഭാഗീയ-വർഗീയ വികാരം ഇളക്കിവിട്ടു. പശ്ചിമ ബംഗാളിലെ ഇടതുപക്ഷമുന്നണി ഗവൺമെന്റിനെ

തിരായ വൃത്തികെട്ട പ്രചാരണം എല്ലാ റെക്കോർഡുകളും ഭേദിച്ചു. സി പി ഐ (എം) നേതാക്കൾക്കും മന്ത്രിമാർക്കുമെതിരെ അപകീർത്തികരമായ പ്രസ്താവനകൾ അവർ നടത്തി. അവർക്കെതിരെ അപവാദം പ്രചരിപ്പിച്ചു. ഇതിനെല്ലാം കാരണം പശ്ചിമബംഗാളിലെ ജനങ്ങളെ സത്യസന്ധമായ പ്രവർത്തനത്തിലൂടെ തങ്ങളുടെ പിന്നിൽ അണിനിരത്താൻ കോൺഗ്രസ് (ഇ) ക്ക് കഴിയാതെ പോയതാണ്.

ടി എൻ വി പ്രവർത്തനത്തിന് ഉത്തേജനം നൽകിക്കൊണ്ട് കോൺഗ്രസ് (ഇ) ത്രിപുരയിൽ ക്രമസമാധാന പ്രശ്നം സൃഷ്ടിച്ചു. ബംഗ്ലാദേശ് അതിർത്തി കടന്നുവരുന്ന ടി എൻ വി തീവ്രവാദികളുമായി കൂട്ടുകൂടിക്കൊണ്ട് കോൺഗ്രസ് (ഇ) യുടെ സഖ്യശക്തിയായ ടി യു ജെ എസ് അവിടെ കുഴപ്പങ്ങൾ കുത്തിപ്പൊക്കി. ഈ ദേശവിരുദ്ധ ശക്തികൾക്കെതിരെ പോരാടുന്നതിനുപകരം അവരുടെ പ്രവർത്തനങ്ങളെ ഇടതുപക്ഷ മന്ത്രിസഭയെ അപകീർത്തിപ്പെടുത്താനും രാഷ്ട്രപതിഭരണം ആവശ്യപ്പെടാനും ഉപയോഗിക്കുകയാണ് അവർ ചെയ്തത്. രാജീവ് ഗാന്ധിയിൽ നിന്നും മറ്റ് കോൺഗ്രസ് (ഇ) നേതാക്കളിൽനിന്നും ത്രിപുരയിലെ കോൺഗ്രസിന് കിട്ടിയ പിന്തുണ ആ പാർട്ടിയുടെ വീക്ഷണത്തിലും നയങ്ങളിലും വന്ന അധഃപതനം വെളിപ്പെടുത്തി. തെരഞ്ഞെടുപ്പുസമയത്ത് കൊലപാതക പരമ്പരകൾ സംഘടിപ്പിക്കുന്നതിന് ടി എൻ വി വിഘടന വാദികളുമായ കേന്ദ്രനേതൃത്വം ഗൂഢാലോചന നടത്തി. അങ്ങനെ സംസ്ഥാനത്തെ അസ്വാസ്ഥ്യബാധിത പ്രദേശമായി പ്രഖ്യാപിക്കുന്നതിനും തുടർന്ന് ടി എൻ വി ഭീകരരെ തടയുന്നതിന്റെ പേരിൽ പട്ടാളത്തെ വിന്യസിക്കുന്നതിനും ഒരു മറയുണ്ടാക്കി. അതിനുശേഷം തെരഞ്ഞെടുപ്പിൽ കൃത്രിമം, പ്രത്യേകിച്ചും വോട്ടെണ്ണുന്ന ഘട്ടത്തിൽ നടത്തി. അതുവഴി കോൺഗ്രസ് (ഇ) യുടെ തെരഞ്ഞെടുപ്പ് വിജയത്തിനും കോൺഗ്രസ്-ടിയുജെഎസ് ഗവൺമെന്റ് രൂപീകരണത്തിനും ഉറപ്പുവരുത്തി. അധികാരത്തിൽ വന്നതിനുശേഷം ഭരണകക്ഷി സംസ്ഥാനത്ത് ഒരു അർധ ഫാസിസ്റ്റ് ഭരണം സ്ഥാപിച്ചു. സി പി എ (എം) ഇടതുപക്ഷ മുന്നണി പ്രവർത്തകരെ ശാരീരികമായി ആക്രമിക്കാനും കൊന്നൊടുക്കാനും പീഡിപ്പിക്കാനും തുടങ്ങി. സി പി ഐ (എം) നെ അധികാരത്തിൽനിന്ന് പുറം തള്ളുന്നതിനുള്ള ഈ കളിയുടെ ഫലം ടി എൻ വിയുമായുള്ള രാഷ്ട്രീയ ഒത്തുതീർപ്പായിരുന്നു. സി പി ഐ (എം) കേഡർമാർക്ക് ഒരിക്കൽകൂടി ഭീകരവാഴ്ചയുടെ ഫലം അനുഭവിക്കേണ്ടിവന്നു. വളരെയധികം പ്രതിബന്ധങ്ങൾ സഹിച്ചാണെങ്കിലും ഗിരിവർഗക്കാരെ ദേശീയ മുഖ്യധാരയിൽ ഉറപ്പിച്ചുനിർത്തുന്നതിൽ സി പി ഐ (എം) വിജയിച്ചു.

19

പതിമൂന്നാം പാർട്ടി കോൺഗ്രസ്

ഇടതുപക്ഷമുന്നണി ഗവൺമെന്റുകളെയും മറ്റ് കോൺഗ്രസിതര സംസ്ഥാന ഗവൺമെന്റുകളെയും കടന്നാക്രമിക്കുകയും അവയുടെ പ്രവർത്തനങ്ങൾ തടസപ്പെടുത്തുകയും ചെയ്യുകയെന്ന കേന്ദ്ര ഗവൺമെന്റിന്റെ നയം 1988–89 ഡിസംബർ–ജനുവരിയിൽ തിരുവനന്തപുരത്ത് ചേർന്ന പാർട്ടിയുടെ പതിമൂന്നാം കോൺഗ്രസ് വിലയിരുത്തി. "രണ്ട് സംസ്ഥാനങ്ങളിലെയും (പശ്ചിമബംഗാൾ, കേരളം) ജനങ്ങളുടെ ന്യായമായ ആവശ്യങ്ങൾ നിഷേധിച്ചുകൊണ്ട് ആ സംസ്ഥാനങ്ങളെ പണമില്ലാതെ ഞെരിക്കാനും ആ സംസ്ഥാനങ്ങളുടെ വികസന പ്രവർത്തനങ്ങളെ തടയാനും കേന്ദ്ര ഭരണാധികാരികൾ ശ്രമിച്ചുകൊണ്ടിരിക്കുകയാണെ" ന്ന് കോൺഗ്രസ് മനസിലാക്കി. അതു കൊണ്ട് പാർട്ടിയുടെ കടമ "ഗവൺമെന്റിന്റെ പരിമിതികളെ കുറിച്ചും ഇടതുപക്ഷ മുന്നണി ഗവൺമെന്റുകളോടുള്ള കേന്ദ്ര അധികാരികളുടെ നഗ്നവും ശത്രുതാപരവുമായ സമീപനത്തെക്കുറിച്ചും ജനങ്ങളെ നിരന്തരം പഠിപ്പിക്കുകയാണ്." രണ്ട് ഇടതുപക്ഷമുന്നണി ഗവൺമെന്റുകളെ സംരക്ഷിക്കുന്നതോടൊപ്പം കേന്ദ്രത്തിന്റെ കടന്നാക്രമണത്തിനിരയാകുന്ന മറ്റ് കോൺഗ്രസേതര സംസ്ഥാന ഗവൺമെന്റുകളെയും പാർട്ടി സംരക്ഷിക്കണം.

ഈ ഗവൺമെന്റുകളിലെ നമ്മുടെ പ്രവർത്തനത്തിന്റെ മറ്റൊരു സുപ്രധാന വശം ഈ വിധത്തിലായിരിക്കണം: "പാർലമെന്ററി വ്യാമോഹങ്ങളുടെയും അവസരവാദത്തിന്റെയും വളർച്ചക്കെതിരെ പോരാടാൻ പാർട്ടിയിലാകെ നിരന്തരം വിദ്യാഭ്യാസം നടത്തണം. തൊഴിലാളിവർഗത്തെയും ജനാധിപത്യ പ്രസ്ഥാനത്തെയും ഒന്നിപ്പിക്കുന്നതിനുള്ള സമരത്തിൽ സുപ്രധാനമായ ഒരായുധമാണ് പാർലമെന്ററി രംഗത്തെ പ്രവർത്തനമെന്ന (സാധ്യമായയേടങ്ങളിൽ ഗവൺമെന്റ് രൂപീകരിക്കലുകൾ

ഉൾപ്പെടെ) അഭിപ്രായം പാർട്ടി മുറുകെപ്പിടിച്ചു. പക്ഷേ, പാർലമെന്ററിസത്തിന്റെ അന്തരീക്ഷം പാർട്ടി അംഗങ്ങളുടെ വിപ്ലവബോധം ചോർത്തിക്കളയാനും അവരെ ദുഷിപ്പിക്കാനും ഇടയുണ്ട്. ഇതിനെതിരെ നിതാന്ത ജാഗ്രത പുലർത്തണം. പാർട്ടിയെയും അധ്വാനിക്കുന്നവരുടെ സമര സംഘടനകളെയും ഗവൺമെന്റിനും നിയമ നിർമാണസഭക്കും കീഴ്പ്പെടുത്തരുത്. നേരെമറിച്ച് അവസാനം പറഞ്ഞതിനെ പാർട്ടിക്കും ബഹുജനസംഘടനകൾക്കും കീഴ്പ്പെടുത്തണം."

1978-ലെ സൽകിയാ പ്ലീനത്തിനുശേഷമുള്ള പാർട്ടിസംഘടനയുടെ അവസ്ഥ പതിമൂന്നാം കോൺഗ്രസ് വിലയിരുത്തി. പാർട്ടിമെമ്പർമാരുടെ എണ്ണത്തിൽ മൂന്നിരട്ടി വർധനവുണ്ടായി—അതായത് അംഗസംഖ്യ 1, 61,000-ൽ നിന്ന് 4,65,000 ആയി വർദ്ധിച്ചു. പാർട്ടിയുടെ നേതൃത്വത്തിലുള്ള ബഹുജനസംഘടനകളിലെ അംഗസംഖ്യയിൽ പതിനഞ്ചിരട്ടി വർധനവുണ്ടായി--2.23 ലക്ഷം 48 ലക്ഷമായി വർധിച്ചു. ഹിന്ദി സംസാരിക്കുന്ന പ്രദേശങ്ങൾക്ക് സൽകിയ പ്ലീനം ഊന്നൽ നൽകിയിരുന്നു ആ പ്രദേശങ്ങളിൽ പാർട്ടി അംഗങ്ങളുടെ എണ്ണത്തിലുണ്ടായ വർധനവ് 'മിത' മായിരുന്നു. 1978-ൽ 14109 പാർട്ടി മെമ്പർമാരുണ്ടായിരുന്നത് 1987ൽ 26,782 ആയേ വർധിച്ചുള്ളൂ. പാർട്ടിയുടെ പരമ്പരാഗത ശക്തികേന്ദ്രങ്ങളായ പശ്ചിമബംഗാൾ, ത്രിപുര, കേരളം, ആന്ധ്രാപ്രദേശ്, തമിഴ്നാട് എന്നിവിടങ്ങളിൽ പാർട്ടി അംഗസംഖ്യയിലും ബഹുജനസംഘടനകളുടെ അംഗസംഖ്യയിലുമുണ്ടായ വർധനവ് കുറേക്കൂടി കൂടുതലായിരുന്നു. ഇത് പുതിയ പ്രദേശങ്ങളും പരമ്പരാഗതമായ ശക്തികേന്ദ്രങ്ങളും തമ്മിലുള്ള വിടവ് കുറെക്കൂടി വലുതാകുന്നതിനിടയാക്കി.

പാർട്ടി നേതൃത്വത്തിലുള്ള ബഹുജനസംഘടനകളിൽ മറ്റ് ബഹുജനസംഘടനകളെ അപേക്ഷിച്ച് കുറഞ്ഞ വളർച്ചനിരക്കുണ്ടായത് സി ഐ ടി യുവിലും എ ഐ എ ഡബ്ലിയുവിലുമാണ്. പാർട്ടിയുടെ തൊഴിലാളി വർഗ സംഘടന ഇപ്പോഴും ദുർബലമാണെന്ന് പാർട്ടി കോൺഗ്രസ് വിലയിരുത്തി.

പന്ത്രണ്ടാം പാർട്ടി കോൺഗ്രസ് നടന്ന കാലത്തെ അപേക്ഷിച്ച് കേന്ദ്രത്തിൽനിന്ന് പ്രസിദ്ധീകരിച്ച പാർട്ടിപത്രങ്ങളുടെ പ്രചാരണത്തിൽ ഗണ്യമായ പുരോഗതിയുണ്ടായില്ല.

20

തിരിച്ചടികൾ നേരിടൽ— പതിനാലാം പാർട്ടി കോൺഗ്രസ്

സോഷ്യലിസത്തിനേറ്റ തിരിച്ചടി

സോഷ്യലിസത്തിന്റെയും ദേശീയ വിമോചനപ്രസ്ഥാനത്തിന്റെയും തൊഴിലാളിവർഗ പ്രസ്ഥാനത്തിന്റെയും ശക്തികൾക്ക് അങ്ങേയറ്റം പ്രയാസം നിറഞ്ഞ ഒരു ഘട്ടമാണ് ആയിരത്തിത്തൊള്ളായിരത്തി തൊണ്ണൂറുകളുടെ ആദ്യം. സോവിയറ്റ് യൂണിയനിലും കിഴക്കൻ യൂറോപ്യൻ രാജ്യങ്ങളിലും സോഷ്യലിസത്തിന് തിരിച്ചടിയേറ്റു. സോവിയറ്റ് യൂണിയൻ ഛിന്നഭിന്നമായി. സാമ്രാജ്യത്വം പുത്തൻ കടന്നാക്രമണമാരംഭിച്ചു. ഇത് സമാധാന–ജനാധിപത്യശക്തികൾക്ക് മുന്നിൽ അത്യാപത്തുയർത്തി. മൂന്നാം ലോകരാജ്യങ്ങളുടെ സുരക്ഷിതത്വത്തെയും സ്വാതന്ത്ര്യത്തെയും ഭീഷണിപ്പെടുത്തി ലോകമാകെ സ്വന്തം ഉത്തരവുകൾ അടിച്ചേൽപ്പിക്കാൻ നഗ്നമായി ഇടപെടുന്നതിന് അമേരിക്കയെ ശക്തമാക്കി. അമേരിക്കയുടെ ഈ പുത്തൻ ആക്രമണോത്സുകതയുടെയും ധാർഷ്ട്യത്തിന്റെയും ഒരു ഉദാഹരണം മാത്രമായിരുന്നു ഇറാഖിനെതിരെ നടത്തിയ യുദ്ധം. ഇത് നവസ്വതന്ത്ര രാജ്യങ്ങളുടെയും ചേരിചേരാപ്രസ്ഥാനത്തിന്റെയും മുന്നേറ്റത്തെ പ്രതികൂലമായി ബാധിച്ചു. ചേരിചേരാ പ്രസ്ഥാനത്തിന് പ്രസക്തിയുണ്ടെങ്കിൽതന്നെയും മേൽപറഞ്ഞ കാരണത്താൽ അത് നിഷ്ക്രിയവും ഫലശൂന്യവുമാക്കപ്പെട്ടു. ഐക്യരാഷ്ട്രസഭയെ, പ്രത്യേകിച്ച് സുരക്ഷാസമിതിയെ, അമേരിക്കയും സഖ്യശക്തികളും തങ്ങളുടെ കയ്യിലെ പാവയാക്കി. സോഷ്യലിസത്തോട് പ്രതിബദ്ധത പുലർത്തുന്ന അവശേഷിച്ച സോഷ്യലിസ്റ്റ് രാജ്യങ്ങളുടെമേൽ പുതിയ ലോകപരിതഃസ്ഥിതി സമ്മർദം ചെലുത്തുകയാണിന്ന്. സോവിയറ്റ് സൈനിക സഹായം ഏകപക്ഷീയമായി പിൻവലിക്കുകയും അമേരിക്ക സാമ്പത്തികോപരോധമേർപ്പെടുത്തുകയും ചെയ്തതോടെ ക്യൂബക്കുനേരെ പ്രത്യക്ഷത്തിൽതന്നെ ഭീഷണിയുയർന്നു.

സോഷ്യലിസ്റ്റ് ശക്തികളുടെ കരുത്ത് ക്ഷയിച്ചുപോയ ഈ സാഹചര്യത്തിൽ സോഷ്യലിസത്തോടും വിപ്ലവകരമായ പരിവർത്തനത്തോടുമുള്ള അഗാധമായ പ്രതിബദ്ധത പാർട്ടി ഉയർത്തിപ്പിടിച്ചു. ലോകവിപ്ലവ പ്രക്രിയക്ക് കനത്ത തിരിച്ചടി നേരിടേണ്ടിവന്ന ഈ ഘട്ടത്തിൽപോലും ദേശീയ വിമോചനശക്തികൾക്ക് ചില ശ്രദ്ധേയമായ വിജയങ്ങൾ നേടാനായെന്ന കാര്യം പാർട്ടി കണക്കിലെടുത്തു. നമീബിയയുടെ സ്വാതന്ത്ര്യം, ദക്ഷിണാഫ്രിക്കയിൽ ജനാധിപത്യശക്തികൾക്കുണ്ടായ വിജയം, നെൽസൺ മണ്ടേലയുടെ മോചനം, എ എൻ സി യെയും കമ്യൂണിസ്റ്റ് പാർട്ടിയെയും നിയമവിധേയമാക്കൽ, ചിലിയിൽ പിനോച്ചെയുടെ ഏകാധിപത്യവാഴ്ചക്ക് ഏൽക്കേണ്ടിവന്ന പരാജയം, നേപ്പാളിൽ കമ്യൂണിസ്റ്റ് പാർട്ടിയുടെ തെരഞ്ഞെടുപ്പു നേട്ടങ്ങൾ–ഇവയൊക്കെ ലോക വിപ്ലവ മുന്നേറ്റ പ്രക്രിയ തുടരുകയാണെന്ന് തെളിയിക്കുന്നു. സ്വന്തം വ്യവസ്ഥയെ പുനഃസംഘടിപ്പിക്കുകയും സമ്പദ്വ്യവസ്ഥയെ നവീകരിക്കുകയും ചെയ്യുകയെന്ന പ്രയാസകരമായ വെല്ലുവിളി നേരിട്ടുകൊണ്ടിരിക്കുന്ന സോഷ്യലിസ്റ്റ് രാജ്യങ്ങളോട് പാർട്ടി ഉറച്ച ഐക്യദാർഢ്യം പ്രകടിപ്പിച്ചു. 1989 മെയ്–ജൂൺ സംഭവങ്ങളിലൂടെ ഉയർന്നുവന്ന പ്രതിവിപ്ലവ വെല്ലുവിളി നേരിട്ടതിനുശേഷം ജനകീയ ചൈനാഗവൺമെന്റ് നടപ്പാക്കാൻ തുടങ്ങിയ സാമ്പത്തിക പരിഷ്കരണം തുടരുകയാണ്. സോഷ്യലിസ്റ്റ് ചട്ടക്കൂടിനുള്ളിൽ നിന്നുകൊണ്ട് പരിഷ്കരണങ്ങളേർപ്പെടുത്തിക്കൊണ്ടിരിക്കുന്ന വിയത്നാമിനോട് പാർട്ടി ഐക്യദാർഢ്യം പ്രകടിപ്പിച്ചു.

യു എസ് എസ് ആറിലും കിഴക്കൻ യൂറോപ്പിലും സോഷ്യലിസം പൊളിച്ചുമാറ്റിയപ്പോൾ അതിനെക്കുറിച്ച് പാർട്ടി വിലയിരുത്തി. മാർക്സിസം–ലെനിനിസം വികൃതമാക്കിയതിന്റെയും സോഷ്യലിസം കെട്ടിപ്പടുക്കാൻ മാർക്സിസ്റ്റ്–ലെനിനിസ്റ്റ് തത്വങ്ങൾ പ്രയോഗിക്കുന്നതിൽ റിവിഷനിസ്റ്റ് വ്യതിയാനം വരുത്തിയതിന്റെയും ഫലമായിട്ടാണ് ഇങ്ങനെ സംഭവിച്ചതെന്ന നിഗമനത്തിൽ പാർട്ടി ചെന്നെത്തി. ഓരോ പാർട്ടിയും ഓരോ സോഷ്യലിസ്റ്റ് രാജ്യവും മാർക്സിസം–ലെനിനിസം നടപ്പാക്കിയതിൽ സൈദ്ധാന്തികവും പ്രായോഗികവുമായ തെറ്റുകൾ വരുത്തിവെച്ചതിന് മാർക്സിസം–ലെനിനിസത്തെ കുറ്റപ്പെടുത്താൻ കഴിയില്ല. തിരിച്ചടി താൽകാലികം മാത്രമാണെന്ന് പാർട്ടി അഭിപ്രായപ്പെട്ടു.

സോഷ്യലിസത്തിനേറ്റ തിരിച്ചടി സ്വന്തം പ്രതിസന്ധി മൂടിവയ്ക്കാൻ ലോകമുതലാളിത്തം ഉപയോഗിക്കുകയാണ്. 1989–90 ൽ അമേരിക്കയും ബ്രിട്ടനും കാനഡയും മാന്ദ്യത്തെ നേരിട്ടു. ഒ ഇ സി ഡി രാജ്യങ്ങൾ (24 വികസിത മുതലാളിത്ത രാജ്യങ്ങൾ ഉൾപ്പെടുന്നത്) ജി എൻ പി വളർച്ചയിൽ കുറയൽ പ്രവണത കാണിക്കുകയാണ്. ഈ രാജ്യങ്ങളിലെ ജിഡിപി വളർച്ചനിരക്കിന്റെ കാര്യവും വ്യത്യസ്തമല്ല. അമേരിക്ക, ബ്രിട്ടൻ, ഫ്രാൻസ്, ഇറ്റലി, കനഡ എന്നീ രാജ്യങ്ങൾ ഉയർന്ന തൊഴിലില്ലായ്മ നിരക്കിനെയാണ് നേരിടുന്നത്. റീഗനിസവും താച്ചറിസവും ദരിദ്രവിഭാഗങ്ങൾക്ക് വലിയ ദുരിതങ്ങളും കഷ്ടപ്പാടുകളും സമ്മാനിച്ചു. ആ വിഭാ

ഗങ്ങളുടെ സാമൂഹ്യക്ഷേമ പദ്ധതികൾ വെട്ടിക്കുറച്ചു. അവരെ സംബന്ധിച്ചിടത്തോളം പാർപ്പിടമില്ലായ്മ വലിയ പ്രശ്നമായിത്തീർന്നു. മുതവലതുപക്ഷ പാർട്ടികളുടെ സ്വാധീനം വ്യാപിക്കുന്നതിന് മുതലാളിത്ത രാജ്യങ്ങളിലെ സാമൂഹ്യവൈരുധ്യങ്ങൾ വഴിവെച്ചിട്ടുണ്ട്. ഫ്രാൻസ്, ബൽജിയം, ആസ്ത്രിയ, സ്പെയിൻ എന്നീ രാജ്യങ്ങളിൽ വലതുപക്ഷ പാർട്ടികൾ അടിസ്ഥാനമുറപ്പിച്ചു. കുടിയേറ്റക്കാർ വംശീയ വിവേചനത്തിന് ഇരയാവുന്നു.

ചില പ്രത്യയശാസ്ത്രപ്രശ്നങ്ങളിൽ പാർട്ടിയുടെ നിലപാട്

ഈ സംഭവവികാസങ്ങൾ 1992 ജനുവരിയിൽ മദിരാശിയിൽ ചേർന്ന പാർട്ടിയുടെ പതിനാലാം കോൺഗ്രസ് വിലയിരുത്തി. ലോക സ്ഥിതിഗതികളിലുണ്ടായ വമ്പിച്ച മാറ്റം ഇന്ന് ലോകത്ത് പ്രവർത്തിക്കുന്ന വൈരുധ്യങ്ങളുടെ സിദ്ധാന്തം അസാധുവാക്കുന്നില്ലെന്ന് കോൺഗ്രസിന്റെ രാഷ്ട്രീയപ്രമേയം അഭിപ്രായപ്പെട്ടു. സോഷ്യലിസത്തിനെതിരെ സാമ്രാജ്യത്വം കടന്നാക്രമണം നടത്തുന്നത് നേരിട്ടുള്ള സൈനിക ഇടപെടലിലൂടെയല്ല. മറിച്ച്, ആഭ്യന്തര അട്ടിമറിയിലൂടെയാണ്. അതുവഴി സോഷ്യലിസ്റ്റ് രാഷ്ട്രങ്ങളിൽ 'സമാധാനപരമായ' പരിവർത്തനം സൃഷ്ടിക്കുകയും അവയെ ലോകമുതലാളിത്ത വ്യവസ്ഥയോട് കൂട്ടിച്ചേർക്കുകയും ചെയ്യുന്നു. കഴിഞ്ഞ ദശകത്തിൽ മൂന്നാം ലോകത്തിന്റെ വ്യാപാരം മോശമായി. വികസ്വരരാജ്യങ്ങൾക്കുമേൽ അത്യന്തം അസമമായ സാമ്പത്തികബന്ധം അടിച്ചേൽപിക്കുന്നതിനുള്ള വികസിതരാജ്യങ്ങളുടെ കയ്യിലെ പ്രധാനപ്പെട്ട ഒരായുധമാണ് കടഭാരം. ഇപ്പോൾ ഏത് വർഷത്തിലായാലും വികസ്വരരാജ്യങ്ങളുടെ മൊത്തം കടം നേരത്തെ വാങ്ങിയ കടത്തിന്റെ ഗഡുവും പലിശയും തിരിച്ചടക്കാൻ വേണ്ടിവരുന്ന തുകയേക്കാൾ കുറവാണ്. സാമ്രാജ്യത്വരാജ്യങ്ങൾ തമ്മിലുള്ള മത്സരവും സങ്കീർണവും വൈരുധ്യാത്മകവുമായ രൂപം കൈക്കൊള്ളുകയാണ്. ലോക മുതലാളിത്തത്തെ ബാധിച്ച മാന്ദ്യം അസമമാണ്. ജി.7-ന് അഭിപ്രായവ്യത്യാസങ്ങൾ പരിഹരിക്കാൻ കഴിഞ്ഞു. 1991 ആദ്യം നടത്തിയ ഗാട്ട് സംഭാഷണങ്ങളുടെ പരാജയം രൂക്ഷമായ താൽപര്യവൈരുധ്യങ്ങൾ പ്രകടമാക്കി.

മൂലധനവും അധ്വാനവും തമ്മിലുള്ള വൈരുധ്യം സങ്കീർണമായ പുത്തൻ രൂപങ്ങൾ കൈക്കൊണ്ടതായി രാഷ്ട്രീയ പ്രമേയം തുടർന്നു പറഞ്ഞു. എൺപതുകളിൽ സാമ്രാജ്യത്വ ഭരണവൃത്തങ്ങളും വൻകിട ബിസിനസുകാരും തൊഴിലാളിവർഗത്തിനെതിരെ ശക്തമായ കടന്നാക്രമണം നടത്തി. ഇതുമൂലമുളവായ പ്രതികൂല സാഹചര്യത്തിലും പണിമുടക്കിലൂടെ ഈ കടന്നാക്രമണത്തെ നേരിടാൻ ട്രേഡ് യൂണിയൻ പ്രസ്ഥാനത്തിന് കഴിഞ്ഞു. സ്വന്തം നേട്ടങ്ങൾ സംരക്ഷിക്കാൻ ബ്രിട്ടൻ, ഫ്രാൻസ്, ജർമനി, ജപ്പാൻ, ഇറ്റലി എന്നീ രാജ്യങ്ങളിൽ തൊഴിലാളികൾ വൻതോതിൽ പണിമുടക്കി.

സാമ്രാജ്യത്വത്തിനെതിരായ സമരത്തിൽ ഇന്ത്യൻ ജനതയുടെ എല്ലാ വിഭാഗങ്ങളെയും അണിനിരത്തി. പാർട്ടി സാർവദേശീയ കടമ നിറവേറ്റുന്നതാണെന്ന പ്രതിജ്ഞ പ്രമേയം ആവർത്തിച്ചു. അതിൽ പറയുന്നു:

> സോഷ്യലിസത്തിനെതിരെ അന്തിമവിധി പ്രഖ്യാപിച്ചുകഴിഞ്ഞുവെന്നും കമ്യൂണിസത്തിന് ഭാവിയില്ലെന്നും മുതലാളിത്തം ശാശ്വതവും സാമൂഹ്യ പരിണാമത്തിന്റെ അന്തിമഘട്ടവുമാണെന്നും മറ്റുമുള്ള സാമ്രാജ്യത്വത്തിന്റെയും അതിന്റെ ഇന്ത്യൻ ഏജന്റുമാരുടെയും വിപുലമായ പ്രചാരണങ്ങളെ നമുക്ക് കരുത്തോടെ നേരിടേണ്ടതുണ്ട്... സാമ്രാജ്യത്വത്തിന്റെ ഈ വമ്പിച്ച ആക്രമണത്തെ നേരിടുന്നതിൽ എല്ലാ സോഷ്യലിസ്റ്റ് രാജ്യങ്ങളുമായും സ്വാതന്ത്ര്യത്തെയും സാമൂഹ്യപരിവർത്തനത്തെയും നിശ്ചയദാർഢ്യത്തോടെ പ്രതിരോധിക്കുന്ന മൂന്നാം ലോകരാജ്യങ്ങളുമായും ദേശീയ വിമോചനപ്രസ്ഥാനങ്ങളുമായും മുതലാളിത്ത രാജ്യങ്ങളിലെ അധ്വാനിക്കുന്ന ജനങ്ങളുടെ പോരാട്ടങ്ങളുമായും ലോകസമാധാന ശക്തികളുമായും ഐക്യദാർഢ്യം ഉറപ്പിക്കുകയും കരുത്തുറ്റതാക്കിത്തീർക്കുകയും ചെയ്യേണ്ടതുണ്ട്.

സോഷ്യലിസത്തിന്റെ ആദ്യപരീക്ഷണം നടത്തിയ ചരിത്രഭൂമിയിൽതന്നെ അതിനുണ്ടായ തകർച്ച ആശയപരമായ സ്വന്തം നിലപാടിനെക്കുറിച്ച് സമ്പൂർണമായ ഒരു ആത്മപരിശോധന നടത്തുന്നതിലേക്ക് സ്വാഭാവികമായും സിപിഐ (എം) നെ നയിച്ചു. ഒരു വശത്ത് മാർക്സിസം–ലെനിനിസവും മറുവശത്ത് റിവിഷനിസം, വരട്ടുതത്വവാദം തുടങ്ങിയ വ്യതിയാനവും തമ്മിൽ നടന്ന നിശിതമായ ആശയസമരത്തിൽനിന്ന് രൂപം കൊണ്ട സി പി ഐ (എം) ന് സോവിയറ്റ് യൂണിയനിലെയും കിഴക്കൻ യൂറോപ്യൻ രാജ്യങ്ങളിലെയും പരാജയകാരണങ്ങൾ ആഴത്തിൽ പരിശോധിക്കേണ്ടിവന്നു. 1987 നവംബറിൽ ഗോർബച്ചേവ് നടത്തിയ എഴുപതാം വാർഷിക പ്രസംഗത്തിലുൾപെട്ട മൗലിക പ്രശ്നങ്ങളെക്കുറിച്ച് പാർട്ടി ചർച്ച നടത്തി വരികയായിരുന്നു. സോവിയറ്റ് യൂണിയനിലെയും മറ്റ് സോഷ്യലിസ്റ്റ് രാജ്യങ്ങളിലെയും സംഭവവികാസങ്ങൾ പിബിയും സിസിയും വിലയിരുത്തി. ഗോർബച്ചേവിനുകീഴിൽ സിപിഎസ് യു പിന്തുടർന്ന നയങ്ങളുടെ പരിണതഫലമെന്ന നിലയിൽ സോവിയറ്റ് യൂണിയന്റെ തകർച്ച അതിലുൾപ്പെട്ട ആശയപ്രശ്നങ്ങളെ സംബന്ധിച്ച് കുറെക്കൂടി സമ്പൂർണമായ വിശകലനം നടത്തേണ്ടതിന്റെ ആവശ്യകതക്ക് അടിവരയിട്ടു. "ചില പ്രത്യയശാസ്ത്ര പ്രശ്നങ്ങളെപ്പറ്റി" എന്നൊരു പ്രമേയം പതിനാലാം കോൺഗ്രസ് അംഗീകരിച്ചു. ആ വിഷയത്തെ സംബന്ധിച്ച പാർട്ടിയുടെ കൂട്ടായ ധാരണയാണ് ആ പ്രമേയത്തിലടങ്ങിയത്. പ്രമേയം സമഗ്രമാണ്. എങ്കിലും ഇത് സംബന്ധിച്ച് അവസാനവാക്കാണ് അതിലടങ്ങിയതെന്ന അവകാശവാദം പാർട്ടി നടത്തിയില്ല. അതിലടങ്ങിയത് "ചില പ്രാഥമിക നിഗമനങ്ങളാ" ണെന്നും പ്രശ്നങ്ങളാകെ

"വിപുലമായും ആഴത്തിലും പഠിക്കേണ്ടതുണ്ടെ" ന്നും പാർട്ടി വ്യക്തമാക്കി.

ലോകസ്ഥിതിഗതികൾ വിലയിരുത്തുന്നതിൽ പാർട്ടിക്ക് സംഭവിച്ച പിശകിന്റെ മൂലകാരണം അത് മുതലാളിത്തത്തിന്റെ പൊതുകുഴപ്പത്തെ അതീവ ലളിതമായി കണ്ടു എന്നതാണ്. 1957–ലെയും 1960–ലെയും കമ്യൂണിസ്റ്റ് പാർട്ടികളുടെ സമ്മേളനം ലോക സംഭവവികാസങ്ങളിൽ സോഷ്യലിസം നിർണായക ഘടകമായിത്തീർന്നുകൊണ്ടിരിക്കയാണെന്ന് അഭിപ്രായപ്പെട്ടു. 1990 മേയിൽ മാത്രമാണ് സി സി പ്രമേയം ഈ വിലയിരുത്തലിനെ വിമർശിച്ചത്. "ഉൽപാദനശക്തികളെ കുറെക്കൂടി വളർത്താനും മാറിവരുന്ന പരിതഃസ്ഥിതികൾക്കനുസരിച്ച് മാറാനുമുള്ള ലോകമുതലാളിത്തത്തിന്റെ കഴിവിനെ വളരെയധികം കുറച്ചുകണ്ടു" എന്നാണ് സി സി നടത്തിയ വിമർശനം.

"ഇന്ന് സോവിയറ്റ് യൂണിയനിൽ മാത്രമല്ല, മറ്റ് സോഷ്യലിസ്റ്റ് രാജ്യങ്ങളിലും മുതലാളിത്ത പുനഃസ്ഥാപനം അസാധ്യമായിത്തീർന്നിരിക്കുകയാണെ" ന്ന 81 കമ്മ്യൂണിസ്റ്റ് പാർട്ടികളുടെ 1960–ലെ പ്രസ്താവനയിലെ തെറ്റായ ധാരണ ലോകകമ്യൂണിസ്റ്റ് പ്രസ്ഥാനത്തിന്റെ ഭാഗമായ സിപിഐ (എം) നെയും സ്വാധീനിക്കുകയുണ്ടായെന്ന് പതിനാലാം കോൺഗ്രസ് പ്രമേയം ചൂണ്ടിക്കാട്ടി. മുതലാളിത്തത്തിന്റെ അനിവാര്യമായ തകർച്ച സ്വയമേവ നടക്കുന്ന ഒരു പ്രക്രിയയല്ല. മുതലാളിത്തത്തെ വലിച്ചെറിയുകതന്നെ വേണം. മാനവരാശിയുടെ പരിണാമത്തിലെ മുതലാളിത്താനന്തരഘട്ടത്തിൽ നടക്കേണ്ട ഒന്നായിട്ടാണ് ആഗോള സോഷ്യലിസത്തിന്റെ വിജയത്തെ മാർക്സും എംഗൽസും കണ്ടത്. എന്നാൽ അവരുടെ പ്രതീക്ഷക്ക് വിരുദ്ധമായി താരതമ്യേന കുറഞ്ഞ മുതലാളിത്ത വളർച്ച കൈവരിച്ച രാജ്യങ്ങളിലാണ് സോഷ്യലിസ്റ്റ് വിപ്ലവങ്ങൾ വിജയിച്ചത്. ഏതെങ്കിലുമൊരു വികസിത മുതലാളിത്ത രാജ്യത്തിൽ വിപ്ലവം വിജയം വരിക്കുന്നതിലുണ്ടായ പരാജയം ഈ രാജ്യങ്ങളിൽ സോഷ്യലിസം കരുത്താർജിക്കുന്നതിന് മുന്നിൽ പരിമിതികൾ അടിച്ചേൽപ്പിച്ചു. സോഷ്യലിസ്റ്റ് വിപ്ലവങ്ങൾ ലോകമുതലാളിത്ത കമ്പോളത്തിന്റെ വ്യാപ്തി ചുരുക്കി എന്നത് ശരിയാണ്. എങ്കിലും ഏതെങ്കിലുമൊരു വികസിത രാജ്യത്ത് സോഷ്യലിസ്റ്റ് വിപ്ലവം നടക്കാത്തതിന്റെ ഫലമായി അതിനകം മുതലാളിത്ത രാജ്യങ്ങളിലുണ്ടായ ഉൽപ്പാദനശക്തികളുടെ വളർച്ചയെയോ അതിന്റെ ഭാവികഴിവുകളെയോ അത് മൗലികമായും ബാധിച്ചില്ല. തൻനിമിത്തം കമ്പോളത്തിന്റെ വ്യാപ്തി ചുരുങ്ങി എന്ന പുത്തൻ യാഥാർത്ഥ്യം അംഗീകരിച്ചുകൊണ്ടുതന്നെ ലോകമുതലാളിത്തത്തിന് ഉൽപ്പാദനശക്തികളുടെ നിലവാരം ഉയർത്താൻ കഴിഞ്ഞു. രണ്ടാംലോകയുദ്ധാനന്തരഘട്ടത്തിൽ ശാസ്ത്ര–സാങ്കേതിക വിപ്ലവത്തിലൂടെ അവർ അത് തെളിയിച്ചുകാട്ടി. പ്രമേയത്തിൽ പറയുന്നത് നോക്കുക:

> വർത്തമാനകാലത്തിലെ നാല് അടിസ്ഥാന വൈരുധ്യങ്ങളെ–സോഷ്യലിസവും സാമ്രാജ്യത്വവും തമ്മിൽ, സാമ്രാജ്യത്വവും വികസ്വര

രാജ്യങ്ങളിലെ ജനങ്ങളും തമ്മിൽ, സാമ്രാജ്യത്വശക്തികൾ തമ്മിൽ തമ്മിൽ, മുതലാളിത്ത രാജ്യങ്ങളിലെ മൂലധനവും തൊഴിലാളികളും തമ്മിൽ ശരിയായ രീതിയിൽ പഠിച്ചാൽ മാത്രമേ ഇന്നത്തെ ലോകസംഭവവികാസങ്ങളെ മനസിലാക്കാൻ കഴിയൂ എന്ന ധാരണയെ സിപിഐ (എം) മുറുകെപ്പിടിക്കുന്നു.

ഈ നാല് വൈരുധ്യങ്ങളിൽ സാമ്രാജ്യത്വവും സോഷ്യലിസവും തമ്മിലുള്ള ആഗോള വൈരുധ്യമാണ് ഈ കാലഘട്ടത്തിലെ മുഖ്യ വൈരുധ്യമെന്ന ധാരണയെയും സിപിഐ (എം) മുറുകെപ്പിടിക്കുന്നു. മാത്രവുമല്ല, മുഖ്യവൈരുധ്യത്തിന് സ്ഥാനചലനം വരുത്താതെതന്നെ ഏതെങ്കിലും ഒരു പ്രത്യേക ഘട്ടത്തിൽ ഈ നാല് വൈരുധ്യങ്ങളിൽ മറ്റേതെങ്കിലുമൊന്നിന് മൂർച്ചകൂട്ടി അത് ലോകസംഭവങ്ങളുടെ മുൻപന്തിയിൽ എത്തിയേക്കാമെന്നും പാർട്ടി കരുതുന്നു.

ഇന്ന് സാർവദേശീയ കമ്യൂണിസ്റ്റ് പ്രസ്ഥാനത്തിന് തിരിച്ചടികളേറ്റിട്ടുണ്ടെങ്കിലും ഈ ചരിത്രസംഭവങ്ങൾപോലും ഈ ധാരണ ശരിയായിരുന്നെന്ന് തെളിയിക്കുന്നു. ഈ സംഭവങ്ങൾ, ഈ വൈരുധ്യങ്ങളെ മൂർഛിപ്പിക്കുകയാണ്. അതല്ലാതെ സി പി എസ് യു പറയുന്നതുപോലെ അവയിൽ മാറ്റം വരുത്തുകയല്ല ചെയ്തിരിക്കുന്നത്. ആ ഒരു ധാരണയോട് സി പി ഐ (എം) ശരിയായിത്തന്നെ വിയോജിച്ചിട്ടുണ്ട്. സിപിഐ (എം) അന്ന് നടത്തിയ വിലയിരുത്തൽ ശരിയായിരുന്നുവെന്ന് പിൽകാല സംഭവങ്ങൾ തെളിയിച്ചു.

ലോകസോഷ്യലിസ്റ്റ് ശക്തികൾക്കേറ്റ തിരിച്ചടി മുഖ്യവൈരുധ്യത്തിന് മൂർഛയേറി എന്നും തെളിയിക്കുന്നു. ചരിത്രപരമായ പരിപ്രേക്ഷ്യത്തിലൂടെ വീക്ഷിക്കുമ്പോൾ ഈ തിരിച്ചടികൾ സാർവദേശീയ തലത്തിൽ, താൽകാലികമായാണെങ്കിലും സാമ്രാജ്യത്വത്തിന് അനുകൂലമായ തരത്തിൽ വർഗശക്തികളുടെ ബലാബലത്തിൽ മാറ്റം വരുത്തി, സാമ്രാജ്യത്വത്തിന് ഒരു പുതിയ ആക്രമണത്വര നൽകാൻ ഇത് സഹായിച്ചിട്ടുണ്ട്. 'ഒരു പുതിയ ലോകക്രമ' ത്തിനായുള്ള അതിന്റെ അന്വേഷണം ഇതിന് തെളിവായി കണക്കാക്കാം.

"തൊഴിലാളിവർഗ സർവാധിപത്യത്തിന്റെ രൂപങ്ങൾ സ്ഥിരമോ മാറ്റങ്ങൾക്ക് വിധേയമല്ലാത്തതോ അല്ലെ" ന്ന് തൊഴിലാളിവർഗ സർവാധിപത്യത്തെക്കുറിച്ച് ചർച്ച ചെയ്യവേ പാർട്ടി കോൺഗ്രസ് പ്രമേയം പ്രസ്താവിച്ചു. സോഷ്യലിസ്റ്റ് സമൂഹം വളർന്നുവരുന്നതോടെ ഈ രൂപങ്ങൾ മാറിക്കൊണ്ടിരിക്കുന്നതും വ്യത്യസ്തമാ ഘട്ടങ്ങളിലൂടെ കടന്നുപോകുന്നതുമാണ്. "സോഷ്യലിസ്റ്റ് ചട്ടക്കൂടിനുള്ളിൽ വിയോജിക്കുവാനുള്ള അവ

കാശം അംഗീകരിക്കേണ്ടതുണ്ടെ" ന്ന് പ്രമേയം പറഞ്ഞു. എന്നാൽ ഇത് ചെയ്യുമ്പോൾ ഭരണകൂടത്തിന്റെ വർഗസ്വഭാവമോ പാർട്ടിയുടെ നേതൃത്വപരമായ പങ്കോ ഉപേക്ഷിക്കാവതല്ല. പ്രമേയത്തിൽ പറയുന്നതനുസരിച്ച് മുൻ സോഷ്യലിസ്റ്റ് രാജ്യങ്ങളിലെ പ്രധാനപ്പെട്ട വൈകല്യം "തൊഴിലാളിവർഗ സർവാധിപത്യത്തെ അതിന്റെ മുന്നണി വിഭാഗമായ പാർട്ടിയും മിക്കപ്പോഴും പാർട്ടി നേതൃത്വവും പകരംവെച്ചു എന്നതായിരുന്നു."

ജനകീയ ജനാധിപത്യം സ്ഥാപിക്കുകയും സാമ്രാജ്യത്വ വിരുദ്ധ-ഫ്യൂഡൽ വിരുദ്ധ, കുത്തക-വിരുദ്ധ കടമകൾ പൂർത്തിയാക്കുകയും ചെയ്തതിനുശേഷം മാത്രമേ ഇന്ത്യൻ ജനതക്ക് സോഷ്യലിസത്തിലേക്ക് മുന്നേറാൻ കഴിയൂ എന്ന് പാർട്ടികോൺഗ്രസ് പ്രമേയം പ്രസ്താവിച്ചു. ജനങ്ങളുടെ അധികാരം പരമമായിരിക്കുക, സോഷ്യലിസ്റ്റ് സാമ്പത്തിക നിർമാണം സാമൂഹ്യവൽകൃതമായ ഉൽപാദനനോപകരണങ്ങളുടെയും കേന്ദ്രീകൃതാസൂത്രണത്തിന്റെയും അടിസ്ഥാനത്തിൽ ആയിരിക്കുക-- അങ്ങനെ ഒരു വ്യവസ്ഥയാണ് ഇന്ത്യൻ അവസ്ഥയിൽ സോഷ്യലിസമെന്ന് പ്രമേയം നിർവചിച്ചു. അവിടെ പല രൂപത്തിലുമുള്ള സ്വത്തുണ്ടായിരിക്കും, ഉണ്ടായിരിക്കാനും കഴിയും. എങ്കിലും നിർണ്ണായകമായ രൂപം ഉൽപാദനോപകരണങ്ങളുടെ സാമൂഹ്യ ഉടമാവകാശമായിരിക്കും. സോഷ്യലിസത്തിൽ ഭിന്നാഭിപ്രായം പ്രകടിപ്പിക്കാനുള്ള അവകാശവും അഭിപ്രായപ്രകടന സ്വാതന്ത്ര്യവും ഉണ്ടായിരിക്കും. ബഹുവിധാഭിപ്രായങ്ങൾ അവിടെ തഴച്ചുവളരും.

സോവിയറ്റ് യൂണിയൻ തകരുകയും കിഴക്കൻ യൂറോപ്യൻ രാജ്യങ്ങളില സോഷ്യലിസത്തിന് തിരിച്ചടിയേൽക്കുകയും ചെയ്തതിനുശേഷം സാർവദേശീയ കമ്യൂണിസ്റ്റ് പ്രസ്ഥാനത്തിന് വലിയ പിന്നോട്ടടി സംഭവിച്ചു. വിവിധ കമ്യൂണിസ്റ്റ് പാർട്ടികൾ തകരാൻ തുടങ്ങി. കമ്യൂണിസ്റ്റ് പാർട്ടികൾക്കിടയിൽ ആശയക്കുഴപ്പമായി. പല പാർട്ടികളും തങ്ങളുടെ പേരുപേക്ഷിച്ചു. ഈ മാറ്റങ്ങളൊന്നും ഞങ്ങളുടെ പാർട്ടിയെ ബാധിച്ചില്ലെന്ന് ഞങ്ങൾ പറയുന്നില്ല. പക്ഷേ, ഞങ്ങളെ ബാധിച്ചത് താരതമ്യേന കുറച്ചുമാത്രം. എന്തുകൊണ്ട്? ഇന്ത്യൻ അവസ്ഥയെ വിലയിരുത്തുന്ന കാര്യത്തിലായാലും ശരി, സാർവദേശീയ സ്ഥിതിഗതികൾ വിലയിരുത്തുന്നതിലായാലും ശരി, ഞങ്ങൾ മാർക്സിസം--ലെനിനിസത്തിന്റെ അടിസ്ഥാനത്തിൽ സ്വതന്ത്ര നിലപാട് സ്വീകരിച്ചു; നിരന്തരം സമരം നടത്തിക്കൊണ്ട് തൊഴിലാളിവർഗത്തിന്റെയും കൃഷിക്കാരുടെയും വിദ്യാർത്ഥികളുടെയും യുവാക്കളുടെയും മഹിളകളുടെയും മറ്റുവിഭാഗങ്ങളുടെയും പ്രസ്ഥാനം വളർത്തിയെടുക്കാൻ ശ്രമിച്ചു. പിന്നോട്ടടിയുടെ സമ്മർദം ചെറുക്കാനും പാർട്ടിയിൽ ഐക്യം നിലനിർത്താനും ഇത് ഞങ്ങളെ സഹായിച്ചു.

ഇക്കഴിഞ്ഞ മൂന്നുവർഷം ഞങ്ങളുടെ അംഗസംഖ്യ വർധിച്ചു. കാൾ മാർക്സിന്റെ 175-ാം വാർഷികാചരണത്തിന്റെ ഭാഗമായി ഞങ്ങൾ 1993 മേയ് 5 മുതൽ 7 വരെ കൽക്കത്തയിൽ ഒരു സെമിനാർ സംഘടിപ്പിച്ചത്

ആകസ്മികമല്ല. സ്വന്തം പേര് മാറ്റാത്ത പാർട്ടികളെയും മാർക്സിസം–ലെനിനിസത്തിൽ അടിയുറച്ചുനിൽക്കുന്ന പാർട്ടികളെയും മാത്രമേ ഞങ്ങൾ സെമിനാറിന് ക്ഷണിച്ചുള്ളൂ. ക്ഷണിച്ച മുപ്പത് പാർട്ടികളും നേരിട്ട് പങ്കെടുത്തോ അവരവരുടെ പ്രബന്ധങ്ങളോ സന്ദേശങ്ങളോ അയച്ചോ അനുകൂലമായി പ്രതികരിച്ചു. തൊഴിലാളിവർഗ സാർവദേശീയതയെ പ്രതിരോധിക്കുന്നതിന് വിട്ടുവീഴ്ച കൂടാതെ സമരം ചെയ്തതിന്റെയും ജനങ്ങൾക്കിടയിൽ സാന്നിധ്യവും ശക്തിയും തെളിയിക്കാൻ കഴിഞ്ഞ തിന്റെയും ഫലമാണ് സെമിനാറിന്റെ വിജയം.

പതിമൂന്നാം കോൺഗ്രസിനുശേഷം ഇന്ത്യയുടെ ആഭ്യന്തര–രാഷ്ട്രീ യരംഗത്ത് പാർട്ടി എന്താണ് ചെയ്തത്? കോൺഗ്രസ് (ഇ) യുടെ ജനവി രുദ്ധനയം, അതിന്റെ വർഗീയ പ്രീണന സമീപനം, ഉന്നതങ്ങളിലെ അഴി മതി–അതിൽതന്നെ പ്രത്യേകിച്ചും ബൊഫോഴ്സ്കുംഭകോണം–എന്നിവ തുറന്നുകാട്ടി നിരന്തരം ക്യാമ്പൈൻ നടത്തി. ബൂർഷ്വാ പ്രതിപക്ഷ പാർട്ടി കളുമായി–ജനതാദളും ദേശീയമുന്നണിയിലെ മറ്റ് ഘടകകക്ഷികളും –ഇ ടതുപക്ഷ മതനിരപേക്ഷ ഐക്യം ഊട്ടിയുണ്ടാക്കാൻ കൂടിയാലോചന കൾ നടത്തി. അങ്ങനെ ഒരു ഐക്യം ഊട്ടിയുണ്ടാക്കുമ്പോൾ ബിജെപി യെപ്പോലുള്ള വർഗീയശക്തികളുമായി ഒരു ബന്ധവുമുണ്ടാകാൻ പാടി ല്ലെന്ന നിലപാട് പാർട്ടി സ്വീകരിച്ചു. നിർഭാഗ്യവശാൽ ബൂർഷ്വാ മതനിര പേക്ഷ പ്രതിപക്ഷ പാർട്ടികൾ ഈ നിലപാട് സ്വീകരിച്ചില്ല. ഇങ്ങനെ യൊരു നിലപാട് സ്വീകരിച്ചാൽ പ്രതിപക്ഷ വോട്ടുകൾ ഭിന്നിച്ചുപോകും, അത് കോൺഗ്രസ് (ഇ) ക്ക് സഹായകമാകും – അവർ അഭിപ്രായപ്പെട്ടു. അങ്ങനെ കോൺഗ്രസ് (ഇ)യെ പരാജയപ്പെടുത്താൻ ശ്രമിക്കുമ്പോൾ തന്നെ ഈ പാർട്ടികൾ വർഗീയ കക്ഷിയായ ബിജെപിയുമായി സഹക രിച്ചു. ഇത് ബി.ജെ.പി. ശക്തിപ്പെടുന്നതിനിടയാക്കി. തെരഞ്ഞെടുപ്പുഫലം അത് തെളിയിക്കുകയും ചെയ്തു.

1989–ലെ പാർലമെന്റ് തെരഞ്ഞെടുപ്പിൽ കോൺഗ്രസ് (ഇ) ക്ക് കനത്ത പ്രഹരമേറ്റു. പക്ഷേ, ഏതെങ്കിലും പാർട്ടിക്കോ പാർട്ടികളുടെ കൂട്ടുകെട്ടിനോ കേവലഭൂരിപക്ഷം കിട്ടിയില്ല. ഗവൺമെന്റ് രൂപീകരിക്കാൻ ഞങ്ങൾ വിപി സിങ്ങിന് പിന്തുണ പ്രഖ്യാപിച്ചു. ഞങ്ങൾ ഇങ്ങനെയൊരു നിലപാട് സ്വീകരിച്ചതുമൂലം വി പി സിങ്ങിന് പിന്തുണ പ്രഖ്യാപിക്കാതി രിക്കാൻ ബിജെപി ക്ക് കഴിഞ്ഞില്ല. അങ്ങനെ വി പി സിങ്ങിന്റെ നേതൃത ്വത്തിൽ ഒരു കോൺഗ്രസേതര ഗവൺമെന്റ് രൂപം കൊണ്ടു. ഞങ്ങളുടെ നിലപാടുമൂലം ഗവൺമെന്റിൽ ചേരാനുള്ള ബിജെപി യുടെ സാധ്യത കൾ തടയപ്പെട്ടു. അങ്ങനെ അവരുടെ ഒരാഗ്രഹം നിറവേറ്റാതെ പോയി.

വിപിസിങ്ങ് ഗവൺമെന്റും അതിന്റെ തകർച്ചയും

ജനതാദൾ ഗവൺമെന്റിനെ പുറത്തുനിന്ന് പിന്തുണക്കുമ്പോൾ തന്നെ വിപിസിങ്ങിന്റെ സാമ്പത്തികനയങ്ങളെ പാർട്ടി ശക്തമായി എതിർത്തു. ആ നയം, വാസ്തവത്തിൽ, കോൺഗ്രസ് (ഇ) നയങ്ങളുടെ

തുടർച്ചതന്നെയായിരുന്നു. പാർലമെന്റ് വേദിയിൽ വി പി സിങ്ങ് ഗവൺമെന്റ് തകരില്ലെന്ന് ഉറപ്പുവരുത്തിക്കൊണ്ടുതന്നെ ഗവൺമെന്റിന്റെ ജനവിരുദ്ധ നയങ്ങളോട് സിപിഐ (എം) എതിർപ്പ് പ്രകടിപ്പിച്ചു.

രാജ്യത്താകെ വർഗീയലഹളകൾ സൃഷ്ടിച്ചുകൊണ്ടു നടന്ന 'രഥയാത്രാ' വേളയിൽ ഗവൺമെന്റ് എൽകെ അദ്വാനിയെ അറസ്റ്റുചെയ്തു. വി പി സിങ്ങ് ഗവൺമെന്റിനുള്ള പിന്തുണ പിൻവലിക്കാൻ ബിജെപി ആ അവസരം ഉപയോഗിച്ചു. രഥയാത്രക്കെതിരെ നടപടി കൈക്കൊണ്ടതിന് വി പി സിങ്ങ് ഗവൺമെന്റിന് പിന്തുണ നൽകുന്നതിനുപകരം 1990 നവംബർ ഏഴിന് നടന്ന വിശ്വാസവോട്ടെടുപ്പിൽ ഗവൺമെന്റിനെതിരെ, അതിനെ താഴത്തിറക്കാൻ, വോട്ടുചെയ്യുകയായിരുന്നു കോൺഗ്രസ് (ഇ). നാലുമാസം അവർ ചന്ദ്രശേഖറിന്റെ കാലുമാറ്റക്കാരുടെ ഗവൺമെന്റിന് പിന്തുണ നൽകി. അതിനുശേഷം അതിനെയും താഴത്തിറക്കി.

തുടർന്ന് നടന്ന തെരഞ്ഞെടുപ്പും കോൺഗ്രസ് (ഇ) ക്ക് ഭൂരിപക്ഷം നൽകിയില്ല. പക്ഷേ, രാജീവ്ഗാന്ധിയുടെ വധം–ഇന്ത്യയിൽ അസ്ഥിരീകരണം സൃഷ്ടിക്കുന്നതിനുള്ള സാമ്രാജ്യത്വത്തിന്റെ കളിയുടെ ഭാഗമായിരുന്നു അത്–തെരഞ്ഞെടുപ്പിന്റെ രണ്ടാംഘട്ടത്തിൽ കോൺഗ്രസ് (ഇ)ക്ക് അനുകൂലമായി സഹതാപ തരംഗം സൃഷ്ടിച്ചു. തെരഞ്ഞെടുപ്പിൽ ബി. ജെ.പിക്ക് ഗണ്യമായ നേട്ടമുണ്ടായി. 119 സീറ്റിൽ അവർ വിജയിച്ചു. മറ്റൊരു 128 സീറ്റിൽ അവർ രണ്ടാം സ്ഥാനത്തെത്തി. മധ്യപ്രദേശ്, രാജസ്ഥാൻ, ഹിമാചൽപ്രദേശ് എന്നിവക്ക് പുറമെ യുപിയിലും അവർക്ക് ഗവൺമെന്റ് രൂപീകരിക്കാൻ കഴിഞ്ഞു.

മണ്ഡൽ കമ്മീഷൻ റിപ്പോർട്ട് നടപ്പാക്കുന്ന പ്രശ്നം വിപി സിങ്ങ് ഗവൺമെന്റിന്റെ കാലത്ത് വലിയ വാദവിവാദങ്ങൾക്കും അക്രമത്തിനും ഇടയാക്കി. ആ പ്രശ്നത്തെ തികച്ചും തത്വാധിഷ്ഠിതമായാണ് സിപിഐ (എം) സമീപിച്ചത്. മറ്റ് പിന്നോക്ക സമുദായക്കാർക്ക് സംവരണം നടപ്പാക്കാനുള്ള തീരുമാനം ഉയർത്തിപ്പിടിക്കുമ്പോൾ തന്നെ ദേശീയ സമവായത്തിന്റെ അടിസ്ഥാനത്തിലായിരിക്കണം അങ്ങനെ ചെയ്യേണ്ടതെന്ന് പാർട്ടി അഭിപ്രായപ്പെട്ടു. അതിനുള്ള അടിസ്ഥാനം കർപൂരി ഠാക്കൂർ ഫോർമുലയിൽ കാണാൻ കഴിയും––പാർട്ടി ചൂണ്ടിക്കാട്ടി. ആ ഫോർമുല ഒബിസി യിലെ ഏറ്റവും പിന്നോക്കം കിടക്കുന്നവരുടെ സാമ്പത്തിക മാനദണ്ഡം കണക്കിലെടുത്തു. അതേ അവസരത്തിൽ സവർണ്ണർക്കിടയിലെ സാമ്പത്തികമായി പിന്നോക്കം കിടക്കുന്ന വിഭാഗങ്ങൾക്ക് സംവരണം ഏർപ്പെടുത്തണമെന്ന് നിർദ്ദേശിച്ചു. അവസാനം, ഈ നിർദേശമാണ് പിവി നരസിംഹറാവു ഗവൺമെന്റിന്റെ കാലത്ത് സമവായത്തിന്റെ അടിസ്ഥാനമായിത്തീർന്നത്. തുടർന്ന പ്രശ്നം കേന്ദ്ര ഗവൺമെന്റ് സുപ്രീം കോടതിയുടെ തീർപ്പിനുവിട്ടു. മറ്റ് പിന്നോക്ക സമുദായക്കാർക്ക് 27 ശതമാനം സംവരണമെന്ന തത്വം നടപ്പാക്കണമെന്ന് കോടതി അഭിപ്രായപ്പെട്ടു. അത് സമൂഹത്തിലെ 'ക്രീമിലെയർ' വിഭാഗത്തിന് ബാധകമാക്കാൻ പാടില്ലെന്ന് കോടതി തുടർന്ന് പറഞ്ഞു. ഇത് നമ്മുടെ പാർട്ടിയുടെ നിലപാടിനെ ശരിവെച്ചു.

സമ്പദ് വ്യവസ്ഥയിൽ സാമ്രാജ്യത്വത്തിന്റെയും ബഹുരാഷ്ട്ര കോർപറേഷനുകളുടെയും പിടിമുറുക്കാൻ മാത്രം സഹായിക്കുന്ന സാമ്പത്തിക ഉദാരവൽകരണനയം വി പി സിങ്ങ് ഗവൺമെന്റിന്റെ കാലത്തും തുടർന്നു. ആ നയം രാജീവ്ഗാന്ധി ഗവൺമെന്റ് അംഗീകരിച്ച സാമ്പത്തിക തന്ത്രത്തിന്റെ സയുക്തികമായ തുടർച്ചയാണ്. ആ നയം ഐ എം എഫ് സമ്മർദത്തിന് നിർലജ്ജമായി കീഴടങ്ങുന്നതിലേക്ക് പി വി നരസിംഹറാവു ഗവൺമെന്റിനെ കൊണ്ടുചെന്നെത്തിച്ചു. ആത്മഹത്യാപരമായ ഈ നയത്തെ പാർട്ടി തുടക്കം മുതൽ എതിർത്തു. പാർട്ടി മുൻകയ്യെടുത്ത് ഇടതുപക്ഷ പാർട്ടികളുടെ ഒരു ദേശീയ കൺവെൻഷൻ വിളിച്ചുകൂട്ടി. അതിൽ ഒട്ടേറെ സാമ്പത്തിക വിദഗ്ധർ പങ്കെടുത്തു. നേരത്തെ, ചന്ദ്രശേഖർ ഗവൺമെന്റിന്റെ കാലത്ത് ഇടതുപക്ഷപാർട്ടികളുടെ ആഭിമുഖ്യത്തിൽ സാമ്പത്തിക വിദഗ്ധരുടെ ഒരു സെമിനാർ നടന്നു. ഇന്ത്യാ ഗവൺമെന്റ് പിന്തുടരുന്ന സാമ്പത്തികനയത്തിന് ബദലായ ചില നിർദേശങ്ങൾ ആ സെമിനാർ മുമ്പോട്ടുവെച്ചു. ആ നിർദേശങ്ങൾ നടപ്പാക്കിയാൽ അടവുശിഷ്ട പ്രയാസങ്ങൾ തരണംചെയ്യാൻ കഴിയുമെന്ന് അഭിപ്രായപ്പെട്ടു. ഐഎംഎഫ് ആജ്ഞകൾക്ക് കീഴടങ്ങുന്നതിനെതിരെ 1991 സെപ്തംബർ 27–ന് നടന്ന പടുകൂറ്റൻ ബോട്ട് ക്ലബ് റാലിക്കും 1991 നവംബർ 29–ന് ട്രേഡ് യൂണിയനുകളുടെ ആഭിമുഖ്യത്തിൽ നടന്ന വിജയകരമായ വ്യവസായ പണിമുടക്കിനും പാർട്ടി പിന്തുണ നൽകി.

രാജീവ്–ലോംഗോവാൾ കരാറിന്റെ അടിസ്ഥാനത്തിൽ പഞ്ചാബ് പ്രശ്നത്തിന് രാഷ്ട്രീയ പരിഹാരം കാണാൻ പാർട്ടി ഗൗരവതരമായ ശ്രമങ്ങൾ നടത്തി. 1991 മാർച്ചിൽ ഇടതുപക്ഷ പാർട്ടികളുടെ വമ്പിച്ച ധർണ സംഘടിപ്പിക്കുന്നതിന് ഞങ്ങളും സിപിഐ യും മുൻകയ്യെടുത്തു. മേയിൽ ആയിരക്കണക്കിനാളുകൾ അറസ്റ്റുവരിച്ച പിക്കറ്റിംഗ് പരിപാടിയും സംഘടിപ്പിക്കുകയുണ്ടായി. കാശ്മീർ പ്രശ്നത്തിന് പരിഹാരം കാണാൻ അതിനെ ഒരു ക്രമസമാധാന പ്രശ്നമായി, കണ്ടുകൊണ്ടുള്ള സമീപനമല്ല സ്വീകരിക്കേണ്ടതെന്ന് പാർട്ടി ആവർത്തിച്ച് അഭിപ്രായപ്പെട്ടു. പ്രശ്നത്തിന് രാഷ്ട്രീയ പരിഹാരം കാണുന്നതിനടിസ്ഥാനമായ മാർഗങ്ങൾ പാർട്ടി നിർദ്ദേശിച്ചു. പക്ഷെ ദേശീയ മുന്നണി–കോൺഗ്രസ് (ഇ) മുന്നണികൾ താൽക്കാലിക വിദ്യകൾ സ്വീകരിക്കുന്നത് തുടർന്നു. ഉൾഫയുടെ വിഘടന പ്രവർത്തനങ്ങൾ തടയുന്നതിന് കേന്ദ്രവും എ ജി പി ഗവൺമെന്റും ഉറച്ച നടപടികൾ കൈക്കൊള്ളണമെന്ന് 1989–ൽ തന്നെ പാർട്ടി ആവശ്യപ്പെട്ടു. അസ്ഥിരീകരണത്തിനുള്ള ഉൾഫയുടെ നീക്കങ്ങൾക്കെതിരായ പോരാട്ടത്തിൽ എല്ലാ ദേശാഭിമാനശക്തികളെയും അണിനിരത്താൻ പാർട്ടി ആഹ്വാനം ചെയ്തു. പ്രത്യേക ബോഡോ സംസ്ഥാനം എന്ന ആവശ്യം ഉയർന്നുവന്നപ്പോൾ പൊളിറ്റ്ബ്യൂറൊ സംസ്ഥാന കമ്മിറ്റിയുമായി കൂടിയാലോചിച്ച് ബോഡോകൾക്കുവേണ്ടി ഒരു പ്രത്യേക സ്വയംഭരണ കൗൺസിൽ രൂപീകരിക്കണമെന്ന ആവശ്യം മുന്നോട്ടുവെച്ചു.

ത്രിപുരയിൽ കോൺഗ്രസ് (ഇ) പൂർണമായും ഒറ്റപ്പെട്ടു. എങ്കിലും അടിച്ചമർത്തലിന്റെ ബലത്തിൽ അത് നിലനിൽക്കുകയാണ്. അവിടെ കോൺഗ്രസ് (ഇ)-ടി യു ജെ എസ് കൂട്ടുകക്ഷി മന്ത്രിസഭ അധികാരത്തിൽ വന്നതിനുശേഷം നടന്ന എല്ലാ തെരഞ്ഞെടുപ്പുകളും കൃത്രിമമായിരുന്നു. തന്നിമിത്തം സംസ്ഥാനത്ത് നടന്ന പാർലമെന്റ് തെരഞ്ഞെടുപ്പിൽനിന്ന് സിപിഐ (എം) ന് പിൻവാങ്ങേണ്ടിവന്നു.

പശ്ചിമബംഗാളിലെ സിപിഐ (എം) നേതൃത്വത്തിലുള്ള ഗവൺമെന്റ് വികേന്ദ്രീകരണത്തിന്റെയും ഭൂപരിഷ്കരണത്തിന്റെയും കാര്യത്തിൽ മറ്റെല്ലാ സംസ്ഥാനങ്ങളിൽനിന്നും വ്യത്യസ്തമായി നിലകൊള്ളുന്നു. വികസന പരിപാടികൾ നടപ്പാക്കുന്നതിലും ജനങ്ങളുടെ ജനാധിപത്യപരമായ പങ്കാളിത്തം ഉറപ്പാക്കുന്നതിലും ത്രിതലപഞ്ചായത്ത് സമ്പ്രദായം പ്രാദേശികമായി ജനങ്ങളുടെ മുൻകൈ വളർത്തിയെടുക്കുന്നതിന് ഫലപ്രദമായി സഹായിച്ചു. പ്ലാൻ ഫണ്ടിന്റെ അമ്പതുശതമാനം പഞ്ചായത്തുകൾക്ക് നൽകി – 1990 മാർച്ച് ആയപ്പോഴേക്കും നാട്ടിൻപുറത്തെ 19.94 ലക്ഷം പട്ടിണിപ്പാവങ്ങൾക്കിടയിൽ 9.13 ലക്ഷം ഏക്കർ ഭൂമി വിതരണം ചെയ്തു. ഭൂമി കിട്ടിയവരിൽ 37 ശതമാനം പട്ടികജാതിയിലും 19 ശതമാനം പട്ടിക വർഗത്തിലും പെട്ടവരാകുന്നു. പശ്ചിമബംഗാൾ രൂപപ്പെടുത്തിയെടുത്ത വികേന്ദ്രീകൃത ഭരണ മാതൃകക്ക് സമാനമായ മാതൃകകൾ മറ്റധികമില്ലെന്ന് രാജ്യത്തിനകത്തും പുറത്തുമുള്ള ഗവേഷകർ നിരീക്ഷിച്ചിട്ടുണ്ട്. സാമൂഹ്യ-സാമ്പത്തിക നീതി ഉറപ്പാക്കുകയും താഴേതലത്തിൽ ജനങ്ങളുടെ സർഗാത്മകമായ മുൻകൈ കെട്ടഴിച്ചുവിടുകയും ചെയ്തുകൊണ്ടുതന്നെ ഒട്ടേറെ മൂന്നാം ലോകരാജ്യങ്ങൾക്കുമുമ്പിൽ ബദൽമാർഗത്തിന്റെയും അങ്ങേയറ്റം ഉൽപാദനക്ഷമമായ കാർഷികവികസന മാതൃകയുടെയും കവാടങ്ങൾ അത് തുറന്നിട്ടു. 14.34 ലക്ഷം ബർഗേദാർമാർ രജിസ്റ്റർ ചെയ്യപ്പെട്ടു. അങ്ങനെ അവരുടെ ഉടമാവകാശത്തിനുള്ള അവകാശവാദത്തിന് ഉറപ്പുവരുത്തി. ഇടതുപക്ഷമുന്നണി ഗവൺമെന്റ് കർഷകതൊഴിലാളികളുടെ വേതനം 5.60 രൂപയിൽ നിന്ന് 20 രൂപയായി വർദ്ധിപ്പിച്ചു.

1982-87 ൽ കോൺഗ്രസ് (ഇ) ഭരണകാലത്ത് കേരളത്തിലെ ജിഡിപി വളർച്ചനിരക്ക് 1.13 ശതമാനമായിരുന്നു. ഇടതുപക്ഷ-ജനാധിപത്യ മുന്നണിയുടെ ഭരണകാലത്ത് അത് 5.7 ശതമാനമായി വർധിച്ചു. കാർഷികോൽപാദനത്തിന്റെ വളർച്ചാനിരക്ക് 9.08 ശതമാനമായും വർധിച്ചു. വ്യാവസായികോൽപാദനം അഭൂതപൂർവമായ നിരക്കിലെത്തി–19.7 ശതമാനം. മറ്റ് പല മേഖലകളിലും മുന്നേറ്റം കാഴ്ചവെച്ചതിനോടൊപ്പം ഭരണരംഗത്ത് പുരോഗമനപരമായ വികേന്ദ്രീകരണം ഏർപ്പെടുത്തി. ഇടതുപക്ഷമുന്നണി ഗവൺമെന്റിനു കീഴിൽ സംസ്ഥാനം നൂറുശതമാനം വളർച്ചനിരക്ക് കൈവരിച്ചു.

പശ്ചിമബംഗാളിലെയും കേരളത്തിലെയും സിപിഐ (എം) നേതൃത്വത്തിലുള്ള ഗവൺമെന്റുകൾ രാജ്യത്തെ ഇടതുപക്ഷ-ജനാധിപത്യപ്ര

സ്ഥാനത്തിന്റെ ഔട്ട്പോസ്റ്റുകളായിത്തുടർന്നു. 1991-ൽ കേരള നിയമസഭയിലേക്ക് നടന്ന തെരഞ്ഞെടുപ്പിൽ നേരിയ വ്യത്യാസത്തിന് പാർട്ടി പരാജയപ്പെട്ടു. രാജീവ് ഗാന്ധിയുടെ വധം സൃഷ്ടിച്ച സഹതാപവും ബിജെപി വോട്ട് രഹസ്യമായി കോൺഗ്രസ് (ഇ) ക്ക് കൈമാറിയതുമാണ് പാർട്ടിയുടെ പരാജയത്തിന് കാരണം.

ജനജീവിതത്തെ ബാധിക്കുന്ന ദൈനംദിന പ്രശ്നങ്ങളും ദീർഘകാലിക പ്രശ്നങ്ങളുമേറ്റെടുത്ത് പാർട്ടി നേതൃത്വത്തിലുള്ള ബഹുജനസംഘടനകൾ ജനങ്ങളെ സജീവമായി അണിനിരത്തി. സിഐടിയു ഗവൺമെന്റിന്റെ സാമ്പത്തികനയങ്ങളിൽ പ്രതിഷേധം പ്രകടിപ്പിച്ചതിനു പുറമെ വർഗീയവിരുദ്ധ ക്യാമ്പെനും സംഘടിപ്പിച്ചു. പല സംസ്ഥാനങ്ങളിലും തൊഴിലെടുക്കുന്ന സ്ത്രീകളുടെ ഒട്ടേറെ സമരങ്ങളും സി ഐ ടി യു സംഘടിപ്പിച്ചു. പശ്ചിമബംഗാൾ, കേരളം, ആന്ധ്ര, ബിഹാർ, ഒറീസ, യുപി, കർണാടകം, തമിഴ്നാട്, ഹരിയാന എന്നീ സംസ്ഥാനങ്ങളിൽ എ ഐ കെ എസ് മിച്ചഭൂമി കയ്യടക്കുകയോ അല്ലെങ്കിൽ മിച്ചഭൂമി കണ്ടുപിടിക്കുകയോ ചെയ്തു. കൃത്യമായി പറഞ്ഞാൽ ഒരു ലക്ഷം ഏക്കർ ഭൂമി കയ്യടക്കി. ആയിരക്കണക്കിനേക്കർ ഭൂമി കണ്ടുപിടിച്ചു. പഞ്ചാബിലെയും കാശ്മീരിലെയും പ്രത്യേക പരിതഃസ്ഥിതിയിൽ പ്രത്യക്ഷ സമരപരിപാടികൾ നടത്താൻ കഴിഞ്ഞില്ല. തങ്ങളോരോ വിഭാഗത്തിന്റെയും പ്രത്യേകാവശ്യങ്ങളും അതതുകാലത്തെ രാഷ്ട്രീയ പ്രശ്നങ്ങളുമുയർത്തിപ്പിടിച്ച് യുവജന-വിദ്യാർഥി-മഹിളാ പ്രവർത്തകർ സജീവപ്രവർത്തനങ്ങളിലേർപ്പെട്ടു.

പതിനാലാം പാർട്ടി കോൺഗ്രസിന്റെ മറ്റ് വശങ്ങൾ

ശരിയായ നയത്തിന്റെ അടിസ്ഥാനത്തിൽ പാർട്ടി മുമ്പോട്ടുപോയി. ഞങ്ങളുടെ വിലയിരുത്തൽ അനന്തരസംഭവങ്ങൾ സാധൂകരിച്ചു. എങ്കിലും പതിമൂന്നാം കോൺഗ്രസിനുശേഷമുള്ള അനുഭവത്തിന്റെ വെളിച്ചത്തിൽ രാഷ്ട്രീയ സ്ഥിതിഗതികളിൽ സമൂലമായ മാറ്റംവരുത്താൻ സാധ്യമായില്ലെന്ന നിഗമനത്തിൽ പതിനാലാം കോൺഗ്രസ് ചെന്നെത്തി. ഭരണകക്ഷിക്കെതിരായ ജനകീയ അസംതൃപ്തി അതിവേഗം വളർന്നു. ഗിരിവർഗക്കാർക്കും വിവിധ വംശീയ വിഭാഗങ്ങൾക്കുമിടയിൽ പുതിയ ഒരു ഉണർവുണ്ടായി. ചില പ്രദേശങ്ങളിലെയും സംസ്ഥാനങ്ങളിലെയും പ്രാദേശിക പാർട്ടികൾ ഈ അസംതൃപ്തിയെ തെരഞ്ഞെടുപ്പുനേട്ടത്തിന് ഉപയോഗിച്ചു. ഇന്ത്യയിലെ വിവിധ സംസ്ഥാനങ്ങളുടെ വികാരമുൾക്കൊള്ളാൻ അംഗീകൃത അഖിലേന്ത്യാപാർട്ടികൾക്ക് സാധിക്കാതെ പോയതാണ് ഇതിന്റെ ഒരു കാരണം. വൻകിട ബിസിനസുകാർ ആധിപത്യം ചെലുത്തുന്ന കേന്ദ്രവും പ്രാദേശിക ബൂർഷ്വാസിക്ക് അത്യന്തം താൽപര്യമുള്ള സംസ്ഥാനങ്ങളും തമ്മിലുള്ള സംഘർഷങ്ങളെയും വൈരുധ്യങ്ങളെയുംകൂടി ഇത് പ്രതിഫലിപ്പിക്കുന്നു. രാഷ്ട്രീയരംഗത്ത് വർധിച്ചുവരുന്ന ക്രിമിനൽവൽകരണത്തെയും പാർട്ടികോൺഗ്രസ് കണക്കിലെടു

ത്തു. അത് രാജ്യത്തിന്റെ ജനാധിപത്യഘടനക്ക് വൻഭീഷണി ഉയർത്തിയിരിക്കയാണ്.

ലോകരംഗത്ത് വന്ന മാറ്റവും ഭരണ കോൺഗ്രസ് (ഇ) യുടെ നയങ്ങളും നമ്മുടെ വിദേശനയത്തെ ബാധിച്ചിട്ടുണ്ടെന്നും ഇതിനുമുമ്പെന്ന പോലെ ഇപ്പോൾ ലോകരംഗത്ത് സുപ്രധാന പങ്കുവഹിക്കാൻ ഇന്ത്യക്ക് കഴിയാതായിത്തീർന്നിരിക്കയാണെന്നുമുള്ള നിഗമനത്തിൽ പതിനാലാം കോൺഗ്രസ് ചെന്നെത്തി. കമ്പൂച്ചിയൻ പ്രശ്നം, പശ്ചിമേഷ്യൻ പ്രശ്നം എന്നിവ ഒത്തുതീർപ്പിലെത്തിയപ്പോഴും ഇറാഖിനെതിരെ അമേരിക്ക ആക്രമണം നടത്തിയപ്പോഴും ക്യൂബക്കുനേരെ അമേരിക്ക ഉപരോധമേർപ്പെടുത്തിയപ്പോഴും ഇന്ത്യയുടെ ശബ്ദം ഉയർന്നുകേട്ടതേയില്ല. ബന്ദൂങ് സമ്മേളനത്തിനുശേഷം ഒരിക്കലും സാർവദേശീയരംഗത്ത് ഇന്നത്തേതുപോലെ ഇന്ത്യ ഒന്നുമല്ലാതായിപ്പോയിട്ടില്ല.

വർഗശക്തികളുടെ പരസ്പരബന്ധത്തിൽ മാറ്റം വരുത്തുകയെന്നത് സുപ്രധാനമായ ഒരു പ്രശ്നമാണ്. ദേശീയൈക്യത്തിന്റെ ഏറ്റവും മുന്തിയ സംരക്ഷകനായി ഇടതുപക്ഷം ഉയർന്നുവന്നിരിക്കുന്നു. ചില മൗലിക പ്രശ്നങ്ങളിൽ ജനതാദളുമായും ദേശീയമുന്നണിയുമായും അഭിപ്രായ വ്യത്യാസം ഉണ്ടെങ്കിൽതന്നെയും അവരിൽ ആത്മവിശ്വാസം ജനിപ്പിക്കാൻ അതിന് കഴിഞ്ഞു. സഖ്യശക്തികളെന്ന നിലയിൽ അവരുമായി ഒന്നിച്ച് പ്രവർത്തിക്കുന്നതിന് ബലമുള്ള അടിത്തറയും നിലവിലുണ്ട്. ഈ രണ്ട് കക്ഷികളുമായുള്ള ധാരണ വർഗീയശക്തികളെ, പ്രത്യേകിച്ചും ബിജെപിയെ ഒറ്റപ്പെടുത്തുകയെന്ന ലക്ഷ്യം കൈവരിക്കുന്നതിന് ഞങ്ങളെ സഹായിച്ചു. ഒരു ഭാഗത്ത് ഇടതുപക്ഷവും മറുഭാഗത്ത് ജനതാദളും ദേശീയമുന്നണിയും തമ്മിലുള്ള ധാരണക്ക് വമ്പിച്ച പ്രാധാന്യമുണ്ട്. ബൂർഷ്വാ–ഭൂപ്രഭുപാർട്ടികൾക്കിടയിലെ കമ്യൂണിസ്റ്റ് വിരുദ്ധ പക്ഷപാതം കുറഞ്ഞുവരികയാണ്. ദേശീയൈക്യത്തിന്റെ പ്രശ്നത്തിലാണ് ജനതാദൾ അധികാരത്തിനുവേണ്ടി അവകാശവാദമുയർത്തിയതെന്നത് വിസ്മരിക്കരുത്. എങ്കിലും ബൂർഷ്വാസി കുത്തക ബൂർഷ്വാസിയെന്നും കുത്തകേതര ബൂർഷ്വാസിയെന്നുമുള്ള നിലയിൽ രണ്ടായി പിളർന്നിരിക്കുകയാണെന്നും രണ്ടാമത് പറഞ്ഞ വിഭാഗം ഇടതുപക്ഷ–ജനാധിപത്യ മുന്നണിയുടെ ഭാഗമായിത്തീർന്നിരിക്കുകയാണെന്നുമുള്ള നിഗമനത്തിലെത്തിച്ചേരുന്നത് തെറ്റായിരിക്കും. ഇന്ത്യൻ ജനതയിൽ ബഹുഭൂരിപക്ഷത്തിന്റെയും ബോധനിലവാരം നോക്കുമ്പോൾ —അവരിപ്പോഴും ബൂർഷ്വാ–ഭൂപ്രഭുവർഗ പാർട്ടികളുടെ പിന്നിലാണ് - അങ്ങനെയൊരു സ്ഥിതിവിശേഷം സംജാതമാകുന്നതിന് അരങ്ങൊരുങ്ങിക്കഴിഞ്ഞിട്ടില്ല. എങ്കിലും ഭരണവർഗങ്ങളുടെ വിവിധ രാഷ്ട്രീയ പാർട്ടികൾക്കിടയിൽ ഉയർന്നുവരുന്ന വൈരുധ്യങ്ങളെയും സംഘട്ടനങ്ങളെയും രാജ്യത്തെ ഇടതുപക്ഷ–ജനാധിപത്യ പ്രസ്ഥാനത്തിന്റെ മുന്നേറ്റത്തിന് സമർഥമായി ഉപയോഗിക്കേണ്ടതുണ്ട്. പാർലമെന്ററി സമരത്തിന്റെ മുഴുവൻ കഴിവുകളും നാം ഉപയോഗിക്കണം. ഈ പ്രവർത്തനത്തെ വർഗ ബഹുജനസംഘട

നകളിലെ പ്രവർത്തനവുമായി കൂട്ടിയിണക്കണം. ബഹുജനങ്ങളുടെ രാഷ്ട്രീയ നിലവാരമുയർത്തേണ്ടത് പരമപ്രധാനമായ ഒരാവശ്യമാണ്.

ബൂർഷ്വാ പ്രതിപക്ഷ പാർട്ടികളുമായി ചേർന്ന് പ്രവർത്തിക്കുമ്പോൾ നാമൊരിക്കലും അവയുടെ വർഗവീക്ഷണത്തെ വിസ്മരിക്കരുത്. ഇടതുപക്ഷ-ജനാധിപത്യമുന്നണി എന്ന നമ്മുടെ മുദ്രാവാക്യവും ഈ സഖ്യവും ഒന്നുതന്നെയാണെന്ന തെറ്റിദ്ധാരണ വന്നുകൂടാ. അവരുമായി അതിർവരമ്പുകൾ തിരിക്കേണ്ടതിന്റെ ആവശ്യം വരുമ്പോൾ നാമത് പലപ്പോഴും ചെയ്യാറില്ലെന്നാണ് നമ്മുടെ പാർട്ടിയുടെ അനുഭവം തെളിയിക്കുന്നത്. ഐക്യത്തിന്റെ പേരിൽ ഭിന്നതകളുടെ മൂർച്ച നാം കുറയ്ക്കുന്നു. ഏതെങ്കിലും ചില ന്യായങ്ങൾ ഉയർത്തിപ്പിടിച്ചുകൊണ്ട് നാം പാർലമെന്ററി വ്യാമോഹത്തിന് ഇരയാവുകയും ചെയ്യുന്നു. അടിയന്തരാവസ്ഥക്കുശേഷം ഉള്ള കാലയളവിൽ നമ്മുടെ അടവ് സംബന്ധിച്ച ലൈനിൽ മാറ്റം വരുത്തേണ്ടതുണ്ടായിരുന്നു എന്നത് ശരിതന്നെ. എന്നാൽ, പലയിടങ്ങളിലും ഒരു ശരിയായ പരസ്പര ധാരണയിൽ എത്തുന്നതിനുപകരം ബൂർഷ്വാ-ഭൂപ്രഭു പാർട്ടികൾ നമുക്ക് ഉത്തരവുകൾ തരുന്നതുവരെ എത്തി കാര്യങ്ങൾ. ചില വിട്ടുവീഴ്ചകൾ ആവശ്യമായിരുന്നിരിക്കാം. എന്നാൽ ഒരിക്കലും നമ്മുടെ പ്രത്യയശാസ്ത്ര നിലപാടുകളോ, വർഗവീക്ഷണമോ വിസ്മരിച്ചുകൂടാ.

പതിനാലാം പാർട്ടി കോൺഗ്രസ് "സംഘടനയും നമ്മുടെ കടമകളും സംബന്ധിച്ച റിപ്പോർട്ട്" അംഗീകരിച്ചു. അത് കോൺഗ്രസിന്റെ അജണ്ടയിലെ പ്രത്യേക ഇനമായിരുന്നു. അപ്രകാരമൊരു പ്രത്യേക ഇനമായി അത് മാറിയതിന് കാരണമുണ്ട്. 1978-ലെ സൽകിയാ പ്ലീനം തീരുമാനങ്ങൾ എത്രത്തോളം നടപ്പാക്കി എന്ന് പരിശോധിക്കുന്നതിന് സി സി ഒരു പ്ലീനം വിളിച്ചുകൂട്ടണമെന്ന് തീരുമാനിച്ചിരുന്നു. അതിവേഗം മാറിക്കൊണ്ടിരുന്ന രാഷ്ട്രീയ പരിതഃസ്ഥിതികളും വർഗീയശക്തികളിൽനിന്നുയർന്നുവന്ന വെല്ലുവിളികളും പത്താം പൊതുതെരഞ്ഞെടുപ്പുംമൂലം അത് നടത്താൻ കഴിഞ്ഞില്ല.

പി ബി, സി സി , സൽകിയാ പ്ലീനം എന്നിവ നൽകിയ മാർഗദർശനത്തിന് നല്ല ഫലമുണ്ടായി. പാർട്ടിമെമ്പർമാരുടെ എണ്ണം 1978-ൽ 1,01,000 ആയിരുന്നത് 1994-ൽ 5,79,000 ആയി. പാർട്ടി നേതൃത്വത്തിലുള്ള ബഹുജനസംഘടനകളിലെ അംഗസംഖ്യ ഇതേ കാലയളവിൽ ആറിരട്ടി വർധിച്ചു--40 ലക്ഷം 287 ലക്ഷമായി. സൽകിയാ തീരുമാനത്തിന് ഊന്നൽ നൽകിയതാണ് ഈ വലിയ നേട്ടത്തിന് കാരണം. ഈ വളർച്ച പഴയ ചില പ്രശ്നങ്ങളിലേക്ക് വെളിച്ചം വീശിയതിനോടൊപ്പം പുതിയ ചില പ്രശ്നങ്ങൾ ഉയർത്തിക്കൊണ്ടുവന്നു. പാർട്ടി മെമ്പർഷിപ്പ് ഇത്രയധികം പെരുകിയതിനു കാരണം പശ്ചിമബംഗാളിലും കേരളത്തിലും അംഗസംഖ്യയിലുണ്ടായ വർധനവാണ്. തമിഴ്നാട്ടിലും ഗണ്യമായ പുരോഗതിയുണ്ടായി; അതിനെയപേക്ഷിച്ച് ചെറിയ അളവിൽ ആന്ധ്രപ്രദേശിലും. മൊത്തം അംഗസംഖ്യയിൽ കേരളത്തിലെയും പശ്ചിമബം

ഗാളിലെയും അംഗസംഖ്യയുടെ അനുപാതം വർധിച്ചുകൊണ്ടേയിരുന്നു. ബിഹാറിൽ ബഹുജനസംഘടനകളിലെ അംഗസംഖ്യ ഗണ്യമായി വർധിച്ചു. അതേസമയം പാർട്ടി മെമ്പർഷിപ്പിലുണ്ടായ വർധനവ് നാമമാത്രം. അടിസ്ഥാനവർഗങ്ങളിൽനിന്ന് പാർട്ടിയിലേക്ക് ആളുകളെ കൊണ്ടുവരുന്നതിൽ ക്രമമായ വർധനവുണ്ടായിട്ടുണ്ട്. പക്ഷേ, പാർട്ടിയുടെ തൊഴിലാളിവർഗ ഘടന മെച്ചപ്പെടുത്തുന്നതിലുള്ള ശ്രദ്ധ ഇപ്പോഴും വേണ്ടത്രയായിട്ടില്ല. വയസിന്റെ അടിസ്ഥാനത്തിൽ നോക്കിയാൽ എന്താണ് കാണാൻ കഴിയുന്നത്? 1982 ജനുവരിയിൽ പാർട്ടി കോൺഗ്രസ് നടക്കുമ്പോൾ 1980–നുശേഷം പാർട്ടിയിൽ ചേർന്നവരുടെ അനുപാതം 70 ശതമാനമായിരുന്നു. ഹിന്ദി സംസാരിക്കുന്ന സംസ്ഥാനങ്ങളിൽ പാർട്ടിക്ക് വളർച്ചയുണ്ടായിട്ടുണ്ട്. പക്ഷേ, മൊത്തത്തിലെടുത്താൽ സംസ്ഥാനകമ്മിറ്റികളുടെയും സംസ്ഥാന സെക്രട്ടറിമാരുടെയും പ്രവർത്തനത്തിൽ ന്യൂനതകളുണ്ട്.

ബഹുജനസംഘടനകളിലെ പാർട്ടി പ്രവർത്തനത്തെക്കുറിച്ച് റിപ്പോർട്ട് വിശദമായ വിശകലനം നടത്തി. ജനാധിപത്യ കേന്ദ്രീകരണമെന്ന തത്വം നടപ്പാക്കുന്നതിൽ എത്രമാത്രം പുരോഗതിയുണ്ടായിട്ടുണ്ട്; പാർട്ടി സംഘടനയിൽ ഉദ്യോഗസ്ഥമേധാവിത്വം എത്രത്തോളം വളർന്നുവന്നിട്ടുണ്ട് എന്നിത്യാദി കാര്യങ്ങൾ റിപ്പോർട്ട് പരിശോധിച്ചു. പാർട്ടിയുടെ ആശയരംഗത്തെ പ്രവർത്തനവും ആ രംഗത്തെ ദൗർബല്യങ്ങളും റിപ്പോർട് അവലോകനം ചെയ്തു.

പാർട്ടിയുടെ കടമകൾ വിശദീകരിച്ച ഭാഗത്ത് മൂന്ന് പ്രധാന കടമകൾക്ക് ഊന്നൽ നൽകി. ബഹുജനസമരങ്ങൾ ശക്തിപ്പെടുത്തുക, പാർട്ടി കെട്ടിപ്പടുക്കുന്നതിനുള്ള മുൻഗണന പുനഃസ്ഥാപിക്കുക, പാർട്ടിയുടെ നയവും കാഴ്ചപ്പാടും സ്വതന്ത്രമായി ഉയർത്തിപ്പിടിച്ച് ആശയരംഗത്തെ പ്രവർത്തനം ശക്തിപ്പെടുത്തുക––ഇവയാണ് ആ മൂന്ന് കടമകൾ.

അനുബന്ധം

ആയിരത്തി തൊള്ളായിരത്തി അറുപത്തിനാലിൽ രൂപംകൊണ്ട തുമുതൽ സിപിഐ (എം) ക്രമപ്രവൃദ്ധമായി വളരുകയായിരുന്നു. രൂപീ കരണസമയത്ത് പാർട്ടി അംഗസംഖ്യ 1,18,663 ആയിരുന്നു. 1992 ആയ പ്പോഴേക്ക് അത് 6,00,839 ആയി വർധിച്ചു. പാർട്ടിയുടെ വളർച്ചയോടൊപ്പം കമ്യൂണിസ്റ്റുകാർ പ്രവർത്തിക്കുന്ന വർഗബഹുജനസംഘടനകളും ഗണ്യ മായി വളർന്നു. പാർട്ടി കെട്ടിപ്പടുക്കുകയെന്ന തന്ത്രത്തിന്റെ ഭാഗമായി തൊഴിലാളി–കർഷക–കർഷകതൊഴിലാളി–യുവജന–വിദ്യാർഥി–മഹിളാ –പ്രൊഫഷണൽ വിഭാഗങ്ങളുടെയും വെള്ളക്കോളർ ജീവനക്കാരുടെയും സാംസ്കാരിക പ്രവർത്തകരുടെയും മറ്റും ജനാധിപത്യ സംഘടനകളിൽ പാർട്ടി കേഡർമാർ സജീവമായി പ്രവർത്തിച്ചു. സിപിഐ (എം) കേഡർ മാർ നയിക്കുന്ന ചില പുതിയ സംഘടനകൾക്കും ജന്മം നൽകി. ചില പ്രധാനപ്പെട്ട സംഘടകളെ സംബന്ധിച്ച വിവരം ചുവടെ കൊടുക്കുന്നു:

സി ഐ ടി യു

ഇപ്പോഴത്തെ അംഗസംഖ്യ: 24,50,000

1969–ൽ രൂപം കൊണ്ട സി ഐ ടി യു രാജ്യത്തെ പ്രധാനശക്തി യായി വളർന്നു. തൊഴിലാളികളുടെ വലിയൊരു വിഭാഗത്തെ അത് പ്രതി നിധീകരിക്കുന്നു. തൊഴിലാളിവർഗം നേരിടുന്ന നീറുന്ന പ്രശ്നങ്ങളെ ആസ്പദമാക്കി രാജ്യത്തെ ട്രേഡ് യൂണിയൻ പ്രസ്ഥാനത്തെ ഏകോപി പ്പിക്കുന്നതിനുള്ള ഒരു തിരികുറ്റിയായിട്ടാണ് അത് പ്രവർത്തിക്കുന്നത്. അതിന്റെ അംഗസംഖ്യ 1981–ൽ 14,59,752 ആയിരുന്നു. അവിടെ നിന്നാ ണത് 1990–ൽ 24,50,000ത്തിലെത്തിയത്.

എ ഐ കെ എസ്

ഇപ്പോഴത്തെ അംഗസംഖ്യ 1,26,84,338. രാജ്യത്തെ കൃഷിക്കാരുടെ ഏറ്റവും വലിയ സംഘടനകളിൽ ഒന്നാണ് എഐകെഎസ്. കൃഷിക്കാരുടെ പ്രശ്നങ്ങളിൽ അത്യന്തം താൽപര്യം പുലർത്തുന്ന ഈ സംഘടന ഭൂസമരങ്ങൾക്ക് നേതൃത്വം നൽകുന്നു, കാർഷിക ബന്ധങ്ങളിലും കൃഷി രീതിയിലും സാങ്കേതികവിദ്യയിലും മാറ്റങ്ങൾ വരുത്തണമെന്ന് ആവശ്യപ്പെടുന്നു. കമ്പോളത്തിന്റെയും വിലകളുടെയും പശ്ചാത്തല സൗകര്യങ്ങളുടെയും ജലസേചനത്തിന്റെയും മറ്റും കാര്യങ്ങളിൽ കൃഷിക്കാർക്കനുകൂലമായ വിധത്തിൽ തീരുമാനങ്ങളെടുക്കണമെന്ന് ആവശ്യപ്പെട്ട് ബന്ധപ്പെട്ടവരുടെമേൽ സമ്മർദ്ദം ചെലുത്തുകയും പ്രക്ഷോഭസമരങ്ങൾ നയിക്കുകയും ചെയ്യുന്നു. 1977–78ൽ സംഘടനയിലെ അംഗസംഖ്യ 22,91,980 ആയിരുന്നു. 1991–92 ആയപ്പോഴേക്ക് അത് 1,26,84,338 ആയി പെരുകി.

എ ഐ എ ഡബ്ലിയു

ഇപ്പോഴത്തെ അംഗസംഖ്യ 18,90,488. ഈ സംഘടന 1982–ലാണ് രൂപം കൊണ്ടത്. കർഷകതൊഴിലാളികളുടെ ഈ ഉശിരൻ സംഘടന എഐകെഎസുമായി ബന്ധപ്പെട്ട് ഭൂമി, വേതനം, സാമൂഹ്യനീതി എന്നീ പ്രശ്നങ്ങൾ പ്രത്യേകമായും കൈകാര്യം ചെയ്യുന്നു. ഇതിലെ അംഗസംഖ്യ 1982–ൽ 7,90,420 ആയിരുന്നത് 1991–ൽ 18,90,488 ആയി വർധിച്ചു.

എ ഐ ഡി ഡബ്ലിയു എ

ഇപ്പോഴത്തെ അംഗസംഖ്യ 30,76,487. 1981–ൽ രൂപം കൊണ്ട ഐഡ്വ സാമൂഹ്യസേവനത്തിന് പോരാടുന്ന ഇന്ത്യൻ സ്ത്രീകളുടെ ഉശിരൻ സംഘടനയായി വളർന്നു. സാമൂഹ്യമായും സാമ്പത്തികമായും അടിച്ചമർത്തപ്പെടുന്ന ഇന്ത്യൻ സ്ത്രീകൾക്ക് സ്വന്തം പദവി മെച്ചപ്പെടുത്തുന്നതിനുള്ള സാമൂഹ്യപരിഷ്കരണങ്ങൾ നേടിയെടുക്കാനും ചൂഷണത്തിനെതിരായ പൊതുസാമ്പത്തിക പോരാട്ടത്തിലും മർമപ്രധാനമായ പങ്കുവഹിക്കാനുണ്ട്. ഈ പങ്ക് നിർവഹിക്കുന്നതിൽ മറ്റ് മഹിളാസംഘടനകളെയും ഗ്രൂപ്പുകളെയും ഒന്നിപ്പിക്കുന്ന ഒരു സംഘടനയെന്ന സ്ഥാനം ഐഡ്വ കരസ്ഥമാക്കി. 1982–ൽ സംഘടനയിലെ അംഗസംഖ്യ 962288. 1991–ൽ അത് 30,76,487 ആയി പെരുകി.

ഡി വൈ എഫ് ഐ

ഇപ്പോഴത്തെ അംഗസംഖ്യ 7948303.

1980–ൽ രൂപീകരിച്ച ഡി വൈ എഫ് ഐ യുടെ കഴിഞ്ഞ ഒരു ദശകത്തെ വളർച്ച തിളക്കമേറിയതാണ്. തൊഴിലവകാശത്തിനും യുവാക്കളുടെ നാനാമുഖമായ വളർച്ചക്കും വേണ്ടി നിരന്തരമായ പോരാട്ടത്തി

ലേർപ്പെട്ടിരിക്കുകയാണ് ഈ സംഘടന. യുവാക്കളുടെ യോജിച്ച പ്രസ്ഥാനത്തിന്റെ ചാമ്പ്യന്മാരായും ഉയർന്നുവന്നിരിക്കുകയാണ് ഡി വൈ എഫ് ഐ. 1980–ൽ 15,49,270 ആയിരുന്ന ഇതിന്റെ അംഗസംഖ്യ 1992–ൽ 79,48,303 ആയി.

എസ് എഫ് ഐ

ഇപ്പോഴത്തെ അംഗസംഖ്യ 22,43,421

1970–ൽ രൂപംകൊണ്ട എസ് എഫ് ഐ ഏതാണ്ട് ഇരുപതിരട്ടി വളർന്ന് ജനാധിപത്യവാദികളും ദേശാഭിമാനികളുമായ വിദ്യാർഥികളുടെ ഏറ്റവും വലിയ സംഘടനയായിത്തീർന്നു. വിദ്യാഭ്യാസരംഗത്തെ നീറുന്ന പ്രശ്നങ്ങളും വിദ്യാർഥിസമൂഹത്തെ ബാധിക്കുന്ന മറ്റു മർമപ്രധാന പ്രശ്നങ്ങളും ഏറ്റെടുത്ത് യോജിച്ച പ്രസ്ഥാനം കെട്ടിപ്പടുക്കാൻ ശ്രമിക്കുകയാണ് ഈ സംഘടന. ഇതിന്റെ അംഗസംഖ്യ 1978–ൽ 4,12,706 ആയിരുന്നു. 1992–ൽ 22,43,421 ആയി ചെങ്കുത്തായുയർന്നു.

മേൽപറഞ്ഞ ബഹുജനസംഘടനകളിലെല്ലാം കൂടിയുള്ള അംഗസംഖ്യ 30 ദശലക്ഷത്തിൽപരം. കൃത്യമായി പറഞ്ഞാൽ 3,02,93,037

സി പി ഐ (എം) രൂപീകരണത്തിനുശേഷം നടന്ന പാർലമെന്റ് തെരഞ്ഞെടുപ്പുകളിൽ അതിന് കിട്ടിയ വോട്ടുകളുടെ എണ്ണം വർധിച്ചു. കഴിഞ്ഞ ഏതാനും തെരഞ്ഞെടുപ്പുകളിൽ ശരാശരി പത്തുശതമാനം ലോകസഭാ സീറ്റുകളിൽ മത്സരിച്ച പാർട്ടിക്ക് പോൾചെയ്ത വോട്ടിന്റെ ആറ് ശതമാനത്തോളം കിട്ടി. തെരഞ്ഞെടുപ്പിൽ കിട്ടിയ വോട്ടുകളുടെ അടിസ്ഥാനത്തിൽ നോക്കുമ്പോൾ പാർട്ടി രാജ്യത്തെ ഏറ്റവും പ്രധാനപ്പെട്ട ഇടതുപക്ഷശക്തിയാണ്.

ലോകസഭ: സി പി ഐ (എം) അംഗങ്ങളുടെ എണ്ണം: 36

രാജ്യസഭ: സി പി ഐ (എം) അംഗങ്ങളുടെ എണ്ണം: 16

1967 മുതൽ മത്സരിച്ച സീറ്റും ജയിച്ച സീറ്റും പോൾ ചെയ്ത വോട്ടിന്റെ ശതമാനവും സംബന്ധിച്ച വിവരം ചുവടെ കൊടുക്കുന്നു:

വർഷം	മത്സരിച്ച സീറ്റ്	ജയിച്ച സീറ്റ്	പോൾ ചെയ്ത വോട്ടിന്റെ ശതമാനം
1967	62	19	44
1971	85	25	5.1
1977	53	22	43
1980	63	36	61
1984	64	22	5.7
1989	64	33	6.2
1991	66	35	6.3

ലോകസഭ തെരഞ്ഞെടുപ്പിൽ സി പി ഐ (എം) ന്റെ വിജയം ഏതാനും സംസ്ഥാനങ്ങളിൽ മാത്രമായി ഒതുങ്ങി നിൽക്കുന്നു. എങ്കിലും മുൻകാലങ്ങളിൽനിന്ന് വ്യത്യസ്തമായി കൂടുതൽ സംസ്ഥാനങ്ങളിൽ

വിജയിക്കാൻ അതിന് കഴിഞ്ഞിട്ടുണ്ട്. ഒട്ടേറെ സംസ്ഥാന നിയമസഭകളിൽ അതിന് പ്രാതിനിധ്യം ലഭിക്കുകയും ചെയ്തിട്ടുണ്ട്. നിയമസഭകളിലെ സി പി ഐ (എം) പ്രാതിനിധ്യം സംബന്ധിച്ച കണക്കുകൾ നോക്കുക:

ആസാം	–	2
ആന്ധ്രാപ്രദേശ്	–	6
ബിഹാർ	–	6
മഹാരാഷ്ട്ര	–	3
പഞ്ചാബ്	–	1
രാജസ്ഥാൻ	–	1
തമിഴ്നാട്	–	1
ത്രിപുര	–	44
പശ്ചിമബംഗാൾ	–	190
കേരളം	–	35

www.ingramcontent.com/pod-product-compliance
Lightning Source LLC
LaVergne TN
LVHW090347051026
849518LV00006B/2067
* 9 7 8 8 1 2 6 2 0 7 4 9 7 *